# புகார் நகரத்துப் பெருவணிகன்

பா. பிரபாகரன் தூத்துக்குடியில் பிறந்தவர். அண்ணா பல்கலையில் பி.இ. மெக்கானிக்கல் என்ஜினியரிங் படித்தவர். 10 ஆண்டுகள் சென்னைத் துறைமுகத்தில் உயர் அதிகாரியாக பணியாற்றியவர். தென் கொரியாவிலும் துபாயிலும் பணியாற்றிய அனுபவம் உண்டு. தற்போது லாஜிஸ்டிக்ஸ் நிறுவனம் ஒன்றை நடத்தி வருகிறார். முன்னதாக, இவர் எழுதிய ‘குமரிக்கண்டமா சுமேரியமா?’ என்னும் நூல், கிழக்கு பதிப்பகத்தில் வெளிவந்துள்ளது.

# புகார் நகரத்துப் பெருவணிகன்

பா. பிரபாகரன்

கிழக்கு

புகார் நகரத்துப் பெருவணிகன்
Pukar Nagarathu Peruvanigan


First Edition: December 2018
432 Pages

ISBN 978-93-86737-69-4
Kizhakku 1127

Kizhakku Pathippagam
177/103, First Floor, Ambal's Building,
Lloyds Road, Royapettah, Chennai 600 014.
Ph: +91-44-4200-9603
Email : support@nhm.in | Website : www.nhm.in

kizhakkupathippagam kizhakku_nhm

Author's Email: baskaran.prabhakaran@gmail.com
Cover Image: Shanmugavel

Kizhakku Pathippagam is an imprint of New Horizon Media Private Limited

## சமர்ப்பணம்

எல்லாமாகியவரை அருளிய கொற்கை மண்ணுக்கு

# உள்ளே

# முன்னுரை

தென் கிழக்கு ஆசியா தொடங்கி சீனம் வரையிலும் பண்டைய தமிழர்கள் விட்டுச் சென்ற அடையாளச் சின்னங்கள் ஏராளம்.

ஆனால் தமிழன் நூற்றுக்கணக்கான ஆண்டு களுக்கு முன் அங்கே ஏன் சென்றான், எப்படி வழி அறிந்தான், எப்படிக் கப்பல் கட்டினான், எம்மாதிரியான கப்பல்களைக் கட்டினான் என்பதைப் பற்றி நீங்கள் சிந்தித்தது உண்டா? உங்கள் கேள்விகளுக்கு விடை அளிக்கும் நூல் இது.

தமிழர்களின் காதல், மானம் வீரம், இலக்கியம், பண்பாடு ஆகியவை தொடர்பாக ஆயிரக் கணக்கில் நூல்கள் வெளிவந்துள்ளன. அவர்கள் என்ன உடை உடுத்தினர், என்ன உணவு உண்டனர், எப்படிச் சமைத்தனர், எப்படி அலங்காரம் செய்துகொண்டனர், என்ன நகை அணிந்தனர் என்பது பற்றிப் படித்திருக்கிறீர் களா? இந்தப் புத்தகம் அதைச் சொல்லும்.

அங்கம், வங்கம், ஈழம், காழம், கடாரம், மணிபல்லவம், காம்போஜம், காமரூபம், சம்பகம், ஸ்ரீவிஜயம், மிசிரம், சீனம் ஆகிய நாடுகளுக்குச் சென்றிருக்கிறீர்களா? இந்தப் புத்தகம் உங்களை அழைத்துச் செல்லும்.

இது கதை நூல்தான். ஆனாலும் களஞ்சியம்போல் புதிய செய்திகள் கொட்டிக் கிடக்கின்றன. இதில் பல பெயர்ச்சொற்கள் குறிப்பிடப் பட்டுள்ளன. பூக்களின் பெயர், கருவிகளின் பெயர், படைக் கலன்களின் பெயர் எனப் பலப்பல பெயர்கள் முதன்முறையாக உங்களுக்கு அறிமுகம் செய்யப்பட்டுள்ளன. அவை யாவும் உண்மையான பெயர்கள். கதை மட்டும்தான் கற்பனை. செய்திகள் அனைத்தும் உண்மை.

இது காலம் குறிப்பிடப்படாத கதை. கதையின் பெரும்பகுதி பத்து, பதினொன்றாம் நூற்றாண்டுகளில் நடைபெறுவதாகத் தோன்றி னாலும், எந்த மன்னரின் பெயரும் குறிப்பிடப்படவில்லை. ஒரு சில சங்க காலச் சடங்குகள் இந்தக் காலத்தில் நடைபெறுவதாக எழுதியுள்ளேன். இந்த அளவு மட்டுமே கற்பனையின் பொருட்டு உரிமை எடுத்துக்கொண்டுள்ளேன்.

இது மன்னர்களைப் பற்றிய கதை அல்ல. மக்களைப் பற்றிய கதை. இது துதிபாடும் கதை அல்ல. விதியால் பந்தாடப்பட்ட வீர இளைஞனின் கதை.

''அந்தக் காலத்திலேயே'' கிழக்கிந்தியக் கம்பெனி என்று ஆரம்பித்து, பல நாடுகளை ஆண்ட வெள்ளைக்காரத் துரைகளைக் கண்டு வாய் பிளப்பவர்களுக்குக்காக, அதற்கு அப்பனுக்கு அப்பனான ஒரு கம்பெனியைப் பற்றிய கதை.

இது வரலாற்றுக் கதை மட்டுமல்ல, நீங்களும் வரலாறு படைக்க வேண்டும் என்பதற்காக எழுதப்பட்ட கதை.

இது பழம்பெருமை பேசும் கதை அல்ல. நசித்த பழம்பெருமையை உரமாக்கி புதிய பெருமையைப் படைக்கத் தூண்டும் கதை.

உலகமயமாக்கல் என்று இன்று பேசுகிறோமே, அது தொடங்கி 4,000 வருடங்கள் தாண்டிவிட்டன. நான்காயிரம் வருடமாக உலகப் பொருளாதாரத்தைத் தலைமை ஏற்று நடத்திய நாடுகள் இந்தியாவும் சீனாவும். சோழ மன்னர் ஓர் ஆணை பிறப்பித்தால் சீனத்தில் வணிகர்கள் பாதிக்கப்பட்டனர். சீன மன்னர் ஆணையிட்டால் வெனிஸ் நகரம் பதறியது.

ஓர் உதாரணம் சொல்கிறேன். சீனாவின் சின் என்ற மன்னர், சீனப் பெருஞ்சுவரைக் கட்ட ஆரம்பித்தார். அதனால் மேற்கிலிருந்து அவ்வப்போது வந்து சூறையாடிவிட்டுப் போன மங்கோலியர் களுக்குத் தடை ஏற்பட்டது. அவர்கள் மேலும் மேற்கில் நகர்ந்து தங்களுக்கு அடுத்தபடியாக வாழ்ந்த மக்களை விரட்டி அடித்தனர்.

விரட்டி அடிக்கப்பட்டவர்கள் மற்றொருவரை விரட்டி அடித்தனர். இறுதியாக விரட்டி அடிக்கப்பட்ட மக்கள் நகர இடமின்றி கைபர் கணவாய் வழியாக இந்தியாவிற்குள் வந்தனர். அவர்கள்தான் ''சகர்கள்'' என்னும் மக்கள். சுவர் கட்ட ஆரம்பித்ததற்கும் இவர்கள் இந்தியா வந்து சேருவதற்கும் இடையே இருந்த காலம் வெறும் 75 ஆண்டுகள். வரலாற்றில் இது மின்னல் வேகம்.

சம்பக நாடு என்று அழைக்கப்பட்ட வியட்நாம், ஸ்ரீவிஜய நாடு என்று அழைக்கப்பட்ட இந்தோனீசியா, கடாரம் என்று அழைக்கப்பட்ட மலேசியா ஆகிய மூன்று நாடுகளும் இராஜேந்திர சோழனுக்கு வணிகச் சவால் விட்டன. 1025 கப்பல்களோடு சென்ற சோழக் கடற்படை, கடாரத்தை நிர்மூலம் செய்தது. விளைவு, ஸ்ரீவிஜயம் சீர் இழந்தது மட்டுமல்ல, பௌத்தம் தமிழகத்திலிருந்து விரட்டி அடிக்கப்பட்டது. அவர்கள் பெருமளவில் தஞ்சம் புகுந்த இடம் இலங்கை. காழ்ப்பு இன்றும் தொடர்கிறது.

கி.பி. 1200 வரை ஐரோப்பியர்களுக்கு கூட்டு வட்டிக் கணக்கு தெரியாது. மூன்று இலக்க எண்களுக்கு மேல் பெருக்கலும் தெரியாது. வகுத்தலைப் பற்றிச் சொல்லவே வேண்டாம். உண்மையைச் சொல்லுங்கள், இதை நம்புவதற்குக் கடினமாக இருக்கிறதல்லவா? ஆனால் இது முழுக்க உண்மை. காரணம், அவர்கள் பயன்படுத்திய ரோம எண்கள். LCXXIV-ஐ XV-ஆல் வகுக்கவேண்டும் என்றால் எப்படிச் செய்வது? பிபனாச்சி என்ற இத்தாலிய இளைஞனின் தந்தை அல்ஜீரியாவில் சிறிது காலம் பணியாற்றினார். அப்போது அங்கே சென்ற பிபனாச்சி, அரேபியர்கள் எளிதாகக் கணக்கு போடும் விதத்தைக் கண்டு, இது என்ன முறை என்று கேட்டார். அவர்கள் இது 'ஹிண்ட் எண்கள்' (இந்திய எண்கள்) என்றனர். பிபனாச்சி அதைக் கற்றுக்கொண்டார். பின்னர் இத்தாலி சென்ற அவர் ஜூலியானோ மெடிசி என்ற பிரபுவிடம் இதைப் பற்றி விளக்கினார். மெடிசியின் முக்கியத் தொழில் வட்டிக்குக் கடன் தருதல். அவர் உடனே அதைப் பயன்படுத்தத் தொடங்கினார். அப்போதிலிருந்துதான் ஐரோப்பிய மறுமலர்ச்சி எனப்படும் ரெனாய்சன்ஸ் தொடங்கியது என்று கருதலாம்.

நமது மாட்டு வண்டியின் சக்கரங்களுக்கு இடையேயான இடைவெளி எவ்வளவு என்று தெரியுமா? நான்கடி. சக்கரங்களின் அகலத்தையும் சேர்த்துக்கொண்டால் நான்கடி ஆறு அங்குலம். பண்டைக் காலத்தில் இந்தியா முழுவதிலும் இதே அளவுதான். பின்னர் இது தென் கிழக்காசிய நாடுகள் முழுமைக்குமாகப் பரவியது. அலெக்ஸாண்டரின் படை எடுப்புக்குப் பின்

ஐரோப்பாவிலும் பரவியது. ஐரோப்பாவில் மாட்டு வண்டிக்குப் பதிலாக குதிரை பூட்டிய வண்டி. ஆனால் அளவு - இந்தியாவின் அதே அளவுதான். ஐரோப்பாவில் சாலை அமைக்கும்போது ஆரம்ப காலத்தில் 'ரட்' எனப்படும் சிறு பள்ளம் அமைத்து அதில் வண்டிச் சக்கரத்தை இறக்கிவிட்டு ஓட விட்டார்கள். ரட்டின் இடைவெளி அதே நான்கடி ஆறு அங்குலம்தான். சிறிது காலம் சென்றதும் ரட்டிற்குப் பதிலாகத் தண்டவாளம் அமைத்தார்கள். ரட் இருந்த இடத்தில் தண்டவாளங்கள் அமைக்கப்பட்டதால் அதே அளவு பின்பற்றப்பட்டது. முதன்முறையாகத் தண்டவாளத்தில் பயணித்தது குதிரை பூட்டிய வண்டிகள்தாம்.

ஜியார்ஜ் ஸ்டீவன்சன், இப்படி ஒரு வண்டியில்தான் தன்னுடைய நீராவி இயந்திரத்தை பொருத்தி ஓடவிட்டார். எனவே ரயில் தண்டவாளத்தின் இடைவெளியும் நான்கடி ஆறு அங்குலம். உண்மையைச் சொல்லுங்கள், இதை நம்ப முடியவில்லைதானே? ஆனால் இதுதான் உண்மை. நம்மைத் தாழ்த்திக்கொள்ளும்போது வரும் நம்பிக்கை, உயர்த்திக்கொள்ளும்போது வருவதில்லை. அப்படிப்பட்ட மூளைச் சலவை நடந்திருக்கிறது.

அஞ்சாதீர்கள்! உங்களுக்கு அறிவுரை சொல்லும் கதையல்ல இது; பல நூறு ஆண்டுகளுக்குப் பின்னால் உங்களை அழைத்துப் போகும் கதை.

படித்துப் பாருங்கள். விருந்து நிச்சயம்.

# 1

## திரை கடல் ஓடியும் திரவியம் தேடு

'நீ என்ன சொன்னாலும் சரி, நான் இசைய மாட்டேன். செல்வம் என்பது சிந்தையின் நிறைவு. கடல் கடந்து சென்றால்தான் செல்வம் சேருமா? கொடுப்பினை இருந்தால் அதே செல்வம் இங்கேயே சேரும்' என்று சத்தமாகக் கூறினாள் ஞானகலை.

'அம்மா செல்வம் மட்டும் சேர்ந்தால் போதுமா? பல நாடுகளைக் காண்பதும் பலவிதமான மக்களைச் சந்திப்பதும் எப்பேர்ப்பட்ட கொடுப்பினை. அதைவிடுத்து, இங்கேயே கிணற்றுத் தவளையாகக் கிடக்கச் சொல்கிறாயா?' என்றான் செம்பியன்.

'நீ ஒரு மண்டூகம் என்பதை இப்போதாவது ஒப்புக்கொண்டாயே!'

நான் வானம்போல் விரிந்திருக்கப் பார்க்கிறேன். ஆனால் நீ என்னை வெற்றிலைச் சுருளாக முடிந்துகொள்ளப் பார்க்கிறாய்.'

'ஓஹோ! உன்னை முந்தானையில் முடிந்து கொள்ள சிவகலை இருக்கிறாள் என்பதை ஞாபகப்படுத்துகிறாயோ?'

'ஆமாம், உலகில் எங்குமே கிடைக்காத பெண்ணல்லவா அவள்!'

'அவளுக்கு என்னடா குறைச்சல்?'

'குறைச்சல் ஒன்றுமில்லை. தந்தசுத்தி செய்யத் தெரியாது, அவ்வளவு தான்!'

'உன் வாயை முதலில் கழுவு. அவள் யார் தெரியுமா? உன் மாமன் மகள் மட்டுமல்ல. ஈசனுக்குப் பிள்ளைக் கறி சமைத்தளித்த திருவெண்காட்டு நங்கையின் கொள்ளுப்பேத்தி!'

'அப்படியானால் அவளுக்கு நானூறு வயதாவது இருக்கவேண்டுமே?'

'அந்தப் பரம்பரை என்று சொல்லவந்தேன்.'

'இந்தப் பகுதியில் உள்ள அனைத்துப் பெண்களுமே திருவெண்காட்டு நங்கையின் உறவு என்றுதான் கூறுகிறார்கள். நீயும் அப்படிக் கூறித்தான் எந்தையை ஏமாற்றியதாக அப்பத்தாள் கூறுகிறாள்.'

'எடு விறகுக்கட்டையை. இறுதியில் என்னிடமே உன் குறும்பைக் காட்டுகிறாயா?'

'அவசரத்தில் அப்படி எதையும் தூக்கிவிடாதே. வைத்தியர் ஊரில் இல்லை. உன்னால் பூக்குடலையைக்கூடத் தூக்க முடியாது!'

'அடடே! ஆலயத்திற்குத் தாமதமாகிவிட்டது. நல்ல வேளை ஞாபகப்படுத்தினாய். முருகா, பூக்குடலையை எடுத்துக்கொண்டு என்னோடு வா!' என்றபடியே ஞானகலை ஏதோ ஒரு தேவாரப் பதிகத்தைப் பாடத் தொடங்கினாள். செம்பியன் என்பது அவளது மாமனாரின் பெயர். அதனால் மகனை முருகன் என்றுதான் அழைப்பாள்.

திருவெண்காட்டு ஸ்வேதாரண்யர் ஆலயம் வெறிச்சோடி இருந்தது. காவிரியின் வடகரையில் அமைந்துள்ள பதினோராவது சிவத்தலம் திருவெண்காடு. சிதம்பரம் தொடங்கி திருவேட்களம், திருநெல்வயல், திருகழிப்பளை, திருநல்லூர்ப்பெருமனம், திருமயேந்திரப்பள்ளி, தென்திருமுல்லைவாசல், திருகளிக்கமுதூர், சாயாவனம், திருப்பல்லவனேச்சுரம் (பூம்புகார்) என்று புகழ்மிக்க பத்து சிவத்தலங்கள் இருந்தமையால், உள்ளூர்க்காரர்களைத் தவிர மற்றவர் வருதல் அரிது. எப்போதாவது அயல் வணிகர்கள், காவிரிப்பூம்பட்டினத்திற்குப் போகும் வழியில், இங்கே இரவு தங்கிச் செல்வதுண்டு.

தேவார முணுமுணுப்போடு ஞானகலை சன்னிதியை அடைந்தாள். அதற்கு இடையூறு செய்யக்கூடாது என்பதுபோல சிவாச்சாரியார், புன்னகை வரவேற்போடு பூக்குடலையை வாங்கிகொண்டார்.

ஆராதனை முடிந்தது. ஞானகலை கண்மூடி அமர்ந்தாள். உணர்ச்சிப் பெருக்கில் உதடுகள் மட்டும் துடித்தன. பேசுவதா, வேண்டாமா என்ற தவிப்பில், சிவாச்சாரியாரும் செம்பியனும் ஒருவரை ஒருவர் பார்த்துக்கொண்டனர். சற்று நேரத்தில், சிவ சிவ என்றபடி ஞானகலை மௌனம் கலைத்தாள்.

‘உள்ளும் புறமும் உறுதுணையாக நம் வள்ளல் இருக்க, வாட்டம் ஏன் தாயே’ என்றார் சிவாச்சாரியார்.

‘சொல்பேச்சுக் கேளாத பிள்ளையைப் பெற்றவள், வருத்தப்படாமல் வேறு என்ன செய்வது?’

‘செம்பியன் உத்தமப் பிள்ளை ஆயிற்றே! பதினெட்டு வயதில் தனியொருவனாகப் பயிர்த் தொழில் செய்பவன் ஆயிற்றே!’

‘இப்படி எல்லோரும் பாராட்டுவதால், தன்னை ஒரு வளர்ந்த பிள்ளையாக நினைத்துக்கொண்டு, கடல் வாணிபம் செய்ய வேண்டும் என்று பிடிவாதம் பிடிக்கிறான்.’

அவர்கள் பேசிக்கொண்டிருக்கும்போதே, செம்பியன் வெளியேறி விட்டான். அங்கே அவனுக்காக சேந்தன் காத்துக்கொண்டிருந்தான். இருவரும் இணைபிரியா நண்பர்கள்.

‘அவன் வேண்டுவது நியாயம்தானே. கடற்சுறாவை எத்தனை நாட்களுக்குத்தான் கிணற்றில் வளர்க்க முடியும்? கொற்கைச் சித்தரைக் கேட்டீர்களா?’

‘இதுவரை இல்லை. இன்று கேட்கிறேன்’ என்றபடி அம்மையார் நடந்தார்.

கொற்கைச் சித்தர் என்பவர் நீண்ட காலம் முன்பாக திருப்புடை மருதூருக்கு வந்தவர். ஒரு காலத்தில் கொற்கைத் துறையில் பண்டார அதிகாரியாகப் பணியில் இருந்தவர். பின்னர், கடல் வாணிபத்தில் ஈடுபட்டு கொடிகட்டிப் பறந்தவர். ஈழத்தில் வாணிபம் செய்த வணிகர்களுக்குத் தலைவராகவும் திகழ்ந்தவர். இன்றும் அவரது குமாரர்கள் சிறப்பாக வாணிபம் செய்துவருவதாகக் கேள்வி. செல்வச் சீமானாக வாழ்ந்தவர் ஏனோ அனைத்தையும் துறந்து, இங்கே வந்துவிட்டார். இரத்தினச் சுருக்கமாகப் பேசுவார். மகாலிங்க சுவாமி கோவிலுக்கு வடகிழக்கே உள்ள அக்கினி தீர்த்தத்தில் நீராடுவார். சற்றுத் தொலைவில் உள்ள வில்வ மரத்தடியில் சதா சர்வகாலமும் அமர்ந்திருப்பார். தியானம், தவம், பூசை என்று எதுவும் கிடையாது. அழகுச் செட்டியார் வீட்டிலிருந்து ஒரு

வேளைக்கு மட்டும் உணவு வரும். வேறு யாராவது காசோ, பொருளோ கொடுக்க முயன்றால், 'என்ன இது?' என்று அவர் கேட்கும் தொனியிலேயே வந்தவன் கதி கலங்கிவிடுவான்.

'சாமீ! தீராத நோய், எதேனும் வைத்தியம் சொல்லுங்கள்' என்று சிலர் கேட்பார்கள். 'வைத்தியரிடம் போ!' என்று விரட்டுவார். 'வீட்டில் நல்ல காரியம் நடக்கவேண்டும்' என்று வேண்டினால், கோயிலைக் காட்டி, 'அப்பனிடம் கேள்!' என்பார். எனவே யாரும் அவரை வீணாகத் தொந்தரவு செய்வதில்லை. மற்றபடி யார் வந்து பேசினாலும் அன்போடு உரையாடுவார்.

●

காவிரியின் சந்திர தீர்த்தத்தில் செம்பியனும் சேந்தனும் உரையாடிக் கொண்டிருந்தார்கள்.

'உன் தாயார் சொல்வதும் சரிதானே! நீண்டதூர வாணிபத்தில் ஆதாயமும் அதிகம், ஆபத்தும் அதிகம். ஆதாயத்தைப் பற்றிய கனவு, ஆபத்தை உன் கண்ணிலிருந்து மறைக்கிறது.'

'ஆபத்து எங்குதான் இல்லை? செருப்புக் கடித்துச் செத்தவனும் உண்டு, பனை மரத்திலிருந்து விழுந்து பிழைத்தவனும் உண்டு. அதியமான் நெடுமான் அஞ்சியின் முன்னோர் எங்கிருந்தோ கரும்பைக் கொண்டுவந்ததனால்தானே இன்று நீ சர்க்கரைப் பொங்கல் சாப்பிடுகிறாய்? இல்லாவிட்டால் இலுப்பைப்பூவை அல்லவா கொண்டாடவேண்டும்? ஆபத்தை மீறிவந்த பயன் அல்லவா இது.'

'கருப்பட்டியை மறந்துவிடாதே நண்பனே!'

'வெந்ததைத் தின்று விதி வந்தால் சாவதா வாழ்க்கை?' என்று உரக்கக் கேட்டான் செம்பியன்.

'அடேயப்பா, எவ்வளவு பெரிய சிந்தனை' எனப் பாதி வியப்போடும் பாதி பரிகாசத்தோடும் கூறினான் சேந்தன்.

'சிந்தனை செயலுக்கு வந்தால் அல்லவா சாதனையாகும். இல்லை என்றால் வெறும் கற்பனையாக மட்டுமே மடிந்துவிடும். என் அன்னை உனக்கு மாமிதானே! நீ அவர்களை இசையச் செய்யக்கூடாதா?'

'அப்படிச் செய்தால் எனக்கு என்ன பயன்?' என்று வேடிக்கையாகக் கேட்டான் சேந்தன்.

'நீ மட்டும் இந்த உதவியைச் செய்தால், உன்னை எனது தலைமைக் கணக்காயனாக அமர்த்திக்கொள்வேன்.'

'நான் மாதம் இரண்டு காணம் கூலியாகக் கேட்பேன். தர முடியுமா?'

'காணம் என்ன, கழஞ்சே தருவேன்' என்றபடி செம்பியன் ஒரு கழஞ்சு நாணயத்தை சேந்தன் கையில் வைத்தான். சேந்தன் பதறிவிட்டான்.

'ஆ! கழஞ்சைக் கையில் வைத்துக்கொண்டு சுற்றுகிறாயே! இரண்டு கழஞ்சிற்கு ஒரு வேலி நன்செய் வாங்கலாம், தெரியுமா?'

'விற்றவனுக்கு இதுகூடத் தெரியாதா?'

'என்ன! உன் நிலத்தை விற்றுவிட்டாயா?'

'என் மூதாதையர் நிலத்தை விற்கவில்லை. கன்று கறவைகளை வாங்கி விற்றதில் வந்த லாபம் இது. இது அன்னைக்குத் தெரியாது.'

'உனது திட சித்தம் வியப்பளிக்கிறது. உறுதியாக உதவுகிறேன்.'

'இதுதான் நட்புக்கு அழகு. பார்க்கத்தானே போகிறாய்! இன்றிலிருந்து பத்தாண்டுகளில் தலைக்கோல் பட்டம் வாங்கி விடுவேன்.' செயற்கரிய செயல் புரிந்தவர்களுக்கும் ஒவ்வொரு துறையில் சிறந்து விளங்குபவர்களுக்கும் மன்னர்கள் எட்டி, ஏனாதி, காவிதி, கிழார், கிழான், குவளை, தலைக்கோல், தாமரை, மாராயம் எனப் பல பட்டங்களைக் கொடுப்பது மரபு.

எட்டி, காவிதி என்பவை சிறந்த உள்நாட்டு வணிகர்களுக்கும், ஏனாதி என்பது படைப்பிரிவில் வீரர்களுக்கு மேலான நிலையில் உள்ள தலைவர்களுக்கும், மாராயம் என்பது வீரர்களுக்கும், குவளை, தாமரை என்பவை கலைகளில் சிறந்த விறலியர்க்கும் பாணர்களுக்கும் வழங்கப்படுவது. வள்ளன்மையில் சிறந்தவர் களுக்கு கிழார், கிழான் என்ற பட்டங்கள் வழங்கப்படும். தலைக் கோல் என்பது எந்தத் துறையிலும் மிக உயர்ந்த நிலையைத் தொட்டவர்களுக்கு அரிதாக வழங்கப்படும் ஒரு விருது. இவ்விருது பெற்றவர்களுக்கு அரசன் தனது முத்திரை பொறித்த கோல் ஒன்றைப் பரிசாகக் கொடுப்பான். அந்தத் துறையில் இவர்கள் செங்கொல் செலுத்துகிறார்கள் என்பது பொருள்.

'எப்படி இவ்வளவு உறுதியாகக் கூறுகிறாய்?'

'வினைத்திட்பம் என்பது மனத்திட்பம்.'

'சரி, பொன், பொருள், ஆட்கள், மரக்கலங்கள், இவை வேண்டாமா?'

'மற்றவை எல்லாம் பிற.'

‘நீ வாணிபத்தில் பட்டம் வாங்காவிட்டாலும், புலமையில் தலைக்கோல் பெற்றுவிடுவாய் என்பது உறுதி.’

‘தலைக்கோல் பட்டம் பெற்ற புலவர் செம்பியனார் வாழ்க’ என்று ஒரு புதிய குரல் கேட்டது. இருவரும் திரும்பினர். வந்தது, சோமசேகரன். சிவாச்சாரியாரின் மகன். இருவருக்கும் உற்ற நண்பன்.

‘நேற்று ஒரு செய்யுள் படித்தேன். அதை உனக்குக் கூறவேண்டும் என்று அசரீரியும் கேட்டது. அதனால் ஓடோடி வந்தேன்.’

‘பார்த்தாயா சேந்தா! நேற்று கேட்ட அசரீரிக்கு இன்று ஓடோடி வருவதை’ என்றான் செம்பியன்.

‘போகட்டும். உன் அசரீரியை அவிழ்த்துவிடு!’ இது சேந்தன்.

‘உண்மைக்குக் காலமில்லை. இருந்தாலும் சோல்கிறேன்’ என்று சோமன் ஆரம்பித்தான்.

‘ஆசை அறுமின் ஆசை அறுமின் ஈசனோடாயினும் ஆசை அறுமின்.’

‘நானும் ஒரு செய்யுள் படித்தேன்,’ என்று ஆரம்பித்தான் செம்பியன். ‘திரை கடல் ஓடியும் திரவியம் தேடு.’

நண்பர்கள் அனைவரும் பெரும் உவகையோடு சிரித்தனர்.

# ௨

## கொடிப் பூவிற்கருகே பூத்த கிளைப் பூ

**ந**ண்பகல் வேளைக்குச் சேந்தன் தன் தந்தை காழங்கிழாரோடு வந்தான். ஞானகலைதான் அவரை அழைத்துவரச் சொல்லியிருந்தாள்.

'அண்ணா வரவேண்டும். அந்தியூர் மங்கை நலந்தானே?' பெயர் சொல்ல வகையில்லாத இடத்தில் ஊர் பெயர் சொல்லி அழைப்பது வழக்கம்.

'அனைவரும் நலமே. வரச்சொல்லியதாகச் சேந்தன் கூறினான். எது பற்றியது அது?'

'கடலோடவேண்டும் என்று முருகன் கொக்கைப் போல் ஒற்றைக் காலில் நிற்கிறான். உங்களையும் ஒரு வார்த்தை கேட்கலாம் என்று வரச் சொன்னேன்.'

'தடை என்ன தங்காய்? இந்த வயதில் கடலுக்குச் செல்லாமல் பின் எப்போது செல்வது? நல்ல மாநாய்கன், நல்ல வணிகப் பாதை, நல்ல ஊதியமாகவும் இருந்தால் நம்பிக்கையோடு அனுப்பி வை. எந்தச் சாந்து என்று முடிவாகிவிட்டதா?'

‘இதைப்பற்றி எல்லாம் எனக்கு என்ன தெரியும்? ஆண் துணை இல்லாத எனக்கு ஒரு முரட்டுப் பிள்ளை தரும் துன்பத்தை எங்கே போய்ச் சொல்ல?’

‘உன் பதி இறந்தபின், நீ புகாரை விடுத்துக் கண்ணீரோடு வந்தது நேற்று நடந்ததுபோல் இருக்கிறது.’

ஞானகலையின் கணவர் சிவநேசர், புகாரில் பீடும் பெயருமாக வாழ்ந்து, சீரும் சிறப்புமாகப் பொருள் ஈட்டியவர். அப்போது செம்பியனுக்கு மூன்று வயது இருக்கும். மணிபல்லவ நாட்டிற்கு வணிகப் பயணம் மேற்கொண்டபோது மரக்கலம் கடலுள் மூழ்கியதில் அமரர் ஆகியவர். அதன்பின் புகாரை விடுத்து சொந்த ஊரான திருவெண்காட்டில் வந்து குடியேறினாள் ஞானகலை. அதிலிருந்து அவளுக்குக் கடற்பயணம் என்றாலே மரண பயம்.

‘செம்பியா, நீ எந்தச் சாந்தில் சேர்ந்துள்ளாய்?’

ஒரே வணிகம் செய்யும் வணிகர்களின் கூட்டமைப்புக்குச் சாந்து என்று பெயர்.

‘சாந்து என்று எதுவுமில்லை. ஓரிரு கலங்கள் மட்டுமே வைத்துள்ள ஒரு சாலை.’

‘சாந்தில் சேரவில்லை என்றால் புகார் துறைக்குள் கலத்தைக் கொண்டுவரவே முடியாதே?’

‘மாமா! எல்லாம் எனது நண்பன் உதியனின் ஏற்பாடு. அவனை அழைத்துவருகிறேன். அவனிடம் வேண்டியதைக் கேட்டுத் தெரிந்துகொள்ளுங்கள்.’

‘நீ கூறுவது விந்தையாக இல்லையா? அனுமதி கேட்பது நீ. ஆனால் பதில் கூற வேறு ஒருவனா? இந்த ஏற்பாடு வேண்டாம். வேறு நல்ல வாய்ப்பாக வரட்டும். அதுவரை பொறுத்திரு.’

‘சரி மாமா!’

காழங்கிழார் விடை பெற்றுக்கொண்டார். ஞானகலைக்கு எல்லையில்லா ஆனந்தம். தான் பேசிச் சாதிக்க முடியாததை அவர் எளிதாகச் சாதித்துவிட்டாரே என்று வியந்தாள்.

உணவருந்தியபின், உதியனைப் பார்த்துவிட்டு வருகிறேன் என்று செம்பியன் வெளியேறினான். மனத்திற்குள் பெரும் போராட்டம். திரைகடலோடி, திரண்ட செல்வம் தேடி, தலைக்கோல் தாங்கி, கோட்டை கட்டி, கொடியும் நாட்டுவேன் என்ற கனவு, மாமாவின்

வாதத்திறமையால் காற்றாய்ப் பறந்ததே! நான் இன்னும் சிறுபிள்ளைதான் என்பதைப் பறையறைந்து கூறிவிட்டேனோ? உதியனிடம் இன்னும் கொஞ்சம் விவரம் பெற்றிருக்க வேண்டுமோ? ஒரு வேளை மாமாதான் பிழையாகக் கூறுகிறாரோ? அவர் கடலோடி நெடு நாட்கள் ஆகிவிட்டன. அவர் பழங்கதை பேசுகிறாரா அல்லது நாம்தான் தெளிந்து செயல்படவில்லையா? பலவிதமான எண்ண அலைகள் மோதி மோதி மனத்தைக் குழப்பின.

குழப்பமோ, வாட்டமோ எதுவானாலும் அதற்கு செம்பியன் கண்ட ஒரே மருந்து நித்திலா. உதியனின் தங்கை. பதினாறு வயதுதான் என்றாலும் மிகவும் பக்குவமானவள். அவளது பேச்சு, நடை, செயல், அசைவு எல்லாம் மெலிதாகவே இருக்கும். பெண்களுள் பெண். செம்பியன் ஒரு செய்தியை நீட்டி முழக்கி விரித்துக் கூறி முடிக்கும்போது அது தெளிவற்றுத் தோன்றும். அதே செய்தியை நித்திலா செய்யுள்போலச் சுருக்கிக் கூறுவாள். வெள்ளிக் குவளையில் ஊற்றிய நீரைப் போலத் தெளிவாக இருக்கும்.

அவளது அழகைப் பற்றி நாம் ஏன் பேசவேண்டும்? காதலன் கண்ணுக்கு அழகாகத் தோன்றாத காதலியும் உண்டா? அவ்வாறு இருந்தால் மனித குலமே பொலிவு இழந்துவிடாதா? இந்தத் தோற்றப் பிழை எத்தனை எத்தனை காவியங்களுக்கும் கவிதை களுக்கும் காரணியாக இருந்துள்ளது? இதனால்லல்லவோ அசேதனங் களும் அஃறிணைகளும் தூது போகின்றன? இதனாலன்றோ முகிலும், தமிழும், கிள்ளையும், தென்றலும், நிலவும், நாரையும் பேசுகின்றன?

நித்திலாவின் அழகைப் பற்றி ஒன்றே ஒன்றை மட்டும் கூறியே ஆகவேண்டும். அதன் எளிமை. எளிமைக்கும் இப்படி ஓர் ஈர்ப்பு உண்டா என்று வியக்கும்படியான ஒரு தோற்றம். வில்லைப் போன்ற நுதல், வேலைப் போன்ற விழி, முல்லை போன்ற பற்கள், மேகம் போன்ற கூந்தல், பவளம் போன்ற இதழ்கள் என்று சிறப்பாக எடுத்துக்கூற எதுவும் இல்லை. ஆனாலும் அவள் அழகில் ஏதோ இருக்கிறது. உறுத்தாத அழகு அது. செம்மை தோய்ந்த கதிரவன் எழும்போது, கண்ணைப் பறிக்கும் ஒளி இல்லை. உறுத்தாத அதன் அழகைப் பார்த்துக்கொண்டே இருக்கலாம். காரணம் எளிமை. அதுதான் நித்திலாவின் அழகும். எவ்வளவு பார்த்தாலும் உள்ளம் உறுத்தாத அழகு. அவளோடு சிறிது நேரம் பேசியவுடனேயே உள்ளம் உயர்ந்துவிடுகிறது. அவளது தோற்றப் பொலிவின் தன்னொளி பட்டு, நமது அகமும் புறமும் மிளிரும். ஆதலால் நமது பேச்சிலும் ஒளி இருக்கும். அவளது மெல்லிய எளிமை, எத்தகைய கடிய

மனத்தையும் அடக்கிவிடும். நெளிந்து குழைந்து செய்யும் வசியமல்ல இந்த அடக்குதல். மத யானையை மண்டியிட வைக்கும் அங்குசம் போன்றது அந்த அடக்குதல்.

அவளோடு பழகிய ஆடவர்களுக்கு, அவளைக் காணவேண்டும், பேசவேண்டும், அவளோடு பொழுதைக் கழிக்கவேண்டும் என்றெல்லாம் எண்ணங்கள் தோன்றும். அதனைத் தாண்டி அவளோடு காதல் உறவாடவேண்டும் என்ற எண்ணம் தோன்றும்போதெல்லாம் ஏதாவது நெருடல் தோன்றாமல் இருக்காது. அவளோடு பேசும் போதெல்லாம் உள்ளம் உயர்ந்துவிடுவதால் ஏற்படும் முரண் இது.

இந்த எல்லையைத் தாண்டியவன் செம்பியன் மட்டும்தான். நித்திலா இதுவரை செம்பியனிடம் ஒரு சொல் பிறழ்ந்து பேசியதில்லை. ஆனாலும் இருவரும் ஒருவரை ஒருவர் புரிந்துகொள்ள அது ஒரு தடையாக இருந்ததில்லை. உதியனைக் காண அவர்கள் இல்லத்திற்கு அவன் செல்லும்போதெல்லாம் புன்னகையோடு வரவேற்பாள். 'அத்தை நலமா?' என்று கேட்பாள். உறவு இல்லை என்றாலும், உரிமையோடு அவள் கேட்பது குறிப்பா, குணச் சிறப்பா என்பது செம்பியனுக்குத் தெரியாது. குடிக்க ஏதாவது கொண்டுவருவாள். அதோடு சரி. அவன் உதியனோடு பேசி முடித்து விட்டுக் கிளம்பும்போது, அவளது தாயாரிடம், 'போய் வருகிறேன்' என்று விடை பெறும்போது, தாயாரின் தோள்களை அணைத்தபடி, கொடிப் பூவிற்கருகே பூத்த கிளைப் பூபோலக் காட்சி தருவாள்.

ஆம். உண்மையில் அவள் மலர்தான். அவை ஒப்பனை செய்வ தில்லை. அணிமணி பூணுவதில்லை. ஆனாலும் மலர்களின் அழகிற்கு ஈடு உண்டா? நித்திலாவும் அதுபோலத்தான். கூந்தலைப் பனிச்சையாகப் பின்னி முடித்திருப்பாள். காதில் ஒரு சிறிய செவிப்பூ. கழுத்தில் மெல்லிய முத்துச் சரம். கைகளில் காப்பு, காலில் காலாழி. அவ்வளவுதான். தலையணி, நுதலணி, புயவணி, இடையணி, தொடையணி என எதுவும் இருக்காது. இந்த எளிய ஒப்பனையில், அன்றலர்ந்த செந்தூரமாக, இயற்கையாகக் காட்சியளிப்பாள்.

செம்பியன் உதியனின் இல்லத்தை அடைந்தபோது உதியனுக்கும் அவனது தந்தைக்கும் வாக்குவாதம் நடந்துகொண்டிருந்தது.

'அறுவடை முடிந்தபிறகு நீ எங்கு வேண்டுமானாலும் செல். அதுவரை என்னிடம் வேறு எதைப் பற்றியும் பேசாதே.'

'நல்ல வாய்ப்பு, நழுவ விடவேண்டாம் என்று நினைக்கிறேன். நாற்பது வேலி நிலத்தை நான் ஒருவனா அறுக்கப்போகிறேன்.'

‘அனுபவிப்பது நீதானே. பொன் விளையும் கழனி இருக்கிறது. காவிரித்தாய் அள்ளி அள்ளித் தருகிறாள். நமது விளைச்சலை வாங்க வணிகர்கள் வரிசையில் நிற்கிறார்கள். இதைவிட மேலான தொழில் ஏதாவது உண்டா? நாம் ஒரு காலத்தில் நாடோடிகளாக இருந்து பின் குடிகளாக மாறினோம். நீயோ கடலோடியாக மாறவேண்டும் என்கிறாய்.’

’எந்தையே, அதில் ஓர் ஆனந்தம் இருக்கிறதல்லவா?’

‘எல்லா மகிழ்ச்சியும் இன்பம் பயக்காது. கள், மயக்கும் மகிழ்ச்சிதான். கொஞ்ச காலம் பொறு. பொன் தருகிறேன். வணிகம் செய். அதை விடுத்து, கூலிக்காகக் கடலோடியாகப் போவது ஏற்ற செயலா? கடலோடிகளின் வாழ்க்கை மிகவும் கடினமானது. உறவையும் நட்பையும், ஏன் இல்லாளையும் பிள்ளைகளையும் கூடப் பிரிந்திருக்கவேண்டும். அதுவும் ஒரு வாழ்க்கையா? செதுக்கி எடுத்த தன்னலம். நீ மட்டும் ஊர் சுற்றுவாய், நீ மட்டும் மகிழ்ச்சியாக இருப்பாய். மற்றவர்கள் உன்னை நினைத்து நாள்தோறும் மருக வேண்டும். அப்படித்தானே?’

உதியன் பதில் பேசவில்லை.

‘அண்ணா, உனது தோழர் வந்துள்ளார்’ என்று நித்திலா கூறியதும் அவசரமாக வெளியேறினான்.

நண்பர்கள் காவிரியின் சந்திர தீரத்தை அடைந்தார்கள்.

‘உதியா! உந்தை கூறுவதும் சரிதானே. கடலோடியாகச் செல்வதை விட வணிகனாகச் சென்றால் என்ன? அதே கடற்பயணம். ஆனால் நம் குடியில் மதிப்பாக இருக்கும் அல்லவா?’

‘ஒப்புக்கொள்கிறேன். அதற்குப் பொருள் வேண்டுமே? ஐந்நூறு கழஞ்சுகளாவது வேண்டாமா? கோயிலுக்கு வடக்கே உள்ள மாளிகை யாருடையது தெரியுமா?’

‘பெருந்தன வணிகர் ஒடுங்காட்டுக் கிழாருடையது.’

‘இல்லை. அது மாநாய்கர் அமூர்க் கிழார் என்பவருடையது. அவர் முசிறியில் உள்ளார். ஒடுங்காடர் அவரது புகார் நகரத்துப் பண்டக நாயகம். இவரது செல்வச் செழிப்பே இப்படி என்றால் மாநாய்கரின் செழிப்பை என்னவென்பது? இவர்களோடு நிகர்த்து வாணிபம் செய்ய முடியுமா? எண்ணிப் பார்.’

‘வாழ்நாள் முடிந்துவிடும்.’

‘அதனால்தான், சிறிது காலம் கடலோடினால் ஊதியமும் பங்கும் சேர்ந்து ஐந்து வருடத்தில் தக்கதொரு முதலாக மாறும்; அப்போது வாணிபம் செய்வோம் என்று நினைத்தால் எந்தை மறுக்கிறார்.’ புகார் நகரத்து வாணிப வழக்கப்படி கடலோடிகளுக்கு பதினெட்டில் ஒரு பங்கு முதல் ஆறில் ஒரு பங்கு வரை தகுதிக்கேற்ப வழங்கப்படும்.

‘உன்னைக் கடலோட அழைத்தது யார்?’

‘அவன் பெயர் சந்திரசேனன். கோசல நாட்டைச் சேர்ந்தவன். நன்றாகத் தமிழ் பேசுவான்.’

‘யவனர்களே பேசும்போது கோசலன் பேசுவதில் வியப்பில்லை. அவன் எங்கே தங்கியுள்ளான்? உனக்கு அவனை எப்படித் தெரியும்?’

‘அவனது இருப்பிடம் தெரியாது. கோசலத்திலிருந்து பொதி வண்டிகளோடு புகார் போகும்போதெல்லாம் நமது சாவடியில் இரண்டு நாட்கள் தங்குவான். அப்படிப் பல முறை பார்த்ததால் பழக்கம். ஒவ்வொரு பருவத்திற்கும் தவறாமல் என்னிடம் வெல்லம் கொள்முதல் செய்வான். சென்ற வருடம் நாங்கள் கரும்பு பயிரிட வில்லை. இருந்தாலும் என்னிடம் நாற்பது கழஞ்சு கொடுத்து வெல்லம் கொள்முதல் செய்துதரச் சொன்னான். இக்காலத்தில் யாராவது இப்படிச் செய்வார்களா?’

‘நீ சொல்வதைப் பார்த்தால் அவன் மிகப் பெரிய வணிகனாகத்தான் இருக்கவேண்டும்.’

‘நாளை நாம் கடலுக்குப் புறப்படவேண்டும் என்றான். வாய்ப்பு நழுவிப் போகிறதே என்று வருத்தமாக உள்ளது. அவனை நேரில் கண்டு எனது இயலாமையைக் கூறிவிட்டு வரலாம் என்று நினைக்கிறேன். நீயும் உடன் வருகிறாயா?’

‘இதில் எனக்கு என்ன தயக்கம். நான் கழனிக்குச் சென்றுவருகிறேன். பொழுது சாய்ந்ததும் அவனைச் சந்திக்கலாம்.’

கழனியில் வேலை என்பது பொய்யுரை. காதல் வயப்பட்டவர் களுக்கு அது தாய்மொழி. அது, நித்திலா மலர் கொய்வதற்காகக் கூவியர் நந்தவனத்திற்கு வரும் நேரம். செம்பியன் விரைந்தான்.

அங்கே அசோகம், வெதிரம், குடசம், குரவம், குருந்து, கொன்றை ஆகியவை புதிதாக உதிர்ந்து பொம்மலாகக் காட்சியளித்தன. செண்பகம், செருந்தி, தளவம், முடமுள், தாழை, திலகம் ஆகியவற்றின் உதிர்ந்த பூக்கள் பழம்பூவாய்ச் செந்நிறம் பெற்று அழுகும் நிலையில் செம்மலாகக் கிடந்தன. நரந்தம், நாகம், பிடவம், புன்னை ஆகியவை அரும்பு விட்டுக்கொண்டிருந்தன.

வகுளம், வெட்சி, வேங்கை ஆகியவை நனை பருவத்தில் இருந்தன. அனிச்சம், ஆத்தி, ஆம்பல் ஆகியவை நனை முத்தாகி முகையாகக் காட்சி அளித்தன. குருகு, கூதாளம், பாடலம், மயிலை, மருதம் ஆகியவை மொக்கு விட்டிருந்தன. பிடவு, புங்கு, மரவம் ஆகியவை மணத்துடன் முகிழ்த்திருந்தன. முல்லையும், மல்லியும், பிச்சியும் மொட்டாகக் காட்சியளித்தன. நந்தியும், நாகமும் பூத்து மலராகக் குலுங்கின.

நித்திலாவை அங்கு கண்டதும் அவன் மனத்திலும் மலர் மலர்ந்தது. பருத்திக் கூறையை அணிந்திருந்தாள். அதன்மேல் இடையில் காஞ்சி கட்டி, பட்டிகை எனும் மார்புக் கச்சையை அணிந்திருந்தாள்.

வாவி மண்டபத்தில் இருவரும் அமர்ந்தார்கள். ஒரு வண்டு ஒவ்வொரு மலராகச் சென்று ஏதோ ரகசியச் செய்தியைச் சொல்லிக்கொண்டிருந்தது.

'உன் தந்தை வெகுண்டு இன்றுதான் கண்டேன்.'

'வெகுளாமல் என்ன செய்வார்? இருப்பதை விட்டுவிட்டு பறப்பதைப் பிடிக்க ஆசைப்படுகிறான் என் தமையன். அவனுக்கு எடுத்துச் சொல்லவேண்டிய நீ, சலங்கை கட்டிவிடுகிறாய்.'

'இதென்ன புதிய குழி வெட்டுகிறாய்? கடலோடுவதில் எனக்கு விருப்போ, பயிற்சியோ இல்லை. அவனுக்காகத்தான் நான் கடலோடச் சம்மதித்தேன்.'

'ஆடவர்களைப் பற்றித் தெரியாதா. ஊர் சுற்றிகள்.'

'சுற்றவிடுபர்களே நீங்கள்தானே.'

'வீண் பேச்சு வேண்டாம். என் தமையனிடம் எடுத்துக் கூறி, திருமணத்திற்குச் சம்மதிக்க வை.'

'யார் திருமணத்திற்கு?'

'அவனுக்குத்தான். எங்கள் அத்தை வீட்டில் நெருக்குகிறார்கள்.'

'அவனுக்கென்ன அவசரம்?'

'ம்... எனக்கு எசலிச் சண்டையிட ஆள் கிடைக்கவில்லை. அதற்குத்தான்' என்றபடி துள்ளி ஓடினாள்.

புள்ளியாய்க் கரையும்வரை அவள் சென்ற திக்கைப் பார்த்தபடியே இருந்தான். அவள் விட்டுச்சென்ற இனிமை விலகும்வரை அங்கேயே அசைவற்றிருந்தான். பறவைகளின் கீச்சிடு இரைச்சல் அவனைத் தன்னிலைக்குக் கொண்டுவந்தது.

# 3

## ஆபத்தைப் போலத்தான் ஆகூழும்

‘எப்போது கதிர் அறுப்பை வைத்துக் கொள்ளலாம்?’ என்று கேட்டாள் ஞானகலை.

‘இன்னும் ஒரு திங்கள் ஆகும்போல் காண்கிறது’ என்றான் செம்பியன்.

‘அதெப்படி? இரண்டு திங்கள் ஆகும் என்று நேற்றுத்தானே கூறினாய்?’

‘இரண்டு திங்களும் ஆகலாம்’ என்று கூறினேன்.

‘உண்மையில் கழனிக்குத்தான் சென்று வருகிறாயா?’

‘இந்த வெண்காட்டில் கோயில், கழனியை விட்டால் வேறு என்ன இருக்கிறது சென்றுவர?’

‘நந்தவனம், ஆற்றங்கரை, தென்னந்தோப்பு, தினைப் புலம் என்று பலவும் இருக்கின்றன’ என்றபடி உணவு படைத்தாள்.

‘உன்னைப்போல் எனக்குப் பயிற்சி போதவில்லை என்று நினைகிறேன்.’

இடது கையால் பலமாகக் குட்டியபடி நெய்யிட்டாள். ‘பயிற்சி உன் தந்தைக்கு

இருந்தது. மேலும், நான் பிறந்து வளர்ந்தது எல்லாமே பூம்புகார். இந்தக் காடல்ல.'

'அப்படியானால் என்னை மட்டும் இந்தக் காட்டில் வளர்ப்பானேன்?'

'விலங்குகளைக் காட்டில்தானே வளர்க்கவேண்டும்.'

●

மாலையில் சேந்தனையும் அழைத்துக்கொண்டு செம்பியனும் உதியனும் கோசல வணிகன் சந்திரசேனனைக் காணச் சென்றார்கள். அவர்கள் சென்றபோது ஆறு சாகடங்கள், காளைகள் பூட்டிப் புறப்பட ஆயத்தமாக நின்றன. வழித்துணைக் காவலுக்காக நான்கு புரவி வீரர்களும் உடன் செல்லவிருந்தனர். சந்திரசேனன் தனது பணியாட்களிடம் அவர்களது மொழியில் பேசிக்கொண்டிருந்தான். இவர்களைக் கண்டதும், 'சற்றே பொறுங்கள், வந்துவிடுகிறேன்' என்றபடி குறிப்போலை ஒன்றை எழுதத்தொடங்கினான். சற்றுத் தொலைவில் ஒரு பந்தல் காணப்பட்டது. அதன் அருகில், நான்கு செழித்த புரவிகளும் பூட்டாத ஒரு தேரும் இருந்தன. தேரிலிருந்து பணியாள் ஒருவன் சிறிய பெட்டி ஒன்றைக் கொண்டுவந்து கொடுத்தான். அதில் இருந்த முத்திரையை எடுத்து சந்திரசேனன் ஓலையில் முத்திரை இட்டான். வண்டியோட்டிகள் அவனை வணங்கி விடை பெற்றனர். ஒவ்வொருவருக்கும் ஒரு கழஞ்சு கொடுத்தான். அவர்களுக்கு மிக்க மகிழ்ச்சி. தலைமைப் பணியாளிடம், 'தக்கோலம் தாண்டியபிறகு புறாவோலை அனுப்பு' என்று கூறினான். சாகடங்களும் காவல் புரவிகளும் சென்றபிறகு இவர்களைப் பார்த்துச் சிரித்தான்.

'இவர்கள்தான் உன் தோழர்களா?'

'ஆம் ஐயா.'

'ஆயத்தம்தானே? இன்றிரவு புறப்படலாமா?'

'ஐயா...'

'தழும்பா! இவர்களுக்கு ஆளுக்கு ஒரு கழஞ்சு கொடு. இளவல்களே, கடலோடும்போது கண்டிப்பாகக் குப்பாயம் அணிய வேண்டும். இல்லை என்றால் கம்பளிப் போர்வை வாங்கிக் கொள்ளுங்கள்' என்று உதியனைப் பேசவிடாமல் அவனே பேசிக்கொண்டிருந்தான்.

'ஐயா, என் தந்தை உத்தரவு தரவில்லை. அதனால்...'

'அதனால் என்ன? நாம் சென்றுவரலாம். மிகச் சிறிய பயணம்தானே. ஒரு வார காலம்கூட ஆகாது. இதற்கெல்லாம் உத்தரவு தேவையா?'

'இவர்கள் இல்லத்திலும்...'

'நெருப்பில் மாட்டிக்கொண்டால் ஓடிப் போவாயா அல்லது தந்தையின் உத்தரவுக்காகக் காத்திருப்பாயா? ஆபத்தைப் போலத்தான் ஆகூழும். மின்னல்போலத் தோன்றும். சிந்தித்து முடிப்பதற்குள் மறைந்துவிடும். இப்போது சென்ற சாகடங்களை கண்டீர்கள் அல்லவா? இன்று காலையில் ஒரு வணிகன் புகாரிலிருந்து அருவ நாட்டிற்குப் பண்டங்களை ஏற்றிக்கொண்டு வந்தான். இங்கே இளைப்பாறும்போது அவனைக் கண்டு பேசினேன். விலை இசைந்து வந்தது. ஈழத்துத் தந்தமும், காழத்துத் தேக்கும், சீனத்துப் பட்டும் வாங்கினேன். கூலிக்குச் சாகடங்கள் அமர்த்தினேன். அவர்களுக்கும் ஆக்கத்தில் பங்கு தருகிறேன். ஆகையால் எனது பொதியை ஏற்றிச் செல்ல விரும்பி வருவார்கள். மூன்று வாரம் பயணம் செய்து பொதியைச் சேர்த்தால் அவர்களுக்குக் கிடைப்பது இருபது கழஞ்சு. உங்களால் நம்ப முடிகிறதா? அதுதான் வணிகம். உங்களை நம்பி நான் மரக்கலம்கூட ஏற்பாடு செய்துவிட்டேன்.'

வண்டியோட்டிகளுக்கே இருபது கழஞ்சு என்றவுடன் உதியனின் குரல் மாறிவிட்டது. 'நாம் எங்கு செல்லப்போகிறோம்?'

'அதெல்லாம் பிறகு சொல்கிறேன்.'

உதியன் செம்பியனையும் சேந்தனையும் பார்த்தான். இருபது கழஞ்சு அவர்கள் மனத்திலும் ஊடாடியது.

மூவரும் ஆசையும், அச்சமும், கிளர்ச்சியும், மயக்கமும், தயக்கமும் கலந்த நிலையில் நிலைத்தார்கள். அது சந்திரசேனனுக்கு நன்றாகவே தெரிந்தது. கற்பூரம் கலந்த குங்கிலியத்திற்குத் தேவைப்படுவது ஒரு சிறு பொறிதானே.

'பயணம் நல்லபடியாக முடிந்தால், ஒவ்வொருவருக்கும் இருநூறு கழஞ்சு தருகிறேன். முன்பணமாக ஐம்பது கழஞ்சை இப்போதே தருகிறேன்.'

'வேண்டாம் ஐயா! பயணம் முடிந்தபிறகு வாங்கிக்கொள்கிறோம்' என்று மூவருக்குமாக உதியன் பதில் கூறினான்.

‘நாற்பது வேலி நிலத்தில் விளைந்த நெல்லுக்குப் பத்து கழஞ்சு கிட்டுவதே பெரிதாக இருக்கும் வேளையில் இருநூறு கழஞ்சு தருகிறேன் என்பவன் காலுக்குச் செருப்பாகப் பணியாற்ற வேண்டாமா’ என்று ஆமோதித்தான் செம்பியன்.

‘இருநூறு கழஞ்சு என்று முதலிலேயே கூறியிருந்தால், நான் என் தந்தையையும் அல்லவா அழைத்துவந்திருப்பேன்’ என்று சேந்தன் கூறியதும் மூவரும் சிரித்தனர்.

‘புறப்படலாமா! தழும்பா, தேரைப் பூட்டு.’

‘புகாருக்குப் படகில் சென்றால் விரைவாகப் போகலாமே’ என்றான் உதியன். சந்திரசேனன் பதில் கூறவில்லை. ‘உதியா, நீயும் உன் நண்பர்களும் பந்தலைப் பிரித்து அடுக்குங்கள்.’

ஒரு நாழிகையில் அவ்விடம் வெற்றிடமாகியது.

‘தழும்பா, நான் இவர்களோடு தேரில் செல்கிறேன். நீ உடைமைகளை எடுத்துக்கொண்டு பின்னால் சாகடத்தில் வா.’

நால்வரும் தேரில் ஏறிக்கொண்டார்கள். தேரின் நாற்புறமும் சந்திரசேனன் திரைகளை இழுத்துவிட்டான்.

‘வெயில் இல்லை. நல்ல காற்று வருகிறது. எதற்காகத் திரையிட வேண்டும்?’

‘ஊர் எல்லையைத் தாண்டும்வரை புழுதி கிளம்பும். அதற்காகத்தான்.’

தேர் வடதிசை நோக்கிச் சென்றது.

‘தேர் வடக்கே செல்கிறதே, நாம் எங்கே போகிறோம்?’ என்று கேட்டான் செம்பியன்.

‘திருமுல்லைவாசலுக்குச் செல்கிறோம். நற்செயல் தொடங்குமுன் இறைவனை வணங்கவேண்டாமா?’

‘கண்டிப்பாகச் செய்யவேண்டியதுதான்.’

‘இளவல்களே, நான் சற்றுக் கண்மூடி ஓய்வெடுக்கவேண்டும். உங்களுக்குள் மெதுவாகப் பேசிக்கொள்ளுங்கள்.’

அரச வீதியை அடைந்ததும் புரவிகள் வேகமெடுத்தன. அவற்றின் குளம்படிச் சத்தத்தினாலும் குலுங்கும் ஆசனத்தினாலும் யாராலும் பேச முடியவில்லை. பயணத்தின் களைப்பு அவர்களையும் தூக்கத்தில் ஆழ்த்தியது.

கண் விழித்தபோது யாமம் முதல் நாழிகைபோல் தோன்றியது. தொலைவில் திருமுல்லைவாசல் ஆலயம் தெரிந்தது. தேர் நின்றதும், பந்தம் ஏந்திய இருவர் அருகில் வந்தனர்.

'சந்திரசேனரா?'

'ஆம். படகு கொண்டுவந்துள்ளீர்களா?'

'ஆயத்தமாக உள்ளது. முத்திரை...'

சந்திரசேனன் முத்திரை ஓலை ஒன்றைக் கொடுத்தான். 'சீனன் வந்து விட்டானா?'

'கலத்தில் காத்திருக்கிறார்.'

அனைவரும் படகில் ஏறி அமர்ந்தபோது நிலவு கோட்டை கட்டிக் கொண்டிருந்தது. கடகம் விழுந்து, சிம்மம் எழுந்துகொண்டிருந்தது. கரையை விட்டு இரண்டு காத தூரத்தில் நின்ற மரக்கலம் இருளில் வேழம்போல் தோற்றம் அளித்தது. கயிற்றேணியைப் பிடித்தபடி ஒவ்வொருவராக மேலே ஏறினர்.

'நீங்கள் மூவரும் கீழே சென்று உறங்குங்கள். காலையில் உங்கள் பணி தொடங்கும். எனக்கு வேறு பணி உள்ளது' என்று கூறிவிட்டு சந்திரசேனன் நகர்ந்தான். அவர்கள் மூவரும் திக்குமுக்காடி நிற்பதைப் பார்த்து இளைஞன் ஒருவன் அருகில் வந்து, 'இப்படி வாருங்கள்' என்று அழைத்துச்சென்றான். கீழ்த்தளத்தில் ஒரு குழி விளக்கு மட்டும் எரிந்துகொண்டிருந்தது. தொட்டிலில் சில ஆடவர்கள் தூங்கிக்கொண்டிருந்தார்கள். தொட்டில்கள் நான்கு புறமும் நூல் கயிற்றால் இழுத்துக் கட்டப்பட்டிருந்தன.

அவர்களோடு வந்த இளைஞன் மேலும் மூன்று தொட்டில்களைக் காட்டி, அவர்களைத் தூங்கச் சொன்னான்.

'நாங்கள் என்ன குழந்தைகளா?' என்று கேட்டான் சேந்தன்.

'அது எனக்குத் தெரியாது. கீழே படுத்தால், கலம் குலுங்கும்போது உங்களைத் தூக்கி எறியும். உச்சி முதல் உள்ளங்கால் வரை எது வேண்டுமானாலும் உடையலாம். உங்கள் விருப்பம்.'

அவனது நடத்தை இழிவாக இருந்தாலும், மறுத்துப் பேச முடியாத அளவுக்குச் சூழ்நிலை அச்சமூட்டுவதாக இருந்தது.

'பணியாட்கள் எப்போதுமே இப்படித்தான். சந்திரசேனர் நம்மிடம் நன்றாகத்தானே நடந்துகொள்கிறார்' என்று உதியன் ஆறுதல் கூறினான்.

இருபது நாழிகைத் தேர்ப் பயணம், சோர்வு, புதிய மனிதர்கள், புதிய இடம், புதிய பொறுப்பு, இவை தந்த அச்சம் என எல்லாம் கலந்து, படுத்தால் போதும் என்று எண்ணினார்கள். தொட்டில் முதலில் ஏதோபோல இருந்தாலும், அரை நாழிகையில் பழகிவிட்டது. செம்பியன் கண்களை மூடிக்கொண்டான். தாலாட்ட நித்திலா வந்தாள்.

பல இன்னல்களுக்குத் தூக்கம் நல்ல மருந்தாகிறது. தீர்க்க முடியாத இக்கட்டு, ஆற்ற முடியாத துயரம், தாங்க முடியாத நோய், மறக்க முடியாத கவலை இவற்றுக்கெல்லாம் தூக்கம் அருமருந்து. ஒவ்வொரு முறை தூங்கி எழும்போதும் நேற்றைய கவலையும், துக்கமும், துயரமும், வலியும் பாதியாகக் குறைந்துவிடுகிறது. அப்படியானால் நீண்ட தூக்கம் எனப்படும் மரணமும் இனிமை தானோ? இந்த இன்பத்தைத் தள்ளிப்போடவா, பேதை மாந்தர்கள் மருத்துவர்களின்பின் அலைகிறார்கள்?

எண்ண ஓட்டம் அடங்கி, அது கனவாய் விரிந்து, அதுவும் ஒடுங்கி, சூனியமாய் மனது கரைந்தது.

●

'மேலே வாருங்கள், ஊ அழைக்கிறார்' என்று ஒரு குரல் அதட்டியது. தடுமாறி எழுந்தார்கள். எங்கிருக்கிறோம், யாரிவன் என்பது தெளியச் சில கணங்கள் பிடித்தன. மேலே வந்ததும் கண்களைத் திறக்க முடியவில்லை. அப்படி ஒரு வெளிச்சம். கண்கள் பழகியபிறகு, சந்திரசேனன், யாரோ ஒரு சீனனிடம் பேசிக்கொண்டிருப்பது தெரிந்தது. நேற்றிரவு இவர்களைக் கீழே அழைத்துச்சென்றவன் வந்தான்.

'ஆயத்தம் ஆகுங்கள். கலத்தின் தளத்தைத் தேய்த்துக் கழுவ வேண்டும்.'

'முடியாது. நாங்கள் இந்த வேலைக்கு வரவில்லை' என்றான் உதியன்.

அவன் சந்திரசேனன் இருந்த பக்கம் திரும்பி, 'சந்திரசேனரே, இவர்கள் தளத்தைச் சுத்தம் செய்ய மாட்டார்களாம்' என்று உரக்கக் கத்தினான்.

'அடேய் காரி, அவர்கள் புதியவர்கள். எடுத்துச் சொல்' என்று சந்திரசேனன் பதிலிறுத்தான்.

காரி உதியன் முகத்தில் ஓங்கி அறைந்தான். மூவரும் நிலைகுலைந்து போனார்கள். தடுமாறிய உதியனை செம்பியன் தாங்கிப் பிடித்தான்.

காரி ஒரு பித்தளைக் கிண்ணத்தைக் கொடுத்து, 'இதில் சாம்பல் உள்ளது. தந்தசுத்தி செய்துகொள்ளுங்கள்' என்றான். சேந்தன் அவன் மணிக்கட்டைப் பார்த்தான். அதில் கங்கணம்போலப் பச்சை குத்தியிருந்தது.

சலசலப்பு கேட்டு சந்திரசேனன் வந்தான். 'அடேய் காரி, முரட்டுத்தனமாக நடந்துகொள்ளாதே' என்று அவன் கூறினாலும் அது காரியைக் கண்டிப்பதுபோலத் தெரியவில்லை. மூவரையும் பார்த்து, 'அதோ இருக்கிறாரே சீனன். அவர் பெயர் ஊ ச்சியா மிங். அவர்தான் இம்மரக் கலத்தின் தலைவர். மிகவும் கண்டிப்பானவர். கீழ்ப்படிதல் மிக மிக அவசியம். கவனமாகக் கேளுங்கள். குடிநீர் கிடைப்பது அரிது. விரையம் செய்யதீர்கள். நாள் ஒன்றுக்கு ஆறு குவளை நீர்தான் தரப்படும். மேலும் தேவைப்பட்டால் கள்ளோ, காடியோ குடிக்கலாம். மூலா, இங்கே வா' என்று உரக்க அழைத்தான். மூலன் வந்தான்.

'இவர்களுக்கு வேண்டிய மாற்றுடைகளைக் கொடு. உங்களுக்குத் தேவையானவற்றை மூலனிடம் கேளுங்கள்.'

'எங்கள் பணி என்னவென்று...' என்று உதியன் முடிப்பதற்குள், 'சொன்ன வேலையைச் செய்யவேண்டும். என்ன என்பதைக் காரி சொல்வான்' என்று கூறிவிட்டு நகர்ந்தான்.

உதியன் உள்ளுக்குள் நொறுங்கிப்போனான். நேற்றுவரை கெஞ்சியவன், இன்று பாராமுகமாகப் போகிறான். நினைவு தெரிந்து தந்தைகூட அடித்ததில்லை. யாரோ ஒரு பதர் என்னை அடிக்கிறான். ஆறுதலாகப் பேசவில்லை. அவனை அதட்டக்கூட இல்லை. அடி விழுந்த கன்னத்தைவிட நெஞ்சில் அதிகமாக வலித்தது.

# 4

## வாள் வீசத்தெரியாத தமிழனும் உண்டா?

'மூலா, இவர்களுக்கு உணவளித்து, பின் என்னிடம் அழைத்து வா' என்று காரி உறுமினான்.

மூலன் அவர்களைக் கலத்தின் ஓரத்திற்கு அழைத்துச்சென்றான். எட்டிப் பார்த்தார்கள். பக்கவாட்டுக் கயிற்றைப் பிடித்தபடி இருவர், கால்களை ஒருவிதமாக மடித்து, உட்கார்ந்திருக் கிறார்களா அல்லது தொங்கிக்கொண்டிருக் கிறார்களா என்பது தெரியாத நிலையில் காலைக் கடன் கழித்துக்கொண்டிருந்தார்கள். இவர்களைக் கண்டு கூச்சமோ, குறுக்கமோ எதுவுமில்லை. மரக்கலத்தின் ஓரத்தில் பல வாளிகள் தொங்கிக் கொண்டிருந்தன. 'இதில் நீர் இரைத்துக் குளிக்கலாம். ஆனால் இன்று நேரமில்லை' என்றான் மூலன்.

அனைவரும் பல் துலக்கிவிட்டு மூலனுடன் கீழ்த்தளத்திற்குச் சென்றனர். உணவுக் கட்டிலில் அமர்ந்து, வெல்லமிட்ட அவல், அரிசிக் கஞ்சி, மீன் ஆகியவற்றைச் சுவைத்தனர். வேகமாக வந்த ஒருவன், 'மூலா, கொஞ்சம் தேறல் கொடுடா' என்றான்.

‘தேறலுக்கு காரியின் உத்தரவு வேண்டும். காடி வேண்டுமானால் தருகிறேன்.’

‘அவன் கிடக்கிறான், நேற்று வந்த பயல். நான் சந்திரசேனரையே கேட்டுவிட்டேன்.’

‘எதுவானாலும் உத்தரவு வேண்டும்.’

‘சரிடா, காடி வேண்டாம். கள் கொடு.’

மூலன் கொடுத்தான். அவனும் உணவுக் கட்டிலில் அமர்ந்தான். ‘புதியவர்களா? என் பெயர் மலையன்’ என்றான்.

‘ஆம்’ என்று மூலன் பதில் கூறினான்.

புதியவன் மதுக் குவளையைத் தூக்கிக் குடிக்கும்போது சேந்தன் கவனித்தான். அவன் கையிலும் கங்கணப் பச்சை குத்தியிருந்தது. மலையன் வந்த வேகத்தில் மேலே சென்றான்.

‘நீங்கள் எவ்வளவு காலம் இங்கே கடமையாற்றுகிறீர்கள்?’ என்று செம்பியன் கேட்டான்.

உடனே மூலன் வாயைப் பொத்தி சைகையால் ‘பேசாதே’ என்றான்.

உணவு முடிந்ததும், புதிய உடைகள் மாற்றிக்கொண்டார்கள்.

மூலன் மேலே அழைத்து வந்தான். காரி அவர்களைப் பார்த்து, ‘கலத்தின் தளங்களைச் சுத்தம் செய்யவேண்டும். பொதியோ பாரமோ தூக்கவேண்டும். கயிறு இழுக்கவேண்டும். காவல் நிற்கவேண்டும். மலையன்தான் உங்கள் கண்காணி. புரிந்ததா? இதற்குமுன் கடலோடிய பயிற்சி உண்டா?’ என்றான்.

‘இல்லை.’

அப்போது மிங்கும் சந்திரசேனனும் அங்கே வந்தனர். காரி மிங்கிடம், ‘இவர்கள் கடலோடியதில்லை என்கிறார்களே’ என்றான்.

‘என்ன சந்திரசேனரே?’ என்று மிங் அவனிடம் கேட்டான். அவனது ஒச்சமில்லாத தமிழ் மூவருக்கும் வியப்பளித்தது.

‘நான் என்ன செய்வது? எதிர்பாராதவிதமாக உங்கள் ஓலை வந்தது. கடலோடிகள் வேண்டுமானால் புகாருக்குப் போகவேண்டும். நம்மில் யார் போக முடியும்? போனால் அரை நாழிகையில் சிறைக்கூடம்தான் என்பது உங்களுக்குத் தெரியாதா? பயிற்சி என்ன வேண்டியிருக்கிறது? பயிற்சி அளித்தால் பழகிக்கொள்கிறார்கள்.’

‘உங்களுக்கென்ன, ஏதாவது சாக்கு சொல்லிவிட்டுப் போய் விடுகிறீர்கள். நான் அல்லவா அல்லல் படவேண்டும்’ என்று காரி சொல்லி முடிப்பதற்குள் சந்திரசேனன் காலால் அவனை ஓங்கி மிதித்தான். காரி நெஞ்சைத் தடவியபடியே பின்வாங்கி, கலத்தின் முன்புறம் சென்றான்.

‘கொஞ்சம் இடம் கொடுத்தால் என்னிடமே உன் மேதைமையைக் காட்டுகிறாயா?’ என்று சந்திரசேனன் முழங்கியபோது, மலையன், மூலன் மற்றும் சில கடலோடிகள் பதறியபடி ஓடிவந்தார்கள். ‘ஒன்றுமில்லை. போகலாம்’ என்பதுபோல சந்திரசேனன் கையசைத்தான். அனைவரும் விலகிச் சென்றனர்.

சந்திரசேனன் உதியனைப் பார்த்தான். உடனே அவன், ‘ஐயா, இன்னும் ஒரு வாரத்தில் நாங்கள் பழகிவிடுவோம்’ என்று மகிழ்ச்சி யோடு கூறினான். உண்மையில் அவனுக்கு மகிழ்ச்சிதான். சந்திரசேனன் காரியைக் காலால் எட்டி உதைத்தது அவனுக்கு மிகுந்த மகிழ்ச்சியை ஏற்படுத்தியது.

‘சரி போங்கள்’ என்றான் சந்திரசேனன்.

மலையன் அவர்களை அழைத்துச் சென்றான். கொத்தாகத் தென்னை நாரைக் கொடுத்து, ‘இந்தத் தளம் முழுவதும் கசடு இல்லாமல் தேய்த்துக் கழுவுங்கள். கொஞ்சம் பிசுபிசுப்பு இருந்தாலும் கையை முறித்துவிடுவேன்’ என்றான்.

‘கையை முறித்துவிட்டால் பின் எப்படித் தேய்ப்பது?’ என்று சேந்தன் அந்த நிலையிலும் இடக்காகக் கேட்டான்.

மூவரும் தேய்க்கத் தொடங்கினார்கள். மேல்தளம் வாகை மரத்தால் வேயப்பட்டிருந்தது. இரவெல்லாம் உப்பு நீர் வடிந்ததால் திட்டுத் திட்டாக உப்பு படிந்திருந்தது. காலையில் முதல் வேலையாக அதை அகற்றவேண்டும் என்று புரிந்துகொண்டார்கள். இவர்களைப் போலவே மேலும் மூவர் தேய்த்துக்கொண்டிருந்தனர். குனிந்த படியே ஒருவருக்கொருவர் பேசிக்கொண்டனர்.

கலம் கடற்கரையை ஒட்டியே சென்றது. தூரத்தில் கரையில் அவ்வப் போது மரங்களும் ஊர்களிலிருந்து வரும் புகையும் தெரிந்தது.

‘நாம் இப்போது எங்கிருக்கிறோம் என்று தெரியவில்லையே?’ என்றான் சேந்தன்.

கண்களை இடுக்கிய செம்பியன், ‘கடற்கரையில் ஒரு கோயில், தேர்போலத் தெரிகிறது. நாம் மாமல்லபுரத்தைத் தாண்டிக் கொண்டிருக்கிறோம் என்று நினைக்கிறேன்’ என்றான்.

நேற்று வரை இல்லாத வாந்தி, இன்று வரட்டுமா வேண்டாமா என்பதுபோலத் தொண்டையிலேயே நின்றுகொண்டிருந்தது. ஐந்து நாழிகை ஓயாத உழைப்பிற்குப்பின் மூலன் அவர்களைக் கீழே வரும்படி அழைத்தான். அனைவருக்கும் குடிநீரும் கள்ளும் வழங்கப்பட்டது.

'பழக்கமில்லை' என்றான் சேந்தன்.

'பழகிக்கொள்வது நல்லது. உங்கள் நன்மைக்காகக் கூறுகிறேன்' என்றான் மூலன்.

மலையனும் மற்றவர்களும் கருவாட்டோடு கள் அருந்தினர். மூவரும் தயக்கத்தோடு ஒரு மடக்கு குடித்தனர். ஐந்து நாழிகை உடல் உழைத்த அயர்வோ அல்லது இதுதான் வாழ்க்கை முறை என்ற நிச்சயிப்போ தெரியாது, மெல்லத் தயக்கம் விலகியது.

●

ஒரு நாழிகை ஓய்வுக்குப்பின் மீண்டும் மேலே அழைத்து வரப்பட்டார்கள்.

'ஆயுதப் பயிற்சி உண்டா?' என்று கேட்டான் காரி.

'வாள் வீசத்தெரியாத தமிழனும் உண்டா?' என்பதுபோல் பார்த்த படி செம்பியன், 'சுரிகை, பத்திரம், குறும்பிடி மூன்றும் சுழற்றுவேன்' என்றான். மூன்றுமே உடைவாள்களாகும்.

'உனக்கென்ன தெரியும்?' என்று உதியனைக் கேட்டான் காரி.

'குயமும் புள்ளமும் வீசுவேன்.'

'உண்மையாகவா?' என்று அதிர்ந்தான் காரி. இரண்டுமே கொடுவாள் களாகும். பயிற்சி இல்லாதவர்களால் தூக்கக்கூட முடியாது.

'மலையா, வாள்களைக் கொண்டுவா' என்று காரி ஆணையிட்டான். கொள்ளையர்கள் அச்சம் எப்போதும் உள்ளதால், தினமும் கடலோடிகளுக்குப் போர்ப் பயிற்சி நடைபெறும்.

வாள்கள் வந்தன. கடுத்தலை என்னும் எளிய வாள். முதலில் உதியன் சுழற்றினான். அவன் கையசைவின் வேகமும், கால்கள் பின்னிச் சுழலும் நேர்த்தியும், வாள் நுனியின் வீச்சும் கச்சிதமாக இருந்தன.

'எனக்கு நல்ல தளபதி கிடைத்துவிட்டான்' என்ற குரல் கேட்டது.

சந்திரசேனன் கொடிமரத்தின் உச்சியிலிருந்து பாராட்டினான்.

'நன்றி ஐயா' என்று உதியன் கூறும்போது பெரிய அலை ஒன்று கலத்தைக் குலுக்கியது. தடுமாறி உதியன் கீழே விழும்போது வாள்

அவன் கையைவிட்டு நழுவி காரியின் நெற்றியில் பட்டுக் கீழே விழுந்தது. சந்திரசேனன் பலமாகச் சிரித்தான். அதனால் காரி வெகுண்டான். அவனது நெற்றியிலிருந்து குருதி கொட்டியது. அதே வாளை எடுத்துக்கொண்டு உதியனைத் தாக்க வந்தான். சந்திரசேனன் கயிற்றைப் பிடித்துகொண்டு கீழே குதித்தான்.

'அறிவிலியே! நீ வெட்டிச் சாய்ப்பதற்காகவா நான் ஆட்களைக் கொண்டுவந்திருக்கிறேன். ஒழுங்காக நடந்துகொள். இல்லாவிட்டால் சுறாவுக்கு உணவாவாய். அடேய் மலையா ! அனைவரையும் வாள் பயிற்சியில் ஈடுபடுத்து' என்று கூறிவிட்டு அவனது தனியறைக்குச் சென்றான்.

அங்கே மிங், 'முதலில், வெளியே உள்ள வாட்களை எல்லாம் என் அறைக்குக் கொண்டுவா' என்று சந்திரசேனனிடம் கூறினான்.

அங்கிருந்த கடலோடிகளுக்கு உதியன்மீது மதிப்பு கூடியது. உதியனுக்கு மட்டற்ற மகிழ்ச்சி. கீழே விழுவதுபோல் நடித்து காரிக்குக் காயம் ஏற்படுத்தியது மட்டுமல்லாமல், அதற்குத் தண்டனையின்றித் தப்பிவிட்டோம் என்ற நினைப்பு இனித்தது.

பிற்பகல்வரை வாள் பயிற்சி நடைபெற்றது. மீண்டும் உணவுக்காகக் கீழே சென்றனர். அனைவருக்கும் சம்பளம் என்னும் வழியுணவும், மண்டிகை என்னும் அப்பமும், அஃகுல்லி என்னும் உக்காரியும், மோரும் வழங்கப்பட்டன. எல்லாமே நான்கு நாட்களுக்குமுன் சமைத்தவைபோல இருந்தன.

ஒரு நாழிகை ஓய்வு.

●

'காவல் பிரிக்கவேண்டும். மேலே வாருங்கள்' என்று மூலன் அழைத்தான். காவல் பிரித்தல் என்பது, இரவு யார் யார், எந்தெந்த இடத்தில், எத்தனை நாழிகை காவல் புரியவேண்டும் என்ற திட்டத்தை வகுப்பதாகும். கதிரவன் விழுந்ததிலிருந்து எழும்வரையிலான முப்பது நாழிகை, இரண்டாகப் பிரிக்கப்பட்டு முன்காவல் கூட்டம், பின்காவல் கூட்டம் என்று அழைக்கப்படும். மாலையும் நடு யாமமும் முன்காவல் கூட்டத்தினர் காவல் புரிவர். அதன்பின் நடு யாமமும் வைகறையும் பின்காவல் கூட்டத்தினர் காவல் புரிவர். இடைவிடாத காவல் இருக்கவேண்டும் என்பதற்காக இந்த ஏற்பாடு.

அதனால், காவல் பிரித்தவுடன் பின்காவல் கூட்டத்தார் உறங்கச் செல்லவேண்டும். ஒவ்வொரு கூட்டத்திலும் நான்கு முதல் ஆறு

பேர் இருக்கவேண்டும். கலத்தின் முன்பின்னாக இருவரும், வலஇடமாக இருவரும் கண்டிப்பாக இருக்கவேண்டும். செம்பியனுக்கும் சேந்தனுக்கும் பின்காவல். எனவே கீழே சென்றனர். உறக்கம் ஓடோடி வந்தது.

நடு யாமத்தில் மூலன் எழுப்பினான். 'அணிந்துகொள்ளுங்கள்' என்று அங்கே மரச் சுவற்றில் தொங்கிக்கொண்டிருந்த கம்பளிக் குப்பாயங்களைக் காட்டினான்.

மேல்தளத்தில் நிற்கமுடியாமல் காற்று தள்ளியது. மூலனுக்கும் செம்பியனுக்கும் கலத்தின் முன்புறக் காவல் வழங்கப்பட்டிருந்தது. கலத்தின் நடுப்பகுதியில் விசைவட்டு பிடித்துக்கொண்டிருந்த ஒருவனிடம், 'சோலையாரே, நலமா?' என்று கேட்டபடி மூலன் சென்றான். செம்பியனும் சோலையைப் பார்த்துச் சிரித்தபடிச் சென்றான். 'யார் இவன்?' என்று செம்பியன் கேட்டான். 'வாயை மூடு' என்பதுபோல் மூலன் சைகை காட்டினான். காற்று, கலத்தின் பின்பகுதியிலிருந்து வீசியது. இருவரும் காற்றுக்குத் தங்கள் முதுகைக் காட்டியபடி நின்றனர்.

'இப்போது பேசு. நாம் பேசுவது காற்றோடு போய்விடும்.'

'அண்ணா, இங்கு நடப்பது எதுவுமே புரியவில்லையே?'

'இன்னுமா புரியவில்லை? இது ஒரு களவுக் கலம். சீனனுக்குச் சொந்தமானது. இவர்களது தொழில் தாமிரலிபிதியிலிருந்து யோகினியை வாங்கி, நாகையில் உள்ள சீன வணிகர்களிடம் விற்பது. அவர்கள் அதைக் கடாரத்திற்குக் கொண்டுசெல்வார்கள். அங்கிருந்து அது சீனம் கொண்டுசெல்லப்படும்.'

'யோகினி என்றால்?'

'கம்புகம். அதைத்தான் குழூவுக்குறியாக யோகினி என்று கூறுவது. வடமொழியில் இதனை அபினி என்று அழைப்பார்கள். அங்கம், வங்கம், மகதம் ஆகிய நாடுகளில் இது பெருமளவு பயிரிடப் படுகிறது. தாமிரலிபிதியில் பல சீனர்கள் இந்த வணிகத்தில் ஈடுபட்டுள்ளனர். வங்க நாட்டுப் பால வம்சத்து மன்னர்கள் பௌத்தர்கள். ஆகையால் பிக்குகளைத் தொல்லை செய்வதில்லை. ஆகையால் இந்த வணிகர்கள் புத்த பிக்குகளைப்போல வேட மிட்டுக்கொள்வார்கள்.'

'தாமிரலிபிதியிலிருந்து நேரடியாகக் கடாரம் போனால் என்ன?'

'போகலாம். ஆனால் அதற்கு நாவாய் வேண்டும்.'

'இது நாவாய் இல்லையா?'

'இல்லை. அதோ பார், எத்தனை மரங்கள் காணப்படுகின்றன?'

'ஒன்றே ஒன்றுதான்.'

'ஒரே மரமுள்ள மரக்கலம் பஃறி என்று அழைக்கப்படும். இதனால் நடுக்கடலில் பயணம் செய்ய முடியாது. அதற்குப் பெரிய கலங்கள் வேண்டும். எனவேதான் கரை ஓரமாகவே பயணம் செய்கிறோம். நாவாய் வைத்திருப்போர் இத்தகைய இழிதொழிலில் ஈடுபடுவதில்லை. நாவாய் பிடிபட்டால் ஏற்படும் பொருள் இழப்பு, ஈடு செய்ய இயலாதது.'

'இது யாருக்குச் சொந்தமானது?'

'இது சீனனுக்குச் சொந்தமானது. யோகினியை வாங்குவது, கடாரத்திற்குக் கலம் அமைப்பது எல்லாமே சந்திரசேனனுடைய வேலை. காரி, மலையன் இருவரும் அவனுடைய நம்பிக்கைக்குரிய ஆட்கள்.'

'நீங்கள் எப்படி இங்கே?'

'ஆசைவயப்பட்டுத்தான். சந்திரசேனனின் தேன்வடியும் பேச்சில் மயங்கி திருவிடைமருதூரிலிருந்து இங்கே வந்து மாட்டிக் கொண்டேன்.'

'தப்பிக்க முயலவில்லையா?'

'கலம் கரையைத் தொட்டால்தானே? கலம் ஓயாமல் நடுக்கடலி லேயே நிறுத்தப்படும். உணவும் குடிநீரும் தேவைப்பட்டால் சிறிய படகைக் கீழே இறக்கி அவர்களது ஆள் சென்று வாங்கிவருவான். இரவில் தெளிவாகத் திசை தெரியாது. மேலும் சுறாமீன்கள் அதிகமாக இருக்கும். என்னால் இரண்டு காத தூரம்தான் நீந்த முடியும். கலம் எத்தனை காதத் தொலைவில் உள்ளது என்பதும் தெளிவாகத் தெரியாது.'

'நம்மைப்போல் இன்னும் எத்தனை அப்பாவிகள் உள்ளனர்?'

'இரண்டு பேர். மற்ற அனைவரும் கங்கணப் பச்சை குத்தப்பட்ட கள்வர்கள்.'

'எதற்காக அந்தப் பச்சை?'

'சோழ அரசின் உச்ச தண்டனை பெற்றவர்களின் கை மணிக்கட்டில் வாள் சின்னம் பச்சை குத்தப்படும். அவர்கள் நாட்டைவிட்டு

வெளியேறவேண்டும். மீண்டும் பிடிபட்டால் மரணம்தான். அதை மறைப்பதற்காக இவர்கள் அதன்மேல் கங்கணம்போல் பச்சை குத்தியுள்ளார்கள்.'

'இன்னும் எத்தனை நாட்களுக்கு இந்தக் கடற்சிறை வாசம்?'

'நான் வந்து எட்டு மாதங்கள் ஆகின்றன. ஆறு முறை தாமிரலிபிதி சென்று வந்துவிட்டேன். இதுவரை யாதொரு வாய்ப்பும் கிட்டவில்லை. மேலும் எனக்கு வாள் பயிற்சி கிடையாது.'

'தக்க தருணத்தில் மூன்று வாட்களை எங்களிடம் கொடுங்கள். பிறகு பாருங்கள்.'

'நேற்று உதியன் வாள் வீசியதைக் கண்டதுமே நான்கு வாட்களை ஒளித்து வைத்துவிட்டேன்.'

'வடி கள் உள்ளதா?'

'கள், காடி, வடி கள், தேறல் எனப் பல மதுவகைகள் உள்ளன. நம்மைப் போன்றவர்களுக்குத் தேறலும் வடி கள்ளும் கொடுக்க மாட்டார்கள்.'

'ஒரே ஒரு தோல் பை போதும். அதை மட்டும் தனியே எடுத்து வைத்துக்கொள்ளுங்கள். குடிப்பதற்கு அல்ல. புரிகிறதா?'

'சரி' என்று மூலன் தலையாட்டினான்.

'உங்களுக்குக் கல ஓட்டம் தெரியுமா?'

'இல்லை. இங்கே இருப்பவர்களில் அப்போது நாம் கண்டோமே சோலை, அவனைப்போல மேலும் இருவர் உள்ளனர். இவர்கள் மாறி, மாறி இரவு பகல் பாராமல் விசைவட்டைப் பிடித்தபடி கலத்தை உரிய பாதையில் செலுத்துவார்கள். சீனன்தான் மிகத் தேர்ச்சி உடையவன். எனக்குப் படகு செலுத்தக்கூடத் தெரியாது.'

'வந்து எட்டு மாதங்கள் ஆகின்றனவே?'

'எட்டு வருடங்கள் ஆனாலும் இங்கே தேய்ப்பது, துடைப்பது, இழுப்பது, தூக்குவது எனக் கூலி வேலையில்தான் தேர்ச்சி பெற முடியுமேதவிர கலத்தைப் பற்றியோ, கடலைப் பற்றியோ எதுவும் தெரிந்துகொள்ள முடியாது.'

காற்றும் குளிரும் கடிதாகின. ஆனால் கலம் சீராகச் சென்றது. ஏதோ ஒரு கலங்கரை விளக்கம் வா என்றழைத்தது.

அது கலிங்கப் பட்டினம். சாளுக்கியர்களின் முதன்மைத் துறைமுகம். இதே வேகத்தில் சென்றால் நாளை நண்பகலுக்குக் கலிங்கத்தில் உள்ள பாலூர்த் துறையை அடைந்துவிடலாம். அங்கேதான் உணவும் குடிநீரும் நிரப்பப்படும்.'

'எப்படி உறுதியாகக் கூறுகிறீர்கள்?'

'இது ஏழாவது முறை' என்று மூலன் பெருமூச்சு விட்டான்.

'குறித்து வைத்துக்கொள்ளுங்கள், இதுவே உங்கள் இறுதி முறை. அதாவது, விருப்பமில்லாமல் பயணிப்பதில்.'

மூலன் பேசவில்லை. சிறிது நேரம் கழித்து செம்பியனின் முதுகில் தட்டிக்கொடுத்து, 'உன்னை நம்புகிறேன்' என்றான்.

காவல் முடிந்து உறங்கச் சென்றார்கள்.

## 5

## நாங்கள் தப்பிச் செல்லப்போகிறோம்

கலம் நங்கூரமிடப்பட்டது. படகு ஒன்று கடலில் இறக்கப்பட்டு, மலையனும், காரியும், சேந்தனும், மேலும் ஐந்து கடலோடிகளும் அதில் இறங்கினார்கள். படகை நான்கு கடலோடிகள் துடுப்பு இழுத்தனர்.

'இதுதான் பாலூர்த் துறை. உணவு வாங்கப் போகிறார்கள்' என்று மூலன் விளக்கினான்.

கலம் நங்கூரமிட்டபடியால் சில கடலோடிகள் கடலில் குதித்து நீச்சலடித்தனர்.

'நாமும் குதிப்போமா?' என்று கேட்டான் செம்பியன்.

'நமக்கு அனுமதி இல்லை. அவர்கள்...' என்று நிறுத்தி, இடது கையால் வலது மணிக்கட்டைப் பிடித்துக் காட்டினான்.

நான்கு நாழிகை கழித்துப் படகு திரும்பிவந்தது. மதுத் தோற்பைகளும், வழியுணவுப் பொதிகளும், மூடியிட்ட நீர்க் குடங்களும் அடுக்கிவைக்கப்பட்டிருந்தன. கலத்தின்

மேல்தளத்திலிருந்து கயிறு கட்டி ஒவ்வொன்றாக மேலே இழுத்தார்கள். கடலோடிகள் கயிற்றேணி ஏறி மேலே வந்தார்கள். இறுதியாகப் படகு தூக்கப்பட்டது. சீனனின் உத்தரவு கிடைத்தபிறகு நங்கூரம் தூக்கப்பட்டது. பாய்கள் விரிந்தன. கலம் புறப்பட்டது.

●

அன்றிரவும் செம்பியனும் மூலனும் பின்காவலை ஏற்றுக் கொண்டார்கள். இரவு முழுவதும் மழை பெய்தது. கடலும் கொந்தளிப்பாகவே காணப்பட்டது.

மூலன், 'இப்படி வா! ஒதுங்கி நிற்கலாம்' என்று அழைத்தும் செம்பியன் வரவில்லை. இரவு முழுவதும் மழையில் நனைந்தபடிக் காவல் புரிந்தான். அதைக் கண்ட மலையனும் சோலையும் மகிழ்ந்து போனார்கள். வைகறையில் படுக்கும்போது செம்பியனுக்குக் காய்ச்சல் பொரிந்தது.

'இப்படியா காய்ச்சலை விலை கொடுத்து வாங்குவது?' என்றான் மூலன். சேந்தனும் உதியனும் கவலைப்பட்டார்கள்.

சந்திரசேனன் வந்தான். 'மலையன் உன்னைப் பற்றிக் கூறினான். உன் கடமை உணர்ச்சியைப் பாராட்டுகிறேன். மூலா, ஏதாவது மருந்து உள்ளதா?'

'இல்லை' என்றான் மூலன்.

'ஐயா, என்னிடம் உள்ளது. ஆனால் அதை வடிகள்ளில் குழைத்து எடுத்துக்கொள்ளவேண்டும்' என்று மெல்லிய குரலில் கூறினான் செம்பியன்.

'வேண்டியதைக் கொடு' என்று கூறிவிட்டு சந்திரசேனன் மேலே சென்றான்.

சீனனுடைய அறையிலிருந்து ஒரு போத்தை வடிகள்ளை மூலன் எடுத்து வந்தான்.

'மூலா, எனக்கு ஒன்றுமில்லை. எளிய காய்ச்சல்தான். வடிகள்ளில் பாதியை வேறு தோற்பையில் மாற்றி வை' என்றான்.

மூலனுக்கு மலையளவு நம்பிக்கை பிறந்தது. 'திட்டம் என்ன?' என்று கேட்டான்.

செம்பியன் வாயை மூடி, 'பேசாதே' என்றான்.

அன்று நண்பகல் கலம் தாமிரலிபிதியை அடைந்தது. மாலை வரை கரைக்கு வெகுதூரத்தில் நின்றது. அதன்பின் கரைக்கு இரண்டு காதத் தொலைவில் நின்றது. ஆனால் நங்கூரமிடவில்லை. அன்று காவல் பிரிக்கப்படாது. 'அனைவரும் முழுநேரக் காவல்' என்று காரி அறிவித்தான். கையில் இருந்த புறாவைப் பறக்கவிட்டான். அது கரையை நோக்கிப் பறந்தது. இரவு முழுவதும் கரையில் தீப்பந்தங்கள் எரிவது தெரிந்தது. விடாது புகை மேல் எழும்பிய வண்ணம் இருந்தது. தாமிரலிபிதி பெரிய நகரமாக இருக்கவேண்டும் என்று செம்பியன் நினைத்தான்.

'மூலா! ஏதேனும் ஆபத்தா?' என்று கேட்டான் செம்பியன்.

'ஆபத்து எப்போதுமே உண்டு. இன்று இரவு பொருள் கைமாறப் போகிறது. அப்போது யாரும் யாரையும் முதுகில் குத்தக்கூடும். அதற்காகத்தான் இந்த ஏற்பாடு.'

●

யாமத்தில் சலசலப்பு ஏற்பட்டது. தொலைவில் ஒரு படகு கலத்தை நோக்கி வருவது தெரிந்தது. படகில் ஐந்து புத்த பிக்குகள் அமர்ந்திருந்தனர். அதில் இருவர் கலத்தில் ஏறினார்கள். அதே சமயம் காரியும் சந்திரசேனனும் கலத்திலிருந்து இறங்கிப் படகில் அமர்ந்தனர். செம்பியனின் வாளால் பட்ட காயத்தால் காரி தலையில் கட்டு போட்டிருந்தான். படகில் இருந்தவர்களில் ஒருவன் உருவிய வாளை சந்திரசேனனுடைய நெஞ்சிற்கு நேராக நீட்டியபடி நின்றான். மேலே சென்ற இருவரும் திரும்பிவரும்வரை இவர்கள் அவர்களுக்குப் பிணை. பொருளைப் பெற்றுக்கொண்டு பொன்னைத் தராமல் போனவர்களும் உண்டு. பொருளைக் கொடுத்து பொன்னைப் பெற்றுக்கொண்டு அதன்பின் கொள்ளையடிக்க ஆட்களை ஏவியவர்களும் உண்டு. மாற்றான் வலியறிந்து நடப்பதைவிட அவன் பிழையறிந்து நடப்பதே இங்கு ஆக்கம் தரும்.

மிங் பிக்குகளைச் சீன மொழியில் வரவேற்றான். சிறிதும் தாமதிக்காமல் அவர்கள் சீனனுடைய அறைக்குள் சென்றனர். இரண்டு நாழிகை, சண்டையிடுவதுபோலப் பேசிக்கொண்டார்கள். பின்னர் அவர்கள் வெளியே வந்தனர். சீனன் மலையனிடம், 'கயிற்றை வீசு' என்றான். படகிலிருந்து ஒவ்வொன்றாக நூற்றி இருபது பெட்டிகள் ஏற்றப்பட்டன. பெட்டிகள் அனைத்தும் கலத்தின் மேல்தளத்தில் வரிசையாக அடுக்கப்பட்டன. எல்லாப் பெட்டிகளிலும் மயில் சின்னம் பொறிக்கப்பட்டிருந்தது. படகில் வந்தவர்கள் ஒவ்வொன்றாகத் திறந்து காண்பித்தனர். ஒரு சில

பெட்டிகளில் கரிய நிற உருண்டைகளாகவும் மற்ற பெட்டிகளில் கரிய புண்ணாக்கு போலவும் கம்புகப் பிசின் இருந்தது. சோதனை சீனனுக்கு மகிழ்ச்சி தந்திருக்கவேண்டும். நல்ல பண்டம் என்பது போலச் சைகை செய்தான். பெட்டிகள் மீண்டும் மூடி ஆணி அடிக்கப் பட்டு எடை போடப்பட்டது. மிங் அவற்றில் தனது அரக்கு முத்திரையைப் பதித்தான். அதில் சீன எழுத்துகள் காணப்பட்டன. அவனது அறையிலிருந்து சில பெட்டிகளைக் கொண்டுவந்தான்.

அவையும் வரிசையாகத் திறக்கப்பட்டன. தன்னையும் பிக்குகளை யும் தவிர மற்றவர்கள் அனைவரும் விலகி நிற்குமாறு மிங் ஆணையிட்டான். பெட்டிக்குள் சோழப் பொற்கழஞ்சு, வெள்ளிக் காணம், வெள்ளிக் கட்டிகள் மற்றும் சில வெள்ளிப் பொருட்கள் இருந்தன. பிக்குகள் ஒவ்வொரு நாணயமாகச் சோதனை செய்தார்கள். அவர்களின் இடது கை நகம் மிகப் பெரியதாக இருந்தது. வெள்ளிப் பொருட்களை நகத்தால் கீறிப் பார்த்தே மாற்று இவ்வளவு என்று கண்டுகொண்டனர். ஒரு சில நாணயங்களை விலக்கி வைத்தனர். மிங் படபடவெனப் பேசியபடி கைகளை ஆட்டி, கால்களை உதைத்துக் கத்தினான். வந்தவர்கள் எதையும் பொருட்படுத்தவில்லை. சற்று கண் சிமிட்டினாலும் நல்லதும் கெட்டதும் இடம் மாறிவிடும் என்பதும், இது அடிக்கடி நடைபெறும் நிகழ்ச்சிதான் என்பதும் அவர்களுக்கு நன்றாகத் தெரியும். பொற்காசுகளை மட்டும் உரைகல்லில் உரசிப் பார்த்தார்கள். நிறுத்துக் கொடுத்தது போக மிச்சமிருந்த நாணயங்களை மிங் பெட்டியில் வைத்து மூடி முளையடித்து, தன் அறையில் வைத்து விட்டு வந்தான்.

வந்தவர்கள் தங்கள் பணப் பெட்டியைப் படகினுள் இறக்கினர். இரண்டு நாழிகை பேச்சிற்குப் பின் அவர்கள் படகிற்குத் திரும்பினார்கள். காரியும் சந்திரசேனனும் படகிலிருந்து கலத்திற்கு வந்தனர்.

மிங், சந்திரசேனனிடம், ‘உன் திறமை இவ்வளவுதானா? துல்லிய மாகக் கண்டுபிடித்துவிட்டான். திருட்டுப் பதர்கள்!’ என்றான்.

‘போகிறது, தராசு நம் பக்கம்தானே இழுத்தது...’

‘அது ஒன்றுதான் ஆறுதல்.’

காரியும் மலையனும் சற்றும் தாமதிக்காமல் கலத்தைச் செலுத்துவதில் ஈடுபட்டனர். வைகறைப் பொழுதும் முடியும்போலத் தெரிந்தது.

‘கலிங்கப்பட்டினம் தாண்டும்வரை புதியவர்கள் யாரும் மேலே வராமல் பார்த்துக்கொள். இன்று முழுவதும் விருந்து. அனைவருக்கும் வேண்டிய உணவைக் கொடுக்க மூலனிடம் சொல்’ என்று சந்திரசேனன் காரிக்கு ஆணையிட்டான்.

மூலன் மேலும் இரண்டு போத்தை வடி கள்ளை மறைத்து வைத்தான். கடலோடிகள் குடிப்பதற்குக் கணக்கு வைத்தவர்கள் உண்டா?

‘திடீரென்று சந்திரசேனனுக்கு இன்று என்ன அக்கறை?’ என்று செம்பியன் மூலனிடம் கேட்டான்.

‘இது வழக்கமான ஒன்றுதான். பொருளோ பணமோ கைமாறும் வேளையில் மது விருந்து கொடுப்பது நடைமுறை. மேலே அவர்களுக்குள் பங்கு பிரிக்கப்படுகிறது. அதனால்தான் நம்மைக் கீழே அனுப்பிவிட்டார்கள்.’

‘யாருக்கு எவ்வளவு பங்கு?’

‘தெளிவாகத் தெரியாது. மிங்கிற்கு மூன்றில் ஒரு பங்கு, சந்திரசேனனுக்கு ஐந்தில் ஒன்று, காரிக்கும் மலையனுக்கும் ஆளுக்குப் பத்தில் ஒன்று, மீதமிருப்பதை மற்றவர்கள் சமமாகப் பிரித்துக்கொள்வார்கள் என்று சோலை ஒரு முறை என்னிடம் கூறினான்.’

‘நமக்கு என்ன கிடைக்கும்?’

‘கேட்டால் கசையடி கிடைக்கும். பேசாமல் இருந்தால் உணவு மட்டும் கிடைக்கும்.’

‘இதற்காகவா உயிரைக் கொடுத்து வேலை செய்கிறோம்?’ என்று சேந்தன் கேட்டான்.

‘இல்லை. உயிருக்காகத்தான் எல்லாமே செய்கிறோம். முதலில் உணவு, பின் கொஞ்சம் ஓய்வெடுப்போம்.’

பத்து நாழிகை நல்ல உறக்கம். நண்பகல் மலையன், ‘மேலே வாருங்கள்’ என்று கூவினான்.

கலத்தின் தளத்தைத் தேய்த்துச் சுத்தம் செய்தார்கள். வேலை முடியும்போது பொழுதும் சாய்ந்தது. வழக்கம்போலக் காவல் பிரிவு. எல்லாமே நேர்த்தியாகச் சென்றது. எதிர்க்காற்று வீசியதால் கலத்தால் நேராகப் பயணிக்க முடியவில்லை. ஆறு நாழிகை கரைவிட்டு விலகிச் சாய்வாகச் சென்றனர். அடுத்த ஆறு நாழிகை

கரை நோக்கிச் சாய்வாக வந்தனர். இப்படியாக வலமும் இடமுமாகக் குறுக்கோட்டம் ஓடினர்.

வரும்போது மூன்று நாட்கள் ஆகிய பயணம், இப்போது ஏழு நாட்களுக்குப்பின் நாகைத் துறையை வந்தடைந்தது.

கலம் கரையிலிருந்து பத்து காதத் தொலைவில் நிறுத்தப்பட்டது. ஆகையால், சுற்றிலும் கடலாகத்தான் தெரிந்தது. கரை எந்தத் திசை என்பதுகூடப் புரியவில்லை. நண்பகலுக்குப் படகு இறக்கப்பட்டு, காரி அதில் இறங்கினான். பத்து கடலோடிகள் துடுப்பு இழுத்தார்கள். வணிகர்களை அழைத்துவரப் போகிறான் என்று புரிந்தது.

கலத்தில் வேலை ஒன்றுமில்லை. மிங், தனி அறையில் சந்திரசேனனுடன் பேசிக்கொண்டிருந்தான். மலையனும் சோலையும் சிலும்பியில் புகை இழுத்தவண்ணம் பேசிக்கொண்டிருந்தனர். ஒரு சில கடலோடிகள் தூண்டில் போட்டு மீன் பிடித்துக்கொண்டிருந்தனர். மாலை மயங்கும் வேளையில் காரியின் படகு கண்ணில் பட்டது. அவனோடு மேலும் இரண்டு படகுகள் வந்துகொண்டிருந்தன. ஒவ்வொன்றிலும் நான்கு பிக்குகள் இருந்தார்கள். படகு நெருங்கியதும், மிங் அவர்களை வரவேற்றான். படகில் இருந்த படியே சிறிது நேரம் பேசினார்கள். அதன்பின் ‘வருகிறோம்’ என்று தமிழில் கூறினார்கள். உடனே சந்திரசேனன் அவர்களது படகில் இறங்கினான். காரியும் அதற்கு மாறினான்.

‘அனைவரும் கீழே போகவேண்டும்’ என்று மலையன் உத்தர விட்டான்.

கீழே வந்த செம்பியன், ‘மூலா, இங்கே கங்கணப் பச்சை குத்தியவர் யாரும் உண்டா?’ என்றான்.

‘இல்லை. அவர்கள் அனைவரும் மேல்தளத்தில்தான் நிற்கிறார்கள். இங்குள்ள இருவர் நம்மைப்போலச் சிக்கிக்கொண்டவர்கள்.’

‘அவர்களைக் கூப்பிடு.’

வந்தார்கள்.

‘நாங்கள் தப்பிச் செல்லப்போகிறோம். வருகிறீர்களா?’

உடனே அவர்கள் செம்பியனின் கையைப் பிடித்துக்கொண்டார்கள்.

‘உங்களுக்குப் படகு செலுத்தத் தெரியுமா?’

‘நன்றாகத் தெரியும். மூன்று வருடங்களாக அதைத்தானே செய்கிறோம்.’

‘நல்லது. நான் கூறும்போது ஏதாவது ஒரு படகைக் கைப்பற்றி அதில் மூலனோடு காத்திருங்கள். மூலா, இரண்டு போத்தை வடிகள்ளை சீனனின் அறைக்கு வெளியே ஊற்றித் தீ வைத்துவிட்டு, இவர்களோடு படகிற்குச் செல். உதியா, நீ மேலே சென்றவுடன் கலத்தின் கயிற்றேணியை வெட்டிவிடவேண்டும். படகிலிருந்து யாரும் மேலே வரக்கூடாது. அது உன் பொறுப்பு. மற்றதை நானும் சேந்தனும் பார்த்துக்கொள்வோம். கடலில் குதிக்க நேர்ந்தாலும் வாளை விட்டுவிடக்கூடாது. மூலா, வடி கள் போத்தையை எடுத்து வா.’

மிக மிகக் கொஞ்சமாகப் பருகினார்கள்.

# 6

## கலம் மூழ்கப்போகிறது

மரக்கலத்தின் அடிப் பகுதியில் இரண்டு போத்தை வடி கள்ளை செம்பியன் ஊற்றினான்.

'பந்தம் எங்கே?'

மூலன் கொண்டுவந்தான்.

'தீப்பிடிக்கும்படியாக வேறு என்னவெல்லாம் இருக்கிறது? எண்ணெய், நெய், கற்பூரம் எல்லா வற்றையும் போடு.'

தீ வைத்தார்கள்.

தீ கொழுந்து விடும்வரை காத்திருந்தனர். 'வாட்களை எடுத்துக்கொள்ளுங்கள். முதலில் நான் மேலே போகிறேன்.'

'அடேய் மூலா, என்ன நாற்றம்? ஏன் புகை வருகிறது?' என்று கேட்டபடி மலையன் வந்தான். 'தீ' என்று அவன் சொல்லி முடிப்பதற்குள் செம்பியனின் வாள் அவன் கழுத்தில் இறங்கியது. சரியாகக் கதறக்கூட அவனுக்கு நேரம் இருக்கவில்லை.

முதல் கொலை. முதல் பலி. முதல் வெற்றி. செயல் ஒன்று. அதன் விளைவுகள் பல.

எல்லோரும் மேலே வந்தனர். அனைவருமே அருள் வந்ததுபோலப் பூரித்திருந்தனர். ஒரு நிலையில் தன்வசமிழந்தும், மறு நிலையில் ஒற்றைக் குறிக்கோளோடும் காணப்பட்டனர். மலையனின் குழறலும், கீழே இருந்த வந்த புகையும் ஒரு சிலரை எச்சரிக்கை செய்தது. முதலில் ஓடி வந்த மூவர் சாய்ந்து மடிந்தனர். வாளைச் சுழற்றியது யார், வெட்டியது யார், வீழ்ந்தியது யார் என்ற கேள்விக் கெல்லாம் சிறிதும் நேரமில்லை. வாட்கள் சுழன்றதையும், கால்கள் பின்னியதையும், கைகள் காற்றில் பறந்ததையும் காணாதவர்கள் கூட, விஷ் விஷ் என்று காற்று கிழிபடும் ஓசையையும், தடதடவென கால்கள் கலத்தில் துள்ளித் தாளமிடும் ஓசையையும், சடங் சடங்கென வாளோடு வாள் மோதும் ஓசையையும் கேட்கத் தவறவில்லை.

சீனனின் அறைக்குத் தீவைத்தவுடனேயே மூலன் மற்றொரு போத்தை வடி கள்ளை சந்திரசேனனும் காரியும் இருந்த படகில் ஊற்றினான்.

‘பதரே! என்ன செய்கிறாய்’ என்று காரி உறுமினான். மூலன் தீப்பந்தத்தைத் தூக்கிப் படகில் போட்டான். படகு தீப்பிடித்துக் கொண்டது. படகில் இருந்தவர்கள் நிலைகுலைந்து கடலில் குதித்தார்கள். காரி மேலே ஏறி வர முயன்றான். உதியன் கயிற்றேணியை வெட்டி எறிந்தான். மற்றொரு படகிலிருந்து கொக்கி ஏணியை எறிந்தார்கள். உதியன் அதையும் வெட்டி எறிந்தான்.

சீனனும் அவனுடன் உறையாடிக்கொண்டிருந்த பிக்குகளும் வெளியே ஓடிவந்தனர். எல்லோர் கையிலும் வாட்கள் இருந்தன. செம்பியனும் சேந்தனும் சூறைக் காற்றாய்ச் சுழன்றனர். நெருப்பு இப்போது கலத்தின் மேல்தளத்திற்கு வந்துவிட்டது. சீனன் இருதலைக் கொள்ளி எறும்பாய்த் தவித்தான். ‘பெட்டிகளைப் படகில் போடுங்கள்’ என்று அவனது ஆட்களுக்கு ஆணையிட்டான். தூக்கிப் போட்ட பெட்டிகள் படகை மேலும் நிலைகுலையச் செய்து, அது மொத்தத்தில் கவிழ்ந்தது. சந்திரசேனனும் காரியும் பிக்குகள் வந்த படகில் ஏற முயன்றனர். அதில் இருந்தவர்கள், வராதே என்று இவர்களைத் துடுப்பால் அடித்தனர். இவர்கள் கவிழ்ந்துகிடந்த தங்கள் படகை நிமிரச் செய்ய முயன்றார்கள். அதற்குள் கலத்தில் இருந்த சீனனும் பிக்குகளும் கடலில் குதித்தனர். பிக்குகளை அவர்களது படகு ஏற்றிக்கொண்டது. கவிழ்ந்த படகைப் பிடித்த படியே சந்திரசேனனும் சீனனும் மிதந்தார்கள்.

சோலை கலத்திலிருந்து கயிறு ஒன்றை வீசினான். அதனைப் பிடித்துக்கொண்டு காரி மேலே ஏற முயன்றான். அதைத் தடுக்க வந்த செம்பியனுக்கும் சோலைக்கும் வலுவான வாட்போர் ஏற்பட்டது. கலம் மெல்ல ஒரு பக்கமாக சாயத் தொடங்கியது. இருவரும் வாள் வீசிக்கொண்டிருக்கும்போது நெருப்பின் காரணமாகக் கொடிமரத்தின் ஒரு பகுதி ஒடிந்து செம்பியனின்மீது சாய்வதுபோல விழுந்தது. எங்கிருந்தோ உதியன் ஓடிவந்து செம்பியனைத் தள்ளி விட்டான். இந்தக் கண நேரத்தைப் பயன்படுத்திக்கொண்டு சோலை உதியனின் தோளில் வெட்டினான். குருதி வெள்ளத்தில் உதியன் சாய்ந்தான். மேலும் ஒரு முறை வெட்டச் சோலை கை ஓங்கிய போது செம்பியனின் தாக்குதல் அவன் வாளைத் தூக்கிச் சென்றது. வாள் இல்லாமல் முடியாது என்று சோலையும் கடலில் குதித்தான். நிலைமையை உணர்ந்துகொண்ட காரியும் கடலில் குதித்தான். நால்வரும் முயன்று கவிழ்ந்த படகை நிமிர்த்தித் தப்பிச் சென்றனர்.

'பணம், பொருள் கலம் எல்லாம் நெருப்பில் போகிறதே! காரி, உடனே மேலே சென்று பணப் பெட்டியையாவது எடுத்து வா' என்று சீனன் ஓலமிட்டான்.

'ஆயுதம் இல்லாமல் மேலே எப்படிச் செல்வது?' என்று காரி பதிலுக்குக் கத்தினான்.

மூலன், உதியனின் காயத்திற்குக் கட்டு போட்டு குடிக்க நீர் கொடுத்தான். சேந்தன், சீனனின் அறை மரச்சுவரை உடைத்துச் சென்று அங்கிருந்த பெட்டிகளை எடுத்துவந்தான்.

'கலம் மூழ்கப்போகிறது. நாம் வெளியேறுவது நல்லது' என்று சேந்தன் கூறினான்.

மூலனும் மற்ற இருவரும் கலத்தில் இருந்த படகில் உதியனைக் கிடத்தி இறக்கினர். சேந்தனும் செம்பியனும் படகில் ஏறிக்கொண்டனர். சேந்தன் சீனனின் அறையிலிருந்து கொண்டுவந்த பெட்டிகளை உதியனின் தலைக்கு அணையாக வைத்தான். இறுதியாக மூலனும் மற்ற இருவரும் கயிற்றைப் பிடித்து இறங்கிவந்தனர்.

'வேகமாகத் துடுப்பு இழுங்கள். கலம் நம்மீதே சாய்ந்துவிடும்' என்று மூலன் அவசரப்படுத்தினான். எத்தனை பேர் பலியானார்கள், எத்தனை பேர் காயமடைந்தார்கள், கலத்தில் என்ன இருந்தது, என்னவெல்லாம் போயிற்று என்று யாரும் கவலைப்பட்டதாகத் தெரியவில்லை.

விடுதலை.

அது ஒன்றுதான் பொருட்டாகத் தெரிந்தது. யாருக்கும் பேசக்கூடத் தெம்பில்லை. நா வறண்டு, உதடு உலர்ந்து, உடம்பெல்லாம் கனன்று, தணிந்து, நனைந்து, தசையெலாம் ஓய்ந்து, விரல்களைக் கூட அசைக்க முடியாமல், வாயால் காற்றை ஹா ஹா என்று இழுத்துவிட்டபடி இருந்தனர். கைகள் நடுங்கின.

'குடிக்க... ஹ...ஹ... நீர்... ஹ...ஹ... உள்ளதா?' என்றான் செம்பியன்.

இல்லை என்று மூலன் கையசைத்தான்.

செம்பியன் கடல் நீரைக் கையில் எடுத்து முகம் கழுவினான். உதியன் முகத்தையும் துடைத்துவிட்டான். உதடுகள் மட்டும் துடித்தன. இதயமும் நாடியும் துடிப்பைக் குறைத்துக்கொண்டே வந்தன. தொலைவில் கலம் நன்றாகத் தீப்பிடித்து எரிந்து விடுதலைக்கான வேள்விபோலக் காட்சியளித்தது. வாழ்க்கையின் திசையை மாற்றும் மாபெரும் நிகழ்வுகள் நாழிகைப் பொழுதில் நடந்தேறும் என்பதை நம்ப முடிகிறதா?

பத்தே நாட்கள். வெளுத்ததெல்லாம் பால் என்று நினைத்திருந்த இளைஞர்களை எப்படி எல்லாம் மாற்றிவிட்டது.

ஏமாந்து அடிமைப்பட்ட இளைஞனாய்; சூழ்ச்சியைப் புரிந்து கொண்டு தெளிந்தவனாய்; அதனை முறியடிக்க உத்தி வகுத்த மதியூகியாய்; வகுத்த திட்டத்தைச் செயல்படுத்திய தலைவனாய்; வாள் பிடித்த வீரனாய்; வாகை சூடிய வேந்தனாய்.

பத்தே நாட்கள்.

கள்ளும் காடியும் அருந்தும் கடலோடிகளாய்; குருதியைக் கண்டு முகம் சுளிக்காத கல்நெஞ்சர்களாய்; தலைகளை வெட்டிச் சாய்க்கும் கொடியவர்களாய்.

இதுவும் பத்தே நாட்களில்.

படகு எங்கு கரை ஒதுங்கியது என்று யாருக்கும் புரியவில்லை. சுற்றிலும் சுரபுன்னைக் காடு என்பது மட்டும் தெரிந்தது.

செம்பியன் நிலவொளியில் உதியனைப் பார்த்தான். அவன் முகம் வெளுத்து அசைவற்றிருந்தான்.

'உதியா, உதியா' என்று தோள்களைப் பற்றி அசைத்தான். உதியனால் கண்களைத் திறக்க முடியவில்லை. ஆனாலும் உயிராற்றல் முழுவதையும் திரட்டி செம்பியனின் விரல்களைப் பிடித்து

'நித்திலா' என்று கூறிவிட்டு உயிர் விட்டான்.

'ஊருக்குள் சென்று மருத்துவரை அழைத்துவரலாமா?' என்றான் சேந்தன்.

'பயனில்லை. காலம் கடந்துவிட்டது. மேலும் பிக்குகளும் சந்திரசேனனும் எந்த நேரமும் வரக்கூடும். இங்கிருந்து உடனே புறப்படுவது நல்லது' என்றான் மூலன்.

'எங்கு செல்வது?'

மூலனோடு வந்த இரு கடலோடிகள், 'சற்று வடக்கே சென்றால் காரைக்காலை அடையலாம். விடாமல் துடுப்பு இழுத்தால் மூன்று நாழிகையில் அடைந்துவிடலாம்' என்றனர்.

'உதியனை?'

'இங்கேயே அடக்கம் செய்யலாம்.'

'வேண்டாம். கடலுள் அடக்கம் செய்யலாம். சேந்தா, ஏதாவது மலர் கிடைக்கிறதா பார்.'

சேந்தன் நெய்தல் மலர்களோடு வந்தான்.

புறப்பட்டார்கள். மீண்டும் கடலுக்குள் ஆழமான பகுதிக்குள் சென்று படகை நிறுத்தினார்கள்.

உதியனின் உடலைக் கடல் நீரால் தூய்மை செய்து வணங்கினார்கள். செம்பியன் உதியனை நெஞ்சில் சாய்த்துக்கொண்டான். கண்ணீர் அருவிகள் கடலை நோக்கிப் பாய்ந்தன. உதியனின் வலது கரம் முற்றிலுமாகவும் பின் கழுத்து பாதியாகவும் வெட்டப்பட்டிருந்தது. முகத்தில் சிறு காயம்கூட இல்லை. கூப்பிட்டால் கண் திறந்து பார்ப்பானோ? இது வெறும் மயக்கம்தானோ? சீனம், மிசிரம், யவனமெல்லாம் போகவேண்டும் என்று கூறினாயே. ஒருமுறை கூட, வானுலகம் போகப் போகிறாய் என்பதை ஏன் என்னிடம் கூறவில்லை? நான் வர மாட்டேன் என்று நினைத்துவிட்டாயா? நெஞ்சிலிருந்து இறக்கிவைத்தால், யாரேனும் பிணம் என்று கூறிவிடுவார்களோ? தறிகெட்டுச் சுழன்ற எண்ணச் சுழலிலிருந்து மீள முடியாமல் செம்பியன் தவித்தான்.

'செம்பியா!' என்று சேந்தன் தோளை உலுக்கியதும், தன் நிலைக்கு வந்தான்.

'என் கெழுமைக் கோவே ! கடலே நிலமாக, அலையோசையே முழவாக, நிலவே நெருப்பாக, என் மனமே சிதையாகப் பாவித்து

உன்னை அனுப்பிவைக்கிறேன். சென்று வா!' என்று செம்பியன் கூறியதும் உதியனின் உடல் கடலுள் கிடத்தப்பட்டது. அனைவரும் நெய்தல் மலர்களைத் தூவினர். தொலைவில் மரக்கலம் முற்றிலுமாக எரிந்து முடிந்து கடலுள் மூழ்கியிருந்தது. அது இருந்த இடத்தில் தற்போது கட்டைகளும், சாம்பலும் மனித உடல்களின் மிச்சமும் மிதந்துகொண்டிருந்தன. இங்கே நெய்தல் மலர்கள் மிதந்து கொண்டிருந்தன.

காரைக்காலை அடையும்போது யாமம் முடிந்து வைகறை தொடங்குவதுபோலத் தோன்றியது. படகைக் கரையில் இழுத்து ஒளித்து வைத்துவிட்டு, மணலைக் கூட்டித் தலைக்கு வைத்துப் படுத்தார்கள். செம்பியன் அண்ணாந்து பார்த்தான். நிலவில் உதியன் சிரித்துக்கொண்டிருந்தான். திரும்பிப் படுத்தான். கடலில் உதியன் நீந்திக்கொண்டிருந்தான். எழுந்து உட்கார்ந்தான். உதியன் பக்கத்தில் வந்து அமர்ந்தான். இருவரும் பேசவில்லை.

●

'யாரப்பா நீ? ஏன் இங்கு உட்கார்ந்திருக்கிறாய்?' என்று ஒரு குரல் கேட்டது. கடலுக்குப் போகும் மீனவர்கள்.

நாங்கள் வழிப்போக்கர்கள்.

'நேற்று திருவிழாவிற்கு வந்தீர்களா?'

எல்லோரையும் நல்லவர்களாக நினைக்கும், சூதுவாதில்லாத வெள்ளை மனிதர்கள் தாங்களே பதிலையும் எடுத்துக்கொடுத்து விடுவது இயல்பு.

'ஆம் ஐயா ! கொஞ்சம் நீர் தர முடியுமா?'

'கஞ்சி வேண்டுமானாலும் தருகிறேன்.'

'நீர் போதுமையா.'

அனைவரும் நீர் பருகியதும் புத்துணர்ச்சி பெற்றனர். மீனவர்களின் தலை மறைந்ததும் செம்பியன் சேந்தனை நோக்கி, 'நீ ஊருக்குள் சென்று ஏதேனும் உணவு வாங்கி வா' என்றான்.

'பணம்?'

அப்போதுதான் பெட்டிகளின் நினைவு வந்தது.

'பெட்டிகளுக்குள் என்ன இருக்கிறது என்று பார்.'

சேந்தன் பெட்டிகளைத் திறந்தான்.

இரண்டு பெட்டிகளிலும் சோழப் பொற்கழஞ்சுகள். ஒரு கழஞ்சை எடுத்துக்கொண்டு சேந்தனும் இரு கடலோடிகளும் ஊருக்குள் செல்லும்போது, பொழுது நன்றாக விடிந்துவிட்டிருந்தது.

மீனவர் பாக்கத்தைத் தாண்டியதும் நகரின் கோட்டை வாயில் கண்ணில் பட்டது. இந்த வேளையில் எந்த ஊர்க் கோட்டையாக இருந்தாலும் கேள்வி கேட்பார்கள்.

'நீங்கள் எதுவும் பேசவேண்டாம்' என்று சேந்தன் கூறினான்.

வாயில் காப்போன் அவர்களை உற்றுக் கவனிக்கிறான் என்று நினைத்த சேந்தன், உடன் வந்தவர்களை நோக்கி, 'கட்டுமரம் விரிசல் விட்டதைக்கூடக் கவனிக்கவில்லை என்றால் உங்களை நம்பிக் கடலுக்குள் செல்வது மண் புரவியை நம்பி ஆற்றுக்குள் செல்வதைப்போலத்தான்' என்று உரக்கத் திட்டினான்.

வாயிற்காப்போன் சேந்தனை நோக்கி, 'புலருங்காலையில் நல்ல சொல்லுடன் போகவேண்டும்' என்று அறிவுரை கூறினான்.

'ஆமாம். ஆமாம்.

ஞாயிற்று அன்ன வெந்திறல் ஆண்மையும்
திங்கள் அன்ன தன்பெருஞ் சாயலும்
வானத்து அன்ன வண்மையும் மூன்றும்
உடையை ஆகி நீ வாழிய'

என்று கூறியபடி உள்ளே போனான். காரைக்கால் சிறிய நகரம்தான். ஆனால் நேர்த்தியாக இருந்தது. அங்காடிகள் எல்லாம் மூடி இருந்ததால் வீதிகள் அகன்று தெரிந்தன. எங்கோ மூத்த திருப்பதிகம் ஓதும் ஓசை தெளிவாகக் கேட்டது. இந்த வேளையில் யாரிடம் கழஞ்சை மாற்றுவது என்று சேந்தன் சிந்தித்தான்.

கோயில் வடபுறத் தேரடியில் அறுவை அங்காடி திறந்திருந்தது.

அனைவருக்கும் பட்டுக் காடகம், மெல்லிய கலிங்கம், நீலம் ஏற்றப்பட்ட காழ?கம், பட்டுத் துகில், பரிவட்டம், நாகம், குறுக்கும் நெடுக்குமாகக் கோடுகள் தீட்டப்பட்ட பாரி, கையில் எடுத்தால் நழுவி ஓடும் பாளிதம் என்ற வகைப் பட்டு, மிக மெல்லிய கோசிகம் என்ற வகைப் பட்டு ஆகியவற்றை வாங்கினான்.

சிற்றிலக்கப் பணம் கிடைத்ததும் இரண்டு குடங்கள் வாங்கி அவற்றில் நீரும், உணவும், பழமும் நிரப்பிக்கொண்டு கிளம்பினர்.

வாயிற்காப்போன், 'என்ன, பழுது நீக்கத் தச்சன் வரவில்லையா?' என்று கேட்டான்.

சேந்தன் நிற்காமல், அவன் கையில் சிறிய புட்டுப் பொதியைக் கொடுத்தபடி, 'எனது கலத் தச்சன் இன்னும் உறங்குகிறான்' என்றபடி வெளியேறினான்.

'நில், நில்' என்று காவலன் ஓடி வந்தான்.

'என்ன?'

'நேற்றிரவு ஊர் மீனவர்கள் தெற்கே வெகு தொலைவில் ஏதோ எரிவதைப்போலப் பார்த்தார்களாம். ஆகையால் நீங்கள் தென்புறமாகச் சென்றால் என்னவென்று நாகை மீனவர்களிடம் விசாரித்து வாருங்கள். இன்று காலை, ஐம்பெருங்குழு கூடுகிறது.'

'நானும் கேள்விப்பட்டேன். உங்களுக்காகத் தெற்கே சென்று பார்த்துவிட்டு வருகிறேன்.'

'உன் பெயர் என்ன?'

'நீலன்.'

●

சேந்தன் வந்ததும் படகு புறப்பட்டது.

'எங்கே போகிறோம்?' என்று மூலன் கேட்டான்.

'புகாரைத் தாண்டியதும், ஆள் அரவமற்ற ஓரிடத்தில் கரை ஒதுங்குவோம்' என்றான் செம்பியன்.

புகாருக்கும் திருமுல்லைவாசலுக்கும் இடையே கரை ஒதுங்கினார்கள்.

'படகை எரித்துவிடுவோம்.'

படகோட்டிகள் ஒப்புக்கொள்ளவில்லை.

'செம்பியரே! நாங்கள் மாமல்லபுரம் செல்லவேண்டும். படகிலேயே செல்கிறோம்' என்று கெஞ்சினார்கள்.

'சேந்தா! பெட்டியில் உள்ள கழஞ்சுகளைக் கணக்கிடு.'

முதல் பெட்டியில் மூவாயிரம் கழஞ்சுகளும் இரண்டாவது பெட்டியில் இரண்டாயிரம் கழஞ்சுகளும் இருந்தன.

மூவாயிரத்தை உதியனுக்கும் சேர்த்து ஆறாகப் பங்கிட்டு, ஆளுக்கு ஐந்நூறு கழஞ்சு கொடுத்தான்.

'மீதமுள்ள இரண்டாயிரம் கழஞ்சை மிங்கையும், சந்திர சேனனையும், காரியையும், சோலையையும் கண்டுபிடித்து உயிர் குடிக்கப் பயன்படுத்தப்போகிறேன். விருப்பம் இருந்தால் நீங்களும் இம்முயற்சியில் என்னோடு சேரலாம்.'

'நாங்கள் எங்கள் குடும்பத்தைப் பார்த்து மூன்று வருடங்கள் ஆகின்றன. அதனால் மன்னிக்கவேண்டும். விடை கொடுங்கள். உங்கள் நினைவு வரும்போது திருவெண்காடு வந்து உங்களைச் சந்திக்கிறோம்.'

'நல்லபடியாகச் சென்றுவாருங்கள். நடந்த எதையும், உதியனின் மரணத்தைக்கூட, வெளியே கூறவேண்டாம்.'

'உத்தரவு.'

'மூலனாரே, உங்கள் விருப்பம் என்ன?'

'முதலில் திருவிடைமருதூர் செல்லவேண்டும். இரண்டு வாரம் கழித்து திருவெண்காட்டுக்கு வருகிறேன்.'

'ஆகட்டும்.'

'நம்மை இந்நிலைக்கு ஆளாக்கிய எவர் பற்றியேனும் ஒற்று கிடைத்தால், உடனே செய்தி அனுப்புங்கள்.'

'இதைச் சொல்லவும் வேண்டுமா?'

மூலன் விடை பெற்றுக்கொண்டான்.

# 7

## அவன் வாளால் அவன் தலையை வீழ்த்துவதே முழு வெற்றி

செம்பியனும் சேந்தனும் தங்கள் இல்லம் திரும்பினர்.

காரைக்காலில் வாங்கிய பரிசுப் பொருட்களைக் கண்டதும் ஞானகலை மகிழ்ந்தாள். இரண்டு நாழிகை கழித்துச் சேந்தன் தன் தந்தையுடன் வந்தான். மூவரும் உதியனின் இல்லம் சென்றனர். உதியனின் தந்தையிடம் பரிசுப் பொருட் களையும் கழஞ்சுகளையும் கொடுத்தனர்.

'அவன் வரவில்லையா?'

நித்திலா பழங்கள் கொண்டுவந்தாள்.

'நடக்கக்கூடாதது நடந்துவிட்டது' என்றார் சேந்தனின் தந்தை. 'வங்க நாட்டைக் கடக்கும் போது புயல் வீசியதாம். அதில் பலர் மாண்டார் களாம். அதில் நம் உதியனும் ஒருவனாம். அவனது ஊதியத்தையும் வணிகப் பங்கையும் மாநாய்கர் கொடுத்தனுப்பியுள்ளார்.'

உதியனின் தாயும் நித்திலாவும் அழுதனர். அவனது தந்தை சிலையாக இருந்தார். இழவு ஓலம் கேட்டுக் கொஞ்சம் கொஞ்ச மாகக் கூட்டம் சேர்ந்தது.

●

நான்கு மாதம், நான்கு வருடமாகி நகர மறுத்தது. மூலன் வந்தான், சேந்தன் வந்தான், சோமன் வந்தான், ஆனால் நிம்மதி வரவில்லை. வெந்தழல் ஒன்று நெஞ்சில் கனன்றுகொண்டே இருந்தது. உண்ணும்போதும், உறங்கும்போதும், விழித்தபோதும், எப்போதும், உதியனின் நினைவு சுழன்றுகொண்டே இருந்தது. என்னைக் காப்பாற்றி, கடன்பட வைத்து, நெஞ்சில் நீங்காச் சுமையையும் ஏற்றிவிட்டுப் போய்விட்டாயே என்று அவனைச் சபிக்காத கணமே இல்லை.

'உன் ஆசைப்படி கடலோடிப் பொருள் ஈட்டிவிட்டாய். உன் தந்தை விட்டுச்சென்றதைவிட அதிகமாகக் கழனியும் கறவைகளும் வாங்கியுள்ளாய். இன்னும் ஏன் நிம்மதி இல்லாமல் தவிக்கிறாய்?' என்று கேட்டாள் ஞானகலை.

'உதியனின் நினைப்புதானம்மா...'

'இதற்கு எனக்கு நல்ல வழி தெரியும். உனக்குத் திருமணம் செய்துவைத்துவிட்டால், எல்லாம் சரியாய்ப் போய்விடும்.'

'இப்போது வேண்டாம். சற்றே காலம் தாழ்த்து. நானே கூறுகிறேன். நானும் சேந்தனும் திருவிடைமருதூருக்குச் சென்று மூலனைப் பார்த்துவிட்டு வரலாம் என்று எண்ணுகிறோம்.'

'நல்லது, சென்று வா.'

●

ஒரு வாரம் கழித்து செம்பியனும் சேந்தனும் புறப்பட்டனர். மூலன் உளமாற வரவேற்றான். சற்றே மனம் தளர்ந்தது. மூலனின் வீடு, மரங்கள் அடர்ந்த தோட்டத்தில் இருந்தது. உண்பதும் உலா வருவதுமாகப் பொழுது கழிந்தது.

மூலனின் தந்தை, சோழப் பேரரசின் தேர்ப் படையில் பரிமாவல வனாகப் பணியாற்றியவர். தேர்ப்படையில் பரியாள் என்பது தொடக்கநிலைத் தகுதி. அவனுக்குமேலே பரிமாவாள், தேராள், மாத்தேராள், பரிவலவன், பரிமாவலவன், தேர்வலவன், தேர்மாவலவன்

எனப் பல நிலைகள் உண்டு. அவருடன் உரையாடுவது பெரும் மகிழ்ச்சியைத் தந்தது.

ஒரு நாள் அவ்வாறு உரையாடும்போது, 'செம்பியா! நீ தெளிவாகப் பேசுகிறாய். உடல் வலுவோடு காணப்படுகிறாய். ஆனாலும் ஏதோ ஒரு மாயக்கயிற்றால் கட்டுண்டவனைப்போல ஏன் கவலையோடு தென்படுகிறாய்?' என்றார்.

'ஐயா, என்னை ஒருவன் வஞ்சித்துவிட்டான். அவனால் நண்பனைப் பறிகொடுத்தேன். அவனை வீழ்த்தவேண்டும் என்ற எண்ணம் சுற்றிச் சுற்றி வருகிறது. அதுவரை என்னால் மற்றவரைப்போல் உண்டு உடுத்துப் பூண்டிருக்க முடியாது.'

'சற்று விரிவாகக் கூறு.'

செம்பியன், மூலனை விட்டுவிட்டு நடந்த அனைத்தையும் தனக்கு மட்டும் நேர்ந்ததாகக் கூறினான்.

'குழந்தாய். நமது விருப்பத்திற்கு ஏற்றபடி எதிரியை நம்பவைப்பது தான் போர்க் கலையின் அடிப்படை. நம்மால் தாக்க முடியும் என்னும்போது இயலாததுபோல் காட்டிக்கொள்ளவேண்டும். ஆற்றலைக் கட்டவிழ்த்துவிடும் முன்பாக ஒய்ந்துகிடப்பதை போலத் தோன்றவேண்டும். அண்மையில் இருக்கும்போது சேய்மைபோலவும், சேய்மையில் இருக்கும்போது அண்மை போலவும் எதிரியை நம்ப வைக்கவேண்டும். தூண்டில் இறையைப் போல அவனுக்கு எதையேனும் காட்டி இழுக்கவேண்டும்.

'நீங்கள் செய்தது என்ன? வாள் வீசத் தெரியும் என்று பெருமையோடு காட்டிக்கொண்டீர்கள். அது முதல் தவறு. நடுயாமத்தில் கலத்தைக் கொளுத்திவிட்டுத் தப்பி இருக்கலாம். எதிர்த் தாக்குதல் நடத்த அவர்களுக்கு நேரம் கிடைத்திருக்காது. மாறாக, எல்லோரும் எச்சரிக்கையாக இருக்கும் வேளையில் தாக்கினீர்கள். அதனால் எதிர்த்தாக்குதல் கடுமையாக இருந்தது. நண்பனைப் பறி கொடுத்தீர்கள்.'

செம்பியன் நிமிர்ந்து உட்கார்ந்தான். என்ன ஒரு தெளிவு. பட்டறிவு என்பது இதுதானோ?

'நீங்கள் கூறுவது முற்றிலும் உண்மை. நான் என்ன செய்ய வேண்டும்?'

'முடிந்தால் நடந்ததை மறந்துவிடவேண்டும். இல்லை என்றால் அதிவிரைவில் எதிரிகளைச் சந்திக்கவேண்டும்.'

‘அவர்களைத் தொலைத்துக் கட்டவேண்டும் என்பதற்காகவே இரண்டாயிரம் கழஞ்சை ஒதுக்கிவைத்துள்ளேன்.’

‘உன் மன உறுதியைப் பாராட்டுகிறேன்.’

‘அவர்களை எப்படிக் கண்டுபிடிப்பது?’

‘இத்தகைய கயவர்களும் காட்டு விலங்குகளைப் போலத்தான். புலி ஒன்று காட்டில் ஒரு பகுதியிலிருந்து மற்றொரு பகுதிக்குச் சென்றால் அங்குள்ள புலி விடாது. அதேபோல், இவனை வேறோர் இடத்திற்குள் அங்குள்ள கயவன் விடமாட்டான். என்வே உன் எதிரி சிறு இடங்களை மாற்றிக்கொள்வானே தவிர பெருவிடங்களை மாற்றமாட்டான். நாகை, புகார், காரைக்காலைச் சுற்றியுள்ள பகுதிகளில் தேடிப் பார். நீ இந்த நிகழ்வை மறந்துவிட்டு வழக்கமான தொழிலைக் கவனிப்பதைப்போல நடந்துகொள். அவன் உன்னைத் தேடுவான். எதிரியின் காவல் கடிதாக இருந்தால் அவன் உன்னைத் தேடி வருவான். எச்சரிக்கையாக இரு. உன்னைவிட வலுவாக இருந்தால் அவனை விட்டு விலகிச் செல். வலுவில்லாதவன்போலக் காட்டிக் கொள். அதனைக் கேள்விப்பட்ட எதிரி உன்னைத் துச்சமெனெ நினைப்பான். நோக்கம் ஒன்றாக இருக்கலாம். ஆனால் திட்டம் பலவாக இருக்கவேண்டும். எந்தத் திட்டத்தின்படிச் செயலாற்ற வேண்டும் என்பதை எதிரியின் செயல்பாடுகள்தான் முடிவு செய்யும்.

‘எதிரியைப் பற்றி முற்றிலுமாகத் தெரிந்துகொள். அவனது விருப்பு வெறுப்பு, பலம் பலவீனம், நட்பு பகை என அனைத்தையும் அறிந்து கொள். தன்னையும் அறிந்து எதிரியையும் அறிந்தவனே முழு வெற்றி அடைகிறான். தன்னை மட்டும் அறிந்தவன் வெற்றி பெற்றாலும் அதற்கு அதிக விலை கொடுப்பான். தன்னையும் அறியாமல் எதிரியையும் அறியாதவன் வெற்றி பெறுவது கடினம். உன் எதிரிக்கு உதவி செய்வது யார் என்று கண்டுபிடி. அவனை அடக்கு. எதிரிக்கு எதிரியாக மாற்று.’

‘ஐயா, நான் நாளையே திருவெண்காட்டுக்குச் சென்று என் தேடுதலைத் தொடங்குகிறேன்.’

‘உன் எதிரிகளைத் தேடுவதற்காகப் பொருள் செலவு செய்யாதே. எதிரிகளைத் தேடும் முயற்சியில் பொருளையும் ஈட்ட முயற்சி செய். அவ்வாறு செய்தால் காலம் வீணானாலும் பொருள் வீணாகாது. பொறுமை பொன்னுக்கு நிகர். பொறுமைதான் முதல் படைகலன். பொறுமைதான் உனது அரண். நம் தோல்வியைத் தவிர்ப்பது நம் கையில் உள்ளது. எதிரியின் தோல்வி அவன் கையில் உள்ளது.

அதுவரை காத்திரு. காத்திருந்தால் நம்மை அறியாமலேயே வெற்றி நம்மைத் தேடி வரும்.'

'உண்மைதான் ஐயா.'

'எதிரியைப் பற்றி ஒற்று கிடைத்தால் தகுந்த திட்டம் தீட்டி, நீ இருக்கும் இடத்திற்கு அவனை வரச் செய். அவன் இருக்கும் இடத்திற்குப் போகாதே. அவன் அழைக்கும்போதெல்லாம் வருகிறேன் என்று ஒப்புக்கொள். முடியாதென்று சொல்லாதே. இன்று வரச் சொன்னால் நாளை புறப்படுகிறேன் என்று சொல். பாதி வழி சென்றபிறகு சாக்குச் சொல்லித் திரும்பிவிடு. பொறுமை இழந்து அவன் வெளியே வருவான். அவன் பொறுமை காத்தால், எதிரியை எப்படி மறைவிலிருந்து வெளியே கொண்டுவரப் போகிறாய்? வெள்ளாட்டைக் காட்டித்தான் புலியைப் பிடிக்க வேண்டும். வேழத்தைக் கொண்டுதான் வேழத்தைப் பிடிக்கவேண்டும். உனது எதிரி வேழமா, வேங்கையா என்பதைத் தெளிந்து முடிவுசெய்.'

'ஒப்புக்கொள்கிறேன் ஐயா!'

'பொறுமைக்கு அடுத்தபடியாக மனத்தில் கொள்ளவேண்டியது பிழையறத் திட்டமிடல். கசடறக் கற்பதுபோல் பிழையறத் திட்டமிடவேண்டும். திட்டத்திலேயே பிழை இருந்தால், செயல் படுத்தும்போது அது பெரிதாகிவிடும். சிறு பிழை இருந்தாலும் அது சிறந்த திட்டமில்லை என்று தெரிந்துகொள்.

'போர்த் திட்டம் என்பது என்ன? ஓர் இலக்கு, அதை அடையும் வழிமுறை, வழிமுறையைச் செயல்படுத்தத் தேவையான வளங்கள், எதிரி வலையில் விழவில்லை என்றால் வழிமுறையில் மாற்றம், பின் வெற்றி. உன் எதிரியும் உன்னை வீழ்த்தத் திட்டம் தீட்டிக் கொண்டிருப்பான் என்பதை மறவாதே. வலுவில்லாதபோது எலியைப்போல வளைகளில் பதுங்கியிருப்பான். வலுப்பெற்று விட்டால் குன்றின் மீதேறி உனக்கு அறைகூவல் விடுவான். நீ அவனுக்கு ஓரடி முன்னதாக இருக்கவேண்டும். எதிரியின் மனத்திற்குள் புகுந்து சிந்தித்துப் பார்.

'ஊரறிய உலகறிய எதிரியை வென்று வாகை சூடி வெற்றி உலா வருவது அறிவீனம். அது அரசர்களுக்கு மட்டுமே உரித்தானது. கடலில் வாய் கொப்பளித்த நீர்போல் தடம் தெரியாமல் செயலாற்றுவதே நம்மைப் போன்றோருக்குச் சாலச் சிறந்தது.

'அடுத்த முறை உன் எதிரிகளை எதிர்கொள்ளும்போது தேவை யில்லாமல் அவனது உடைமைகளை வீணடிக்காதே. அவற்றை

உனதாக்கிக்கொள். நமது சோழ நாட்டுச் சட்டம் அதை ஆதரிக்கிறது. எவ்வகையிலும் எதையும் வீணடிக்காதே. பணமோ, பொருளோ, உயிரோ எதையும் வீணடிக்காதே. நூறு வாள் வீரர்கள் ஒருவனை வெல்வது எப்படி வீரமாகும்? யானை கரும்பை ஒடிப்பது வலிமைக்கு அழகா? மான் முயலை மிஞ்சுவது வேகத்திற்கு அழகா? கதிரவனைக் காண்பது, கண்ணொளிக்கு அழகா? இடியோசையைக் கேட்பது செவித்திறனுக்கு அழகா? இத்தகைய வெற்றியில், பெருமையோ, புகழோ இல்லை. அவன் வாளால், அவன் தலையை வீழ்த்துவதே முழு வெற்றியாகும்.'

அவர் பேசி முடித்ததும், செம்பியனின் மனம் நாண் ஏற்றிய வில்லைப் போல முறுக்கேறியது. அந்நிலையே நீடித்திருக்கவேண்டும் என மனம் தவித்தது. வெகு நேரம் கண்ணை மூடி அசைவற்று மனத்தை உயர்த்திப் பிடித்தபடி தவித்துக்கொண்டிருந்தான். அவர் பேசியதின் உள்ளக் கிளர்ச்சி இடி இடித்து, மழை வெள்ளம் காட்டாறாகப் பெருக்கெடுத்து, அவனை முழுகடித்து உருட்டித் தள்ளியது.

மறு நாள் செம்பியனும் சேந்தனும் விடைபெற்றனர்.

'நான் இன்னும் இரண்டு வாரம் கழித்துக் கடலோடப் போகிறேன். வருகிறாயா?' என்று செம்பியன் கேட்டான்.

'இந்த வருடம் முடியாது. அடுத்த வருடம் கண்டிப்பாக வருகிறேன்' என்று மூலன் மறுத்துவிட்டான்.

# 8

## களம் வேட்டன்றே ஒரு முகம்

'அம்மா, நானும் சேந்தனும் வணிகம் செய்ய மதுரைக்குச் செல்லலாம் என்று இருக்கிறோம்.'

'சேந்தா, இது உண்மையா?' என்றாள் ஞானகலை.

'ஆமாம். அத்தையாரே! இங்கே ஏதோ அடைந்து கிடப்பதைப்போல உணர்கிறோம்.'

'உனக்கு வணிகத்தை பற்றி என்ன தெரியும்? ஒரு முறை கடலோடியதற்கே ஒரு நண்பனைப் பலி கொடுத்தது போதாதா?'

'இம்முறை சேந்தனைப் பலி கொடுத்தால் போயிற்று!'

'உன் நாவில் இடி விழ. என் அண்ணன் மகனைப் பலி கொடுப்பது பற்றி என்னிடமே பேசுகிறாயா?'

'நீ விருப்போடு அனுப்பிவைத்தால் உன்னிடம் சொல்லிக்கொண்டு போவேன். இல்லை என்றால் போன முறைபோல் சொல்லாமல் பறந்துவிடுவேன். மற்றபடி உன் விருப்பம்.'

'கொற்கைச் சித்தர் உத்தரவு கொடுத்தால் நான் ஒப்புக்கொள்கிறேன்' என்று ஞானகலை

பொறுப்பைத் தன்னிடமிருந்து மாற்றினாள். அவர் பேசுவதே அரிது, எனவே நிச்சயம் உத்தரவு கிடைக்காது என்று நம்பினாள்.

மூவரும் கொற்கைச் சித்தரின் இடத்தை அடைந்தனர். அவர் வில்வமரத்தடியில் இருந்த நந்தி மண்டபத்தில் அமர்ந்திருந்தார். மூவரும் விழுந்து வணங்கியபின் அவருக்கு எதிரே உட்கார்ந்தார்கள். அருகே இருந்த கொன்றை மரத்திலிருந்து நறுமணம் இன்பமாக வீசியது. வெயில் இன்னும் உரைக்கவில்லை. மௌனம் கனத்துக் கொண்டே போனது.

'தாயாரின் மனம் கோணாமல் நடந்துகொள்ளக்கூடாதா?' என்று சித்தர் கேட்டதும் சூழ்நிலை இலகுவாகியது.

'பெருமானே! தாயாரின் மனத்தைப் புண்படுத்தவேண்டும் என்று கருதவில்லை. என் மனம் முழுவதும், கடல் வாணிபம் மட்டுமே நிறைந்துள்ளது. என் சிந்தனையையும் மீறி ஏதோ ஒன்று என்னை ஆட்டிவைப்பதைப்போல் உணர்கிறேன். தாங்கள்தான் வழிகாட்ட வேண்டும்.'

'நான் காட்டும் வழி உனக்குப் பிடிக்காவிட்டால்?'

'தங்கள்மீது நான் கொண்டுள்ள நம்பிக்கையை நிலை நாட்டக் கிடைத்த ஒரு வாய்ப்பாகக் கருதுவேன்.'

செம்பியனின் பதில், சித்தருக்கு மகிழ்ச்சி அளித்திருக்கவேண்டும். நீண்ட மௌனத்திற்குப்பிறகு, 'ஞானகலை, எல்லாம் வல்ல என் அப்பன் துணையிருப்பான். கொஞ்ச காலம் உள் நாட்டு வாணிபம் பயிலட்டும். நம்பிக்கையோடு அனுப்பி வை!' என்று கூறித் திருநீறு அளித்தார்.

●

சேந்தனின் தந்தையைச் சம்மதிக்கவைக்கும் பொறுப்பை ஞானகலையே ஏற்றுக்கொண்டாள். சேந்தன் தன் தந்தையை அழைத்துவந்தான்.

'அடுத்த நிறைநிலவன்று செம்பியன் மதுரைக்குப் புறப்படுகிறான். சேந்தனும் ஆசைப்படுகிறான் என்று கேள்விப்பட்டேன். உங்கள் அனுமதியைக் கேட்க நினைத்தேன்...' என்று இழுத்தாள்.

'அவன் ஆசைப்பட்டால் மட்டும் போதுமா? பொன் பொருள் வேண்டாமா? ஐந்தாண்டுகளுக்குமுன் கடாரத்தில் புயலில் தொலைத்த பணத்திற்கு இன்றளவும் வட்டி கட்டி மாளவில்லை. ஏதோ தற்போது இவன் கொண்டுவந்த சிறிதளவு பொன்னை வைத்துக் கொஞ்சம் அசலையும் கட்டிவிட்டேன். புதிய முதலுக்காகக் கடன்

வாங்குவது என்பது அரிதான காரியம். இந்நிலையில் அறியாப் பிள்ளையை நம்பிச் செயலில் இறங்குவது மண் புரவிக் கதைதான். சேந்தன் எண்சுவடியில் திறனுள்ளவன். அதனால் யாரிடமாவது கணக்காயனாகச் சேர்த்துவிடலாம் என்று எண்ணுகிறேன்.'

'மாமா, நானும் பயிற்சிக்காகத்தான் செல்கிறேன். சேந்தனும் சேர்ந்துகொள்ளட்டும்' என்றான் செம்பியன்.

'தொகுப்பா? சாந்தா? யாருடையது?'

வாணிபத்திற்குச் செல்லும் வண்டிகளின் அளவை தொகுப்பு அல்லது சாந்து என்று கூறுவது வழக்கம். அறுபது வண்டிகள் கொண்டது ஒரு சாந்து. ஆறு வண்டிகளுக்கும் குறைவு என்றால் அது சிறு தொகுப்பு. பதினைந்து வண்டிகள் வரை நடுத்தொகுப்பு. இருபத்தைந்து வரை என்றால் அது பெருந்தொகுப்பு. இப்படிச் சில தொகுப்புகள் ஒன்றுகூடிச் சாந்தாகச் செல்வது வழக்கம். முதலில் பாதுகாப்புக் கருதி ஏற்பட்ட நடைமுறை, இப்போது கண்டிப்பாகி விட்டது. சாந்துக்குத் தலைவன் சாத்தன்.

'நடுத்தொகுப்பு மாமா. திருநாகேச்சுரம் மகாலிங்கச் செட்டி யாருடையது. அவர் நமக்கு உறவு.'

'அவர் வாணிபத்தில் ஈடுபட்டு வெகு நாட்கள் ஆகிவிட்டனவே?'

'உண்மைதான் மாமா. சென்ற மூன்று வருடங்களக நல்ல விளைச்சல். மேலும் இன்னாட்களில் மிசிரத்திலும் புட்பகத்திலும் முத்துகளுக்கு நல்ல விலையாம். மதுரைப் பொன்வணிகர்களிடம் முத்துகளின் கையிருப்பு அதிகமாக இருப்பதாகப் புறா ஓலை வந்துள்ளதாம். மறு செய்தி அனுப்பிவிட்டாராம். உடனே பயணித்தால் நல்லது என்று நினைக்கிறார்.'

'இங்கு இருந்துகொண்டே இத்துணை ஏற்பாடுகளையும் செய்திருக் கிறாய். ஆனால் உன் தாய்க்குக்கூட சற்றும் தெரியவில்லையே. ஆட்டுக்கல்லைக்கூட அரவமில்லாமல் முடிந்துகொள்வாய்போல் இருக்கிறதே! மகிழ்ச்சி. எங்கே சரஞ்சேரப்போகிறீர்கள்?'

வண்டித் தொகுப்புகள் ஒன்றுகூடுவது சரஞ்சேருதல் என்று அழைக்கப்படும்.

'புகாரில்.'

'ஞானகலை, எனக்குத் தடையில்லை. குழந்தைகள் நல்ல முயற்சியில்தானே ஈடுபட்டுள்ளார்கள். செம்பியா, பயணத்திட்டம் என்ன? எப்போது மகாலிங்கச் செட்டியாரைப் பார்க்கவேண்டும்?'

'அவருக்குக் கொற்கைச் சித்தரைப் பார்க்கவேண்டுமாம். இரண்டு நாட்களுகு முன்பாகவே, வண்டிகளோடு இங்கே வந்துவிடுவதாகக் கூறினார். இங்கிருந்து நேர்வழியாகப் புகார் செல்லலாம் என்பது திட்டம்...'

செம்பியன் முடிக்கும் முன்பாக, ஞானகலை, 'மங்கல வழிபாடு ஏதேனும் செய்யவேண்டும் என்று நினைக்கிறேன் அண்ணா. சென்ற முறை அவ்வாறு செய்யாமல் சென்றதால்தான் பல இன்னல்கள் நேர்ந்தன என்று நினைக்கிறேன். பாணர்களுக்கோ துனங்கைக்கோ ஏற்பாடு செய்ய முடியுமா?'

'துனங்கையும் குரவையும் வேண்டாம் தாயே! நாம் என்ன போருக்கா போகப்போகிறோம். மேலும், துனங்கை என்ற பெயரில் இன்றைய பேய்மகள் ஆடும் கூத்து இருக்கிறதே, மதுவெறியில் யவனர்கள் ஆடும் கூத்தைவிட இழிவாக இருக்கிறது. உண்மையான அருட்கூத்துகள் மறைந்துகொண்டே வருகின்றன. எனவே வெறியாடல் மட்டும் போதும். நமக்கு முருகன்தானே முழுமுதற் கடவுள்.'

'உண்மைதான் அண்ணா.'

'வருகிறேன் ஞானகலை' என்றவர் சற்றுத் திரும்பி செம்பியனைப் பார்த்து, 'பெருந்தன வணிகரே, வரட்டுமா' என்றார்.

'பரிகாசம் போதும் மாமா!'

●

நிறைநிலவிற்கு நான்கு நாட்களுக்கு முன்பாக மகாலிங்கஞ் செட்டியார் ஆறு சாகடங்களை அனுப்பிவைத்தார். சாகடங்களோடு கொள்முதல் அதிகாரி ஒருவனும் இரண்டு வேலைக்காரர்களும் வந்திருந்தனர். அதிகாரியின் பெயர் பூதப்பாண்டியன். அவர்கள் சேந்தனின் வீட்டிலேயே தங்கினர். இரண்டாம் நாள் வெறியாடல் நடைபெற்றது.

வெறியாடலை நடத்த உறையூர்ப் பெருங்கூத்தன் என்பவன் வந்திருந்தான். இவனது முன்னோர்கள் உறையூரிலிருந்து வந்தவர்கள். இயற்பெயர் மோசியன். பலரையும் பயிற்றுவித்ததால் பெருங்கூத்தன் என்ற பட்டம் பெற்றவன். இப்போது நடைபெறப்போகும் வெறியாட்டத்திற்கு இவன்தான் வேலன். அதாவது வெறியாட்டத்தை நடத்திவைப்பவன். திடமான கட்டுடல். கொடுவாள் மீசை. நீண்ட முடியை உச்சியில் கொண்டையாகப் போட்டிருந்தான். குடுமியில் அல்லி, ஆம்பல், கொன்றை, பிச்சி எனப் பல மலர்களால் ஆன

கதம்பத் தொகுப்பைப் பின்னியிருந்தான். காதுகளில் சுருள் தோடு அணிந்திருந்தான். கைகளில் செம்பு, சங்கு, வளையங்களை முழங்கைவரை அணிந்திருந்தான்.

தன்னோடு பாணன், முழவன், பறையன், விறலியர், துடியன் எனச் சிறு கூட்டத்தையும் அழைத்துவந்திருந்தான். வெறியாடல் அதிகாலையிலும் மாலையிலும் நடைபெறுவது வழக்கம். இங்கே காலையில் நடைபெற்றது. அனைவரும் சேந்தனின் வீட்டின் வெளிப்புறத் திடலில் கூடியிருந்தனர்.

முதலில் துடியன் தனது சிறு பறையைத் தட்டி ஒலி எழுப்பினான். அதன் மெல்லிய ஒலி அவர்களுக்கு மட்டும் கேட்டது. மற்றவர்கள் அந்தத் திடல் வெளியைச் சீர்செய்வதில் ஈடுபட்டனர். வேலனின் வழிகாட்டலின்படி அவ்வெளியைச் சமப்படுத்தி, நீர் தெளித்து, பசுஞ்சாந்திட்டு மெழுகினர். வேலன் அவ்வப்போது கை உடுக்கையை குடுகுடு குடுகுடு என இசைத்தபடி, திடல் முழுவதும் சுற்றிவந்தான்.

ஓ அற இமைக்கும் சேண் விளங்கு அவிர் ஒளி
உறுநர்த் தாங்கிய மதன் உடை நோன் தாள்

என விட்டுவிட்டுப் பாடினான். கூர்ந்து கவனிக்கும்போது அவன் கொஞ்சம் கொஞ்சமாகத் தன்வசம் இழந்துகொண்டிருப்பது தெரிந்தது. திடலைச் சீர் செய்தபிறகு மற்றவர்கள் உடற்சுத்தி செய்யச் சென்றனர். விறலி ஒருத்தி, கடம்ப மலர்களைத் திடலின் ஓரத்தைச் சுற்றித் தூவியவண்ணம் வலம் வந்தாள். மலர்கள் திடலின் எல்லைபோல் காட்சி அளித்தன. செம்பியனையும் சேந்தனையும் முன்வரிசையில் உட்காருமாறு வேலன் கைகாட்டினான். அவர்கள் அவ்வாறே செய்தனர். குழல் ஊதுபவர்கள் இருவர் சத்தமாக இசைத்தனர். பெருமுழவும் முழங்கியது. இந்தச் சத்தம் அயலாரையும் இழுத்தது. கொஞ்சம் கொஞ்சமாகக் கூட்டம் வளர்ந்தது.

...பல் கதிர் விரிந்தன்று ஒரு முகம்...

...உவந்து வரம் கொடுத்தன்றே ஒரு முகம்...

...அந்தணர் வேள்வி ஓர்க்கும்மே ஒரு முகம்...

...திங்கள்போல திசை விளக்கும்மே ஒரு முகம்...

...களம் வேட்டன்றே ஒரு முகம்...

...வள்ளியொடு நகை அமர்ந்தன்றே ஒரு முகம்...

என்று வேலன் கம்பீரமாகப் பாடத் தொடங்கினான். அவனது குரலின் கார்வையும், குழலோசையின் அடர்த்தியும், மனத்தை

இடித்து இடித்து உயர் நிலைக்கு உந்துவது போன்ற முழவுகளின் துடிப்பும் ஓட்டமும், கூடியிருந்த அனைவரையும் ஒருவித ஒத்திசைவிற்குள் பிடித்துவந்தன.

விறலி ஒருத்தி பெரிய சேவற்கொடி ஏற்றப்பட்ட கம்பத்தைக் கொண்டுவந்து திடலின் நடுவிற்குச் சற்றே விலக்காக நட்டாள். வேலன், திடல் நடுவே வேல் ஒன்றை நட்டான். கூட்டத்தினர் 'செவ்வேள் முருகா! செந்தமிழ்க் குமரா!' என்று கூவியபடி பரவசப் பட்டனர். பெண்கள் கூடைகளிலும் தட்டுகளிலும் படையல் பொருட்களைக் கொண்டுவந்து திடலுள் வைத்தனர். கஞ்சம், ஆம்பல், அல்லி, காந்தள், காரை, தளவம், தாமரை, நீலம், நொச்சி முதலிய மலர்க்கூடைகளும், வெள்ளை எள், வரகு, தினை, கருமிளகு, கொள், கோங்கம், மஞ்சள், சந்தனம் முதலியன பொருந்திய தட்டுகளும், இலந்தை, வாழை, நரந்தம், நாவல், அசினி, செவ்விளநீர், கமுகு எனப் பலவிதமான பொருட்களும் வைக்கப்பட்டன.

ஒவ்வொரு பொருளும் வைக்கப்பட்டபோது பெண்கள் குலவை இட்டனர். வேலன், செம்பியனை மாங்கன்று ஒன்றை நடச்செய்தான். பாணன் ஒருவன் கறுப்பு ஆட்டுக்குட்டி ஒன்றை இழுத்து வந்து அதில் கட்டினான். நறைக்காய்களைக் கொடிபோல் தொடுத்து வேலன் இடுப்பில் அணிந்துகொண்டான். சந்தனத்தையும் குங்குமச் சாந்தையும் குழைத்து மார்பில் பூசிக்கொண்டான். குளவி மலரையும் வெள்ளைக் கூதாளச் சரத்தையும் பின்னிய மாலையை அணிந்து கொண்டான். இப்படி ஒவ்வொன்றையும் அணியும்போதெல்லாம் ஒரு துடிப்பும், திமிரும், ஓலமும், குலவையும் வந்துபோயின. மூங்கில் குவளைகளில் ஊற்றிவைக்கப்பட்டிருந்த கள்ளை அவ்வப் போது குடித்தான். அது தீரும்போதெல்லாம் விறலி ஒருத்தி குடத்திலிருந்து கள்ளைச் சாய்த்து மூங்கிலில் நிரப்பினாள். இசையும் கதியும் உச்சவேகத்தைத் தொட்டது. கொலை செய்வதற்குத் தகுந்தவனைத் தேடுவதுபோல வேலன் வெறியாட்டம் ஆடினான். அவனது குதிப்பும், துள்ளலும், சுழற்சியும் ஊழிக்காற்றைப் போலும், அவனது கணைப்பும், செருமலும், அறற்றலும், குழறலும் ஒரு புள்ளிமானைப் பல புலிகள் வேட்டையாடுகின்றனவோ என்ற ஒலித்தோற்றத்தைப்போலும் இருந்தன.

நடுவு நின்ற வேலுக்கு, வேலன் மலர்களை அணிவித்தான்.

> இரு பேர் உருவின் ஒரு பேர் யாக்கை
> அறு வேறு வகையின் அஞ்சுவர மண்டி
> அவுணர் நல்வலம் அடங்க கவிழ் இணர்
> மாமுதல் தடித்த மறு இல் கொற்றத்து...

என்று பாணர்கள் பாடிக்கொண்டிருக்கும்போது, வேலன் ஆவேசத்துடன் வாளைச் சுழற்றி மாங்கன்றை வெட்டி எறிந்தான். உடனே அனைத்து இசைக்கருவிகளும் மௌனமாகின. இந்தத் திடீர் அமைதியே அச்சமூட்டியது. கறுப்புக் குட்டி ஆடு இழுத்துவரப் பட்டது. பறையறைவோன் அதன் பின்னங்கால்களைப் பிடித்துக் கொண்டான். விறலி முன்புறம் அரிசிப் பொரித் தட்டை வைத்தாள்.

அறுவர் பயந்த ஆறுஅமர் செல்வ
ஆல் கெழு கடவுட் புதல்வ
மால் வரை மலைமகள் மகனே
மாற்றோர் கூற்றே...

என்றபடி வாளை வீசி, ஆட்டின் கழுத்தை வேலன் சட்டென்று வெட்டினான். கொப்பளித்து வந்த உதிரத்தை விறலி பொரித் தட்டிலிலும், வரகு, தினை, சாமை முதலிய தானியத் தட்டுகளிலும் ஏந்தினாள். உதிரத்தால் பிசைந்த தானியங்களையும் பொரியையும் திடல் முழுதும் தூவினாள். இப்போது மறுபடியும் இசைக்கருவிகள் முழுவேகத்தோடு இசைத்தன. வேலன் தன்மீது தெறித்த குருதியை மேனிமுழுதும் பூசிக்கொண்டான். இரண்டு கைகளையும் வானை நோக்கி விரித்தபடி அவன் சுழன்றாடியபோது, மாகாளியே ஆடியது போல் இருந்தது. ஒரு கணம் அணை உடைத்த வெள்ளம் போலும், மறு கணம் கரை மறந்த கடலைப் போலும், மற்றுமொரு கணம் குன்றைப் பெயர்த்த காற்றைப் போலும், மேலும் ஒரு கணம் பகைவரைக் கண்ட மறவனைப் போலும் சீறிப் பாய்ந்து, கர்ச்சித்து, சுழன்றபடி அந்தத் திடலை வேலன் தவிடுபொடி ஆக்கினான்.

குருதி தெறித்த திடலில் ஈக்களும் பூச்சிகளும் மொய்க்காவண்ணம் அகிர்ப்புகை இடப்பட்டது. கூட்டத்தில் இருந்தவர்கள் சந்தனத்தையும் சவ்வாதையும் பூசிக்கொண்டார்கள்.

வேண்டுநர் வேண்டியாங்கு எய்தினர் வழிபட
ஆண்டு ஆண்டு உறைதலும் அறிந்தவாறே

என்று வேலன் வாழ்த்தவும், பாணன் பாட்டைத் தொடர்ந்தான். படையல் அனைவர்க்கும் பகிர்ந்தளிக்கப்பட்டது. நெடுகொம்பு ஊதலுடன் வெறியாட்டம் நிறைவு பெற்றது. ஞானகலைக்கு வெறியாடல் தடையின்றி நிறைவேறியதில் மகிழ்ச்சி. அவள் வேலனை நோக்கி, ‘கன்னம் தூக்கலையும் நடத்தவேண்டும்’ என்றாள்.

கன்னம் தூக்கல் என்பது வேலன் குறி சொல்லும் சடங்கு. வேலன், கன்னக்கோலைக் கைகளில் எடுத்துக் கும்பிட்டான். அது மருத

மரத்தால் ஆனது. ஒரு முழம் நீளமுடையது. தங்கப்பூண் சுற்றப் பட்டிருந்தது. அதன் நடுவில் பொறித்திருந்த வேலின்மீது கைகளால் தடவினான். பின்னர் செம்பியனின் தலைமேல் படுக்கையாக வைத்துச் சுழற்றிவிட்டான். அது இரண்டு சுற்றுச் சுற்றி, வலது தோளில் பட்டு செம்பியனின் மடியில் விழுந்தது. பெண்கள் மகிழ்ச்சிக் குலவை இட்டனர். இடது தோளில் விழுந்தாலும் முதுகுப்பக்கம் விழுந்தாலும் தீச்சகுனமாகக் கருதப்படும்.

'தாயே, இந்தப் பிள்ளைக்கு முருகன் அருள் பரிபூரணமாக இருக்கிறது. பற்றற்ற மகா ஞானியாக வருவான்' என்று கூறியதும், கூட்டத்தினர் தங்களையும் மறந்து சிரித்தனர். வேலன், 'என்ன காரணம்?' என்று கேட்பதுபோல் கூட்டத்தைப் பார்த்தான்.

'இவன் ஒரு பணப்பித்தன் என்று அவர்கள் நினைக்கிறார்கள்' என்று சேந்தன் எடுத்துக் கூறினான்.

'என் கன்னம் பொய் சொல்லாது. வேண்டுமானால் கழங்கையும் கேட்டுவிடலாம்' என்றபடி கழங்குக் காய்களை எடுத்து, முருகனை அழைத்தபடியே தரையில் இட்டான். ஆறு காய்களும் விழுந்து மலர்ந்தன.

'ஆறுமுகனே வந்துவிட்டான். எனது குறியில் பிழையில்லை' என்று வேலன் முடித்துக்கொண்டான்.

ஞானகலைக்கு நம்பிக்கை இல்லாவிட்டாலும், 'நல்லது நடந்தால் மகிழ்ச்சி' என்று வேண்டிக்கொண்டாள். வெறியாட வந்தவர்கள் சென்றுவிட்டனர்.

சேந்தனின் தந்தை செம்பியனைத் தனியே அழைத்துச் சென்று, 'போனது போகட்டும். உனக்குப் பொருளின்மேல் வெறி பிடித்திருப்பதாகத் தெரிகிறது. அது ஆபத்து. பொருட்செல்வம் பூரியார் கண்ணும் உள. வாய்மையில் வழுவினால் வாழ்வதில் பயனில்லை' என்றார்.

செம்பியன் கனத்த நெஞ்சோடு அவரது கைகளைப் பிடித்துக் கொண்டான்.

# 9

## சாவடிக்கு ஓய்வு என்பதே கிடையாது

நித்திலா வெகு நேரம் கையில் இருந்த இருவாட்சி மலரைப் பார்த்தபடியே இருந்தாள். நடந்து துயரச் செய்திகளை செம்பியன் விரிவாகக் கூறினான். நித்திலா கண் இமைக்காமல் கேட்டுக் கொண்டிருந்தாள். 'எனக்கு வேறு வழியில்லை நித்திலா! சந்திரசேனனின் மரணம் ஒன்றுதான் எனக்கு ஆறுதல் தரும்.'

'கொலை செய்த கையால்தான் என் கரம் பிடிப்பீர்கள் அல்லவா?'

'பழி துடைத்த கை என்றும் கூறலாம்.'

'செயல் ஒன்றுதானே?'

'நோக்கத்தின் வேறுபாடு தலையாயது அல்லவா? உதியனை இழப்பதற்குமுன் எங்கு வேண்டு மானாலும் பறந்துசெல்லக்கூடிய பறவையாக இருந்தேன். இன்று அருவிபோல் உணர்கிறேன். மலையிலிருந்து கீழே விழுவதைத்தவிர எனக்கு வேறு வழியில்லை. விழுந்தால் என்னாவாகும்,

கடலை அடைவேனா, காற்றில் கரைவேனா என்பது பற்றி எனக்குத் தெரியாது.'

'விழுந்த அருவி ஆறாக ஓடித்தானே ஆகவேண்டும்? அதில் நான் ஒரு புனையாக மிதக்கக்கூடாதா?'

'புனையாக மிதந்தால் கூடவே அழைத்துச் செல்லலாம். அணையாகக் குறுக்கிட்டால்?'

'உடைத்துச் செல்லுங்கள்!'

செம்பியன் நித்திலாவின் கைகளைப் பிடித்துக்கொண்டு, 'இப்போது நான் வாணிபம் செய்யப் புறப்படுகிறேன் என்று நினைத்தாயா? இல்லை. இங்கு திரும்பிய பக்கமெல்லாம், நானும் உதியனும் உரையாடி, உலா வந்து, உறவாடிய நினைவு வாட்டுகிறது. வெளியே சென்றால்தான் கயவர்கள் ஏதோ ஒரு வழியில் சிக்குவார்கள். நோக்கம் இதுவன்றிப் பொருளல்ல. இந்த முயற்சியில் நான் மாய்ந்துபோகவும் கூடும். மேலும் ஒரு முறை நீ கண் கலங்க நான் காரணமாக இருப்பதைக் கற்பனை செய்யக்கூட முடியவில்லை.'

முதுவேனிற்காலம் முடிந்ததும், இயற்கை தன் ஆடையை மாற்றிக் கொள்வதைப்போல செம்பியன் முற்றிலும் மாறிவிட்டான் என்பது நித்திலாவுக்குப் புரிந்தது. வேடிக்கையும், விளையாட்டும், சற்றே குழப்பமும் உடைய செம்பியன் மறைந்து, கடின சிந்தையும், வளைய மறுக்கும் மனமும், குறைவான பேச்சும் கொண்ட புதிய செம்பியன் முகிழ்த்துக்கொண்டிருக்கிறான்.

இருவரும் சிறிது நேரம் பேசாமல் இருந்தனர். ஒரு வண்டு ஒரு மலரின்மீது அமர முயன்றது. ஆனால் போ என மலர் விரட்டியது போலும். அது வேறொரு மலருக்குத் தாவ, அங்கும் இதே விரட்டல். எங்கும் அமர முடியாமல் தவித்த வண்டைப்போல செம்பியனின் மனமும் தவித்தது.

நித்திலா அந்த இடத்தைவிட்டுப் போகமாட்டாளா என்று செம்பியன் தவித்தான். அவள் சென்றதும் அவனும் விரைந்தான்.

●

அன்றிரவு, பூதப்பாண்டியனும், சேந்தனும், செம்பியனும், ஊர்ப்பொதுவில் அமர்ந்து உரையாடத் தொடங்கினர்.

'சேந்தா, வண்டிகளை நான்தான் ஏற்பாடு செய்திருக்கிறேன் என்பது உன் தந்தைக்கு எப்படித் தெரிந்தது?'

சேந்தன் பேசுவதற்கு முன்பாகவே, பூதன் ஓலை நறுக்கு ஒன்றைச் செம்பியனிடம் கொடுத்தான்.

'இளவள் செம்பியனுக்கு, மகாலிங்கம் அன்பினில் வரைந்தது. உனக்கு உதவி செய்வது போன்றே, நான் உண்மையாக இருப்பதும் தலையாயது என்று நினைக்கின்றேன். எனவே, இச்சாகடங்கள் என்னுடைவை அல்ல, மாறாக, உன்னுடையவை என்ற விவரத்தை ஓலைமூலமாகச் சேந்தனின் தந்தைக்குத் தெரிவித்துவிட்டேன். வணிகத்திற்கு முதல் வாய்மை. ஆசிகள்.'

சிறிது நேரம் யாரும் பேசவில்லை. சேந்தன் பேசினான். 'பூதனாரே, நமது பயணத்திட்டம் என்ன?'

'இன்று தை பதிமூன்றாம் நாள். பயணம் எளிதாக இருந்தால் மாசி மாத இறுதியில், மதுரையை அடைந்துவிடலாம். புகாரில் நாம் கொள்முதல் செய்யும் பண்டங்களை வாங்கும் வணிகர்கள், சித்திரை விழா விற்பனையை மனத்தில் வைத்து அவற்றை அங்காடி களுக்கு விற்பதற்கு ஏற்ற காலமாக இருக்கும். நாம் மறுகொள் முதலை முடித்துப் புறப்பட பங்குனியில் முக்கால் ஆகிவிடும். வைகாசி இடையில், வந்து சேர்ந்துவிடலாம்.'

'திரும்பிவரும் காலம் கடும் வெயில் காலமாக இருக்கிறதே?'

'வேறு வழியில்லை. சற்று முன்பின்னாகப் போனாலும் மழையில் மாட்டிக்கொள்வோம்.'

'உண்மைதான்' என்றான் சேந்தன்.

'வாணிகத் திட்டம் என்ன?' என்று கேட்டான் செம்பியன்.

'எனக்கு தானியக் கூள வாணிபத்தில் பயிற்சி உண்டு. அதில் ஈடுபடலாம். ஆறு வண்டிகளுக்குப் ஈழத்துப் பண்டங்கள் திரட்ட இருபது கழஞ்சுவரை ஆகலாம். சேரநாட்டுப் பண்டங்கள் என்றால் அறுபது கழஞ்சு ஆகலாம்.'

'மிலேச்ச, யவனப் பண்டங்கள் பற்றிக் கூறுங்கள்.'

'அவையெல்லாம் பெருந்தன வாணிபங்கள். இருநூறு கழஞ்சு இல்லாமல் அவற்றில் ஈடுபட முடியாது. அவ்வளவு செல்வம் இருந்தால் இரத்தின வாணிபத்தில்கூட ஈடுபடலாம்.'

'அதில் உங்களுக்குப் பயிற்சி உண்டா?' என்றான் செம்பியன்.

'சற்று நீரோட்டம் பார்ப்பேன். மற்றபடி மதிப்பீடு செய்யும் பயிற்சி இல்லை. உங்களிடம் எவ்வளவு பொன் இருக்கிறது?'

‘இனிமேல்தான் திரட்டவேண்டும்’ என்று முடித்தான் சேந்தன்.

‘இளைஞர்கள்தானே, வில்லாக வளைக்கலாம் என்று நினைத்தால், இவர்கள் அம்பாகப் பாய்வார்கள்போல் இருக்கிறதே’ என்று பூதன் நினைத்துக்கொண்டான்.

●

ஐந்து சாகடங்களில் மகாலிங்கர் பஞ்சுப் பொதிகளை அனுப்பியிருந்தார். அவற்றைப் புகாரில் விற்றுக்கொள்ளத் திட்டம். ஆறாவது சாகடத்தில் உணவும், உடைகளும், ஆயுதங்களும் ஏற்றப்பட்டன. செம்பியனும் சேந்தனும் அதில் ஏறிக்கொண்டார்கள். ஞானகலை பிரியாவிடை கொடுத்தாலும், மனத்தளவில் செம்பியனுடனேயே இருந்தாள்.

‘சேந்தா, இப்போதிலிருந்து பண்டக்கணக்கும் பணக்கணக்கும் உன் பொறுப்பு.’

‘அதைச் சொல்லவும் வேண்டுமோ?’

அதிகாலையில் புறப்பட்டார்கள். நண்பகல், புகார்க் கோட்டை கண்ணில் பட்டது. கோட்டைக்கு இரண்டு காத தூரத்திற்கு முன்பாகவே கூட்டம் அலைமோதியது. பாரஞ்சுமந்த சாகடங்கள், பூட்டிய நிலையிலும் பூட்டாத நிலையிலும், வரிசை வரிசையாக நின்றன. ஒவ்வொன்றைக் கடக்கும்போதும் ஒவ்வொருவித வாசனை சூழ்ந்தது. ஒவ்வொரு மரத்தடியிலும் ஒரு சிறு கூட்டம் காணப்பட்டது. ஒரு சிலர் மர நிழலில் பொதிமூட்டைகளைத் தைத்துக் கொண்டிருந்தனர். ஒரு சிலர், மூட்டைகளைச் சாகடங்களில் ஏற்ற ஆயத்தம் செய்துகொண்டிருந்தனர். அடுத்த மர நிழலில், சிலர் ஏதோ கடுமையான வாக்குவாதத்தில் ஈடுபட்டிருந்தனர். அடுத்த நிழலில் அப்ப விற்பனை விறுவிறுப்பாக நடைபெற்றுக் கொண்டிருந்தது. இப்படி ஒவ்வொரு நிழலிலும், உணவு, கள், யவனத்தேறல், சாகடக் கயிறுகள், மணிகள் என்று ஏதாவது விற்பனை ஆகிக்கொண்டிருந்தது.

அண்டர், அவியர், அருவாளர், ஆவியர், ஒளியர், கங்கர், கடம்பர், கட்டியர், குட்டுவர், குடவர், கூளியர், கொங்கர், கோசலர், சேரலர், தொண்டையர், நந்தர், மள்ளர், மழவர், மிலேச்சர், மோரியர், வடுகர், விச்சியர் எனப் பல நாட்டவரும் கொத்துக் கொத்தாகக் கூடிப் பேசிக்கொண்டிருந்தார்கள். யவனர்களும் கொடுந்தமிழ் பேசினார்கள். நாடு, இனம், மொழி, மதம், பண்பாடு என்று வேற்றுமைகள் இருந்தாலும், இவர்கள் அனைவரையும் இணைப்பது ஒன்றே ஒன்றுதான் - சோழக் காசு. அது செப்புக் காசாக இருந்தாலும்,

வெள்ளிக் காணமாக இருந்தாலும், பொற் கழஞ்சாக இருந்தாலும், அதைத் திரட்டுவது ஒன்றே இவர்களது குறிக்கோள்.

கோட்டைக்குப் பல உள்வாயில்களும் வெளி வாயில்களும் இருந்தன. அரச முத்திரை பொறித்த வண்டிகளுக்குத் தனி வாயில் இருந்தது. மற்ற வாயில்கள் அனைத்திலும் ஆட்களும், மாட்டு வண்டிகளும், பொதி ஏற்றப்பட்ட கழுதைகளும், குதிரைகளும், தலைச் சுமையாளர்களும், தின்பண்டங்கள் விற்பவர்களும் மொய்த்துக்கொண்டிருந்தார்கள்.

'முதலில் வரி செலுத்திவிட்டுக் கடவு ஓலை வாங்கி வரலாம்' என்று பூதன் கூறினான். மூவரும் சுங்கச்சாவடிக்குச் சென்றனர். ஐம்பதிற்கும் மேற்பட்டோர் சுறுசுறுப்பாக இயங்கிக்கொண்டிருந்தனர். அனைவரும் கழுத்திலோ, புயத்திலோ, விரலிலோ புலிச் சின்னத்தை அணிந்திருந்தனர். இளைஞன் ஒருவன் வரவேற்றான். 'என்ன பொதி?'

'பஞ்சு' என்றான் பூதன்.

'எத்தனைச் சாகடங்கள்?'

'பொதி வண்டிகள் ஐந்து, மற்றொன்று தற்பயனுக்கு.'

'ஏற்றுமதியா, விற்பனையா?'

'விற்பனைதான்.'

'பொதிச்சாகடம் ஒன்றுக்கு ஒரு காசு. தற்பயன் சாகடத்திற்கு வரியில்லை.'

சேந்தன் பணம் கொடுத்தான். அவ்விளைஞன் துணி ஓலையில் எழுதி, பணத்தையும் ஓலையையும் மேலதிகாரியிடம் கொடுத்தான். அவர் பணத்தை வாங்கிக்கொண்டு, சிறிய மண் குடுவையில் கொதித்துக்கொண்டிருந்த அரக்கைச் சிறிதளவு ஊற்றி, அது உலர்வதற்குள் முத்திரையைப் பதித்தார்.

'கிழக்கே உணவுச் சாலை உள்ளது. முத்திரை ஓலையைக் காட்டினால் உணவுக்குக் கட்டணமில்லை' என்று சிரித்தவாறே ஓலையைக் கொடுத்தான்.

'மிக்க நன்றி' என்று சேந்தன் வாங்கிக்கொண்டான்.

'கலியனே, அவர்களின் பொதிக்கு முத்திரை இட்டு வா' என்று இளைஞன் மற்றொருவனிடம் கூறினான். கலியன் அவர்களோடு வந்து ஒவ்வொரு மூட்டைக்கும் சாந்து முத்திரையிட்டான். அவர்கள் கொண்டுவந்த உணவு மூட்டைக்கும் முத்திரையிட்டான்.

வரியில்லை என்றாலும், சோதனை முடிந்தது என்பதற்காக என்று விளக்கினான்.

'எத்தனை நாழிகை உங்களது சாவடி திறந்திருக்கும்' என்று செம்பியன் கேட்டான்.

'சாவடிக்கு ஓய்வு என்பதே கிடையாது.'

'உங்களுக்கு ஓய்வு எப்போது?'

'காலை, நண்பகல், எற்பாடு என மூன்று சிறுபொழுதுகள் நான் வேலை செய்வேன். அதன்பின் என் மாற்றாள் வருவான். அவன் மாலை, யாமம், வைகறை என மூன்று சிறுபொழுதுகள் வேலை செய்வான். மறைநிலவு அன்றும் நிறைநிலவு அன்றும் பொழுதுகள் மாற்றப்படும். கதிரவனின் தேர்க்குதிரைகளுக்குக்கூட ஓய்வு இருக்கலாம். சோழ மன்னனின் பணிக்கு ஓய்வு என்பது இல்லை.'

'பஞ்சு விற்பனை பற்றி உங்களுக்கு யாரேனும் தெரியுமா?'

'மருவூர்ப்பாக்கம் செல்லுங்கள். அங்குள்ள வெள்ளிடை மன்றத்தை அணுகினால் உதவி செய்வார்கள். மேலும் அங்குதான் பண்டகசாலைகள் அதிகம் உள்ளன. மற்றோரு செய்தி. வண்டிகள் கோட்டைக்குள் நான்கு நாட்கள் மட்டுமே இருக்க அனுமதி வழங்கப்பட்டுள்ளது. பண்டம் விற்றுத் தீர்ந்தாலும் தீராவிட்டாலும், வண்டிகள் வெளியேறிவிடவேண்டும். மீறினால், அதிகமாகும் ஒவ்வொரு நாளுக்கும், வண்டிக்கு ஒரு காசு மேல் அபராதமாக வசூலிக்கப்படும். கோட்டைக்குள் இடப்பற்றாக்குறை காரணமாக இந்தக் கட்டாயம்.'

●

கோட்டையைக் கடந்து நகருக்குள் நுழையும்போது நண்பகல் முடிந்து ஏற்பாடு தொடங்கியிருந்தது.

'இப்போதல்லவா புரிகிறது, இந்நகருக்கு இப்பெயர் எப்படி வந்ததென்று' என்றான் செம்பியன்.

'எதிரிகள் புக முடியாது என்பதனால் புகார் என்று பெயர் வந்தது என்று நினைக்கிறேன்' என்றான் சேந்தன்.

'இல்லை. இந்தக் கூட்ட நெரிசலில் யாரும் உள்ளே புக முடியாது என்பதுதான் உண்மையான காரணம் என்று நினைக்கிறேன்!'

'முதலில் நல்ல சாவடிக்குச் செல்வோம். பின்னர் வெள்ளிடை மன்றத்திற்கும் அங்காடித் தெருக்களுக்கும் சென்று பஞ்சு விலையை விசாரிப்போம்' என்றான் பூதன்.

# 10

## சோழநாடு மட்டுந்தான் சோறுடைத்து

பூம்புகாரில் வெள்ளிடை மன்றம், இலஞ்சி மன்றம், நெடுங்கல் மன்றம், பாவை மன்றம் எனப் பல மன்றங்கள் இருந்தன. மன்றம் என்பது ஒரு நிர்வாக அமைப்பு. வெள்ளிடை மன்றம் என்பது, வணிகர்களுக்குப் பண்டகசாலை வசதி செய்துதருவதற்கான ஓர் அமைப்பு. இங்கே பணம் செலுத்தி ஓலை பெற்றுக்கொண்டால் உரிய பண்டகசாலையில் பொருட்களைச் சேமித்து வைத்துக்கொள்ளலாம். முதல் முறை பணம் கட்டினால் பத்து நாட்கள் வைத்துக்கொள்ளலாம். அடுத்து வரும் ஒவ்வொரு நாளுக்கும் தொகை கூடிக்கொண்டே போகும். பொருட்களின் அளவு, தரம் கருதி உரிய இடத்தை ஒதுக்கித்தருவார்கள்.

இலஞ்சி மன்றம் என்பது, உடல் நலிவுற்ற கடலோடிகளுக்கும் வணிகர்களுக்கும் மருத்துவ வசதி செய்துதரும் அமைப்பாகும். மிகச் சிறந்த மருத்துவர்கள் பணியாற்றுவதால், செல்வந்தர்களும் பரதவர்களும் அங்கு வருவது வழக்கம். வெளிநாட்டவர்களுக்கு இது ஓர் அதிசய மன்றமாகும். நெடுநாள் தீராத நோய்களும் ஓரிரு

நாட்களில் தீர்ந்துவிடுவதால், இம்மன்றத்துப் பொய்கையில் குளித்தாலே போதும், எல்லா நோய்களும் பறந்தோடிவிடும் என்பது அவர்களது நம்பிக்கை. பாவம் மருத்துவர்கள்.

மன நோயாளிக்கு வைத்தியம் செய்வது நெடுங்கல் மன்றத்தின் வேலை. இம்மன்றத்தின் நடுவே மிகப் பெரிய கல் தூண் நடப்பட்டிருக்கும். மனநோயாளிகளுக்கு உடற்பயிற்சி வேண்டும் என்பதால், அவர்களை இத்தூணைச் சுற்றிவரச் செய்வது வழக்கம்.

அதிகாரிகளின் முடிவில் தவறு இருப்பதாகக் குடிமகன் ஒருவன் கருதினால் அவன் செல்லவேண்டிய இடம் பாவை மன்றம். இது ஒரு மேல்முறையீட்டு மன்றம். எண்பேராயத்திலும் ஐம்பெருங் குழுவிலும் நீதி கிடைக்கவில்லை என்று நினைப்பவர்கள் இங்கே மேல்முறையீடு செய்யலாம். இதில் அரசின் சட்ட, திட்டங்கள் பற்றிய வழக்குகள் மட்டுமே விசாரணைக்கு எடுத்துக்கொள்ளப்படும். அரசின் நெறியிலும் குறை உள்ளதே என்பதை நினைத்து ஒரு பெண் அழுவது போன்ற சிற்பமும் கொடியும் காணப்படும்.

பொது நீதி பற்றிய வழக்குகளையும் தனி நபர் வழக்குகளையும் மேல் முறையீடு செய்யவேண்டிய இடம் பூதச் சதுக்கம். போதுவாக எந்த வழக்கிலும் சட்டம், ஆவணம், அயலார் கூற்று என்னும் மூவகைக் கோட்பாட்டின் அடிப்படையில் தீர்ப்பு வழங்கப்படும். அரசின் சட்டத்திலும், வழக்காடிகள் கொடுத்த ஆவணத்திலும் பெரும்பாலும் குறை இருக்காது. அயலார் கூற்று பிறழக்கூடியது. பிறழ்கூற்று மெய்ப்பிக்கப்பட்டால் கடும் தண்டனை வழங்கப்படும் என்பதை நினைவூட்ட கையில் சுருக்குக் கயிற்றோடு மாபெரும் பூதச் சிலை அங்கே காணப்படும்.

புகார், பூம்புகார் என்றெல்லாம் அழைக்கப்படும் காவிரிப்பூம் பட்டினம் என்பது சோழ சாம்ராஜ்ஜியத்தில மிகப்பெரிய நகரமாகும். நகரின் தெற்கே காவிரி ஓடுகிறது. கிழக்கே கடல். வடக்குக் கோட்டை வாயில் வழியாக, தென் வடலாகச் செல்லும் அரச வீதி, ஊரை இரண்டாகப் பிரிக்கிறது. இது இரண்டு கல் நீளம் உடையது. அரச வீதியிலிருந்து பல கிளைத் தெருக்கள், கிழக்கு மேற்காகப் பிரிகின்றன. ஒவ்வொன்றும் ஓர் அங்காடித்தெரு. சுமார் ஒரு காத நீளம் உடையவை. எல்லா அங்காடித் தெருக்களும் ஒரு தோப்பில் சென்று முடிகின்றன. தோப்பு நான்கு காத அகலமும் அரச வீதியின் நீளமும் உடையது. அரச வீதியின் இரண்டு பக்கங்களிலும் அங்காடித் தெருக்களும், அவற்றைத் தாண்டி இரண்டு தோப்புகளும் உள்ளன.

கிழக்கே அமைந்த தோப்பிற்கும் கடலுக்கும் இடையே மருவூர்ப்பாக்கம் என்னும் பகுதி உள்ளது. அதைப் போலவே மேற்கே இருந்த தோப்பிற்கும் கோட்டை மதிலுக்கும் இடையே பட்டினப்பாக்கம் அமைந்துள்ளது. அரசனும், உயரிய அதிகாரிகளும், பெருந்தனச் செல்வந்தர்களும் வசிக்கும் இடம் பட்டினப்பாக்கம். அவர்கள் மட்டுமே மேற்குக் கோட்டை வாயிலைப் பயன்படுத்து வார்கள். மற்றவர்களுக்கு அனுமதி கிடையாது.

அங்காடித் தெருக்களின் இரைச்சல் நகர மக்களைத் தொந்தரவு செய்யக்கூடாது என்பதே, இடையில் தோப்பு அமைக்கப்பட்டதன் காரணம். இளவந்திச் சோலை, உய்யணம் என்ற இரண்டு தோப்புகள் மருவூர்ப்பாக்கத்தை அங்காடித் தெருக்களிடமிருந்து இடைவெளிப்படுத்தின. சன்பதிவனம், உறவனம் என்ற தோப்புகள் பட்டினப்பாக்கத்தை அங்காடித் தெருக்களிடமிருந்து இடைவெளிப் படுத்தின. காவிரிவனம் என்ற தோப்பு துறைமுகத்தை மற்ற பகுதிகளிடமிருந்து பிரித்தது.

மருவூர்ப்பாக்கத்தில் நுழைந்த உடனேயே, வெள்ளிடை மன்றம் இருந்தது. வண்டிகளைச் சேந்தன் அழைத்துவர, செம்பியனும் பூதனும் மன்றத்தினுள் சென்றார்கள்.

‘வாருங்கள். என்ன வேண்டும்?’ என்று இங்கும் ஓர் இளைய அதிகாரி வரவேற்றார்.

‘ஐந்து வண்டி பஞ்சுப் பொதியைச் சேமிக்கவேண்டும். தரவோலை யும் வேண்டும்’ என்றான் பூதன்.

பொருளின் தரத்தைச் சோதித்து வெள்ளிடை மன்றம் வழங்கும் ஓலையை எல்லா வணிகர்களும் ஏற்றுக்கொள்வார்கள். இந்த ஓலை இல்லாவிட்டால் ஒவ்வொரு வணிகனும் தனித்தனியே பொருளைச் சோதிக்கவேண்டும். கால விரையத்தைத் தவிர்க்கவே இந்த ஏற்பாடு. மேலும், விற்பனைக்குச் செல்லும்போது சேமிப் போலை, தரவோலை என இரண்டை மட்டும் கொண்டுசென்றால் போதுமானது. பொதியைத் தூக்கிக்கொண்டு போகவேண்டிய அவசியம் இல்லை.

‘இவருடன் சென்று பொதியை இறக்கிவையுங்கள். சோதனை நாயகம் வரச் சிறிது நேரமாகும்.’

பண்டகசாலையைப் பார்த்தவுடன் செம்பியனும் சேந்தனும் மயங்கி விட்டார்கள் என்பதுதான் உண்மை. சாலைக்கு முன்புறமாகவே காழத்துத் தேக்கு மரங்கள் அடுக்கிவைக்கப்பட்டிருந்தன. அகிரும்,

சந்தனக்கட்டைகளும், கோம்பும், கூதளமும் அம்பாரமாகக் கிடந்தன. பத்தடிக்கு ஒரு காவலன் வேலோடு நின்று கொண்டிருந்தான்.

'இவை எல்லாம் ஏன் வெளியே வைக்கப்பட்டிருக்கின்றன?' என்று சேந்தன் கேட்டான்.

'இடப் பற்றாக்குறைதான். சாலைக்குள்ளே உணவு தானியங்கள், துணி, துகில் போன்றவை மட்டும்தான் வைக்கப்படும்' என்றான் அதிகாரி.

பண்டகசாலை முந்நூறு அடி நீளமும், அறுபது அடி அகலமும், முப்பது அடி உயரமும் உடையது. பண்டகக் கடல் என்றுதான் சொல்ல வேண்டும். இங்கே என்ன இருக்கிறது, எவ்வளவு இருக்கிறது, எப்படி இருக்கிறது என்பதை எண்ணிப் பார்க்கவும் இயலாமல் இருவரும் நின்றனர். மூன்று நாழிகை கழித்து ஓலை வந்தது.

பொருள்: பஞ்சு

நிறை: 'ரு' பாரம், 'ச' மணங்கு, 'அ' வீசை;

தரம்: ஏழாம் படி, பன்னல்

சாலை: போழ் முகை

முத்திரை நாயகம்: மாக்கோதை கருந்தும்பி

என்று எழுதி முத்திரை இடப்பட்டிருந்தது. சேந்தன் அதனை வாங்கிக்கொண்டான்.

பூதன் தனக்குப் பழக்கமிருந்த சாவடிக்கு அனைவரையும் அழைத்துச்சென்றான். காவிரியில் நீராடியபின், சற்று ஓய்வு எடுத்தனர். ஒரு நாள் பயணத்தில் வேறு உலகத்திற்கே வந்ததுபோல் உணர்ந்தனர். புதுமைகளைக் கண்ட வியப்பும் மாற்றம் தந்த மயக்கமும் சேர்ந்து புதிய மனநிலையில் இருந்தனர்.

'பூதனாரே, பஞ்சுப் பொதியை எப்படி விற்பது? மதுரை வாணிபத்திற்கு என்னென்ன பண்டங்கள் வாங்குவது என்பது பற்றி முடிவு செய்துள்ளீர்களா?' என்று செம்பியன் கேட்டான்.

'இரவு கவ்வியதால அல்லங்காடிகள் மட்டும்தான் திறந்திருக்கும். பஞ்சு, நாளங்காடியில்தான் வாங்கப்படும். அதை நாளை பார்த்துக் கொள்ளலாம். இப்போது அல்லங்காடிகளைப் பார்வையிடுவோம். பொருட்களைக் குறித்துக்கொள்வோம். பஞ்சு விலையானதும் கொள்முதலில் இறங்கலாம்.'

சாவடியை விட்டு அவர்கள் வெளியே வரும்போது நன்றாக இருட்டிவிட்டிருந்தது. அரச வீதியை அடைந்ததும் மாலையில் பார்த்தது இதே ஊர்தானா என்று ஐயம் உண்டானது. எங்கு பார்த்தாலும் விளக்குகள், தீபங்கள், சுடர்கள், பந்தங்கள் என்று ஒளிமயம்தான். பாவை விளக்கு, அகல் விளக்கு, சிமிழ் விளக்கு, குமிழ் விளக்கு, தண்டு விளக்கு, குத்து விளக்கு, சர விளக்கு, வரிசை விளக்கு, மணி விளக்கு எனப் பலவித விளக்குகள் காணப்பட்டன. அரச வீதியிலும் அங்காடித் தெருக்களிலும் கல் தூண்கள் நிறுத்தப் பட்டு உச்சியில் விளக்குகள் எரிந்துகொண்டிருந்தன.

மாலையில் பார்க்காத ஒன்றை இப்போது காண முடிந்தது. தனியாகவும் சிறுசிறு கூட்டமாகவும் நடமாடும் பெண்கள். சில பெண்கள் யவனரோடும், குடகரோடும், கங்கரோடும், குணவரோடும் அவர்களது மொழியில் பேசிக்கொண்டிருந்தார்கள்.

அவர்களது ஒப்பனை மிகுதியாகத் தெரிந்தது. தலையில் குச்சம், குஞ்சம், சலாங்கம், சேகரம், செருகுப்பூ அணிந்து, முடியைக் கொண்டையிட்டு, அதில் கொண்டைத்திருகை பூட்டியிருந்தார்கள். காதுகளில் தோடு, குழை, இலை, மருகு, செவிப்பூ, மடல் முதலியன அணிந்திருந்தார்கள். கால்களில் கொலுசு, காலாழி, பில்லனை, முஞ்சி முதலியன அணிந்திருந்தார்கள். கைகளில் சங்கு வளை, முது வளை, காப்பு, நெளிவு ஆகியவை மின்னின. கழுத்தில் ஒன்றும் அணியவில்லை. இப்பெண்கள் இடையில் கலையாடையை அணிந்து, அதன்மேல் காஞ்சியை வரிந்து கட்டி, அதன்மேல் மேகலையையும் அணிந்திருந்தார்கள். புயங்களில் வாகுவளையம் மட்டும்தான். மற்றபடி, மேலே கச்சுமில்லை, கலிங்கமும் இல்லை. திறந்த மார்பில் குங்குமத்தைக் குழைத்துப் பூசியிருந்தார்கள். விழாக்கால ஒப்பனையோடு அவர்கள் கடந்து செல்லும்போது உண்டாகும் நறுமணத் தாக்கம் குளிர்ச்சியுடன் கிறங்கடித்தது.

'பூதனாரே ! இது என்ன கோலம்?' என்றான் சேந்தன்.

'இதுதான் நகரத்து நாகரிகம். புகாரில் உள்ள உயர்குடிப் பெண்களும் கூட குங்குமத்தை மட்டும் பூசிக்கொண்டு வெற்று மார்போடு உலா வருவது மிக இயல்பான ஒன்று.'

'யார் இந்தப் பெண்கள்?'

'இவர்களுள் பலரும் கொண்டி மகளிர். ஒரு சிலர் நன்குடிப் பரத்தையர். வேறு சிலர் காமக்கிழத்தியர். பெரும்பாலோர் பொது மகளிர், வரைவின் மகளிர், பொருட்பெண்டிர், சலதி மகளிர் மற்றும் கணிகையர் ஆவார்கள்' என்றான் பூதன்.

கொண்டி மகளிர் என்பவர்கள், கடலோடிகளின் காதல் மொழியில் மயங்கி அவர்களோடு மரக்கலங்களில் வந்து, பின்னர் கைவிடப் பட்டவர்கள். திரும்பிச்செல்ல வழியில்லாமல் ஆங்காங்கே தங்கி விடுபவர்கள். நன்குடிப் பரத்தையர் என்போர் ஒரு குறிப்பிட்ட ஆடவனோடு மட்டும் தொடர்பு கொண்டவர்கள். இவர்களுள் நாட்டியமும் இசையும் தெரிந்தவர்கள் கணிகையர் ஆவர். காமக்கிழத்தியரும் அவ்வாறே. ஆனால் இவர்களது குழந்தைகளை, மிக அரிதாக, வாரிசாகக் கருதுவதும் உண்டு. மற்றவர்களுக்குப் பெயரளவில் மட்டும்தான் வேறுபாடு.

'பூதனாரே! உடனே அங்காடித் தெருவில் நுழையுங்கள். இந்த மாய வலையில் விழவேண்டும் என்று மனம் துடிக்கிறது' என்றான் சேந்தன்.

'சேந்தா! நீயுமா இப்படிப் பேசுகிறாய்? இது ஆடவரின் பொழுது போக்கினால் விளைந்த கோலம் அல்லவா? விதைத்தவனை விடுத்து விளைந்ததை நோவானேன்?' என்றான் செம்பியன்.

மருவூர்ப்பாக்கத்தின் அல்லங்காடிக்குள் மூவரும் புகுந்தனர்.

கோவியர் வீதி முழுவதும் பால், நெய், வெண்ணெய் முதலிய வற்றையும், அவற்றால் செய்யப்பட்ட பலவிதத் தின்பண்டங் களையும் விற்பனை செய்யும் அங்காடிகள் நிறைந்திருந்தன. மாதுளங்காயைச் சிறு துண்டுகளாக்கி, வெண்ணெயில் கலந்து, மிளகுப் பொடி தூவி விற்றுக்கொண்டிருந்தனர். கூட்டம் மொய்த்தது. மூவரும் வாங்கிச் சுவைத்தனர்.

'ஆ, இந்தச் சுவைக்காகவே புகாரில் தங்கிவிடலாம்போல் இருக்கிறதே' என்றான் பூதன்.

'ஒருவேளை கொண்டி மகளிரும் இதனால்தான் புகாரிலேயே தங்கி விட்டார்களோ' என்றான் சேந்தன்.

சிரித்தபடியே மூவரும் நின வீதிக்குள் புகுந்தனர். ஆடு, மறி, கோழி, மயில், காடை, மான் எனப் பலவித இறைச்சிகளை வறுத்தும், பொறித்தும், வதக்கியும், பிரட்டியும், அவித்தும் வகைவகையாக விற்பனைக்கு வைக்கப்பட்டிருந்தன. அதிலும் சிறிது சுவைத்தார்கள். இவ்வீதியின் இறுதியில் கள், காடி, நறவு, தேறல் விற்கும் அங்காடிகள் இருந்தன.

கயல் வீதிக்குள் நுழைய முடியவில்லை. அவ்வளவு கூட்டம். மாலையில் பிடித்த மீன்கள் உடனுக்குடன் வந்துகொண்டிருந்தன. வந்த வேகத்தில் விற்றுத் தீர்ந்தவண்ணம் இருந்தன.

‘இந்தப்புறம் வாருங்கள்’ என்று பூதன் அழைத்துச்சென்றான். அது காழியர் வீதி. வெண் புட்டு, நெய்ப் புட்டு, தெங்குப் புட்டு, குழல் புட்டு எனப் பலவகைப் புட்டுகளும் அப்பங்களும் விற்கும் அங்காடிகள் இருந்தன. ‘அடடே, இங்கு முதலிலேயே கூட்டி வந்திருக்கக்கூடாதா?’ எனச் சிரித்தான் சேந்தன். உண்டு முடிக்க இரண்டு நாழிகையானது.

கஞ்சகர் வீதியில் செம்பு, பித்தளை, வெண்கலம் ஆகியவற்றால் செய்யப்பட்ட பலவிதமான உணவுப் பாத்திரங்களை விற்கும் அங்காடிகள் இருந்தன.

‘அம்மாவுக்குச் சில வட்டில்களும் சட்டுவங்களும் வாங்க வேண்டும்’ என்று நினைத்துக்கொண்டான் செம்பியன்.

‘அதோ, தூரத்தில் ஒரு விளக்கு தெரிகிறதே, அதென்ன?’

‘அதுதான் கலங்களைக் கரைந்து அழைக்கும் கலங்கரை விளக்கம்.’

‘ஓ, விளக்கு கரைந்தும் அழைக்குமோ?’

‘கணவனையோ காதலனையோ நெடுநாள் பிரிந்திருக்கும் நெய்தல் நிலப்பெண்களின் உள்ளத்தில் எரியும் கொழுந்தல்லவா அங்கு சுடராக ஒளிவிடுகிறது. அதனால் கரைந்தும் அழைக்கும், கட்டியும் இழுத்துவரும்.’

‘பூதனாரே, நடக்க முடியவில்லை. அடுத்து என்னென்ன வீதிகள் உள்ளன?’ என்றான் சேந்தன்.

‘கண்ணுளர் வீதி, கூல வீதி, துன்னர் வீதி என்று பல இருக்கின்றன.’

‘மற்றோரு நாள் காணலாமே.’

‘அப்படியே ஆகட்டும். வாருங்கள், அன்ன சாலைக்குப் போகலாம்.’

இரவு உணவுக்கு சோழநாட்டின் மிகப் புகழ் பெற்ற அன்ன சாலைக்குச் செல்லலாம் என்று முடிவு செய்தனர்.

‘அன்ன சாலை பட்டினப்பாக்கத்தில் இருக்கிறது என்று தெரியும். இதுவரை சென்றதில்லை. வழி கேட்டுக்கொள்ளலாம்’ என்றான் பூதன்.

சோணகர் வீதியைத் தாண்டியதும் வழியெங்கும் நசநசவென்று இருந்தது. நீண்ட அந்த வீதி நெடுகவும், நீர் கட்டி நின்றது. காலை வைப்பதா, வேண்டாமா என்ற சிந்தனையில் இருந்தபோது அவ்வழியே சென்ற ஒருவனிடம் பூதன் வழி கேட்டான்.

‘புதியவர்களா?’

‘ஆமாம் ஐயா.’

‘தேங்கி இருக்கும் இந்த நீரில் காலை வையப்பா.’

பூதன் தயக்கத்துடன் வைத்தான். தை மாதக் குளிரிலும் வெதுவெதுப்பாக இருந்தது. வியப்புடன் அவரைப் பார்த்தான்.

‘அன்ன சாலையில் சோறு பொங்கியபின் வடிக்கும் நீர்தான் இது. இதன் வழியே சென்றால் அங்கே போய்ச் சேரலாம்.’

‘மழை வெள்ளம்போல் ஓடுகிறதே’ என்று வியந்தான் சேந்தன்.

‘உண்மைதான் இளவல்களே. காலை தொடங்கி யாமம்வரை இடைவிடாமல் உணவு வழங்கப்படுவதால் இப்படி வடிநீர் ஓடுவது இயல்புதான்.’

‘ஆனாலும், வீதிகளில் ஓடவிடுவது நன்றாக இல்லையே...’ என்றன் செம்பியன்.

‘உண்மைதான். ஆனாலும் வேறு வழியில்லை. அன்ன சாலையின் பின்புறம் எச்சில் இலைகள் மலைபோல் குவிந்துகிடக்கின்றன. வண்டிகளில் தொடர்ந்து அகற்றப்பட்டலும் சேர்ப்பு நின்றால் தானே. வலப்புறம், மிகுந்துபோன காய்கறிகளும் உணவுப்பண்டங்களும் மாட்டுத் தீவனத்திற்காகக் கொட்டிவைக்கப்பட்டுள்ளன. இடப்புறத்தில் இந்தக்கோலம்...’ என்றபடி தரையைச் சுட்டிக்காட்டினான்.

‘இவ்வீதிகளில் வசிக்கும் மக்களுக்குத் தொல்லைதானே?’

‘இல்லை. இவ்வீதிகளின் இரண்டு பக்கங்களிலும் வீடுகள் கிடையாது. அன்ன சாலைக்கு வேண்டிய பொருட்களைச் சேமிக்கும் விடுதிகள் தான். அப்பனே, மறந்துவிடாதே. நெல் மற்ற நாடுகளிலும் விளைகிறது. ஆனால் சோழநாடு மட்டுந்தான் சோறுடைத்து. அதனைப் பறைசாற்றுவது இந்த அன்ன சாலை.’

# 11

## பொன் உருக்கும் இடத்தில் பூனைக்கு என்ன வேலை?

மறு நாள் காலை பூம்புகார் புதிய பொலிவோடு காட்சியளித்தது. நேற்று மாலையும் இரவிலும் பார்த்தது இதே நகரந்தானா என்று செம்பியனும் சேந்தனும் வியப்புடன் வேடிக்கை பார்த்தார்கள்.

நகர மாந்தர்கள் அனைவருமே வேக வேகமாக நடந்தவண்ணம் இருந்தனர். இரவில், திரும்பிய பக்கமெல்லாம் விளக்குகள் தென்பட்டன. காலையில், திரும்பிய பக்கமெல்லாம் கொடிகள். அரச வீதி எங்கும் கொடிகள்.

ஒவ்வொரு வீதியின் முகப்பிலும் அங்கு அங்காடிகள் வைத்துள்ளவர்கள் எந்தப் பிரிவைச் சேர்ந்தவர்களோ அந்தப் பிரிவுக்கான அடையாளக் கொடி பறந்தது. வீதியின் உள்ளே சென்றால் ஒவ்வோர் அங்காடிக்கும் மேலாக, அதன் தனி முத்திரைச் சின்னம் தாங்கிய கொடிகள் பறந்து கொண்டிருந்தன.

யவன வீதியின் முன்பாக சிங்கக் கொடியும், மிலேச்ச வீதியில் பிறைக் கொடியும், ஈழ

வீதியில் தென்னைமரக் கொடியும், காழத்து வீதியில் வச்சிராயுதக் கொடியும், காம்போஜ வீதியில் காண்டாக் கொடியும், சீன வீதியில் நெடுஞ்சுவர்க் கொடியும், கடார வீதியில் மூங்கிலின்மேல் விண்மீன் பொறித்த கொடியும், மணிபல்லவ வீதியில் கலங்கரை விளக்கக் கொடியும் பறந்தன.

இவையல்லாமல், உள் நாட்டு வணிக வீதிகளில், விற்கப்படும் பொருட்களுக்கு ஏற்பப் பலவிதக் கொடிகள் பறந்துகொண்டிருந்தன.

பஞ்சைப் பணமாக்கிக்கொண்டார்கள்.

'முதலில் சரஞ்சேருவதை உறுதி செய்துகொள்வோம். பின்னர், என்ன பண்டம் கொள்வது என்பதை முடிவு செய்யலாம். தச்சர் வீதியில் எனக்குத் தெரிந்த சிலர் உள்ளனர். அவர்களிடம் உதவி கேட்கலாம்' என்றான் பூதன்.

பல வீதிகளைக் கடந்து சென்றபோது, பூதன் ஒரு மண்டபத்தின்முன் நின்றான். 'செம்பியா, இந்த மண்டபம் என்னவென்று தெரிகிறதா?'

'இதன் நேர்த்தியையும் தொன்மையையும் பார்த்தால் சித்திர மண்டபமாக இருக்கவேண்டும்.'

'சரியாகச் சொன்னாய்.'

'இதில் என்ன சிறப்பு. இதைவிட அழகான பல மாளிகைகள் காணப்படுகின்றனவே?' என்றான் சேந்தன்.

'மாமன்னர் கரிகாலர் வடக்கே படை எடுத்துச் சென்றபோது, மகத நாட்டு மன்னன் வெள்ளியிலான பட்டிமண்டபத்தையும், வச்சிர நாட்டு மன்னன் முத்துப்பந்தரையும், அவந்தி நாட்டு மன்னன் வெள்ளித் தோரணவாயிலையும் திரையாகச் செலுத்தினர். இதுதான் அந்தத் தோரணவாயில். முத்துப் பந்தரும், பட்டிமண்டபமும் இம்மாளிகையின் சித்திர மண்டபத்தில் வைக்கப்பட்டுள்ளன' என்றான் பூதன்.

தச்சர் தெருவில் உள்ள அங்காடிகளில் மாடுகளுக்கும் வண்டிகளுக்கும் தேவையான அனைத்துப் பொருட்களும் விற்பனைக்கு வைக்கப் பட்டிருந்தன. மாடுகளின் கழுத்தில் கட்டப்படும் மணிகள், சலங்கைகள், கொம்பில் பொருத்தப்படும் பூண்கள், கயிறுகள், அச்சாணி, ஆரக்கால், கால் கவசம், வண்டிப்பாய்கள் எனப் பலவும் காணப்பட்டன.

சிறிது நேர விசாரிப்புகளுக்குப்பிறகு, பூதன், நீலகண்டனைக் கண்டுபிடித்தான்.

‘சரஞ்சேருவது கடினமில்லை என்றாலும், புதிய வண்டிகளாக இருந்தால்தான் மதுரை வாணிபத்திற்கு உடனே ஏற்றுக்கொள்வார்கள். நீண்ட தூரப் பயணத்திற்குப் பழைய வண்டிகள் ஏற்றவை அல்ல’ என்றான் நீலகண்டன்.

‘எங்களது வண்டிகளைப் பார்த்து நீ உன் கருத்தைச் சொல்’ என்றான் பூதன்.

அனைவரும் வண்டிகள் நின்ற இடத்திற்குச் சென்றனர். வண்டிகளைப் பார்த்ததும் நீலகண்டன் முகம் சுழித்தான்.

‘இவர்கள்தான் இளவல்கள். நீ தேர்ச்சி உடையவன்தானே. இந்த வண்டிகளைப் பார்த்தால் உனக்குத் தெரியாதா?’

‘நல்ல வண்டிகள் என்றுதான் நினைத்தேன்’ என்று இழுத்தான் பூதன்.

‘இவற்றில் என்ன குறை என்று விளக்கினால் நேர் செய்ய முடியுமா என்று பார்க்கிறோம்’ என்று செம்பியன் இடைமறித்தான்.

நீலகண்டன் ஒரு வண்டியின் முன்பாக நின்றான். ‘இதோ பாருங்கள்’ என்று வண்டிச் சக்கரத்தைச் சுட்டிக் காட்டினான். இவை கூட்டு வண்டிச் சக்கரங்கள். பார வண்டிச் சக்கரங்கள் இன்னும் பெரிதாக இருக்கவேண்டும். சக்கரங்கள் சிறிதாக இருந்தால், அதிகமாகச் சுழலவேண்டும். அப்படிச் சுழன்றால் அச்சு இரும்பு விரைவில் தேய்ந்துவிடும். மேலும், இருசுக் கட்டையைப் பாருங்கள். வலது புறம் எட்டு விறற்கடை அளவிற்கு ஒட்டு போடப்பட்டுள்ளது. இருசுக் கட்டைதான் வண்டியின் முழு பாரத்தையும் தாங்குவது. இதன் ஊடேதான் அச்சு இரும்பு செல்கிறது. இதில் ஒட்டு என்பது நினைத்துப் பார்க்கவே முடியாத ஒன்று.

‘பன்னிரண்டு ஆரக்கால்கள் மட்டுமே இருக்கவேண்டும். அப்படி இருந்தால்தான் ஆறு வட்டைகளைக் கொண்டு சக்கரத்தின் வெளி வட்டத்தை வலுவாக அமைக்க முடியும். வட்டைக்கு இரண்டு ஆரங்கள். அதோ அந்த வண்டியில் ஒரு பக்கம் பன்னிரண்டும் மற்றொரு பக்கம் பதிமூன்றும் உள்ளன. அதிகமான கால்கள் இருந்தால் அவை குடத்தில் சேருவதற்குப் போதிய இடம் இருக்காது. குடம் விரைவில் சிதைந்துவிடும். குறைவாக இருந்தால் பளு தாங்க முடியாது.

‘இரும்புக் கட்டு தேவலாம். இன்னும் கனமாக இருந்தால் நல்லது. அடடா, அப்பனே, யார் இந்த வண்டித் தச்சன்! நுகத்தடியின் ஒரு புறம் நான்கு விறற்கடை இடம் விட்டுத் துளையிட்டுள்ளான். மறுபுறம் மூன்று விறற்கடைகூட இல்லை. மிகச் சிறிய

வேறுபாடுதான் என்றாலும் இந்தப்புறம் கட்டப்படும் மாட்டுக்குத் திமிலின் மேல்புறம் அதிகமாக உராயும். மொத்தத்தில் இவ்வண்டி களை நம்பி நீண்ட வழி போவது, மண் குதிரையை நம்பிப் போவதைப்போல.'

'இப்பழுதுகளை நீக்கிவிட்டால்?' என்றான் சேந்தன்.

'இது காவிரிப்பூம்பட்டினம் என்பதை மறந்துவிடாதீர்கள். பழுது நீக்கும் கூலியாக வண்டியின் விலையில் பாதியைக் கேட்பார்கள். புதிய வண்டிகள் செய்வதற்கே இங்குள்ள தச்சர்களுக்கு நேரமில்லை. வாய்ப்பந்தல் போட்டு முன்பணம் வாங்கிக்கொள்வர்கள். அதன்பின் நீங்கள் பயணம் மேற்கொள்வது உங்கள் கைகளில் இருக்காது. உங்கள் ஊருக்குச் சென்று பழுது நீக்கிக்கொண்டு வாருங்கள். அதன்பின் நான் என்னாலானதைச் செய்கிறேன்.'

'நன்றி ஐயா.'

நீலகண்டன் விடை பெற்றுக்கொண்டான். சேந்தன் பூதன்மேல் கோபமாகப் பாய்ந்தான்.

'சேந்தா, வாணிபத்தில் சேர்க்கவேண்டியது பொன்னை மட்டும் அல்ல. நட்பையும்தான். பூதன் ஏமாற்றவில்லை. ஏமாந்துவிட்டான். ஆகவேண்டியதைப் பார்க்கலாம்.'

'அடுத்து என்ன செய்வது? ஊருக்குப் போவது நல்லதென்று நினைக்கிறேன்' என்றான் சேந்தன்.

'அவ்வாறு செய்தால் மீண்டும் அன்னையிடம் அனுமதி வாங்குவது கடினம். வண்டிகளைப் பற்றி இவ்வளவு நுணுக்கங்கள் தெரியாது. ஆனால் காளைகளைப் பற்றி எனக்கு நன்றாகத் தெரியும். நமது காளைகள் மிகச் சிறந்தவை.'

'அதனால்?'

'விற்றுவிடலாம்...'

சேந்தனும் பூதனும் திடுக்கிட்டார்கள். செம்பியன் அமைதியாகப் பேசினான்.

'வண்டிகளையும் காளைகளையும் விற்றுவிட்டு, கடல் வழியாகக் கொற்கைக்குச் செல்லலாம். பூதனாரே, உங்கள் நண்பரைக் கொண்டு விலை பேசுங்கள். நானும் சேந்தனும் வெள்ளிடை மன்றத்திற்குச் சென்று, நாவாய் நாயகர்கள் பற்றி விசாரிக்கிறேன்.

முடிந்தால் துறைக்குச் சென்று சிலரிடம் பேசிப் பார்க்கிறேன். நண்பகலுக்கு அன்ன சாலையில் கூடுவோம்.'

•

வெள்ளிடை மன்றத்தில் அம்பலவாண மாநாய்கன் என்பவருக்கு ஓலை கொடுத்தார்கள். இருபத்துநான்கு மரக்கலங்களுக்குச் சொந்தக்காரனுக்குக் கலக்கிழார் என்று பெயர். ஐம்பது கலங்கள் உடையவருக்கு நாய்கன் என்று பெயர். நாவாய் நாயகன் என்பது திரிந்து நாய்கன் என்றானது. நூறு மரக்கலங்கள் வரை உடையவருக்கு மாநாய்கன் என்று பெயர். மாநாய்கர்களுக்கு மட்டும் துறைமுகத்தில் அவர்களது கலங்களையும் படகுகளையும் கட்டிக்கொள்ளத் தனி இடங்கள் உண்டு. மற்றவர்களுக்கு அத்தகைய வசதி கிடையாது.

காவிரிவனத்தைக் கடந்துதான் துறைமுகப் பகுதிக்குள் செல்ல வேண்டும். அங்கே சாந்து, மணிப்பொடி, குளிமணச் சந்தனம், பல்வகை மலர்கள், செந்தேன், பச்சிலை, அகில், கற்பூரம் முதலியனவற்றை சிறு வணிகர்கள், கூவிக் கூவி விற்றுக் கொண்டிருந்தனர். பொன்னும், மணியும், கள்ளும், கவறும் மட்டுமே விற்கப்படும் என்று நினைத்த புகாரிலே இவை எப்படி வந்தன? இரும்படிக்கும் இடத்தில் ஈக்கென்ன வேலை என்ற சிந்தனையோடு அவர்கள் வீதியைக் கடந்தபோது விடை கிடைத்தது. அருகே பல்லவனேச்சுவரர் கோவில் கோபுரம் தெரிந்தது. உச்சியில் காளைக் கொடி பறந்துகொண்டிருந்தது. அதன் இரு மருங்கிலும் பல அறவோர் விடுதிகளும் குடில்களும் தென்பட்டன. காவிரிவனத்திலும் கண்ணகிவனத்திலும் அடியவர்கள் நீண்ட சடாமுடியுடன், மோனத்தில் அமர்ந்திருப்பதைக் காண முடிந்தது.

வனத்தைத் தாண்டியதும், சூழ்நிலை நொடிப்பொழுதில் மாறியது. மருவூர்ப்பாக்கத்திலும் பட்டினப்பாக்கத்திலும் காணப்பட்ட கோலாகலங்கள் எவையும் இங்கே காணப்படவில்லை. ஆனாலும் பரபரப்பிற்குப் பஞ்சமில்லை. முதலிரண்டு வீதிகள் முழுவதும் பார வண்டிகளும், பொதிக் கழுதைகளும், புரவிகளும் நிறைந்திருந்தன. மறுபுறம் சுங்க வரி செலுத்தப்படாத பண்டங்களுக்கான சாலைகள் வரிசையாகக் காணப்பட்டன. அந்த வீதிகளுக்குள் செல்வதற்குக் கூட சிறப்பு அனுமதி தேவைப்படும்.

இதைத் தாண்டியதும் நாய்கர் வீதி. இங்கே அங்காடிகள் இல்லை. வணிகத்தலங்கள் மட்டுமே காணப்பட்டன. அம்பலவாணரின் வணிக விடுதியைக் கண்டுபிடிப்பது எளிதாக இருந்தது. வாயிற்காப்போன், இருவரையும் கலியன் என்ற கணக்காயரிடம்

அழைத்துச் சென்றான். கலியனும் இளைஞன்தான். வெள்ளிடை மன்ற ஓலையைக் கொடுத்தார்கள்.

'இப்போது வாடைக் காற்றுக் காலம். எனவே, தென் திசை செல்லும் நாவாய்களுக்குத் தட்டுப்பாடு மிக அதிகம். என்ன பொதி, என்ன நிறை என்பது தெரிந்தால்தான், நாவாய் பற்றி உறுதியாக நான் கூற முடியும்' என்றான் கலியன்.

'என்ன பொதி என்பதை இன்னும் முடிவு செய்யவில்லை. ஆனால் ஐந்து வண்டிப் பொதிகள் இருக்கும்' என்றான் செம்பியன்.

'ஐந்து வண்டிகள் என்றால் இன்னும் மூன்று மாதங்களுக்குக் கொற்கை செல்லும் நாவாய்கள் இல்லை. வைகாசி மாத நாவாய்க்கு முன்னோலைகள் வரத் தொடங்கிவிட்டன.'

'உடனடியாகச் செல்லவேண்டும் என்றால் எவ்வளவு பொதிக்குக் கடவு கிடைக்கும்?'

'எத்தனை ஆட்கள்?'

'மூன்று ஆடவர்.'

'அப்படியானால் புள்ளிக்கு இருபது மணங்கு பொதிதான் எடுத்துச் செல்ல முடியும்.'

'பயண நாட்கள் எத்தனை?'

'போகும்போது மூன்று நாட்கள். வருவதற்குப் பதினெட்டு நாட்கள்.'

'ஏன் அப்படி?'

'போகும்போது காற்று வடக்கிலிருந்து தெற்காக வீசும். அதனால் தன் வளியில் பாய் விரிக்கலாம். வரும்போது, எதிர்க் காற்றானதால், வடகிழக்காக ஏழு நாட்களும், பின் வடமேற்காக ஏழு நாட்களும் பயணிக்கவேண்டும்.'

'ஒருவழிக் கடவு மட்டும் கொடுங்கள்' என்று செம்பியன் பணத்தைக் கொடுத்தான்.

கலியன் உள்ளே சென்று அரை நாழிகை கழித்து வந்து ஓலைகளைக் கொடுத்தான்.

'இது பொதிக்கான கடவு, இது உங்களுக்கானது. வெள்ளிக்கிழமை காலை நாவாய் புறப்படும். புதன் கிழமைக்குள் பொதிகள் வந்துசேர வேண்டும்.'

‘இருபது மணங்குதானே. நாங்களே வைத்துக்கொள்ள முடியாதா?’

‘செய்யலாம். தடையில்லை. இருபது மணங்குகள் மட்டுமே கொண்டுசென்று என்ன செய்யப்போகிறீர்கள்?’

‘திருச்செந்தூர் சென்று மொட்டை போடப் போகிறோம் ஐயா’ என்று மிகுந்த பணிவோடு கூறினான் சேந்தன்.

●

‘செம்பியா, வாணிபப் பண்டங்கள் இல்லாமல் கொற்கை சென்று என்ன பயன்?’ என்று கேட்டான் சேந்தன்.

‘பண்டங்கள் இல்லை என்று யார் கூறியது?’

‘நம் மூவரின் தனியுடைமைப் பொருட்களே இருபது மணங்கு இருக்கும். மீதமுள்ள நாற்பது மணங்கிற்கு என்ன பொருள் கொள்ளும். இரண்டு வெள்ளாடுகள் வேண்டுமானால் எடுத்துச் செல்லலாம்.’

‘பொன்னாலான பண்டங்கள் என்றால்?’

‘உண்மையாகவா?’

‘வேறு வழியில்லை. பாரம் பாரமாகக் கொண்டுசென்றால்தான் வாணிபமா? முதலுக்கேற்ற ஆக்கம் கிட்டினால் போதும். நேர்மையான பொருள் எதுவாக இருந்தால் என்ன?’

‘உண்மைதான்.’

நண்பகலுக்கு அன்ன சாலையை அடைந்தார்கள். வண்டிக்கும் காளைகளுக்கும் பூதன் முடிவு செய்திருந்த விலை மகிழ்ச்சி தருவதாக இருந்தது. புகாரிலே, கொள்ளும் விலையும் அதிகம், கொடுக்கும் விலையும் அதிகம். பயணம் போகாமலேயே முழுக்கூலியும் கிடைத்ததால், வண்டியோட்டிகளுக்கும் மகிழ்ச்சி. பழி வந்துவிடுமோ என்று பயந்த பூதனுக்கு, தன்னால் ஏதோ வகையில் பயன் கிட்டியதே என்று மகிழ்ச்சி. மிகக்குறைந்த விலைக்கு வாங்கிய வண்டிகள் நல்ல விலைக்குப் போனதை நினைத்து செம்பியனுக்கு மகிழ்ச்சி. நண்பன் மகிழ்ந்தான் என்பதனால் சேந்தனுக்கு மகிழ்ச்சி.

வண்டியோட்டி ஒருவன், ‘கள் அங்காடிக்குச் செல்வோம், வாருங்கள் இளவல்களே!’ என்று பொதுவாக எல்லோரையும் பார்த்தும், குறிப்பாக பூதனைப் பார்த்தும் அழைத்தான்.

‘பழக்கமில்லை, பிடித்தமுமில்லை’ என்றான் சேந்தன்.

‘பிரியாவிடை கொடுக்கவேண்டாமா’ என்று வண்டியோட்டி வற்புறுத்தினான்.

‘வேண்டுமானால் காசு தருகிறேன்.’

‘அதென்ன சேந்தனாரே காசு என்று இளப்பமாகக் கூறிவிட்டீர். பயணத்தின்போது உயிர் இழந்தால் உமது காசா என் குடியைக் காக்கும்?’

கடைநிலைத் தற்குறிகள் அற்பக் காரணங்களுக்காகச் சூளுரைப்பதும் வேதாந்தம் பேசுவதும் புதிதல்ல. மகிழ்ச்சியின் குளிர்ச்சி மேலும் நீடிக்கட்டும் என்பதற்காக, ‘சேந்தா, போய்த்தான் பார்ப்போமே’ என்றான் செம்பியன்.

‘பொன் உருக்கும் இடத்தில் பூனைக்கு என்ன வேலை?’

‘பொன் நீரில் கரைந்துவிடுமா?’

‘செம்பியரே! நீர்தான் தேர்ந்த வணிகர்’ என்று பாராட்டினான் வண்டியோட்டி. மேலும் ஒரு பொருளற்ற பேச்சு.

கூட்டமாக நடந்தார்கள்.

# 12

## காவிரிப்பூம்பட்டினத்தின் உண்மையான அடையாளம்

புகாரில் மது விற்பனை நிலையங்களுக்குப் பஞ்சமில்லை. காவிரிவனத்து அறவோர் சாலை களை விடுத்து அவை காணப்படாத இடங்களே இல்லை என்று கூறலாம்.

மருவூர்ப்பாக்கத்தில் உள்ள கள் அங்காடிகளில் கள்ளும் காடியும் விற்கப்படும். இளவந்திச் சோலை, உய்யணம் ஆகியவற்றைச் சுற்றிலும் பல அங்காடிகள் உள்ளன. இங்கு பரதவர்களும் படை வீரர்களும் விரும்பி வருவார்கள். பட்டினப்பாக்கத்தில் உள்ளவை மதுச் சாலைகள். இங்கு யவனர்களும், வணிகர்களும், அதிகாரிகளும் அதிகமாக வருவார்கள்.

பூதன் பட்டினப்பாக்க மதுச்சாலை ஒன்றினுக்கு அனைவரையும் அழைத்துச் சென்றான். சாலையின்மேல் மதுக் கிண்ணம் பொறித்த கொடி பறந்துகொண்டிருந்தது. அது சன்பதி வனத்தின் ஓரத்தில் அமைந்திருந்தது. நேர்த்தி யாகவும் தூய்மையாகவும் காணப்பட்டது. நுழையும்போதே மீனும் இறைச்சியும்

பொரிக்கப்படும் மணம் வரவேற்றது. உள்ளே பல சிறு கூடங்கள் காணப்பட்டன. முதற்கூடத்தில் சில யவனர்கள் மதுவருந்தியபடி பேசிக்கொண்டிருந்தனர். மதுச் சாலையில் பணிபுரிவது பெரும் பாலும் பெண்கள்தான். முதல் நாள் மாலை பார்த்த மகளிரைப் போலவே மார்பில் குங்குமம் மட்டுமே அணிந்திருந்தனர். இவர்களைக் கண்டதும், இளம் பெண் ஒருத்தி, வரவேற்று, அடுத்த கூடத்திற்கு அழைத்துச்சென்றாள். பஞ்சு மெத்தை விரிக்கப்பட்ட திண்ணையில் அனைவரும் அமர்ந்தனர். வண்டியோட்டிகளைப் பார்த்ததும் அவள் முகம் சுளித்தாள்.

'இவர்களுக்குத்தான் மது விருந்து' என்று பூதன் கூறினான்.

இரண்டு பெண்கள் பித்தளைக் குவளையில் நீர் கொடுத்தார்கள்.

'புதிதாக யவன மதுவகைகள் வந்துள்ளன. யவன நறவும் உள்ளது. எது வேண்டும்?' என்று ஒருத்தி கேட்டாள்.

'கள்ளோ காடியோ கிடையாதா' என்று கேட்டான் வண்டியோட்டி.

'மருவூர்ப்பாக்கத்தில் கிடைக்கும்' என்று அந்தப் பெண் அதட்டலாகப் பதில் சொன்னாள்.

வண்டியோட்டி ஏதோ உளற முற்பட்டான். பூதன் அவனை அடக்கி விட்டு, 'எனக்கு யவன நறவும் இவர்களுக்குத் தேறலும் கொடு பெண்ணே' என்றான்.

வேவிறைச்சியும் சூட்டிறைச்சியும் சட்டுவத்தில் வந்தன. ஆறப் பொறுக்காத ஒரு வண்டியோட்டி, சூட்டிறைச்சித் துண்டு ஒன்றை வாயிலே போட்டுக்கொண்டு சூடு தாங்காமல் இந்தக் கடைவாய்க்கும் அந்தக் கடைவாய்க்கும் மாற்றி மாற்றி ஒதுக்கியும் முடியாமல், 'உவ்ஊஊஊ' என்று காற்றை ஊதி ஒலி எழுப்பினான். 'அவனவன் வீடு வாசலை விற்று மது வாங்கி அருந்துகிறான். இவர்கள் மதுவை விற்று வேறு என்ன சுகத்தை வாங்க நினைக்கிறார்கள்' என்று வேதாந்தம் பேசினான்.

சூழ்நிலை இன்னமும் மோசமாகும் என்பதை உணர்ந்த செம்பியன், 'பூதனாரே, நீர் இவர்களைப் பார்த்துக்கொள்ளும். நானும் சேந்தனும் நீராடிவிட்டு, திருப்பல்லவனேச்சுவரர் ஆலயத்தில் காத்திருக்கிறோம்' என்றபடி இரண்டு கானங்களைக் கொடுத்து விட்டு, சேந்தனுடன் வெளியேறினான்.

வெளியே வந்ததும், 'சேந்தா, புகார் வந்து இத்தனை நாள் ஆகியும் இன்னும் முந்நீராடவில்லை, இன்று அதைச் செய்யலாம்' என்றான் செம்பியன்.

‘ஆகா! இனிமையான மாலைப் பொழுது. இதமான காவிரி. நினைப்பதற்கே கிளர்ச்சியாக இருக்கிறது.’

முந்நீராடல் என்பது, கடலிலும் பின் காவிரியிலும் இறுதியாகப் பல்லவனேச்சுவரர் ஆலயக் கிணற்றிலும் நீராடி சிவ வழிபாடு செய்வதாகும். இருவரும் முதலில் கடலாடினார்கள். கடற்கரையில் பக்தர்களும் பரதவர்களும் காணப்பட்டனர். பல இடங்களில் திரைச் சீலைகளலும் கிடுகுகளலும் அமைக்கப்பட்ட குடிகள் காணப்பட்டன. இவற்றின் உரிமையாளர்களின் கொடிகள் மேலே பறந்தன. உள்ளே கட்டில்களில் மெத்தை விரிக்கப்பட்டு, செல்வந்தர்கள் கடழலகைத் துய்த்தனர். பெண்கள் - பணிப்பெண்ணோ, பரத்தையோ - கிண்ணத்தில் மதுவை ஊற்றிக் கொடுத்தனர். சில பெரிய குடில்கள் நடுவில் சீலைகளால் தடுக்கப்பட்டு மற்றொரு பக்கம் பாணர்கள் இசை பொழிந்தபடி இருந்தனர்.

சில குடில்களில் வணிகர்கள் பலர் கூடிப் பேசிக்கொண்டிருந்தனர். கிட்டிய வெற்றி, கிடைக்காத செல்வம், தட்டிப்போன பயணம், தாளாத கடன், வந்த புதுச்செய்தி, வாராத நாவாய், பண்டங்களின் வரி குறைப்பு, பரத்தையரின் புது வரவு - இப்படி எதைப்பற்றி வேண்டுமானாலும் அவர்கள் பேசியிருக்கலாம்.

செம்பியனும் சேந்தனும் காவிரி கடலோடு கலக்குமிடத்தில் நீராடச் சென்றனர். கடற்கரையைவிட இங்கு கூட்டம் அதிகமாகக் காணப் பட்டது. கரையோரமாகக் குழந்தைகள் சிறுகுடில் கட்டி விளையாடிக்கொண்டிருந்தார்கள். மற்றும் சில குழந்தைகள், செம்பினால் செய்யப்பட்ட நண்டு, மீன், தவளை போன்ற விளையாட்டுப் பொருள்களைக் கொண்டு விளையாடிக் கொண்டிருந்தனர். கடகன் என்னும் விளையாட்டை அவர்கள் விரும்பி விளையாடினார்கள். இவ்விளையாட்டில் இரண்டு பிரிவுகளாகக் குழந்தைகள் நிற்பார்கள். காவிரிக் கரையோரமாகக் கல்லையோ சங்கையோ அடையாளமாக நடுவார்கள். செம்பினால் செய்யப்பட்ட நண்டுதான் கடகன். இதன் கால்கள் அசையும் படியாகக் கம்பிகளால் கோர்க்கப்பட்டிருக்கும். இரு பிரிவும் தங்களது கடகனை நதியில் விடுவார்கள். அவை மூழ்காமல் மிதக்கும். காவிரியின் அலை அவற்றை மெதுவாகக் கரைக்குத் தள்ளும். கடகன் அசையும்போது ஒரு பிரிவு ‘பொலிக’ என்றும் மறு பிரிவு ‘ஒளிர்க’ என்றும் கத்துவார்கள். யாருடைய கடகன் முதலில் இலக்கை அடைகிறதோ அவர்களே வெற்றிபெற்றவர்கள்.

சுரைக்குடுக்கையில் வண்ணம் தீட்டி வாத்தாக மிதக்கவிடுவது ஒரு விளையாட்டு. பீர்க்கைக் கூட்டையும் வண்ணம் தீட்டி மீனாக

மாற்றி, தனியாகவும், ஒன்றன்பின் ஒன்றாகச் சரமாகவும் விடுவது மற்றும் ஒரு நீர் விளையாட்டு. தென்னஞ் சிரட்டையைப் பிசின் கொண்டு ஒட்டி, பல வடிவங்களாகச் செய்து அவற்றில் தீபமிட்டு மிதக்கவிடுவது ஒரு வேடிக்கை.

இளவட்டங்கள் அவர்களுக்கே உரிய மற்போர், போட்டிக்கல் தூக்கல், கிளிஞ்சல் சிதறுதல் போன்ற பல விளையாட்டுகளிலும், பகடை, சொக்கட்டான், கவறுச் சூது, வட்டுச் சூது போன்ற வேடிக்கைகளிலும் ஈடுபட்டிருந்தனர். மற்போர் வீரர்கள் வெற்றி பெறுவதைவிட, பெண்களால் பார்க்கப்படவேண்டும் என்பதிலேயே அதிக ஆர்வமாக இருந்தனர்.

பெண்களைப் பற்றிக் கூறவே வேண்டாம். காளைகள் தங்களைக் கவனிக்கவேண்டும் என்பதற்காகவே கிள்ளை மொழி பேசியும் குழந்தைத்தனமாக நடித்தும் கண்களால் கயமை செய்தனர். மலர்ப்பந்து விளையாடும் பெண்கள், தன்வசம் இழந்ததைப்போல் பாவித்து, பந்தைத் தூரத்தில் உள்ள ஆடவரின்மீது படுமாறு வீசிவிட்டு சிறார்களை அனுப்பி அதை வாங்கிவரச் சொன்னார்கள். அதேபோல தென்னை நெற்றைப் பந்தாகக்கொண்டு ஆற்றுக்கு நடுவே பந்து விளையாடும் ஆடவர்கள், நீந்தி விளையாடும் பெண்களின் அருகே பந்து விழுமாறு வீசிவிட்டு, விரைவாக நீந்திச் சென்று பந்தைச் சேர்த்தெடுப்பதைபோல் விரும்பிய பெண்ணையும் சேர்த்தணைக்க முயன்றார்கள். விளையாட்டில் பங்குபெறாத சில ஆடவரும் பெண்டிரும் நீந்திப் பொழுதைக் கழித்தனர். இருபாலரும் இடையில் மட்டும் காஞ்சி கட்டியிருந்தனர். மற்றபடி ஆடை எதுவுமில்லை. இடையிலிருந்த ஆடை நெகிழ்வதைபற்றிக் கவலைப்படவும் இல்லை.

ஆண்களும் பெண்களும் கூடி இரைவதும், குலவையிட்டு மகிழ்வதும், உரக்கக் கூப்பிடுவதும், ஓலமிட்டு மறுதலிப்பதும் காவிரிக்குப் புதுமை இல்லைபோலும். அது தன்போக்கில், வேகமாகக் கடலுக்குள் ஓடிக்கொண்டிருந்தது. இவற்றைத் தாண்டி வந்த பேரிளம் பெண்களும், காவிரியைப் போலவே, இந்த ஆரவாரங்களில் கவனம் செலுத்தாமல், தங்களுக்குள் பேசிக் கொண்டிருந்தனர். உயர்குலக் கன்னிப் பெண்கள், தகுதிக் குறைவு என நினைத்து விளையாட்டுகளில் கலந்துகொள்ளாமல் உலா வந்தனர்.

சேந்தனுக்கும் செம்பியனுக்கும் இது முற்றிலும் புது அனுபவமாக இருந்தது.

‘இங்குள்ள ஆண்களுக்கும் பெண்களுக்கும் மான உணர்ச்சியே கிடையாதா’ என்று கேட்டான் சேந்தன்.

‘காவிரி ஆற்றங்கரையைப் போன்ற பொது இடங்களில் காணக்கூடிய நிகழ்ச்சிகள், ஒரு தலைமுறையின் நாடித்துடிப்பைத் துல்லியமாகப் படம்பிடித்துக் காட்டுகிறது, சேந்தா! ஓய்ந்து உட்கார்ந்த பேரிளம் பெண்களும் உலா வந்த உயர்குலப் பெண்டிரும் புகாரின் அடையாளம் அல்ல. வாழ்க்கைச் சுவையை விரும்பிச் சுவைத்து, குறுகுறுப்பின்றி இன்பம் நுகர்ந்து, துய்த்த இன்பத்தை நிலைக்கச் செய்ய இல்லறம் கண்டு, அமைத்த இல்லறம் சீர்பெறும் பொருட்டு அச்சம் என்பதை அறியாமல் கடலோடி பேறும், புகழும், பொருளும் ஈட்டத் தயங்காத இளம் தலைமுறையே காவிரிப்பூம் பட்டினத்தின் உண்மையான அடையாளம். இவர்களால்தான் சோழ நாடு, உலகிலேயே சிறந்த நாடாகத் திகழ்கிறது. இவர்களைப் பொறுப்பற்ற பிள்ளைகள் என்று பார்த்தால், குற்றம் பார்வையில்தான் உள்ளது. என்றைக்கு ஒரு சமுதாயம், ‘இருப்பது போதும், ஓய்வெடுப் போம், உலா வருவோம்’ என்று நினைக்கிறதோ, அன்றைக்கே அதன் வீழ்ச்சி தொடங்கிவிட்டது’ என்று மூச்சிறைக்கக் கூறினான் செம்பியன்.

‘அப்படியானால் சிறிதும் தாமதியாமல் இந்த இளைய கூட்டத்தில் நாமும் கலந்துவிடுவோம்’ என்ற சேந்தன் புனலாட ஆயத்தமானான்.

●

பல்லவனேச்சுவரர் ஆலயக் கிணற்றில் நீராடியபின், சிவ வழிபாட்டை முடித்து, இருவரும் முன் மண்டபத்தில் அமர்ந்தனர். முந்நீராடல் தந்த புத்துணர்ச்சியும், புத்தாடையும், பொலிவுடைய முகமும் செம்பியனுக்குள் ஒளிந்திருந்த ஆண்மையையும் ஆற்றலையும் மேம்பட வெளிப்படுத்தின.

நான்கு பல்லக்குகளும், குதிரை வீரர்களும் கோவிலை வந்தடைவதை அவர்கள் கண்டனர். உயர்நிலைச் செல்வக் குடியைச் சேர்ந்த குடும்பம் என்பது எல்லாவகையிலும் வெளிப்பட்டது. வந்தது பெருவணிகர் சிதம்பரஞ் செட்டியாரும் அவரது குடும்பத்தினரான அவரது மனைவி, வாலிப வயதைத் தொட்ட இரு மைந்தர்கள், ஒரு மகள் ஆகியோர். மகளுக்கு அதிகம் போனால் பதினான்கு வயதிருக்கும். செட்டியாரின் மனைவி, செம்பியனைக் கூர்ந்து பார்த்தபடியே உள்ளே போனாள்.

சேந்தன் தயங்கியபடியே பேச்சைத் தொடங்கினான். ‘செம்பியா, காளை வண்டிகள் தகுதியற்றவை என்பதில் தொடங்கி, கலத்தில்

பொதிக்கு இடமில்லை என்பதுவரை நடந்தவற்றை ஆராய்ந்தால் இயற்கை நம்மைத் தடை செய்வதுபோல் உணர்கிறேன். இப்பயணத்தைத் தாமதம் செய்தால் என்ன? இந்த அவசரம் தேவைதானா?'

'நண்பா! மாபெரும் வெற்றி நமக்காகக் காத்திருக்கிறது. நாம் அதற்குத் தகுதியானவர்கள்தானா என்று இயற்கை நம்மைச் சோதித்துப் பார்க்கிறது. சோதனையில் வெற்றி பெற்றால், தன் மறைபொருள் அனைத்தையும் நம்முடன் பகிர்ந்துகொள்ளும். அதன்பின் அதுவும் நமக்குத் தோழன்.'

'எனக்கு அச்சமாகத் தோன்றுவது, உனக்கு வாய்ப்பாகத் தோன்றுவது ஏன்?'

'மரமும் செடியும் மட்டுமா இயற்கை? எண்ணங்களும் செயலும்கூட இயற்கைதான். எனது விருப்பும், சிந்தனையும், செயலும் ஒத்திசைவாக இருப்பதால் இயற்கையின் போக்கு எனக்குப் புரிகிறது' என்று செம்பியன் கூறி முடித்தபோது அவனது தோளில் ஒரு கை விழுந்தது.

கனிவான புன்னகையோடு சிதம்பரஞ் செட்டியார் காட்சியளித்தார்.

'இளவ, நீவிர் எந்த ஊர்?'

'திருவெண்காடு ஐயா.'

'உனது தந்தையின் பெயர்?'

'சிவனேசர்.'

'அப்படியானால் ஞானகலையின் மகனா நீவிர்?'

'உண்மை.'

செட்டியார் பரவசத்தோடு மனைவியை அழைத்தார். 'சிவகாமி, நீ கூறியது சரிதான். இது ஞானகலையின் மகனேதான்.'

'புரியவில்லையே ஐயா' என்றான் செம்பியன்.

'குமாரா! உனது தாயார் எனக்குச் சித்தப்பா மகள். தங்கை முறை. உனது தந்தை, உறவையும் தாண்டிய நண்பர். இருவரும் எனது மாளிகைக்கு வாருங்கள். விரிவாகப் பேசலாம். இது எனது மூத்த மகன் செவ்வேள், இது இளையவன் கதிர்வேல். நீங்கள் இருவரும் இவர்களை நமது மாளிகைக்கு அழைத்து வாருங்கள். நான் முன்னே சென்று, வேண்டிய ஆயத்தங்களைச் செய்கிறேன்.'

‘ஐயா, மற்றொரு நண்பனுக்காகக் காத்திருக்கிறோம். மேலும் எங்களது உடைமைகள் எல்லாம் விடுதியில் உள்ளன.’

‘என்ன கொடுமை. என் தங்கை மகன் விடுதியில் தங்குவதா. உடனே உங்கள் உடைமைகளை எடுத்துக்கொண்டு வாருங்கள். செவ்வேள், நீயும் உடன் செல்.’

சிவகாமி தடுத்தாள். ‘வாராது வந்தவர்களை இரவில் அழைப்பது முறையல்ல. நாளைக் காலை செவ்வேள் இவர்களை அழைத்து வரட்டும்.’

# 13

## இவர்கள் காட்சிக்குத்தான் சிறுவர்கள்

**கா**லையில் நான்கு குதிரைகள் பூட்டிய தேரோடு செவ்வேள் விடுதிக்கு வந்தான்.

அரசர் வாழும் வீதி, தேர் ஓடும் வீதி, பெரியகுடிப் பிறந்த வணிகரது மாடங்கள் கொண்ட வீதி, வேதியர் வாழுமிடங்கள், ஆயுர்வேதர், காலக் கணிதர், மாணிக்கவேலை செய்யும் பொற் கொல்லர், குதிரை வீரர், யானைப்பாகர், தேர்ப்பாகர், காலாட்படைத் தலைவர் ஆகியோர் வசிக்கும் பகுதி ஆகியவற்றைக் கடந்து உய்வன வீதிக்குத் தேர் சென்றது. ஒவ்வொரு வீதியிலும் சிற்ப வேலைபாடுகள் நிறைந்த தூண் ஒன்று நடப்பட்டிருந்தது. அதன் அருகே ஒரு சிறு பள்ளி.

'இது என்ன?' என்று சேந்தன் கேட்டான்.

'இது நாழிகைத் தூண். அருகே உள்ள நாழிகைப் பள்ளியில் கணக்கர்கள் உள்ளனர். ஒரு நாளுக்கு அறுபது நாழிகை, ஆறு பொழுதுகள். ஒரு முறை மணியடித்தால் அரை நாழிகை முடிந்தது என்று பொருள். இரண்டு முறை மணியடித்தால் ஒரு

நாழிகை முடிந்தது என்று பொருள். புகார் மாநகரிலே ஒன்பது மணிமண்டபங்கள் உள்ளன. ஒரு பொழுது முடிந்துவிட்டது என்பதை அறிவிக்க அங்கே கண்டாமணி அடிக்கப்படும். இங்கு பணிபுரியும் இவர்கள் அனைவரும் அரசுப் பணியாளர்கள். ஒரே குடும்பத்தைச் சேர்ந்த உறவினர்கள்' என்றான் செவ்வேள்.

'காலத்தைக் கணக்கிட இவ்வளவு பொருட்செலவு தேவைதானா?'

'கொடிகளும் மணியும் புகாரின் தனிச் சிறப்பு என்றே கூறலாம். கொடிகள் இல்லை என்றால் என்ன பண்டம் எங்கே கிடைக்கும் என்பது தெரியாது. மணி இல்லை என்றால் கதிரவன்கூடத் தடுமாறுவான். ஆலயம் செல்ல, அரசனைக் காண, உண்ண, உறங்க, வணிகம் பேச, திருமணம் முடிக்க, வெளியூர் செல்ல, விருந்து எதிர்கொள்ள என்று எல்லாமே இங்கு நாழிகைப்படிதான்.'

'ஓயாத ஓட்டம் என்று சொல்லுங்கள்.'

'திட்டமிடுதல் என்றும் சொல்லலாம்.'

மாளிகையின் முன் தேர் நின்றது. நான்கு நிலை மாடங்கள் கொண்ட பெரிய மாளிகை. மதிற் சுவர்கள்கூட நேர்த்தியாக இருந்தன. நெடுவாயில் பூட்டி இருந்தது. சிறு வாயில் வழியே உள்ளே சென்றார்கள். சிறியதொரு நந்தவனம் சிரித்தபடி வரவேற்றது. நந்தவனத்தின் ஒரு மருங்கில் மாளிகை. அகன்ற படிக்கட்டுகள் மேலே சிதம்பரஞ் செட்டியாரும் கதிர்வேலும், பணியாட்களும் கைகூப்பி வரவேற்றனர். சிதம்பரஞ் செட்டியார், கால்களில் வீரக்கழலும், இடக்கையில் கடகமும், வலக்கையில் வாகுவலயமும், கழுத்தில் முத்து வடமும், காதில் வைரக் கடுக்கணும் தரித்திருந்தார்.

படிக்கட்டின் இருபுறமும் உயர்ந்த திண்ணைகள். அதில் பலர் அமர்ந்து பற்பல வேலைகளில் ஈடுபட்டிருந்தனர். அதைத் தாண்டி அடுத்த கட்டிற்குச் சென்றால் அங்குள்ள மேடைகளில், வணிகம் குறித்துச் செட்டியாரைக் காண வந்தவர்கள் அமர்ந்திருந்தனர். அவர்களோடு செட்டியாரின் அதிகாரிகள் உரையாடிக்கொண்டிருந்தனர். அங்கே நெய் விளக்குகளும், பாவை விளக்குகளும், அகிர்ப்புகையும் காணப்பட்டன. செட்டியாரைக் கண்ட யவனன் ஒருவன், 'கெயா சாஸ்! ப்ரெபெய் ந சாஸ் மிலிஸோ (வணக்கம், தங்களோடு பேச வேண்டும்)' என்றான்.

'பொஸ் எய்சை! பரகலோ பெரிமெனேதே (எப்படி இருக்கிறீர், கொஞ்சம் பொறுங்கள்)' என்று கூறியபடியே அவர் நடந்தார்.

மூன்றாவது கட்டில் இருந்த மேடைகளில் கணக்காயர்கள், காசாளர்கள், ஓலை நாயகங்கள், முத்திரை மந்திரங்கள், தூக்குத் தூக்கிகள், கருவூல நாயகம் என்று பலரும் பரபரப்பாகச் செயல் பட்டவண்ணம் இருந்தனர். ஆயர், ஆளர், நாயகம், மந்திரம் என்பது அதிகாரிகளின் தகுதியை வரிசைப்படுத்தும் பெயர்கள். ஆயர் என்பது மிக உயர்ந்த பதவி.

நான்காவதாக முற்றம். அங்கே சிவகாமியும் அவ்வீட்டுப் பெண்களும் செம்பியனை வரவேற்கக் காத்திருந்தனர். இருவர் மங்கள விளக்கோடு எதிர்கொண்டனர். சிவகாமி மங்கள நீர் தெளித்து வரவேற்றாள்.

அவர்கள் அணிந்திருந்த தலை அணிகள், காதணிகள், கழுத்தணிகள், இடையணிகள், கையணிகள், விரலணிகள், காலணிகள் என அனைத்திலும் முத்தும், பவளமும், வைரமும், நீலமும், மரகதமும் கண் சிமிட்டின.

தலையில் அணிந்திருந்த புட்பராகத் தாழம்பூ, இரத்தினத் தாமரைப்பூ, மரகத இலை, பவளக் கடிகை, பொன்னிழைச் சடாங்கம், வைரச் சுட்டி, சுரிதம், நீலச் சூடிகை, கோமேதகச் சூடாமணி, சேகரம், மணிகள் இல்லாத செருகுப்பூ, தலைப்பாளை, தெய்வ உத்தி, முத்தாலான தலைப்பட்டம், பதுமம், தந்தத்தாலான பொலம் பூந்தும்பை, முகசரம், முஞ்சம், வயந்தகம், சங்கினாலான திருகுப்பூ போன்றவை கொஞ்சமும் தலைக்கனத்தை உண்டுபண்ணியதாகத் தெரியவில்லை.

காதில் இட நெருக்கடி ஆனபடியால் தோடு எது, குழை எது, குவளை எது, முருகு எது, வல்லிகை எது, செவிப்பூ எது என்று தெளிவாகத் தெரியவில்லை.

கழுத்தில் ஒரே ஒரு முத்து வடம். முத்தின் நேர்த்தியைப் பார்த்தால் ஈழத்துப் புத்தள முத்துக்கள் என்று தோன்றிற்று.

புயத்தில் கொந்திக்காய், வங்கி, காப்பு மட்டுமே. மார்பில் எவ்விதத் துகிலும் இல்லை. ஆனால் முலைகளில் பூண் அணிந்திருந்தனர்.

காலில் தண்டையும் கொலுசும் இப்போது வழக்கில் இல்லை போலும். ஆனால் ஐந்து கால் விரல்களிலும் காலாழி, தாழ், செறி, பாம்பாழி, மெட்டி என விரலுக்கு ஒன்றாக அணிந்திருந்தனர்.

பூம்பட்டு உடை உடுத்தி, இடையில் காஞ்சி கட்டி, அதன்மேல் மரகத மேகலையை அணிந்திருந்தனர்.

இது எனது மனையாள் சிவகாமி, இது செவ்வேளின் மனையாள் வள்ளி, இது கதிர்வேலின் மனையாள் மீனாட்சி. இது எனது கடைக்குட்டி, ஒரே பெண், சிவகலை' என்று செட்டியார் அறிமுகம் செய்தார். ஆனால், அங்கு சிவகலை இல்லை.

'சிவகலை எங்கே?'

சிவகாமி அம்மையார் சிரித்துக்கொண்டே, 'அவளுக்கு அண்ணியரைப் போல முடியைச் சுருளாக்கவேண்டுமாம். அதனால் கழங்கில் முடியைச் சுருட்டிக் கட்டியுள்ளாள். வெளியே வர வெட்கப் படுகிறாள்.'

'பதிமூன்று வயது முடியவில்லை, கன்னிப் பெண்களைப்போல் அலங்காரம் செய்ய ஆசைப்படுகிறாள்.'

ஆண்கள் மட்டும் விருந்துப்பள்ளிக்குச் சென்றனர்.

'குமாரர்களே! அவர்களோடு பேசிக்கொண்டிருங்கள். நான் அரிஸ்டோ கிளாடியஸிடம் பேசிவிட்டு வருகிறேன்.

செட்டியார் போனதும் பணிப் பெண் ஒருத்தி பழச்சாறு கொண்டுவந்தாள். நான்கு பெண்கள் விசிறத் தொடங்கினார்கள். மேலும் இருவர் பாவை விளக்குகளைத் தூண்டி நெய் விட்டனர். விருந்துப்பள்ளியில் காற்றும் வெளிச்சமும் நன்றாக வரும்படியாகச் சாளரங்கள் இருந்தன. விளக்கின் ஒளி தேவை இல்லை. ஆயினும் மங்கல நிமித்தமாக விளக்கு ஏற்றிவைக்கப்பட்டிருந்தது.

'செம்பியா, உனது தந்தையும் எமது தந்தையும் பாரி கபிலரைப் போல நட்பாம். வணிகத்தில் அவர் செய்த உதவிக்கு ஈடில்லை என்று எங்களது தந்தை அடிக்கடி நெகிழ்ந்து கூறுவார். உன் தாயாரை இரண்டு முறை சந்தித்ததுண்டு. உன்னைக் காண்பது இதுதான் முதல் முறை' என்று செவ்வேள் உளமாறக் கூறினான்.

'உங்களைப் பற்றிக் கேள்விப்பட்டுள்ளேன்' என்று செம்பியன் தொடங்கியதுமே, கதிர்வேல் இடைமறித்தான்.

'கேள்விப்பட்டிருந்துமா விடுதியில் தங்கினீர்கள்? இப்படித்தானா உறவைப் பேணுவது?'

'நான் கடலோடுவது அன்னைக்குப் பிடிக்கவில்லை. அதனால் நம் உறவுகளில் வாணிபஞ் செய்வாரோடு பழகுவதை ஊக்குவிப்பதில்லை.'

'இங்கும் அதே கதைதான். நம் அன்னையர்களுக்குப் பிள்ளைகள் சிராய்ப்புகூடப் படாமல் செல்வஞ் சேர்க்கவேண்டும் என்று ஆசை.

நடக்கக் கூடியதா?' செவ்வேள் தொடர்ந்தான். 'சென்ற வருடம் வைகாசியில், மிளகும் ஏலமும் கொள்முதல் செய்யச் சேர நாடு சென்றிருந்தேன். பன்றி மலையைக் கடக்கும்போது, மிலா ஒன்று ஈனுவதைக் கண்டேன். ஈன்ற குட்டியை முதலில் நக்கிச் சுத்தம் செய்தது. அதன்பின் வலுவாகப் பின்னங்காலினால் குட்டியை உதைத்தது. பிறந்து இரண்டு நாழிகைகூட ஆகாத குட்டியைத் தாயே இப்படிச் செய்கிறதே என்று வருத்தப்பட்டேன். இரண்டு நாழிகைக்குள் எழுந்து ஓட முடிந்தால்தான் புலிகள் வாழும் காட்டில் உயிர்வாழ முடியும் என்று உடன் வந்த மலைப்பளிங்கன் விளக்கம் அளித்தான். விலங்குகளுக்குத் தெரிந்த உண்மைகூட நம் அன்னையருக்குத் தெரிவதில்லையே.'

கணக்காளர் ஒருவர் வேகமாக உள்ளே வந்தார்.

'ஐயா, மன்னிக்கவேண்டும். காழத்திலிருந்து ஓலை வந்திருக்கிறது.'

'என்னவென்று?'

'பெரிய எண்ணிக்கையில் பலாப் பழங்கள் வேண்டுமாம்.'

'அழுகும் பொருட்களில் நாம் வாணிபம் செய்வதில்லையே.'

'பலா என்பதால் பழுதில்லை என்று நினைத்தேன்.'

'பின், தடை என்ன?'

'ஒவ்வொரு மாதமும் மெய்யாயிரம் சுளைகள் வேண்டுமாம். வருடக் கடைசியில் தொல்லுவத்தையும் தாண்டுமாம்.'

'மெய்யாயிரம், தொல்லுவம் என்பவை புரியாத இலக்கங்களாக இருக்கின்றனவே?'

'ஆம் ஐயா. நாம் நூறாயிரம், கோடி, சங்கம் என்று புழங்குவதுதான் வழக்கம்.'

'தெளிவில்லாத ஒப்பந்தம் தோல்வியில் முடியும். இயலாது என்று மறு ஓலை அனுப்பிவிடுங்கள்.'

கணக்காளர் அங்கிருந்து செல்லும் முன்னர் சேந்தன் பேசினான். 'செவ்வேள் அண்ணா, ஓலை எழுதியவர் பாண்டிய நட்டில் முன்பு வழக்கில் இருந்த எண்ணிலக்க வரிசைப்படி எழுதியுள்ளார். நீங்கள் பயன்படுத்துவது சோழ நாட்டில் இன்று வழக்கில் உள்ள எண் வரிசையை. ஓலை விடுத்தவர் ஒரு யவனராக இருக்கவேண்டும். அவர்கள்தான் இன்னும் பாண்டிய நாட்டு எண்வரிசையைப் பின்பற்றுபவர்.'

‘உண்மைதான் அப்பனே! ஓலை அனுப்பியது அஸாண்டிரா என்ற யவனன்தான்’ என்று வியந்தார் கணக்காளர்.

‘சேந்தா, உன்னைச் சிறுவன் என்று நினைத்தேன். எங்களை வியப்பில் ஆழ்த்திவிட்டாய். இந்த எண் பெயர்களின் சரியான மதிப்பு என்ன?’ என்று கேட்டான் செவ்வேள்.

‘அவர்களது மேல் இலக்க எண்சுவடியின்படி

பத்து ஆயிரம் கொண்டது பத்தாயிரம்
பத்து பத்தாயிரம் கொண்டது நூறாயிரம்
பத்து நூறாயிரம் கொண்டது மெய்யாயிரம்
ஆயிரம் மெய்யாயிரம் கொண்டது தொள்ளுண்
ஆயிரம் தொள்ளுண் கொண்டது ஈகியம்
ஆயிரம் ஈகியம் கொண்டது நெளை
ஆயிரம் நெளை கொண்டது இலஞ்சி
நூறு இலஞ்சி கொண்டது வெள்ளம்
பத்து வெள்ளம் கொண்டது ஆம்பல்

ஆனால் நமது மேல் இலக்க எண்சுவடியின்படி

ஏகம் எண்மடங்கு கொண்டது கோடி *(1,00,00,000)*
கோடி எண்மடங்கு கொண்டது சங்கம் *(10சீ14)*
சங்கம் எண்மடங்கு கொண்டது விந்தம் *(10சீ21)*
விந்தம் எண்மடங்கு கொண்டது குமுதம் *(10சீ28)*
குமுதம் எண்மடங்கு கொண்டது பதுமம் *(10சீ35)*
பதுமம் எண்மடங்கு கொண்டது நாடு *(10சீ42)*
நாடு எண்மடங்கு கொண்டது சமுத்திரம் *(10சீ49)*
சமுத்திரம் எண்மடங்கு கொண்டது வெள்ளம் *(10சீ56)*’

என்று சேந்தன் முடித்தபோது விசிறிக்கொண்டிருந்த பெண்கள்கூட அவனை வியப்புடன் பார்த்தனர்.

‘ஐயா, அடுத்த சிக்கல்’ என்று இழுத்தார் கணக்காளர். ‘என்ன?’ என்பதுபோல் முகத்தைத் தூக்கினான் செவ்வேள்.

‘பலா ஒன்றுக்கு எத்தனைச் சுளை என்பதை முடிவு செய்யத் தெரியவில்லை. நமது கையிருப்பில் உள்ள பழங்களில் சிலவற்றை அறுத்துப் பார்த்தேன். ஐம்பது சுளைகளும் இருந்தன, இருநூறு சுளைகளும் இருந்தன.’

‘நிறுத்துப் பார்க்கவேண்டியதுதானே?’

‘அதிலும் அதிக வேறுபாடு தென்படுகிறது.’

‘அண்ணா அதற்கும் ஒரு சூத்திரம் உள்ளது’ என்றான் சேந்தன்.

‘உண்மையாகவா?’

‘ஆமாம்.

பலாவின் சுளையறிய வேண்டுதிரேல் ஆங்கு
சிறுமுள்ளுக் காம்பரு கெண்ணி - வருவதை
ஆறிற் பெருக்கியே ஐந்தினுக் கீந்திடவே
வேறெண்ண வேண்டாஞ் சுளை’

‘இதன் பொருள் என்ன சேந்தா?’

‘பலாப்பழத்தின் காம்புக்கு அருகில் உள்ள சிறு முட்களின் எண்ணிக்கையை ஆறால் பெருக்கி வரும் எண்ணை ஐந்தால் வகுக்கக் கிடைக்கும் விடை பழத்தினுள் உள்ள சுளைகளின் எண்ணிக்கையாகும். இது துல்லியக் கணக்கல்ல, உத்தேசக் கணக்கு.’

‘இதைச் சோதித்ததுண்டா?’

‘உண்டு. நூற்றுக்கு மூன்று சுளைகள் மட்டுமே வேறுபடும்.’

‘ஐயா, உத்தரவு பெற்றுக்கொள்கிறேன்’ என்றார் கணக்காயர்.

‘நல்லது. நமது இணைவணிகர்கள் அனைவருக்கும், சோழ நாட்டுக் கணக்கதிகார அளவுகள், அலகுகள் மட்டுமே பயன்படுத்த வேண்டும் என்று ஓலை அனுப்புங்கள்.’

‘காரி நாயனார் கணக்கதிகாரம் என்று எழுதச் சொல்லுங்கள். அவர்தான் இக்கணக்கதிகாரத்தை யாத்தவர்’ என்றான் சேந்தன்.

‘சேந்தா, நீ யாரிடம் பயின்றாய்?’

‘திருவிடைமருதூர் கணியன் நந்தினேயரிடம் நான்காண்டுகள் கணக்கதிகாரம் பயின்றேன்.’

‘தாமதத்திற்கு மன்னிக்கவேண்டும்’ என்று கூறியபடி சிதம்பரஞ் செட்டியார் வந்தார்.

‘அப்பா, இவர்கள் காட்சிக்குத்தான் சிறுவர்கள். செய்த செயல்கள் எல்லாம் மிகப் பெரியவை’ என்றான் கதிர்வேல்.

செய்திகளைக் கேட்டறிந்த செட்டியார் அகமகிழ்ந்தார்.

‘உங்களைப் போன்ற இளையவர்களை ஊக்குவிப்பது என் போன்றோர்க்குக் கடமை அல்லவா. வேண்டிய உதவியைக் கேளுங்கள்’ என்றார் செட்டியார்.

‘கொற்கைத் துறைக்குச் செல்ல மரக்கல ஏற்பாடு செய்துவிட்டோம். கலத்தில் இடப் பற்றாக்குறையாம். அதனால் பொன் அணிகலன்களை எடுத்துச் சென்று, முத்துகளை வாங்கிவரலாம் என்று நினைகிறேன்.’

‘அதற்குக் குறைந்தபட்சம் இருநூறு கழஞ்சுகள் தேவைப்படுமே!’

‘முந்நூறு கழஞ்சுகள் வைத்திருகிறேன்.’

‘அடேயப்பா! நான் இரண்டு முறை கடலோடி, என் இருபத்திரண்டு வயதில்தான் இருநூறு கழஞ்சைக் கண்ணால் கண்டேன். உயர்வு நவிற்சியாகச் சொல்லவில்லை. உன் வயதில், உன்னைப்போல் ஓர் இளைஞனைக் கண்டதில்லை. பொன்னை விற்பதற்குக் காலதாமதமாகும். வெள்ளிக் கலன்களையும் வட்டில்களையும் எடுத்துச் செல்லுங்கள். நமக்குத் தெரிந்தவர்களுக்கு ஓலை தருகிறேன். வேண்டியதைச் செய்வார்கள். இப்போது வாருங்கள், உணவு அருந்தலாம்.’

# 14

## காலம் எவருக்காகவும் நில்லாமல் உருளும்

நண்பகலுக்கு செவ்வேள், பொன்வணிகர் தெருவிற்கு அழைத்துச் சென்றான். அங்காடியின் உரிமையாளர் ஆறுமுகஞ் செட்டியார் மகிழ்ச்சியோடு வரவேற்றார். ‘வரவேண்டும், வரவேண்டும். தந்தையார் நலமா?’ என்று விசாரித்தார்.

‘இவர்கள் நமது உறவு. வெள்ளியில் வணிகம் செய்யலாம் என்று நினைக்கிறார்கள்.’

‘முதலில் சிறிது சுட்டிறைச்சியும் மதுவும் உட்கொள்ளுங்கள். பின்னர் வணிகம் பேசலாம்.’

‘இவர்கள் நாளை மறுநாள் கடற்பயணம் மேற்கொள்கிறார்கள். முதல் பயணம். அதனால் வயிற்றை வதைக்கவேண்டாம் என்று கருதுகிறேன்.’

‘அப்படியானால் இளநீர் பருகட்டும்.’ செட்டியார் சொல்லிமுடித்தவுடன், பணியாள் இளநீர் வெட்டத் தொடங்கினான்.

‘உங்களிடம் வெள்ளிப் பொருட்கள் என்னென்ன உள்ளன’ என்றான் சேந்தன்.

'தற்சமயம், பல வகை வட்டில்களும் தாம்பாளங்களும் ஏராளமாக உள்ளன. விளக்கு, குவளை போன்றவை மிகவும் குறைவாகவே உள்ளன.'

'ஏன் அப்படி?'

'மேலைச் சாளுக்கிய நாட்டில் ஓயாத போர் நடைபெறுகிறது. அதனால் வெள்ளி வருவது குறைந்துள்ளது. மேலும், சீனத்திலிருந்து பொன்னோ, வெள்ளியோ ஏற்றுமதி செய்யக்கூடாது என்று அங்குள்ள அரசன் ஆணையிட்டுள்ளான். வணிகர்கள் மாற்றுப் பண்டங்களைத்தான் கொண்டுவர முடியும். ஏனைய கீழை நாடுகளிலும் வெள்ளி குறைவுதான். இப்போது யவனர்களும் மிலேச்சர்களும் மட்டும்தான் பொன்னோ வெள்ளியோ தருகிறார்கள். என்னிடமுள்ள வட்டில்கள் மூன்றாண்டு பழையவை. அப்போது சக்கரவர்த்திக்குப் பொன்விழா நடை பெற்றதால், மிகுதியாகக் கொள்முதல் செய்தேன். இவை மீந்தவை. உங்களுக்கு அசலுக்கே தருகிறேன். விரும்பினால் எடுத்துக்கொள்ளுங்கள். பணத்தைப் பற்றிக் கவலைப்படாதீர்கள். நீங்கள் என்ன அயலார்களா?'

'அதற்கில்லை. வணிகப் பொருட்களுக்கு அழகே வகையும், தொகையும், வண்ணமும், வடிவமும்தானே. அதைவிடுத்து ஒரே மாதிரியாகக் கொண்டுசென்றால் என்னவாகும்?'

'நூற்றுக்கு ஐந்து விலையின்றித் தருகிறேன்.'

'பதினைந்தாகக் கொடுத்தால் எடுத்துக்கொள்கிறோம்' என்று இடைமறித்தான் செம்பியன்.

ஒருவழியாக, நூற்றுக்குப் பதினொன்று என்று முடிவு செய்யப் பட்டது.

'பிள்ளாய், முத்திரை கொண்டுவந்துள்ளீர்களா?'

'எங்களுக்கென்று இதுவரை முத்திரை ஏதும் கிடையாது.'

முத்திரை இன்றிக் கலத்தில் எடுத்துச்செல்வது ஆபத்தானது. பொருள் உங்களதுதான் என்பதை உறுதிசெய்ய முத்திரை அவசியம். என்னிடமுள்ள சில முத்திரைகளைக் காண்பிக்கிறேன். பிடித்ததைக் கூறுங்கள். பதித்துத் தருகிறேன்' என்றபடி சில இரும்பு உளிகளைக் காட்டினார்.

செம்பியன் ஒன்றை எடுத்து சேந்தனிடம் கான்பித்தான். சேந்தனும் ஆமோதித்தான்.

‘ஆ, வேழம். நல்ல தெரிவு. முத்திரை பதிக்க நான்கு நாழிகையாகும்.’

‘அதனால் என்ன? குறிப்போலை கொடுங்கள். எங்களது கணக்காளர் வந்து நேர் பார்த்துப் பண்டங்களைப் பெற்றுக்கொள்வார்’ என்றான் செவ்வேள்.

●

சிதம்பரஞ் செட்டியார் பயணத்திற்கு வேண்டிய அனைத்து ஏற்பாடு களையும் கவனித்துக்கொண்டார். வழிச் சோற்றுக்கட்டுகளைக் காட்டி அறிவுரைகளையும் வழங்கினார்.

‘முதன்முதலாகப் பயணம் செய்யும்போது அடிக்கடி வாந்தி வரும். எனவே புளி, காரம் தவிர்த்துக்கொள்ளுங்கள். அவல் நிறைய உள்ளது. முடிந்தவரை உட்கொள்ளுங்கள். குறைவாகவே நீர் குடியுங்கள். மரக்கலத்தில் அவித்த கிழங்கு கிடைக்கும். அதுவும் நல்லது. மற்ற உணவு வகைகள் ஏற்புடையதானால் உண்ணுங்கள். சிறிது பசியோடு இருப்பது நல்லது. கடலோடிகள் மதுவில் மிதப்பார்கள். தவிருங்கள். வாயைக் கட்டத் தெரிந்தவனே சிறந்த கடல் வாணிகனாக வர முடியும். தேவையின்றி உணவு உட்செல்லக் கூடாது. அதேபோல் செய்திகளும் வாயிலிருந்து வெளியே செல்லக்கூடாது.

‘எக்காரணம் கொண்டும் கலத்தின் மேல்தளத்திற்கு இரவில் செல்லக்கூடாது. பகலிலும் கலபதியின் மணி அடிக்கப்பட்டால் ஒழிய மேலே செல்லக்கூடாது. கதிர்வேல் உங்களுடன் துறைக்கு வருவான்.’

‘மன்னிக்கவேண்டும். கற்றுக்கொள்ள விரும்புகிறோம். எல்லா வற்றையும் நீங்களே செய்துவிட்டால் நாங்கள் எப்படிக் கற்றுக் கொள்வது?’

செட்டியார் சிரிப்புடன் ஒப்புக்கொண்டார். தேரில் மூவரும் ஏறிக்கொண்டனர். குடும்பமே பிரியாவிடை கொடுத்தது. துறைமுகம் வரையில் கதிர்வேல் வருவேன் என்று கூறிவிட்டான். செம்பியனால் மறுக்க முடியவில்லை.

தேர், காளியர் வீதியைக் கடக்கும்போது ஒரு மாளிகையின்மேல் அச்சமூட்டும் தோற்றமுடைய மனித உருவம் பொறித்த ஒரு கொடி பறப்பதைக் கண்டனர்.

‘இதென்ன, இப்படியும் ஒரு கொடி?’ என்று கதிர்வேலிடம் கேட்டான் சேந்தன்.

'இது கல்விக் கொடி. இம்மாளிகையில் நாள்தோறும் எதேனும் ஒரு பொருள் பற்றி வாதம் நடந்தவண்ணம் இருக்கும்.'

'எந்தெந்த இலக்கியங்களில் வாதம் நடைபெறும்?'

'பொன் உருக்கும் இடத்தில் பூனைக்கென்ன வேலை. புகாருக்கும் இலக்கியத்திற்கும் வெகு தூரம். இங்கு நடைபெறும் வாதங்கள் புதிய வாணிபம், புதிய பொருட்கள், புதிய நாடுகள், புதிய தொழில் வகைகள் என்பது பற்றியே இருக்கும்.'

'நீங்கள் இவற்றில் கலந்துகொள்வதுண்டா?'

'பல முறை சென்றிருக்கிறேன். கடந்த வாரத்தில் ஒரு சீன வணிகன் புதிய எழுதுபொருள் ஒன்றைப் பற்றி விளக்கம் அளித்தான். அதற்குச் சென்றேன்.'

'அது எவ்விதத்தில் புதுமையானது?'

'ஓலையுமில்லாமல் ஆணியுமில்லாமல் எழுதும் ஒரு புதிய முறை. தாமரை இலை அளவில், இதழ்போல் இருந்தது. அதில் தூரிகை கொண்டு சாயம் தொட்டு எழுதவேண்டும். அந்த இதழ்கள் கொத்தைப் பருத்தியைப்போல் பழுப்பு நிறத்தில் இருந்தன. வேண்டிய அளவுக்குப் பெரிதாகச் செய்துகொள்ள முடியுமாம். அறுநூறு கழஞ்சு கொடுத்தால் அவ்விதழ்களைச் செய்யும் முறையைக் கற்றுக்கொடுப்பதாகக் கூறினான். ஆனால் யாரும் செவிசாய்க்கவில்லை.'

'தாங்களுமா? தாங்கள் புதுமை விரும்பி என்றல்லவா நினைத்தேன்.

'நமது கணக்காயர்களும் ஓலை நாயகங்களும் செப்பேடுகளில் வெட்டியும் ஓலைகளில் கீறியும் பழகிவிட்டார்கள். நமது கீறன்களின் முரட்டு விரல்களுக்கு மெல்லிய தூரிகையைப் பிடித்து எழுத முடியவில்லை. கொள்வார் இல்லாதபோது அறுநூறு கழஞ்சை விரயம் செய்ய முடியுமா?'

'பழகினால் சரியாகிவிடாதா?'

'சிக்கல் அஃதல்ல. எழுதுவதைத் தொழிலாகக் கொண்டவர்கள் மாற்றத்திற்கு ஆதரவாக இல்லை. அரண்மனையில் உள்ள சில வல்லுநர்களும் இது நமக்கு இசைந்துவராது என்று கூறியதால், சிறிது அக்கறை காட்டியவர்களும் பின்வாங்கிவிட்டனர்.'

'என்ன விந்தை! குரங்கை ஏற்காத கொம்பும் உண்டா? இன்று நாம் விரும்பி உண்ணும் கரும்பு அதியமான் நெடுமான் அஞ்சியின்

முன்னோர் கொண்டுவந்தது. நமது பூமியில் விளைந்ததாகப் பலரும் கருதும் நெல், சீனத்திலிருந்து வந்தது. மதுரையில் சிவபெருமான் விரும்பி உண்ட புட்டு மணிபல்லவத்திலிருந்து வந்தது. குப்பாயமும் மெய்ப்பையும் யவனர்கள் கொண்டுவந்தது. குதிரை மிலேச்சர்கள் கொண்டுவந்தது. இதுபோன்ற புதிய வரவுகளால் நாம் பெற்ற பயன்களை அளவிட முடியுமா? புதியதை ஏற்காத சமூகத்திற்கு இளமை முடிந்துவிட்டது என்று பொருள்' என்றான் செம்பியன்.

'இதன் முடிவு என்னவாக இருக்கும் என்று நினைக்கிறாய்?'

'வீழ்ச்சிதான். சிறிது காலம் பழம்பெருமை பேசுவார்கள். பின் அதுவும் மறைந்துபோகும். அடுத்து அயலாரை வியப்பார்கள். இறுதியாகத் தன்னையே இகழ்ந்துகொள்வார்கள்.'

'இதனைத் தவிர்ப்பது எப்படி?'

'காலம் எவருக்காகவும் நில்லாமல் உருண்டுகொண்டே இருப்பது போல், மக்களை முன்னேற்றப் பாதையில் விரட்டிக்கொண்டே இருக்கும் தலைமை வேண்டும்.'

'போதும் என்ற மனம் பொன்னல்லவா?'

'அத்தகைய பொன்னான மனமுடையோர் சுற்றமும் நட்பும் சூழ, உண்டு, உடுத்து, பூண்டு, தங்களது மாளிகையில் முடங்கிக்கொள்ள வேண்டும். ஆயங்களிலும், குழுக்களிலும், வாரியங்களிலும் பங்கு பெறக்கூடாது.'

'நீ கல் நெஞ்சமுடையவன் என்பதை நான் ஒப்புக்கொள்கிறேன்' என்று சேந்தன் கூறியபோது துறைமுக வாயில் வந்துவிட்டது.

வேண்டிய ஏற்பாடுகளைச் செய்தபின் கதிர்வேல் விடைபெற்றுக் கொண்டான்.

●

பூதன் பொதிகளைக் கலத்தில் ஏற்ற ஏற்பாடு செய்ய முற்பட்டான். கலத்தில் ஏற்றுவதற்கு இன்னும் உத்தரவு தரப்படவில்லை. சேந்தனும் செம்பியனும் துவன்று இருக்கை ஓரமாகக் காலாற நடந்தனர். துவன்று இருக்கை என்பது கரையோரமாகக் கலங்கள் கட்டப்படும் இடம். புகாரில், காவிரி கடலில் கலக்குமிடத்தில், கரையை ஆழப்படுத்தி, கருங்கற்களால் வலுப்படுத்தி, செங்குத்தாக அமைத்திருந்தார்கள். இங்கே கரையை அணைத்தபடி கலங்களை நிறுத்திக்கொள்ள முடியும்.

கடற்போரில் விழுப்புண் பட்டு இறந்த வீரருக்கு எடுக்கப்பட்ட நடுகற்களைச் சுற்றிலும் வேலினை ஊன்றி, கிடுகைக் கட்டி, அரண்போலச் செய்திருந்தனர். ஒவ்வொரு நடுகல்லும் தூய்மையாக இருந்தது. மலர்களாலும் சந்தனத்தாலும் அலங்காரம் செய்யப் பட்டிருந்தது. அதுபோல, நெடிய கோல் சார்த்திய கூரைகளை உடைய குடியிருப்புகள் இருந்தன. அவை கடற்போரில் விழுப்புண் பட்டும் வீரச் செயல் புரிந்தும் புகழ் பெற்ற வீரர்கள் வாழும் வீடுகள்.

கடற்கரையின் ஒருபுறம், பரதவப்பெண்கள், சுறா மீனின் கொம்பை நட்டு வருணனுக்கு வழிபாடு செய்துகொண்டிருந்தனர். அந்தத் தெய்வத்திற்கு இட்ட தாழை மலரைத் தாம் சூடியும் படைத்த பனையின் கள்ளைப் பருகியும் வழிபாடு முடியும்.

ஒரு சில பரதவ இளவல்கள் கடலுக்குச் செல்லாமல், மனம் போனவாறு விளையாடிக்கொண்டிருந்தனர்.

‘எலோய்’ என்று ஒரு குரல் கேட்டது.

# 15

## கடல் அன்னை அழைக்கிறாள்

சேந்தனும் செம்பியனும் திரும்பிப் பார்த்தனர். முதல் நாள் சுங்கச் சாவடியில் முத்திரை பதிக்க வந்த கலியன் சிரித்துக்கொண்டிருந்தான்.

'என்ன, அதற்குள் மறந்து விட்டீர்களே?'

'மறதியில்லை. தங்களை இங்கு எதிர்பார்க்க வில்லை. அதனால் சற்றுத் தயங்கினேன்' என்றான் செம்பியன்.

'சித்திரை மாதம் வரையிலும் நான் கலப்படுகையில் தான் பணியாற்றவேண்டும். நீங்கள் என்ன செய்துகொண்டிருக்கிறீர்கள்?'

செம்பியன் பயண விவரங்களைச் சொன்னான்.

'உங்களுக்கு முன்பாக இரண்டு கலங்கள் புறப்படவேண்டும். நிறைய நேரம் இருக்கிறது.'

'தாமதத்திற்கு என்ன காரணம்?'

'காற்றுதான்! வைகறையிலிருந்து இப்போது வரை காற்று வீச மறுக்கிறது. இப்படி அமருங்கள்' என்று கலியன் கைகாட்டினான்.

அங்கே இரண்டு சிறிய தோணிகள் கவிழ்ந்துகிடந்தன. சற்று தூரத்தில் சிறிதும் பெரிதுமாகப் பல கலங்கள் யானைக்கூட்டம் போல் நெருக்கியபடி மிதந்துகொண்டிருந்தன. அவை, தேர் வடம் போன்ற கயிற்றினால் இடுப்பளவு தூண்களில் கட்டப்பட்டிருந்தன. இன்னும் சற்று தூரத்தில் தச்சர்கள் நாவாய்களைச் செப்பனிட்டுக் கொண்டிருந்தனர். மரத்துண்டுகளை அறுப்பதும், இழைப்பதும், அளவு பார்ப்பதும், பொருத்துவதும், கழற்றுவதுமாக அங்கு நடைபெற்றவை புதுமையாக இருந்தன.

சிறு படகுகளைச் சிலர் கரைக்கு இழுக்க முயன்றார்கள். பல இடங்களில் நாவாயைச் செப்பனிடுவதற்கு வேண்டிய பொருட்கள் இறைந்துகிடந்தன. ஒவ்வொரு கலத்திற்கு அருகிலும் ஏற்றம் நிறுத்தப்பட்டு பொருட்கள் ஏற்றப்படுவதும் இறக்கப்படுவதுமாகக் காணப்பட்டது. ஏற்றத்தின்மேல் நின்றவன் 'ஓவ்வ்' என்று ஒலி கொடுக்க, கீழே இருப்பவன் மறு 'ஓவ்வ்' கொடுப்பதுமாக, எங்கு பார்த்தாலும் உழைக்கும் ஒலிகள்.

'இங்கு நடைபெறும் நிகழ்வுகள் எங்களுக்கு வியப்பை ஊட்டுகின்றன' என்று சேந்தன் கலியனிடம் கூறினான்.

'நான்கு நாட்கள் வேடிக்கை பார்த்தால், வியப்பு ஓடிவிடும்.'

'ஏன் இத்தனை நாவாய்கள் பயனற்றுக் கிடக்கின்றன?'

பற்பல ஆண்டுகள் கடற்பயணம் மேற்கொண்டு முதிர்ந்து பயனற்ற நிலையில் இருந்த மரக்கலங்களைக் கடற்கரையில் வளர்ந்திருந்த புன்னை மரங்களில் கயிற்றால் பிணைத்திருந்த காட்சியைப் பல இடங்களில் காண முடிந்தது.

'ஒரு சில கலங்கள் செப்பனிடுவதற்காகக் காத்துக்கொண்டிருக் கின்றன. மற்றவை பிரித்து உடைப்பதற்காகக் காத்திருக்கின்றன. கடற்கலத்தில் பயன்படுத்தப்படும் வாகை மரங்கள் மிக உயரிய தரமுடையவை. இலுப்பை எண்ணெய், கற்பூரம், மிலேச்சப் பயின், வேப்பங்கரி மற்றும் பல சேர்மானம் கலந்த தைலத்தில் மூன்றுமாத காலம் ஊற வைக்கப்பட்டவை. எனவே பிரித்து உடைத்தாலும் நல்ல விலைக்குப் போகக்கூடியவை. மேலும், இங்குள்ள கலங்கள் அனைத்தும் நாவாய் அல்ல. நாவாய் என்பது நான்கு மரங்களை உடைய மரக்கலம். இதோ, இவற்றின் பெயர் தோணி. மீன் வேட்டைக்கும் குறைந்த தூரப் பயணத்திற்கும் ஏற்றது. திமில், அம்பி, ஓடம், நாவாய், வங்கம் எனப் பல வகையான மரக்கலங்கள் உள்ளன. ஆதோ, மூன்றாவதாகக் காணப்படுவது அம்பி' என்றான் கலியன்.

அம்பி, யானையைப் போல் பெரிதாக இருந்தது. அம்பியின் முகப்பு குதிரை, யானை, சிங்கம் போன்று பலவகைத்தாய் வடிவமைக்கப் பட்டிருந்தது.

கலியன் தொடர்ந்தான். 'இடிபோல் முழங்கும் கடலில் பெரிய வலைகளை இட்டு மீன் பிடிக்க அம்பியை விட்டால் வேறு கலமில்லை என்பது இங்குள்ள பரதவரின் கூற்று. சுறாமீன் வேட்டைக்குச் செல்லும் பரதவர்களுக்கு அம்பி அரண் போன்றது. எறியுளி வீச ஏற்றது. வங்கம் என்பது இரண்டு மரங்களையுடைய கலம். நாற்பது நாட்களுக்குள் முடியக்கூடிய பயணத்திற்கு ஏற்றது.'

'அடேயப்பா, நாங்கள் இதுவரை கலம், தோணி, நாவாய் என்பவற்றை மட்டுமே அறிந்திருந்தோம்.'

'இளவல்களே, நீரில் ஊர்ந்து செல்லும் கலங்களைக் குறிக்க தெப்பம், பரிசல், புனை, ஓடம், படகு, நாவாய், பஃறி என இருபத்து மூன்று சொற்கள் தமிழில் உள்ளன. இதிலிருந்தே தமிழர்கள் எத்துணை சிறந்த கடலோடிகள் என்பதை அறிந்துகொள்ளலாம்.'

'அங்குள்ள கலங்கள் சிறிய தூண்களில் கட்டப்பட்டுள்ளன. ஆனால் இவை ஏன் மரத்தில் கட்டப்பட்டுள்ளன?' என்று கேட்டான் சேந்தன்.

'பயனற்ற மரக்கலங்கள் மட்டும்தான் மரங்களில் கட்டப்படும். இக்கலங்கள் வெறும் கூடுகள். உள்ளே ஒன்றுமில்லாதவை. முழுமையான கலத்தின் ஆற்றலை மரத்தால் தாங்க முடியாது. அதனால்தான் கந்துகள் அமைக்கப்பட்டுள்ளன. இச்சிறிய தூண்களின் பெயர்தான் கந்து. கலங்களுக்குப் பற்றுக்கோடானவை. உயிர்களுக்குப் பற்றுக்கோடு இறைவன் என்பதால் அவனுக்குக் கந்தன் என்று பெயர்' என்று கலியன் முடித்தான்.

'கலியனாரே! தாங்கள் அரசுப் பணியாளர் என்றுதான் நினைத்தேன். நல்ல ஞானம் உடையவரும்கூட என்பதை இப்போது தெரிந்து கொண்டேன்' என்றான் செம்பியன்.

'எனது ஞானாமிருதத்தைப் பருகிக்கொண்டிருந்தால் உங்கள் வங்கத்தை விட்டுவிடுவீர்கள். மகிழ்ச்சியோடு சென்றுவாருங்கள்.'

இருவரும் அவர்களது வங்கத்தை அடைந்தபோது, பூதன் அவர்களுக்காகக் காத்துக்கொண்டிருந்தான்.

'கடவோலையைக் காண்பித்து முத்திரை பெற்றுவிட்டேன். கலத்தில் நாம் தங்கும் இடங்களையும் பார்த்துவிட்டேன். நமது தனியுடைமைகளை ஏற்றிவிட்டேன். பொதியை நம்மோடு எடுத்துச்செல்லலாம் என்று வைத்திருக்கிறேன்.'

‘நாம் கலத்தில் ஏறலாமா?’ என்று கேட்டான் சேந்தன்.

‘இன்னும் மரப் படிக்கட்டுகள் வைக்கப்படவில்லை. ஏணிகள்தான் வைக்கப்பட்டுள்ளன.’

‘ஏணியில் ஏற என்ன தடை?’

‘அது பணியாளர்களுக்கு மட்டும்தான். பண்டங்கள் ஏற்றி முடிக்கப் பட்டபின் பயணிகள் ஏற மணி அடிக்கப்படும்.’

தலைச்சுமையாகவும் ஏற்றச்சுமையாகவும் பொதிகள் ஏறிய வண்ணம் இருந்தன. ஏற்றப்படும் பொதிகளில் சுங்க முத்திரை உள்ளதா என ஓர் அதிகாரி சோதித்தான். மரக்கலப் பணியாளன் ஒருவன், பொதிகளின் வணிக முத்திரையையும் எண்ணிக்கையை யும் சரி பார்த்துக் குறித்துக்கொண்டான். இதன் அடிப்படையில் பொருட்கள் ஏற்றப்பட்டதற்கான கடல் ஓலை வணிகருக்குத் தரப்படும். இறக்குமதி ஆகும் இடத்தில் கடல் ஓலையில் கண்ட பொருட்கள் மட்டும்தான் வணிகருக்குத் தரப்படும். எனவே பொருட்களைக் குறித்துக்கொள்ளும் பணியாளரைச் சுற்றி வணிகர்கள் நின்றபடி காணப்பட்டனர்.

வணிகர்கள் கூடினால் வாய் சும்மா இருக்குமா?

‘என் பொதியை ஏன் முதலில் ஏற்றவில்லை?’

‘அந்தக் குதிருக்குமேல் இந்தப் பெட்டியை வைக்கக்கூடாது!’

‘இது பட்டுத்துகில் உடைய பொதி. அதனால் பாதுகாப்பாக வைக்கவேண்டும்.’

‘அப்படி விலை மதிக்கமுடியாத துகில் என்றால், நீரே ஒரு நாவாயை வாங்கி, அதில் எடுத்துச் செல்லவேண்டியதுதானே. பொதுக்கலத்தில் வந்து கூச்சலிடவேண்டிய தேவை என்ன?’

‘பச்சை மரத்தை விற்பவன், பட்டைப் பற்றிப் பேசக்கூடாது!’

என்றோ நிகழ்ந்த வணிகப் போட்டி, இது போன்ற அற்பக் காரியங் களிலும் வெளிப்படும். வணிகர்கள் கூடியிருப்பதின் மற்றொரு காரணம், ஒற்று. என்ன பொருள் சென்றது, என்ன வந்தது, என்ன அளவு, யார் அனுப்பியது, என்ன விலை என்பன போன்ற செய்தி களுக்காக வணிகர்கள் எதையும் செய்வார்கள். சுங்கச் சாவடியில் முத்திரையாளர்களிடம் அயலார் பற்றிய செய்தியை அறிந்து கொள்ள ஒரு கூட்டம் தவம் கிடக்கும். இதையே தொழிலாகச் செய்யும் வணிகர்களும் உண்டு. இவர்கள் பெரும்பாலும் கோசலர்கள்.

பெருந்தன வணிகர்களுக்கு இத்தொல்லைகள் கிடையாது. அவர்களுக்குச் சொந்தமான நாவாய் என்பதால், கடவோலையும் தேவையில்லை, கடல் ஓலையும் தேவையில்லை. பொதிகளை ஒரே சாயலாகச் செய்துவிடுவார்கள். வெளித் தோற்றத்தை வைத்து மணலா, மணியா என்று கூற முடியாது.

பயணிகள் ஏறலாம் என்பதற்கான மணி ஒலித்தது.

வரிசையாகவும் அமைதியாகவும் ஒவ்வொருவராக ஏறினர். செம்பியனின் மனம் கடலைவிட அதிகமாக அலைபாய்ந்தது. படியில் இருந்தபடியே மேல்தளத்தில் நடைபெற்றுக்கொண்டிருந்த பணிகளை வேடிக்கை பார்த்தான். இந்த மரக்கலம், வங்கம் என்ற வகையைச் சேர்ந்தது. மூன்று பாய்மரங்களை உடையது. மேல்தளம் எங்கும் கடலோடிகள் பாய்மரத்தின்மீதும் தளத்தின்மீதும் விரவிக் கிடந்தனர். சிலர் மரத்தின்மீது ஏறி கொளிற்றுக் கொம்புகளை முளையடித்துச் செப்பனிட்டனர். வேறு சிலர், மரத்தில் பொருத்தப் பட்டிருந்த செப்புச் சகடங்களுக்கு எண்ணெயிட்டு இலகு வாக்கினர். தடித்த கயிறுகளை இழுப்பதும், மடிப்பதும், சுற்றிவைப்பதுமாகச் சிலர் காணப்பட்டனர்.

'கடலோரச் சாய்வு மிகையாக உள்ளது. பண்டங்களைக் கரையோர மாக நகர்த்தி வை' என்று மூத்த கடலோடி ஒருவன் ஆணையிட்டான். உடனே கடலோடி ஒருவன் மணியடித்து இந்த ஆணையைக் கீழ்த்தளத்தில் உள்ளவர்களுக்கு அறிவித்தான். ஆணையைப் பெற்றுக்கொண்டதற்குப் பதில் மணி அடிக்கப் பட்டது. ஒரு நாழிகைப் பொழுதில் கலம் நேராகியது. அதைப் போலவே, முன் குத்து மிகையாக உள்ளதைச் சரி செய்யவும், குடிநீர் குறைவாக உள்ளதை நிறை செய்யவும், நங்கூரப் பகுதிக்கு ஓர் ஆளை வரவழைக்கவுமாகப் பல ஆணைகள் மணியடித்தும், கொடியசைத்தும், கையசைத்தும், சீட்டியடித்தும் பரிமாறப்பட்டன. பயணிகளை மேல்தளத்திற்கு வரவிடாமல், தங்கும் இடத்திற்குத் திருப்பிவிட ஒருவன் நின்றுகொண்டிருந்தான்.

கடைசிப் படிக்கட்டில் கால் வைக்கும்போது செம்பியன் தன்வசம் இழந்ததைப்போல் காணப்பட்டான். 'வா மகனே' என்று கடல் அன்னை அழைப்பதுபோலக் கற்பனை செய்துகொண்டான்.

'அப்பனே, கண்ணைத் திற. கடலுக்குள் விழவேண்டும் என்று வேண்டுதலாயிருந்தால் அதைக் கரையிலேயே நிறைவேற்றிக் கொள்ளக்கூடாதா?' என்று கடலோடி ஒருவன் அதட்டினான்.

‘ஆழம் போதவில்லை ஐயா’ என்றபடி சேந்தன், செம்பியனை அழைத்துச் சென்றான். தங்கும் இடத்திற்குச் செல்லும் வாயிலுக்குள் நுழைந்ததுமே இருவருக்கும் கண் இருட்டிக்கொண்டது. எங்கு பார்த்தாலும் இருள். ஒருவர்மீது ஒருவர் மோதிக்கொண்டனர். ‘பைய, பைய’ என்று யாரோ ஒருவன் உரக்கக் கூவியபடி இருந்தான்.

சில விநாடிகளுக்குப் பின் அங்கொன்றும் இங்கொன்றுமாக விளக்குகள் தென்படத் தொடங்கின.

●

பண்டைய மரக்கலங்களின் அமைப்பையும் அது செயல்படும் விதத்தையும் சற்றுத் தெரிந்துகொண்டால்தான், நமது நண்பர்கள் ஏன் இருளில் சிக்கிக்கொண்டார்கள் என்பதை வாசகர்கள் விளங்கிக் கொள்ள முடியும்.

வங்கம் எனப்படும் மரக்கலம், நூற்றிருபது அடி நீளமும் அதன் நடுப்பகுதியில் நாற்பது அடி அகலமும் உடையது. முன்னும் பின்னும் செல்லச் செல்ல அதன் அகலம் குறைந்துகொண்டே வரும்.

நீளவாக்கில் மூன்று மாடங்களாகப் பிரிக்கப்பட்டிருக்கும். கீழ் மாடத்தில் மிகப் பெரிய இரும்புப் பாளங்கள் அடுக்கி வைக்கப் பட்டிருக்கும். மரக்கலம் எவ்வளவு சாய்ந்தாலும், இரும்புப் பாளங்களின் எடை அதனை நிமிர்த்திவிடும். இதுபோக, கலத்தைச் செப்பனிடத் தேவையான பொருட்களும் இம்மாடத்தில் வைக்கப் பட்டிருக்கும்.

இரண்டாவது மாடத்தின் முன் பகுதியில் அடிசிற்பள்ளி என்னும் அடுப்பறை இருக்கும். நெருப்பின் அபாயம் கருதி அடுப்பறையின் தரையும், கூரையும், சுவர்களும் செப்புத் தகடுகளால் வேயப் பட்டிருக்கும்.

இம்மாடத்தின் பின் பகுதியில், இரண்டு பக்கங்களிலும் கழிப்பறைகள் இருக்கும். கழிப்பறைகளுக்கு இடையே, நீர் நிறைந்த கொப்பரை கள் உண்டு. கழிப்பறைகளின் மரம் உலுத்துவிடுவதைத் தவிர்க்க, அறை முழுவதும் சாம்பலும் ஆமணக்கெண்ணெயும் கலந்த பயின் கொண்டு பூசப்பட்டிருக்கும்.

இடைப்பட்ட பகுதியில் பயணிகள் தங்கவைக்கப்படுவர். அங்கு, கட்டிலோ, மெத்தையோ எதுவும் இருக்காது. ஒவ்வொரு பயணிக்கும் ஒரு தொட்டில் தரப்படும். அதுதான் தங்குமிடம், படுக்குமிடம்,

வாழுமிடம் மற்றும் அனைத்துமாகும். வேறு எவ்வகையான ஏற்பாடுகளும் கடல் கொந்தளிக்கும்போது பாதுகாப்பற்றவை. தொட்டில்கள்தான் பாதுகாப்பானவை. எவ்வளவு ஆடினாலும், படுத்திருப்பவர் தூக்கி எறியப்படமாட்டார். அடுத்தடுத்துப் படுப்பவர்கள் தலை கால் மாற்றிப் படுக்கவேண்டும். தொட்டில்கள் இடித்தாலும், மண்டைகள் இடிக்கா. தனியுடைமைகளைச் சுவற்றில் பிணைத்துவைத்துக்கொள்ளவேண்டும்.

மேல் மாடத்தின் முன்பகுதியில் மீகானுக்கும் பின்பகுதியில் வலவனுக்கும் அறைகள் இருக்கும். இடைப்பகுதியில் கலக்கோனின் அறை இருக்கும். மிஞ்சிய பகுதிகளில் மற்ற கடலோடிகள் தங்கிக்கொள்வர்.

மூன்று மாடங்களிலும் காற்றும் வெளிச்சமும் உள்ளே வர வசதி கிடையாது. இருட்டும், அடைசல் நாற்றமும், வெப்பமும், நெருக்கடியும் அங்கு பரவியிருக்கும். படிக்கட்டுகள், நுழைவாயில்கள் ஆகியவற்றினூடே கசியும் வெளிச்சம், நாம் பாதாளத்தில் சிக்கிக்கொள்ளவில்லை என்ற நம்பிக்கையைக் கொடுக்கும்.

நெருப்பின் அபாயம் கருதி நெய் விளக்குகள் மிக அரிதாகவே ஏற்றப்படும். அவ்வாறு ஏற்றப்பட்டாலும், சொற்பமான அளவு நெய்யே ஊற்றப்படும். கடலோடி ஒருவன் தொடர்ந்து நெய் ஊற்றிக்கொண்டிருப்பான்.

மரக்கலம் குறுக்குவாக்கில் பத்து பகுதிகளாகப் பிரிக்கப்பட்டிருக்கும். எனவே வானம் பார்த்த மேல்தளத்தைத் தவிர, கீழுள்ள மூன்று மாடங்களிலும் கால்வீசி நடப்பது என்பது இயலாத காரியம்.

●

செம்பியனும் சேந்தனும் தட்டுத்தடுமாறியபடி தங்களது தொட்டில்களை அடைந்தனர்.

‘கடல் அன்னை நம்மைத் தாலாட்டித் தூங்கவைக்க இந்த ஏற்பாடு செய்யப்பட்டுள்ளதுபோலும்’ என்று சேந்தன் கூறினான்.

‘பூதனாரே! கலத்திலிருந்து இறங்கும்வரை பொதி உமது பொறுப்பு’ என்றான் செம்பியன்.

‘அதில் ஐயமென்ன?’ என்றான் பூதன்.

முன்னிருந்த தொட்டிலில் சீனன் ஒருவன் விடாமல் இருமிக்கொண்டிருந்தான். சில குழந்தைகள் அழும் குரல் கேட்டது.

வணிகர்கள் இருவர் பொதியை மரக்கலச் சுவற்றோடு பிணைத்து வைப்பது குறித்துச் சண்டை இட்டுக்கொண்டனர். சரசரவெனத் தேயும் கால்கள், திம் திம் என்று இடித்துக்கொள்ளும் உடல்கள், டமார் டமார் என்று அடுக்கப்படும் மரப்பெட்டிகள், 'வழி விடவும்', 'நேரே செல்லவும்', 'இது யாருடையது', 'எனது சுமை எங்கே' என்பன போன்ற குரல்கள், இனமும் தரமும் புரியாத ஓசைகள் ஆகியவை கலத்தை நிறைத்தன. வானமே கூரையாகவும் திசைகளே சுவர்களாகவும் வளர்ந்த சிற்றூர் இளைஞர்களுக்கு இது கொடுஞ்சிறைபோல வாட்டியது.

'செம்பியா, இரண்டு நாழிகை தூங்க முயற்சி செய்' என்றான் பூதன். 'நல்ல ஆலோசனை' என்று சேந்தனும் செம்பியனும் தொட்டிலில் படுத்தார்கள். அலுப்போ, திகைப்போ, நன்றாக உறங்கினர்.

# 16

## காற்றில் இத்தனை வகைகளா?

இடி இடிப்பதைப்போல் ஓசையுடன் கலம் கணநேரத்தில் வலமிடமாகக் குலுங்கிக் குடைசாய்ந்து நிமிர்ந்தது. சேந்தனும் செம்பியனும் தலையைத் தடவியபடியே துள்ளி எழுந்தனர்.

'பாய்களை இறக்கிவிடும் ஓசைதான். முதற்காற்றைப் பிடிக்கும்போது இப்படிக் குலுங்கு வது இயல்புதான்' என்று பூதன் விளக்கினான்.

'நாம் இன்னும் காவிரி ஆற்றில்தான் இருக்கிறோம். கலம் விரிகடலுக்குள் செல்லும் வரை, மிகவும் குலுங்கியபடியே செல்லும். அதுவரை பயணிகள் நடமாடக்கூடாது. படுத்துக்கொள்ளவும்' என்று அறிவித்தபடி ஒரு கடலோடி சென்றான்.

வங்கம், சீராகச் சென்றது. குலுங்கல் முற்றிலு மாக நின்றுவிட்டது. மேலும் கீழுமாக அசைவது மட்டும் நிற்கவில்லை.

'இங்கு சிதம்பரஞ் செட்டியாரின் உறவு எவரேனும் உளரோ' என்று கேட்டபடியே முன்பு அறிவிப்பு செய்த அதே கடலோடி வந்தான்.

‘எதற்காக?’ என்று கேட்டான் செம்பியன்.

‘கலக்கோன் அழைத்துவரச் சொன்னார்.’

மரக்கலம் என்பது ஒரு தனி உலகு. அங்கே முடிசூடா மன்னன் கலக்கோன். எல்லா நடப்புகளிலும் அவரது வார்த்தை இறுதியானது. அவருக்குக் கீழே மீகான், வலவன், பெருந்தச்சன் என மூன்று துறைத்தலைவர்கள் இருப்பார்கள்.

விண்மீன்களின் நிலையை அறிந்தும் பிற அடையாளங்களைக் கணக்கில் கொண்டும், கலம் செல்லும் திசையையும் செல்ல வேண்டிய திசையையும் கணித்துக் கொடுப்பது மீகானின் பணி. மீன்கான், காணி, கணியன் என்றும் இவர்களை அழைப்பதுண்டு. கணியர்களின் இயல் என்பதால் இத்துறை கணிதம் என்று அழைக்கப்பட்டது. வானியல், கோளியல், மீனியல், எண்ணியல் ஆகிய பிரிவுகளில் தேர்ச்சி உடையவனே கலத்தின் மீகானாக நியமிக்கப்படுவான். மீகானுக்கு மூன்று உதவியாளர்கள் உண்டு. மாலையில் வெள்ளி முளைத்ததிலிருந்து காலைவரை ஒவ்வொரு சிறுபொழுதிற்கும் ஒருவராக மேல்தளத்தில் நின்று மீன் காண வேண்டும். மீகான் கணித்த பாதையைவிட்டுக் கலம் மாறி ஓடுவதாகக் காணப்பட்டால், உடனே வலவனுக்குத் தெரிவிக்க வேண்டியது இவர்களது கடமை.

மீகான் வகுத்த பாதையில் கலத்தைச் செலுத்தவேண்டியது வலவனுடைய கடமை. கலத்தில் பணியாற்றும் கடலோடிகளில் பெரும்பாலானோர் வலவனுக்குக்கீழ் பணியாற்றுவோரே. இதுவே அதிக ஆட்களைக் கொண்ட துறை. வலவனுக்கு உதவியாக விசைவலவன், திசைவலவன் என்னும் மூத்த பணியாளர்களும் இருபதிற்கும் மேற்பட்ட கடலோடிகளும் உண்டு.

கலத்தை உண்மையில் ஓட்டுவது விசைவலவன்தான். விசைவட்டு எனப்படும் சக்கரத்தைப் பிடித்து கலத்தின் போக்கை நிலை நிறுத்துவது விசைவலவர்கள்தான். வங்கத்தில் நான்கு விசை வலவர்களும் நாவாயில் ஐவரும் இருக்கவேண்டும். அம்பி, திமில், பஃறி போன்ற கலங்களில் பயணக்காலத்தில் அடிப்படையில் விசைவலவர்களின் எண்ணிக்கை முடிவு செய்துகொள்ளப்படும்.

பாய்களை விரிப்பது, சுருட்டுவது, கயிறுகளைச் செப்பனிடுவது, சகடங்களை எண்ணெயிட்டுச் சீராக வைத்துக்கொள்வது, நங்கூரங்களைப் பராமரிப்பது, குடிநீர் மற்றும் உணவுப் பொருட்களின் கையிருப்பைக் கவனித்துக்கொள்வது எனப் பலதரப்பட்ட பணிகளையும் மேற்கொள்வது திசைவலவனின் கடமையாகும்.

கலத்தின் பாதுகாப்பு கருதி நீர்க்கசிவைத் தடுப்பது, பயின் பூசுவது, மரக்கட்டைகளை மாற்றுவது போன்ற பணிகளை மேற்கொள்வது பெருந்தச்சனின் கடமையாகும். கலத்தில் பணியாற்றிப் பட்டறிவு பெற்றவர்கள் பிற்காலத்தில் புதிய கலங்களைக் கட்டுவதிலும் கைதேர்ந்தவர்களாக விளங்கினார்கள். அப்படிப் புகழ் பெற்று விட்டால், பின் மாநாய்கர்கள் என்ன, மன்னர்களே அவர்களது பட்டறையில் காத்துக்கிடப்பார்கள்.

எனவே கலத்தச்சனாகப் பணியாற்றக் கடும் போட்டி நிலவியது.

சேந்தனும் செம்பியனும் கடலோடியுடன் மேலே சென்றனர். மேல்தளம் போர்க்களம்போல் காட்சியளித்தது.

கண்களைத் திறக்க முடியவில்லை. அப்படியொரு வெளிச்சம். முதலில் கண்ணில்பட்டது அரச களையோடு பறந்துகொண்டிருந்த புலிக்கொடி. சேந்தன் கையெடுத்துக் கும்பிட்டான்.

இப்படியும் ஊளையிடுமா என்ற ஐயத்தை எழுப்பக்கூடிய வகையில் காற்று அடித்தது. காற்று ஒரு கணம் பாய்களின்மீது மோதி, அவற்றை ஊதிப் பெருக்கச் செய்தது. மற்றொரு கணம் காற்றால் கைவிடப்பட்ட பாய்கள், வயிறு இளைத்த வறியோன்போல் துவண்டன. ஒவ்வொருமுறையும் பாய்கள் பெருக்கமடையும் போதும் படார் படார் என வெடிப்பதுபோல் சத்தம் கேட்டது. பலகோடி தேனீக்கள் ஒன்றுகூடி ரீங்காரமிடுவதைப்போல் ஓர் ஓசை விடாமல் ஒலித்துக்கொண்டிருந்தது. கால்கள் நேராக நிற்க மறுத்தன. செம்பியன் சேந்தனை இறுகப் பிடித்துக்கொண்டான்.

அதைப் பார்த்த கடலோடி, 'இனிமேல் இதுபோல் செய்யாதீர்கள். ஒருவரின் அபாயத்தை அடுத்தவர்க்கும் கொடுப்பதுபோல் ஆகும்' என்றான்.

மேல்தளத்தில் குறுக்கும் நெடுக்குமாகக் கயிறுகள் கட்டப் பட்டிருந்தன. ஒவ்வொரு கயிற்றின் முடிச்சையும் ஒரு கடலோடி இழுத்துப் பார்த்துக்கொண்டு வந்தான். ஒவ்வொரு பாய்மரத்தின் கீழும் மூன்று நான்கு பேர் நின்றுகொண்டிருந்தனர்.

கலத்தின் முன்புறம் ஒருவர் கம்பீரமாக நின்று அனைத்தையும் கண்காணித்துக்கொண்டிருந்தார். அவர்தான் கலக்கோன் என்பது தோற்றப்பொலிவிலேயே தெரிந்தது.

கடலோடி இருவரையும் அவரிடம் அழைத்துச்சென்று, 'ஐயா, தாங்கள் அழைத்துவரச் சொல்லியது இவர்களைத்தான்' என்று கூறிவிட்டு ஐந்தடி தள்ளி நின்றான்.

‘வாருங்கள் இளவல்களே! சிதம்பரஞ் செட்டியார் நமது நண்பர். உங்களைப் பற்றிச் செய்தி அனுப்பியிருந்தார். நான் எதிர்பார்த்ததை விடச் சிறியவர்களாக இருக்கிறீர்களே, அப்படி என்ன அவசரம்?’ என்று சிரித்தபடியே செம்பியனைத் தட்டிக்கொடுத்தார்.

அப்போது ஒருவன் வேகமாக வந்து, ‘ஐயா, வாடை வலுத்திருக்கிறது. கடும் விசைக்குக் கயிறு இழுக்கலாமா’ என்று கேட்டான்.

‘நடுமரத்தின் பெரு ஒடுதையில் கொண்டல் தட்டுகிறது. அது நின்றவுடன் இழுக்கலாம்.’

அவன் சென்றவுடன், ‘டே, பொன்னா, தச்சனை அழைத்துவா’ என்று ஆணையிட்டார். பொன்னன் ஓடினான்.

‘ஏய் பகடிப் பயலே, அந்தக் கயிற்றைக் கீழே போடு. எத்தனை முறை உனக்குச் சொல்லவேண்டும்’ என்றபடி அருகில் இருந்த மரத்துண்டு ஒன்றை எடுத்து அவன்மீது விட்டெறிந்தார்.

‘இது குடகுக் கயிறு அன்று. சேர நாட்டுக் கயிற்றை மட்டுந்தான் மேல்தளத்தில் கட்டவேண்டும். டே மயிலை, இவனைக் கொற்கையில் பணி இறக்கிவிடு.’

முடிச்சுகளை சோதித்துக்கொண்டிருந்தவன்தான் மயிலை. ‘உத்தரவு ஐயா’ என்று திரும்பிப் பார்க்காமல் குரல் கொடுத்தான்.

செம்பியனுக்கு அவர் பேசியதில் பாதி புரியவில்லை. அவரது கொடுஞ் சொற்களும், முரட்டுச் செயல்களும், சற்றும் தளர்வின்றி கடலோடிகளை விடாமல் வசக்கிக்கொண்டிருந்ததும் அவர்மீது பயத்தை உருவாக்கியது. அவனிடம் வாஞ்சையோடு பேசியபோது அது உண்மையா, பொய்யா என்று குழப்பமாக இருந்தது.

‘குமாரர்களே! என்ன உதவி வேண்டுமானாலும் தயக்கமின்றிக் கேளுங்கள். நான் எனது அறைக்குச் செல்கிறேன். வாருங்களேன், தேறல் பருகலாம்.’

‘நன்றி ஐயா. எங்களுக்குக் கலத்தை முழுமையாகத் தெரிந்துகொள்ள வேண்டும். அதற்கு ஆவன செய்யவேண்டும்.’

‘நல்லது. மயிலை, இங்கே வாடா!’

மயிலை வந்தான்.

‘இவர்கள் எனது விருந்தினர்கள். நல்ல முறையில் உபசரிப்பது உன் பொறுப்பு. குமாரர்களே, மயிலை நல்ல பயிற்சியும் பட்டறிவும்

உடைய கடலோடி. இக்கலத்தில் திசைவலவனாகக் கடமை ஆற்றுகிறான். நீங்கள் அடுத்தமுறை சந்திக்கும்போது வலவன் ஆகிவிடுவான் என்பது உறுதி' என்று கூறியபடி நடந்தார். ஒரு கணம் கொச்சையாகப் பேசியவர், இப்போது பண்பாளரைப்போல் பேசுவது வியப்பாக இருந்தது.

மயிலையிடம் இதைப்பற்றிச் சேந்தன் கேட்டான்.

'உங்களால் அதிக நேரம் இங்கே நிற்க முடியாது, வாருங்கள்' என்று அழைத்துச்சென்றான். பின்பகுதியில் இருந்த பலகையில் அமர்ந்தார்கள். சேந்தனைப் பார்த்து, 'ஏன் முகம் கோணுகிறது? வாந்தி வருகிறதா?' என்றான்.

சேந்தன் 'உவ்வே' என்று பதில் அளித்தான்.

'இருளா! சாறு கொண்டு வா.'

மயிலை சேந்தனைக் கலத்தின் ஓரத்திற்கு அழைத்துச்சென்றான்.

'நன்றாகப் பிடித்துக்கொள். மனமாற வாயிலெடு.'

கலத்தின் ஓரத்தில் பல இடங்களில் வெண்கலப் பாத்திரங்கள் தொங்கவிடப்பட்டிருந்தன. அதில் ஒன்றிலிருந்து மயிலை நீர் கொடுத்தான்.

இருளன் தேனும் இஞ்சியும் கலந்த சாற்றைக் கொண்டுவந்தான்.

'கரையிருந்து பார்க்கும்போது அன்னம் தவழ்வதைப்போல் காட்சியளிக்கும் நாவாயில் வாழ்வது, இத்துணை இடர்ப்பாடு களை உடையது என்று கனவில்கூட நினைத்துப் பார்த்ததில்லை.'

'ஒரு முறை புயலைக் கடந்துபாருங்கள். அப்போது தெரியும் இடர் என்றால் என்னவென்று.'

'காதைக் குடையும் இந்த ரீங்காரம் எங்கிருந்து வருகிறது?'

'கலத்திலுள்ள மரப்பட்டைகள் தளர்ந்துகொடுப்பதாலும், காற்று கயிறுகளின் ஊடே வீசுவதாலும் இவ்வோசை உண்டாகிறது.'

'நீங்கள் ஒருவருக்கொருவர் பேசிக்கொள்வதே புரியவில்லை.'

'உண்மைதான். அது எங்கள் தொழிலுக்கே உரிய குழூஉக்குறி. தமிழர்களைப் பொருத்தவரை வேளாண் தொழில் முந்தையதா, கடலோடுவது முந்தையதா எனக் கூற முடியாதவகையில் தொன்மையான தொழில் இது.'

‘இந்தக் கலத்தைப்பற்றி விவரமாகக் கூறுங்களேன்.’

‘இது வங்கம் வகையைச் சேர்ந்தது. மூன்று நெடுமரங்களும் ஓர் அலகுமரமும் உடையது. ஒவ்வொரு நெடுமரத்திற்கும் நான்கு ஒடுதைகள், அலகு மரத்திற்கு ஓர் ஒடுதை.’

‘அலகு என்றால் என்ன, ஒடுதை என்றால் என்ன?’

‘கலத்தின் முன்பகுதியில் மூக்கு போன்று அமைக்கப்பட்டுள்ள மரம்தான் அலகு மரம். இதுதான் ஒடுதை’ என்று அவன் பாயைச் சுட்டிக்காட்டினான்.

‘நாங்கள் இதனைப் பாய் என்றல்லவா நினைத்தோம்?’

‘கடலோடிகள் இதனை ஒடுதை என்றுதான் கூறுவது வழக்கம்.’

‘அப்படியானால் ஒடுதை மரம் என்றுதானே கூறவேண்டும். பாய்மரம் என்றல்லவா அழைக்கிறார்கள்?’

‘கலம் பாய்ந்துசெல்லப் பயன்படுவதால் அது பாய்மரம். பாய்கள் கட்டப்படுவதால் அல்ல. காற்று எத்திசையில் வீசுகிறது?’

‘வடக்கிலிருந்து தெற்காக.’

‘ஒடுதைகள் எத்திசையில் கட்டப்பட்டுள்ளன?’

செம்பியன் இப்போதுதான் கவனித்தான். ‘ஏறக்குறைய காற்றடிக்கும் திசையில்தான் கட்டப்பட்டுள்ளன.’

‘சரியாகச் சொல்லவேண்டும் என்றால் வடகிழக்காகக் கட்டப் பட்டுள்ளன, அல்லவா?’ என்று கேட்டான் மயிலை.

‘குறுக்காக, அதாவது கிழக்கு மேற்காகக் கட்டினால்தானே காற்று முழுமையாகப் பாய்களின்மீது படும்’ என்று கேட்டான் சேந்தன்.

மயிலை சிரித்தான். ‘நீ சொல்வதுபோல் கட்டினால் கலத்தின் மூக்குப் பகுதி கீழே செல்லும். கலம் குடை சாய்ந்துவிடும். விரைவாகக் கலத்தை நிறுத்தவேண்டும் என்றால்தான் அவ்வாறு கட்டுவோம்.’

‘நீங்கள் பாய்களைச் சாய்வாகக் கட்டியிருந்தாலும் கலம் நேராகச் செல்லுகிறதே, எப்படி?’

‘அதற்குக் காரணம் வளியோட்டம். ஒரு மரத்தின் பெரு ஒடுதையில் காற்று பட்டவுடன் அது துருத்திபோல் பெருக்கிறது அல்லவா?’

‘ஆமாம்.’

‘அப்போது காற்று, ஒடுதையோடு சேர்த்து மரத்தையும் மேலே உயர்த்தும். மற்ற ஒடுதைகளின்மீது வீசும் காற்று இந்த மேல் விசையை முன்னோக்கிச் செல்லும் விசையாக மாற்றுகிறது. உண்மையில் கலம் பாய்ந்துதான் செல்கிறது. இப்போது காற்று நாழிகைக்கு ஆறு காதமாக வீசுகிறது. ஆனால் கலம் பத்து காத வேகத்தில் செல்கிறது. உணர்கிறீர்களா?’

செம்பியன் மெதுவாக ‘ஆமாம்’ என்றான்.

இருளன் வந்தான். ‘ஐயா, கொண்டல் நின்றுவிட்டது. கடுவிசை ஏற்றலாமா?’ என்று கேட்டான்.

‘ஆகட்டும்’ என்று மயிலை அவனை அனுப்பினான்.

இருளன் நீண்ட சீட்டியடித்தான்.

மீண்டும் போர்க்கோலம்தான். இளவல்கள் சிலர் பாய்மரத்தில் வேகமாக ஏறி, சுருட்டிக் கட்டியிருந்த பாய்களை அவிழ்த்து விட்டனர். கீழே இருந்தவர்கள் கயிற்றை இழுத்துக் கட்டும் முயற்சியில் ஈடுபட்டனர். இப்போது அனைத்துப் பாய்களும் விரிந்த கோலத்தில் கலம் புதிய பொலிவுடன் காட்சியளித்தது. மீண்டும் மயிலை எல்லா முடிச்சுகளையும் சோதித்துவிட்டு வந்தான்.

‘இப்போது கலத்தின் வேகம் கூடியுள்ளது தெரிகிறதா?’

‘தெரிவது மட்டுமல்ல, நன்றாகக் கேட்கிறது’ என்றபடி சேந்தன் காதுகளைப் பொத்திக்கொண்டான். ரீங்காரம் பன்மடங்கு அதிகமாகி, மகுடி ஓசைபோல் கேட்டது.

‘இதுதான் கடுவிசை ஓட்டம்’ என்றவன் இருளனை நோக்கி, ‘வைகறை எவர் பொறுப்பு?’ என்றான்.

‘அகிலனுடையது’ என்று பதில் வந்தது.

‘வைகறையில் கடுவிசை நிறுத்தப்படவேண்டும். கச்சான் தட்டும்.’

‘உத்தரவு ஐயா!’

‘கச்சான் என்றால் என்ன’ என்று கேட்டான் சேந்தன்.

‘வெவ்வேறு திசைகளிலிருந்து வீசும் காற்றுகளுக்குத் தனித்தனி யான பெயர்கள் உண்டு. வடக்கிலிருந்து வீசும் காற்று வாடை. தெற்கிலிருந்து வீசும் காற்று சோழகம். கிழக்கிலிருந்து வீசும் காற்று கொண்டல். மேற்கிலிருந்து வீசும் காற்று கச்சான். இந்த அடிப்படையில் தென்மேற்கிலிருந்து வீசும் காற்று சோழகக்

கச்சான். தென்கிழக்கிலிருந்து வீசும் காற்று சோழகக் கொண்டல். தெற்கிலிருந்து வீசும் மென்மையான காற்றுக்குத்தான் தென்றல் என்று பெயர். இவை திசையின் அடிப்படையில் மட்டும் வகைப் படுத்தப்படும் பெயர்கள். காற்றின் தன்மைக்கேற்ப பலவகைகள் உண்டு. கடலுக்குள்ளேயே சுழலும் அநிலம், அங்க தேசத்திலிருந்து மார்கழியில் மட்டும் வீசும் வங்கூழ், மிலேச்சத்திலிருந்து வீசும் அழரிபவம், யவனத்திலிருந்து வீசும் மானன், சாவகத்திலிருந்து ஈழத்தின் திசையில் வீசும் மருத்துச்சதாகதி, மழை வருவதை உணர்த்தும் சலனன், மரத்தைச் சாய்க்கும் வளி, மலையையும் அசைக்கும் மாருதம், திசை மாறி மாறி வீசும் கோதை, நீரோட்டத்தைக் கெடுக்கும் வாதம், ஓதம் நிறைந்த கூதை, புயலுக்கு முன் வீசும் வேற்றலம் எனப் பலவகைக் காற்றின் தன்மை அறிய வேண்டும் அப்பனே.'

'காற்றில் இத்தனை வகைகளா?'

'காற்று மட்டுமா! மழை, மேகம், மின்னல் என இயற்கையில் காணப்படும் பலவற்றுக்கும் வகை, தொகை, பிரிவு என்று உண்டு.'

அப்போது சங்கு ஊதப்படும் சத்தம் கேட்டது.

'எழுந்திருங்கள். வருண வழிபாடு நடைபெறப்போகிறது. அதோ மீகான் வந்துவிட்டார்.'

# 17

# நமது முன்னோர்கள் ஒன்றும் முட்டாள்கள் இல்லை

கடலோடிகள் நிலத்தில் இருக்கும்போது எந்தத் தெய்வத்தை வழிபட்டாலும், கடலுக்குள் சென்று விட்டால் வருணன்தான் அவர்களுக்கு முழுமுதற் கடவுள்.

மீகான் வருண வழிபாட்டை முன்னின்று நடத்தினார். புலிக்கொடி பறந்த பாய்மரத்திற்கு மஞ்சள் நீர் தெளித்துக் குங்குமம் இட்டார். நெய்தல் மலர்களைச் சொரிந்தார். பெருத்த குரலெடுத்துப் பாடினார்.

> தீயினுள் தெறல் நீ; பூவினுள் நாற்றம் நீ;
> கல்லினுள் மணியும் நீ; சொல்லினுள்
> வாய்மை நீ;
> அறத்தினுள் அன்பு நீ; மறத்தினுள் மைந்து நீ;
> வேதத்து மறை நீ; பூதத்து முதலும் நீ;
> வெஞ்சுடர் ஒளியும் நீ; திங்களுள் அளியும் நீ;
> அனைத்தும் நீ; அனைத்தின் உட்பொருளும் நீ

நெய்தல் மலர்களைக் கடலுள் தூவி வழிபாடு நிறைவு பெற்றது. மீகான் மயிலை இருந்த இடத்திற்கு வந்தார்.

‘என்னடா, கலம் மிலேச்சப் புரவியைப்போல் பாய்கிறது?’ என்று கேட்டார்.

‘அமருங்கள் ஐயா! முன்பகுதியில் இரண்டு சட்டங்களுக்குப் புதிதாக மரம் மாற்றப்பட்டுள்ளது. சோதிக்கலாம் என்றுதான் கடுவிசை பிடித்தேன். நாளை நண்பகலுக்குள் தொண்டியை அடைந்து விடலாம். ஏதேனும் பிறழ்ச்சி இருந்தால் சீர் செய்துகொள்ளலாம்.’

‘வெற்றிலை இருக்கிறதா’ என்று மீகான் கேட்டார்.

‘சங்கு ஊதியதுமே ஏற்பாடு செய்துவிட்டேன் ஐயா.’

‘வடமீனாய்ப் பிறக்கக் கடவாய், அப்பனே!’

‘வாழ்த்துவதுதான் வாழ்த்துகிறீர், மாநாய்கனாகப் பிறக்க வாழ்த்தக் கூடாதா? வடமீனாகப் பிறந்து உங்களுக்குத் திசை காட்டிக் கடமையாற்றவா?’

‘சோம்பற் பதரே! உன் செல்வத்தில் பாதியை விற்றாலே பத்து புதிய கலங்கள் செய்துவிடலாம். செலவில்லாமல் மாநாய்கனாகும் வழி இன்னும் கண்டுபிடிக்கப்படவில்லை.’

‘இருக்கின்ற கலத்திற்கே பொதியில்லாமல் பயணிகளை ஏற்றிக் கொண்டு போகிறோம். இதில் புதிய கலம் செய்து நீங்களும் நானும் தான் இன்பச் செலவு செல்லவேண்டும்.’

‘ஏன், இவர்களையும் கூட்டிச் செல்லலாமே’ என்றார் மீகான், புதியவர்களான சேந்தனையும் செம்பியனையும் பார்த்து.

‘இவர்கள் கலக்கோனுக்கு வேண்டியவர்கள்’ என்று மயிலை விளக்கினான். இருவரும் கும்பிட்டனர்.

‘நூறாண்டு, பேரோடும் புகழோடும் வாழக்கடவீர்கள்!’

இருவருக்கும் மீகானைப் பார்த்த மாத்திரத்திலேயே பிடித்து விட்டது. அவரது வசவு போன்ற வாழ்த்தும், இடக்குப் பேச்சும், மனத்தில் உள்ளதைப் போட்டு உடைக்கும் விதமும், அவர் குழந்தை உள்ளம் கொண்டவர் என்பதை உறுதி செய்தன.

‘பிள்ளாய், நீ என்ன வணிகம் செய்கிறாய்?’

‘ஐயா, நான் கடல் வணிகம் செய்வது இதுவே முதன்முறை. எந்த வணிகம் என்று இன்னும் முடிவு செய்யவில்லை. இப்போது கொற்கைத் துறைக்கு வெள்ளிப் பொருட்களை எடுத்துச் செல்கிறோம்.’

'நீயும் நானும் வெள்ளியைப் பற்றியே பொருள் ஈட்டுகிறோம்' என்று அவர் இரட்டுற மொழிந்தார்.

'இவர்களுக்கு, மரக்கலம் பற்றித் தெரிந்துகொள்வதில் மிகுந்த ஆர்வம். உங்கள் பங்கிற்கு நீங்களும் மீன்களைப் பற்றிக் கூறுங்களேன்' என்றான் மயிலை.

'உன்னைப் போன்ற முரட்டுப் பயல்களோடு உரையாடுவதைவிட நல்ல பிள்ளைகளோடு பேசுவது மேல்! செம்பியா, உனக்கு விண்மீன்களைப் பற்றி என்ன தெரியும்?'

'வடமீன் என்றென்றும் நிலையானது. மற்ற மீன்கள் இடம் பெயரக்கூடியவை என்பது மட்டும்தான் தெரியும்.'

மீகான் சிரித்தார். 'நீ புராணக் கதைகள் அதிகம் படித்திருப்பாய் என்று நினைக்கிறேன். வடமொழிப் புராணங்களில்தான் துருவன் கோடானுகோடி காலம் நிலைபெற்றிருப்பான். ஆனால், உண்மையில், வடமீனும் மாறக்கூடியது பிள்ளாய்!'

'உண்மையாகவா?'

'துருவனுக்கு முந்தைய வடமீன் அரவின் அடி எனப்படும். வடமொழியில் இதனை நகுஷன் என்று அழைப்பார்கள். அதோ பார், வலந்து படுத்திருக்கும் அரவத்தைப்போல் ஒரு மீன் கூட்டம் தெரிகிறதா?'

'ஆமாம்.'

'அதன் வால் நுனிபோல் ஒரு மீன் தெரிகிறதா? அதுதான் நகுஷன். இந்த வால் எங்கே போய் முடிகிறது என்று பார்த்தாயா?'

'சப்தரிஷி மண்டலத்தில்.'

'சரியாகச் சொன்னாய். எழுமீன் எனப்படும் சப்தரிஷிகளை அந்த வால் தொடுவதைத்தான், நகுஷன் சப்த ரிஷிகளைக் காலால் உதைத்தான் என்ற புராணக் கதை குறிப்பிடுகிறது' என்றவர் மேலும் தொடர்ந்தார். 'அரவன் அடிக்கு முந்தைய வடமீனின் பெயர், யாழ் விரல். வடமொழியில் அபிஜீத். இங்கே பார், யாழ்போல் ஒரு மீன் கூட்டம் தெரிகிறதா. அதன் நடுவில் தெரியும் மீன்தான் யாழ் விரல்.'

'அப்படியானால் துருவனுக்குப் பின்னும் வேறு வடமீன் வருமா?'

'ஐயமென்ன? அடுத்த வடமீன் கோத்தோள் என்னும் மீனாகும். துருவனுக்கு மேலே இடதுபுறம் பார். ஒரு மனிதனின் பாதி திரும்பிய முகமும் தோளும்போலக் காட்சி அளிக்கிறதா?'

‘உம்.’

‘அவனது தோள்பட்டையின் முதல் மீன்தான் கோத்தோள். கணியன் ஆதிச்சன் என்பவர் யாத்த நூலில் இதுபற்றி விரிவாக விளக்கப் பட்டுள்ளது. சுவடி கிடைத்தால் படித்துப் பாருங்கள். அரிய நூல்.’

‘கேள்விப்பட்டதே இல்லையே?’

‘எப்படிக் கேள்விப்பட முடியும்? இப்போதெல்லாம், புரவலர் களின் அடிவருடிகளான புலவர்களின் படைப்புகள்தான் அம்பலம் ஏறுகின்றன. புல் தடுக்கி விழக்கூடிய மன்னனைப் பூலோக மன்மதன் என்றும், அவனுக்காகப் பசலை கொண்டு வாடுவதை மட்டுமே வாழ்வின் பயனாகக் கருதும் அறிவிலியைப் பெண்களுக்கு அரசி என்றும் கற்பித்தால்தான் காசு கிடைக்கும். இதில் வானியல், கணிதம் போன்றவை வெட்டி வேலை ஆகிக்கொண்டிருக்கின்றன.’

‘கோபம் வேண்டாம் அண்ணா! இதை மெல்லுங்கள்’ என்று வெற்றிலையைச் சுருட்டிக் கொடுத்தான் மயிலை. மீகான் கலத்தின் ஓரத்திற்குச் சென்று துப்பிவிட்டு மீண்டும் வந்து அமர்ந்தார். மயிலையிடம் தாம்பூலத்தை வாங்கிக்கொண்டே, ‘உள்ளே இருக்கிறதா?’ என்று கேட்டார். அவர் கேட்டது, கடலோடி களுக்கே உரித்தான மயக்கமூட்டும் லாகிரி வேர்களைத்தான்.

‘இல்லாமல் தருவேனா!’

‘இளவல்களே, நமது அறிவியலைக் கலை ஆதிக்கம் செலுத்துகிறது. இது ஆபத்தானது. இரவு பகல் மாற்றம் ஏன் ஏற்படுகிறது தெரியுமா?’

‘சூரியன் பூமியைச் சுற்றி வருவதால் இது நடைபெறுகிறது’ என்றான் சேந்தன்.

‘அப்படித்தான் வட நாட்டுப் புராணங்கள் கூறுகின்றன. நீங்கள் கோவில்களில் நவக்கிரக சன்னிதிக்குச் சென்றதுண்டா?’

‘ஆம் ஐயா.’

‘அங்கே நடுவில் இருப்பது யார்?’

சற்று தயக்கத்துடன், ‘சூரியன்’ என்றனர்.

‘மிகச் சரி. கதிரவன்தான் நடு நாயகமாகத் திகழ்கின்றான். அவனைச் சுற்றித்தான் மற்ற கோள்கள் சுழல்கின்றன. நமது முன்னோர்கள் ஒன்றும் முட்டாள்கள் இல்லை!’

தங்களது அடிநாள் நம்பிக்கைகளைக்கூட மீகான் ஒரே ஒரு கூர்த்த வாதத்தால் தகர்த்தெறிந்த அதிர்ச்சியிலிருந்து அவர்கள் மீளவில்லை.

'பிள்ளாய், சித்திரை மாதத்தை ஏன் வருடத்தின் முதல் நாளாக வைத்திருக்கிறோம், தெரியுமா?'

செம்பியன் பதில் சொல்லவில்லை.

மீகான் தொடர்ந்தார். 'உலகில் யாரிடமும் பஞ்சாங்கம் இல்லை என்று வைத்துக்கொள். ஒரு வருடத்திற்கு எத்தனை நாள்கள் என்பதை எப்படிக் கண்டுபிடிப்பது?'

'ஏதாவது ஒரு நாளை முதல் நாளாகக்கொண்டு அதிலிருந்து எண்ணிக்கொண்டே வரவேண்டும்.'

'நல்ல பரிந்துரைதான். அந்த முதல் நாளை மீண்டும் அடைந்து விட்டோம் என்று எப்படித் தெரிந்துகொள்வது?'

'ஆடி முதல் நாள் கதிரவன் தெற்கு நோக்கிப் பயணத்தைத் தொடங்குகிறான். தை முதல் நாள் வடக்கு நோக்கிய பயணத்தைத் தொடங்குகிறான். இதில் ஏதேனும் ஒரு நாளை முதல் நாளாகக் கொண்டால் என்ன?'

'முடியாது. ஏனெனில் வடக்கு திசைப் பயணத்தை முடித்து, தெற்கு நோக்கிய பயணத்தைத் தொடங்கும்போது கதிரவன் அந்த இறுதிப் புள்ளியில் தயங்கி நிற்பதுபோலத் தோன்றும். மேலும், கதிரவன் முன்னும் பின்னும் அலைபாய்வதுபோலவும் தோன்றும். இந்தப் பிறழ்ச்சி ஓட்டத்தை வக்கிர கதி என்று கூறுவார்கள். ஆகையால் நீ கூறும் இரு நாட்களும் வருடத்தின் முதல் நாளாகக் கொள்ளத் தகுதியற்றவை. வேறு இரு நாட்கள் இருக்கின்றன' என்று கூறிவிட்டு மீண்டும் கலத்தின் ஓரத்திற்குச் சென்றுவந்தார்.

'சித்திரை முதல் நாளும் ஐப்பசி முதல் நாளும் சிறப்பானவை. இவ்விரு தினங்களிலும் இரவும் பகலும் சரி பாதியாக இருக்கும். அதாவது முப்பது நாழிகை இரவும் முப்பது நாழிகை பகலுமாக இருக்கும். இதனை நாழிகைக் கோலினால் துல்லியமாக அளக்க முடியும். ஐப்பசி மாதம் மழைக் காலம். வேளாண் பணிகளை விரைவாகச் செய்யவேண்டிய காலம். அந்நாளில் புத்தாண்டு விழா எடுத்தால் உழவுப் பணிகள் கெட்டுப்போகும். அதனால் சித்திரை முதல் நாளை வருடத்தின் முதல் நாளாக நமது முன்னோர் வைத்துக் கொண்டனர்.'

'அடுத்த சித்திரை முதல் நாள் இதைச் சோதிக்கப் போகிறேன்.'

‘ஏமாற்றம் அடைவாய் அப்பனே!’

‘தாங்கள்தானே கூறினீர்கள்?’

‘உண்மைதான். நமது முன்னோர் வருடம், மாதம், நாள் என நிர்ணயம் செய்து, பஞ்சாங்கத்தை வரைந்தபோது, சித்திரை முதல் நாள் இரவும் பகலும் சமமாக இருந்தது. இப்போது பங்குனி பதினாராம் நாளே இரவும் பகலும் சமமாகிவிடுகிறது.’

‘ஏன் அப்படி?’

‘இதற்குக் காரணம் ஞாலத்தின் அச்சு பம்பரம்போல் வட்ட மடிப்பதனால்தான். ஒரு முறை வட்டமடிக்க இருபத்தாறாயிரம் ஆண்டுகளாகும்.’

‘ஐயா, மற்றுமொருமுறை கூறுங்கள்.’

‘இருபத்தாறாயிரம் ஆண்டுகளாகும்! எண்ணிக்கையைக் கேட்டு பயம் கொள்ளவேண்டாம். விண்மீன் கணக்கதிகாரத்தில் எல்லாமே மேல் இலக்க எண்சுவடியான கோடி, விந்தம், குமுதம், பதுமம் போன்றவை மட்டும்தான். இன்னும் ஆயிரம் ஆண்டுகள் கழிந்தபின் பங்குனி மாதம் எட்டாம் நாளே இரவும் பகலும் சமமாகிவிடும்.’

‘உங்கள் கூற்றுப்படியே பார்த்தாலும் சித்திரை முதல் நாள் வருடத்தின் முதல் நாள் என்பது பிழையானதுதானே?’

‘இல்லை. நம் முன்னோர்கள் நாட்களைக் கணித்து வருடமாகச் சமைத்தபோது சித்திரை முதல் நாளன்று இரவும் பகலும் துல்லியமாக ஒரே அளவில் இருந்தது. நமது வருடக் கணக்கு ஈராயிரம் வருடப் பழமை வாய்ந்தது என்பது பெருமையில்லையா? அதற்கு ஆதாரமாகத் திகழ்வது சித்திரை முதல் நாள் அல்லவா? இப்படி மாற்றம் வரும் என்பதை அறிந்த நம் முன்னோர் அதனைக் கணித்தும் தந்துள்ளனர். இதற்கு அயனாம்சம் என்று பெயர். இப்போது சொல். ஈராயிரம் ஆண்டுகளுக்குமுன் என் பாட்டனும் பூட்டனும் கசடறக் கணித்துக் கொடுத்த அறிவுக் கொடையைப் போற்றவேண்டாமா? பிழை என்று கூறி எள்ளி நகையாடலாமா?’

‘எள்ளி நகையாடவில்லை ஐயா. ஐயம் தீர்த்துக்கொண்டேன்.’

‘பிள்ளாய் ! கோபமில்லை. நமது உடை, உணவு, உறையுள், உற்றார், சுற்றம், நட்பு என எதை வேண்டுமானாலும் மறக்கலாம், அறிவுக் களஞ்சியங்களை மறக்கக்கூடாது என்ற ஆதங்கத்தில் கூறினேன். பெருவுடையார் கோவிலின் கோபுரத்தின்மீது

மாபெரும் ஒற்றைக் கல்லை நிறுத்தியிருப்பதன் காரணம் என்ன? அயலாருக்கு நம் பெருமையைப் பறை சாற்றவேண்டும் என்பது மட்டுமல்ல. என்றாவது ஒரு நாள், நம்மவர்களே தாழ்வுற்று, அறியாமை என்னும் இருளில் தடுமாறும்போது, 'மகனே! மயங்காதே! இன்று நீ சிறுகுற்றாலும், நேற்று நீ உலகாண்டவன். மீண்டும் அந்நிலையை அடைய உன்னால் முடியும்' என்பதை உணர்த்தவும்தான்.'

'கோபமில்லை என்றால் மற்றொரு ஐயத்தையும் தீர்த்துக் கொள்ளலாம் என்று நினைக்கிறேன்.'

'என்ன அது?'

'நம் முன்னோரின் அறிவுக் கொடையின் பெருமைபற்றிக் கூறினீர்கள். ஆனால் வருடங்களின் பெயர்கள் வடமொழியில் இருக்கின்றனவே. தமிழில் கிடையாதா?'

'அடே பதரே! தமிழைப் பழித்த நீ சுறாவாகப் பிறக்கக் கடவாய்!'

அனைவரும் சிரித்தனர்.

'நீ பிறந்த வருடம் எது?'

'நான் பிறந்தது துன்முகி வருடம்.'

'அப்படியானால் நீ பிறந்தது வெம்முகம் என்ற தமிழ் ஆண்டில். உன் தந்தை பிறந்த ஆண்டு எது?'

'ரௌத்திரி.'

'அதன் தமிழ்ப் பெயர் அழலி. மறந்தது நீ. பழி தமிழின்மீதா?'

'இருபத்தேழு விண்மீன்களின் பெயர்கள்கூட வடமொழியில்தானே உள்ளன?'

'அடே நீ சொல்லடா' என்று மயிலையை பார்த்துக் கூறினார்.

அரிச்சுவடி வாசிப்பதுபோல வேகமாக ஓதினான் மயிலை.

'அச்சுவினியின் பெயர் - யாழேறு

பரணியின் பெயர் - காடு கிழவோன்

கார்த்திகையின் பெயர் - அறுமீன்

உரோகிணியின் பெயர் - சகடு

மிருகசீரிடத்தின் பெயர் - மாழ்கு

திருவாதிகையின் பெயர் - அரனாள்

புனர்பூசத்தின் பெயர் - கழையாவணம்

பூசத்தின் பெயர் - கார்குளம்

ஆயிலியத்தின் பெயர் - கௌவை

மகத்தின் பெயர் - வேள்வி கொடுநுகம்

பூரத்தின் பெயர் - இடையதெழுஞ்சனி

உத்தரத்தின் பெயர் - கதிர்நாண்

அத்தத்தின் பெயர் - கைம்மீன்

சித்திரையின் பெயர் - நெய்மீனறுவை

சுவாதியின் பெயர் - மரக்கால் மீன்

விசாகத்தின் பெயர் - அனிலநாண்

அனுடத்தின் பெயர் - பனைதேள்

கேட்டையின் பெயர் - துளங்கொளி

மூலத்தின் பெயர் - குருகுவில்

பூராடத்தின் பெயர் - உடைகுளம்

உத்திராடத்தின் பெயர் - கடைக்குளம்

திருவோணத்தின் பெயர் - முக்கோல் மீன்

அவிட்டத்தின் பெயர் - காகப்புள்

சதயத்தின் பெயர் - பெருஞ்செக்கு மீன்

பூரட்டாதியின் பெயர் - நாழி மீன்

உத்திரட்டாதியின் பெயர் - முரசு மீன்

இரேவதியின் பெயர் - கடைமீன்'

'அடே! நீ இந்திரனாகப் பிறந்து இந்திராணியோடு இன்பமாக வாழ்வாய்' என்றார் மீகான்.

'இதிலும் ஓரவஞ்சனைதானா. ஒரு மூதாட்டிதான் உமது கண்ணில் பட்டாளா?'

மீகானின் உள்ளக் கிளர்ச்சியும், உருண்டோடும் குரலும், வெள்ளப் பெருக்கைப்போல் வசப்படுத்தும் பேச்சும், நெய்யொழுக்கு போன்ற சிந்தைத் தெளிவும் சேந்தனையும் செம்பியனையும் கிறங்கடித்தன. அவர் சற்று அமைதியாக இருந்தார். அவரது சொல்லிறந்த நிலைகூடச் சொல் கடந்து பேசுவதுபோல இருந்தது. தாம் ஏதாவது பேசி இந்த அற்புதக் கணத்தைக் குலைத்துவிடக்கூடாது என்பதுபோல இருவரும் தம் வசமிழந்து வீற்றிருந்தனர்.

மீகான், 'பலகையை ஒப்பிடச் சொல்' என்று மயிலையிடம் கூறினார். கலத்தின் மேல்தளத்தில் இருள் கவ்வியிருந்தது. ஒருவர் முகம் மற்றவருக்குத் தெரியவில்லை. மயிலை சீட்டியடித்தான். உடனே யாரோ ஒருவன் விசைவலவன் இருக்கும் அடுத்த தளத்திற்கு மணியடித்தான். அது மேல்தளத்திலும் மெலிதாகக் கேட்டது. ஒரு நிமிட இடைவெளிக்குப் பின் விசைவலவனிடமிருந்து நீண்ட மணியோசை கேட்டது.

மயிலை, 'ஏற்றுக்கொள்ளவா?' என்று மீகானிடம் கேட்டான். அவர் 'சரி' என்றதும், மீண்டும் சீட்டியடித்தான். ஒற்றை மணியோசை யோடு செய்திப் பரிமாற்றம் முடிவுக்கு வந்தது.

'பிள்ளைகளே, நீங்கள் சென்று ஓய்வெடுங்கள். பயிற்சி இல்லாதவர்கள் இரவில் மேல்தளத்தில் இருப்பது ஆபத்தானது.'

'இன்னும் ஒரு நாழிகை இருந்தால் உணவு வந்துவிடும். அதை முடித்துக்கொண்டு போகட்டுமே' என்றான் மயிலை. மீகான் ஒப்புக்கொண்டார்.

'ஐயா, மீன்களைக் கொண்டு எப்படி வழியைக் கண்டுபிடிக்கிறீர்கள்?' என்று கேட்டான் செம்பியன்.

'இப்போது என்ன மாதம்?'

'தை மாதம்.'

'அப்படியானால் இம்மாதம் முழுவதும் காலையில் கிழக்கே பார்த்தால், மகர ராசி மேலே வருவதுபோலத் தெரியும். மாதத்தின் முதல் நாள், காலையில் முதல் நாழிகையின்போது பார்த்தால், ராசியின் ஒரு சிறு பகுதி மட்டும் தெரியும். இரண்டு நாழிகை கழிந்தபின் முழுவதுமாகத் தெரியும். ஆனால் காலை வெளிச்சத்தில் அதை நாம் காண முடியாது. ஒரு நாளில் பன்னிரண்டு ராசிகளும் சுழன்று வருவதால், மாலை முதல் நாழிகையின்போது மகரத்திலிருந்து ஏழாவது ராசியான கடக ராசி தெரியும். வருண வழிபாடு நடந்தபோது மாலை முதல் நாழிகை. இப்போது மூன்றாவது நாழிகை முடியப்போகிறது. இதோ, வலதுபுறம் பாருங்கள், கடகன் மலர்ந்துகிடப்பதை. குணக் கடலில் ஒவ்வொரு மாதத்திலும் மீன்கள், ராசிகள், கோள்கள் ஆகியவை எந்தெந்த நிலையில் இருக்கும் என்பதை ஒரு வெள்ளிப்பலகையில் ஓவியமாக எழுதி, அவ்வோவியத்தின் கோடுகளில் இரத்தினங்களையும் மணிகளையும் பதித்துவைத்திருக்கிறோம். வெள்ளிப்பலகை என்றால் வெள்ளி உலோகத்தினால் ஆன பலகை அன்று. வெள்ளி

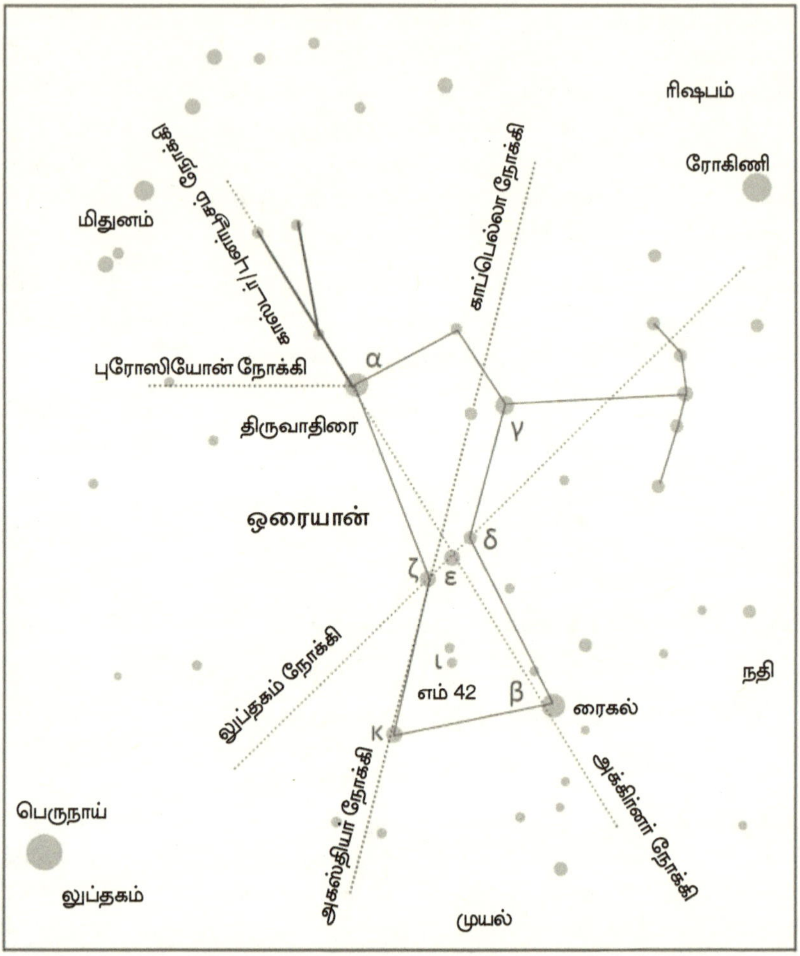


**ஒரையான்** *(வேட்டைக்காரன் கூட்டம்)*

| விண்மீன் | பெயர் | பொலிவெண் | தொலைவு(ஒளியாண்டு) |
|---|---|---|---|
| ஆல்ஃபா | திருவாதிரை | *0.50* | *520* |
| பீட்டா | ரைகல் | *0.12* | *900* |
| காமா | பெல்லாட்ரிக்ஸ் | *1.70* | *470* |
| டெல்டா | மின்தகா | *2.50* | *1500* |
| எப்சிலான் | அல்நிலம் | *1.80* | *1600* |
| சீட்டா | அல்நிதக் | *2.10* | *1600* |
| காப்பா | சைஃப் | *2.06* | *2120* |
| அயோட்டா | ஹத்ஸ்யா | *2.76* | *1900* |

களைக் குறிக்கும் பலகை. வெண்கலப் பலகையில் விலைகுறைந்த மணிகள் பதிக்கப்பட்டிருக்கும். சிறிய ஒளிக்கீற்றில்கூட மணிகள் ஒளிரக்கூடியவை என்பதால் இந்த ஏற்பாடு.

‘கலம் செல்லும் வழியில் எந்த மீன் வலதுபுறம் இருக்கவேண்டும், எது இடதுபுறம் இருக்கவேண்டும், எது முன், பின் உச்சியில் இருக்கவேண்டும், எந்தெந்த இடத்தில் திசை மாற்றப்பட வேண்டும், அப்படித் திசை மாறும்போது மீன்கள் எப்படி நிலைமாறிக் காட்சியளிக்கும் போன்ற செய்திகளெல்லாம் ஒரு துணியில் தீட்டப்பட்டு திசைவலவனிடம் கொடுக்கப்படும். மேல்தளத்தின் பின்பகுதியில் வட்டின் முன் நிற்கிறானே, அவன்தான் திசைவலவன். சரியான திசையில் கலம் செல்லுவதற்கு அவன்தான் முழுப் பொறுப்பு.

‘அவன் வட்டைச் சுழற்றினால் அது கீழே விசைவலவனுக்கு முன்புள்ள மற்றோரு வட்டைச் சுழற்றும். அதிலிருந்து கலத்தை எப்படித் திருப்பவேண்டும் என்பதை விசைவலவன் தெரிந்துகொள்வான். இக்கலத்தில் நான்கு திசைவலவன்களும் நான்கு விசைவலவன் களும் உள்ளனர். இரவோ, பகலோ, வெயிலோ, மழையோ, புயலோ, தென்றலோ, இவர்கள் ஒருவர் மாற்றி மற்றொருவர், ஆயத்தமாக இருக்கவேண்டும். அம்பி, பஃறி போன்ற சிறிய கலங்களில் மேல்தளத்தில் மட்டும் விசைவலவன் இருப்பான்.

‘குணக் கடலில் கலம் செலுத்த திருவாதிரை, மிருகசீரம், கார்த்திகை, உரோகிணி, பூசம், திருவோணம் ஆகிய மீன்களைக் கவனித்தாலே போதும். சீனம், யவனம் சென்றுவர ஐம்பத்தாறு விண்மீன் கூட்டங்களைப்பற்றி நன்றாகத் தெரிந்திருக்கவேண்டும்.

‘அதோ பாருங்கள். அதிக வெளிச்சத்தோடு ஒளிரும் அம்மீன், உண்மையில் மீன் அல்ல. சுக்கிரன் எனப்படும் வெள்ளிக் கோள். இது ஒவ்வொரு நாழிகைக்கும் இடம் மாறும்.

‘தலைக்கு மேலே பாருங்கள், இதுதான் கட்டில் கூட்டம் என்று உழவர்களால் அறியப்படும் வேட்டைக்காரன் கூட்டம். இதன் நடுப்பகுதி இடுங்கியிருப்பதால் சிலர் இதனை உரல் கூட்டம் என்றும் கூறுவர்.

‘இடைவார் போன்ற பகுதியில் மூன்று மீன்கள் தெரிகின்றனவா?’

‘ஆம் ஐயா.’

‘இதில் நடுவே உள்ள மீன்தான் சுவாதி. வலதுபுறத் தோள் பட்டையில் மிக வெளிச்சமாகத் தெரிவது திருவாதிரை.’

‘ஐயா, அது இடதுபுறம் அல்லவா தெரிகிறது?’

‘நமக்கு இடதுபுறம். ஆனால் வேட்டைக்காரனுக்கு வலது தோள் அப்பனே.’

‘ஆமாம் ஐயா.’

‘இரண்டு தோள்பட்டைகளையும் இணைத்து ஒரு கோடு கிழித்தால் அக்கோடு துல்லியமாக கிழக்கு-மேற்காக அமையும். வேட்டைக் காரனின் இடைவாரின் வலது வெள்ளியையும் வலது காலையும் இணைத்தால் அக்கோடு வடக்கு தெற்காக அமையும். இடைவாரின் மூன்று வெள்ளிகளையும் இணைத்து, அக்கோட்டை இடது புறமாகக் கிழித்தால் அது நேராக உரோகிணியில் சென்று முடியும். வலது தோளையும் இடது காலையும் இணைத்து, அக்கோட்டை மேல்நோக்கிக் கிழித்தால் அது புனர்பூசத்தில் சென்று முடியும். இந்த ஒரு வெள்ளிக்கூட்டமே இத்தனை செய்திகள் சொல்லும் போது, ஐந்து வெள்ளிக்கூட்டங்கள் எத்தனை எத்தனை செய்தி களைச் சொல்லும்?’

‘நீங்கள் கொடுத்துவைத்தவர் ஐயா!’

‘எப்படி?’

‘வெள்ளிகளோடு பேசும் மொழியையும் தெரிந்துவைத்துள்ளீர்களே!’

‘ஒரு வகையில் உண்மைதான். இவ்வெள்ளிகள் எத்தனை எத்தனை பேரரசர்களையும், மேதைகளையும், ஞானிகளையும், தன்னை வியந்த கர்விகளையும், தன்னலமற்ற தியாகிகளையும் கண்டிருக் கின்றன. இவற்றோடு உரையாடுவது எழுத்தில் வடிக்க முடியாத மகிழ்ச்சிதான்.’

‘எத்தனை வெள்ளிக் கூட்டங்கள் தெரிந்திருந்தால் இக்கலத்தை வழிநடத்த முடியும்?’

‘இக்கலம் புகாரில் புறப்பட்டது. இன்றிரவு முழுவதும், பூச மீனை வலதுபுறமாகக்கொண்டு கடற்கரையைச் சார்ந்து தெற்கு நோக்கிச் சென்றால், இலங்கையின் வடகரையை அடைந்துவிடலாம். அதுவரை மாற்றம் இல்லை. பருத்தித்தீவில் திருவோண மீனை நேர் முன்னாகக்கொண்டு, தெற்கு நோக்கிச் சென்றால், முல்லைத் தீவு, திரிகோணமலை, கல்முனை, அக்கரைப்பட்டி, திருக்கோயில் ஆகிய துறைகளை அடைந்துவிடலாம். அதன்பின் உரோகிணியை இடமாகக்கொண்டு நேர் கிழக்காகச் சென்றால், சாவகத் தீவின் மேற்குக் கரையை அடைந்துவிடலாம். பின்னர் கடற்கரை ஓரமாகவே

தெற்கே சென்று, சுண்டா நீர்நிலையைக் கடந்து, மீண்டும் பூச மீனை வலமாகக் கொண்டால் கடாரத்தை அடைந்துவிடலாம். அங்கிருந்து கார்த்திகை மீனை நேராகக் கொண்டு மேற்கே வந்தால் மீண்டும் புகாரை அடைந்துவிடலாம். காற்று ஒத்துழைக்கவேண்டும்.'

'தாங்கள் கூறியது வியப்பாக உள்ளது.'

'பயிற்சிதான் அப்பனே. பகலில் திசை அறியக் குறுக்குச் சட்டம் உள்ளது. அதில் தொடுவானத்திற்கு மேலே எவ்வளவு உயரத்தில் கதிரவன் இருக்கிறான் என்பதை வைத்துக் கலத்தின் போக்கை முடிவு செய்யலாம். அதில் கதிரவன் ஒரே நிலையில் நின்றால் கலம் கிழக்கு மேற்காகச் செல்கிறது என்று பொருள். கதிரவனின் உயரம் குறைந்துகொண்டே வந்தால் கலம் தெற்கு நோக்கிச் செல்கிறது என்று பொருள். உயரம் கூடிக்கொண்டே வந்தால் கலம் வடக்கு நோக்கிச் செல்கிறது என்று பொருள். இதுபோல் திரைவில், நாழிகை வட்டில், கடிக்கயிறு, அடிச்சங்கிலி என்று பல கருவிகள் உள்ளன.'

மண் கலயத்தில் உணவு வந்தது. மீன் கறி பிசைந்த சோறும் உப்புக்கண்டமும். குளிர்ந்த காற்றுக்குச் சூடான உணவு இதமாக இருந்தது. கடல் அலைகள் வேகமாக வந்து கலத்தில் மோதின.

'இளவல்களே, நீங்கள் உடனே கீழே செல்லுங்கள். இன்னும் சிறிது நேரத்தில் அலைகள் ஓங்கி அடிக்கும்' என்றார் மீகான்.

'நான் அவர்களைக் கூட்டிச் செல்கிறேன் அண்ணா' என்று மயிலை கூறினான். இருவரும் தங்களது தொட்டிலுக்கு வந்தபோது பூதன் நன்றாகக் குறட்டை விட்டபடி தூங்கிக்கொண்டிருந்தான். கள் நாற்றம் வீசியது.

# 18

## புஞ்குணி மாடனுடன் என்ன பேச்சு?

குழப்பமான கனவுகளுக்குப் பிறகு செம்பியனும் சேந்தனும் கண் விழித்தனர். பெரும்பாலானோர் உறங்கிக்கொண்டிருந்தனர். பூதன் உலாவிக் கொண்டிருந்தான்.

இருவரும் தந்தசுத்தி செய்தனர். குளியலுக்கு என்ன செய்வது என்று ஒரு கடலோடியைக் கேட்டனர். 'கடலில் குதிப்பதுதான்' என்றபடி அவன் சென்றான். கழிப்பறையிலிருந்தது இருளன் வருவதைக் கண்டனர்.

'எலோய், நாங்கள் மேல்தளம் வரலாமா?' என்று கேட்டான் செம்பியன்.

'வாருங்களேன். மயிலை மேலேதான் உள்ளார். சற்று முன்தான் உங்களைப் பற்றிக் கேட்டார்.'

'நானும் வருகிறேன். எனக்கு மூச்சுத் திணறுகிறது' என்றான் பூதன்.

'சேந்தா, பூதன் என்னுடன் வரட்டும். நீ பொதியைப் பார்த்துக்கொள்.'

'மூவரும் முதலில் காலை உணவை முடித்துவிடுங்கள். நானும் அதற்குத்தான் போகிறேன்' என்று இருளன் அழைத்துப்போனான். மோர் கலந்த கம்மங்கூழ்.

●

காலையில் மேல்தளம் விழாக்கோலம் பூண்டிருந்தது. கடலோடிகள் பெருங்கிளர்ச்சியுடன் காணப்பட்டனர். உற்சாகமும் குதூகலமும் கரை புரண்டோடின. மூன்று கடலோடிகள் ஓவென ஓசை எழுப்பியபடி கடலுக்குள் குதித்தனர்.

'அழுக்குப் பன்றிகளே' என்று இருளன் அவர்களை நோக்கிக் கையசைத்தான்.

'விபத்தோ என அச்சப்பட்டேன்' என்றான் சேந்தன்.

'இல்லை. இது விளையாட்டுதான். கலத்தில் குளிக்க முடியாது. நீர் பற்றாக்குறை. அதனால் இப்படிப் புனலாடுவார்கள். இதற்கு விருப்பம் இல்லாதவர்கள் பித்தளை வாளியில் கடல் நீரை முகர்ந்து குளிப்பார்கள்.'

'கடலிலிருந்து மேலே வருவது எப்படி?'

'அவர்களுக்காக ஒரு படகு கயிற்றில் கட்டி மிதக்கவிடப்பட்டுள்ளதைப் பாருங்கள். அனைவரும் குளித்து முடித்தபின் படகில் ஏறிக்கொள்வார் கள். அதன்பின், ஏணி இறக்கப்படும். மேலே வந்தவுடன், ஏணியையும் படகையும் மேலேற்றவேண்டியது அவர்களது வேலை.'

'நாங்களும் குளிக்கலாமா?'

'இல்லை. பயணிகளுக்கு இதற்கு அனுமதி கிடையாது. பாதுகாப்பு கருதித்தான்.'

மயிலை, கலத்தின் வெளிப்புறத்தில் ஓரிடத்தைச் சுட்டிக்காட்டிய படி ஏதோ பேசிக்கொண்டிருந்தான். உடனே ஏணி இறக்கப்பட்டு இளந்தச்சன் ஒருவன் அதில் அமர்ந்து செப்பனிடத் தொடங்கினான். மற்றும் இருவர், மரத்துண்டுகளை இழைத்தவண்ணம் காணப்பட்டனர். நிற்பதற்கே சிரமப்படும் கலத்தில் அவர்கள் வேலை செய்த திறம் செம்பியனை வியப்பில் ஆழ்த்தியது.

'புதியவர்களா?' என்று ஒரு குரல் கேட்டது.

செம்பியன், 'ஆம்' என்றபடி திரும்பிப் பார்த்தான்.

‘நினைத்தேன். என்னைப் போன்ற நீண்ட பட்டறிவு மிக்க வணிகர்களுக்கு ஒருவரைப் பார்த்த உடனேயே புரிந்துவிடும்.’

‘ஐயா, தாங்கள்...’

‘என் பெயர் பாரி. முல்லைக்குத் தேர் கொடுத்த பாரியின் வழித்தோன்றல் நான். நான் ஒரு மாணிக்க வணிகன். புகார் என்ன, யவனம், மிலேச்சம், சீனம் என எங்கு தேடினாலும் என்னிடம் உள்ளவைபோன்ற மாணிக்கங்கள் கிடைக்கா.’

‘இறைவா, என்ன தவம் செய்தேன் தங்களைக் காண்பதற்கு’ என்று பூதன் கை கூப்பினான். செம்பியனும் அனிச்சையாகக் கைகூப்பினான்.

‘இளவல்களே, வருடத்தில் எட்டு மாதங்கள் நான் கடலோடுவேன். போகாத நாடில்லை, ஏறாத மலையில்லை, தாண்டாத நதியில்லை, கடக்காத கடலில்லை. என்னைத் தெரியாத மன்னர்கள் இல்லை என்றால் வேறு என்ன சொல்வது. முடிசூட்டு விழா என்றவுடனே மன்னர்கள் எனக்குத்தான் முதலில் ஓலை அனுப்புவார்கள். முடியில் தரிக்கச் சிறந்த மணிகள் வேண்டுமல்லவா? அதற்குத்தான்.’

‘அப்படியா!’

‘அவ்வளவு ஏன்? இரண்டு ஆண்டுகளுக்குமுன் வேங்கி நாட்டு இளவரசனுக்கு இளவரசுப் பட்டம் கட்டும் விழா. நல்ல நாள் குறித்தாகிவிட்டது. இளவரசனோ, ‘பாரி வணிகன் மணி இல்லாததும் ஒரு முடியா’ என்று முடிசூட்ட மறுத்துவிட்டான். வேங்கி நாட்டு வணிகர்கள் காட்டிய மாணிக்கங்களைக் கண்ணெடுத்தும் பார்க்க மாட்டேன் என்று கூறிவிட்டான். பின்னர், விரைவு ஓலை வந்து, நான் சென்று வந்ததெல்லாம் சொல்லப் போனால் நாள்கள் ஓடிவிடும். என்ன பேசாமல் இருக்கிறீர்கள்?’

‘எங்களுக்கு என்ன பேசுவதென்றே தெரியவில்லை ஐயா!’

‘பத்துப் பதினைந்து வருடங்கள் கடல் வணிகம் செய்தால் எல்லாம் விளங்கும். நான் முதல்முறையாகக் கடற்பயணம் சென்றபோது, எனது நாவாய் மணிபல்லவம் அருகே பாறையில் மோதி நொறுங்கி விட்டது. ஏதோ ஒரு தீவில் கரை ஒதுங்கினேன். மனித வாடையே அண்டாத தீவு. ஆனால் நன்னீர்ச் சுனைகள் பல இருந்தன. தீவு முழுவதும் பழத்தோட்டங்கள். வாழை, மாதுளை, கொய்யா, மா ஆகிய மரங்கள் இயற்கையாகக் காய்த்துக் குலுங்கின. ஆக, உயிர் வாழ பயமில்லை என்று அறிந்துகொண்டேன். ஒவ்வொரு நிறை நிலவன்றும் சந்தன மழை பொழியும்.’

‘சந்தன மழையா?’

‘ஆமாம் மழையேதான். இரவு இரண்டறை நாழிகை விடாது மழை பொழியும். தீவே மணக்கும் பாருங்கள்... இப்போது நினைத்தாலும் நெஞ்சம் மணக்கிறது.’

‘நீங்கள் சொல்வதைக் கேட்கும்போதே எங்கள் நெஞ்சமும் மணக்கிறது.’

‘ஒவ்வொரு மறைநிலவன்றும் மற்றொரு விந்தை நடைபெற்றது. கதிரவன் மறைந்து மூன்று நாழிகை அஞ்சனம் போன்ற இருள் சூழ்ந்திருக்கும். அதன்பின் வானில் விண்மீன்கள் தோன்றும்.’

செம்பியனும் பூதனும் நம்பவில்லை என்பது அவர்கள் முகத்தில் தெரிந்தது.

பாரி தொடர்ந்தான். ‘முதல் இரண்டு மாதங்கள் எனக்கும் குழப்பமாகவே இருந்தது. மூன்றாம் முறையாக இது நிகழ்ந்த போது சற்று உன்னிப்பாகக் கவனித்தேன். அவை விண்மீன்கள் அல்ல. நாகங்கள் உமிழ்ந்த மணிகள். நாகரத்தினம் என்று கேள்விப் பட்டிருப்பீர்களே. அதுவேதான். அத்தீவின் ஓர் ஓரமாகப் பாம்புகள் குடியிருந்தன. ஒவ்வொரு பாம்பும் இருபதடி நீளமுள்ளது. புற்றரவங்கள் முதுமையின் காரணமாக இரண்டடியாகச் சுருங்கி விடுகின்றன. அவற்றுக்குக் கண் பார்வை மிகமிகக் குறைவு. எனவே இரை தேடும்போது தங்களது மணிகளை உமிழ்ந்து, அவற்றின் ஒளியில் இரை தேடும். இரை எடுத்தபின் மீண்டும் மணிகளை வாயில் அடக்கிக்கொள்ளும். இம்மணிகளைத்தான் நான் விண்மீன்கள் என்று தவறாக எண்ணிவிட்டேன்.’

‘அந்த மணிகளை நீங்கள் எடுத்தீர்களா?’

‘எடுத்தேனா. அவற்றை எடுத்துவந்துதான் மணி வணிகத்தையே தொடங்கினேன். நாகரத்தினம் மிகமிக அரிதானது மட்டுமல்ல. அவற்றைச் சூடியவருக்கு எண்ணிய எல்லாம் பலிக்கும். அவற்றை மணிமுடியில் தரித்த மன்னனை யாராலும் வெல்ல முடியாது. அவற்றை அணியில் தரித்த வணிகனின் இல்லத்தில் திருமகள் காவல் நிற்பாள். விதியை மாற்றக்கூடிய வல்லமை உடையது.’

‘எங்களுக்கும் தருவீர்களா? என்ன விலை?’

‘இளவல்களே, நான் கேட்கும் விலையை உங்களால் தர முடியாது. ஐந்து வருடம் கழித்து வாருங்கள், அப்போது பார்க்கலாம்.’

‘ஐந்து வருடங்களா! அப்போது உங்களை எங்கே சந்திப்பது?’

‘நாகரத்தினம் உங்களுக்கென்று இருந்தால் நாம் கண்டிப்பாகச் சந்திப்போம். அதுவரை இவற்றை வைத்துக்கொள்ளுங்கள்’ என்று ஆளுக்கு இரு மணிகளைக் கொடுத்தான் பாரி. ‘இவை சிறந்த வைர மணிகள். காதில் அணியாகப் போட்டுக்கொள்ளுங்கள். அடுத்த முறை நீங்கள் என்னைச் சந்திக்கும்போது, நீங்கள் எனது நண்பர்கள் என்பதை இவையே காட்டிக் கொடுத்துவிடும்.’

செம்பியனும் பூதனும் திக்குமுக்காடிப் போனார்கள். நூறு கழஞ்சு மதிப்புள்ள வைரங்களைப் பொருளென மதியாத ஒருவர் வணிகருள் மன்னராகத்தான் இருக்கவேண்டும் என நினைத்துக்கொண்டனர்.

பாரி தொடர்ந்தான். ‘இளவல்களே, எனது நண்பர் சிதம்பரஞ் செட்டியார் என்று ஒருவர் புகாரில் உள்ளார். அவரது மூத்த புதல்வனுக்காக நாகரத்தினம் ஒன்றைக் கேட்டார். இரண்டு வருடங்கள் கழித்து, சென்ற மாதம்தான், நாலாயிரம் கழஞ்சுக்கு ஒரு மணி கொடுத்தேன். இளைய மகனுக்குக் கேட்டார். மறுத்து விட்டேன். ஆறாயிரம் வேண்டுமானாலும் தருகிறேன் என்றார். அடுத்த மாதம் தருவதாகக் கூறி ஓடி வந்துவிட்டேன்.’

‘ஏன்?’

‘அவரைப்போல் ஆயிரம் நண்பர்கள் எனக்கு உள்ளனரே. ஆனால் இப்போது வருத்தப்படுகிறேன். எவ்வளவு பெரிய கொடையாளி. அவரையும் மற்ற வணிகர்களைப்போல நடத்திவிட்டேனே என்று வருந்துகிறேன்.’

‘ஐயா, நான் அவரது தங்கை மகன்.’

‘அப்படியா. இறைவனுடைய விளையாட்டைப் பாருங்கள். மறுமுறை அவரைச் சந்திக்கும்போது, நான் வருந்தினேன் என்று கூறுங்கள். அது மட்டுமல்ல, அவருக்குத் தர மறுத்த நாகரத்தினத்தை உங்களுக்குத் தருகிறேன்.’

‘ஐயா, என்னிடம் ஆறாயிரம் கழஞ்சுகள் இல்லை.’

‘அதனால் என்ன? இருப்பதைக் கொடு.’

‘இருநூறு கழஞ்சு மதிப்பிலான வெள்ளித் தட்டுகள் உள்ளன.’

‘போதாது அப்பனே. இருந்தாலும் ஏற்றுக்கொள்கிறேன். மிச்சத்தைச் செட்டியாரிடம் பின்னர் வாங்கிக்கொள்கிறேன். இப்போது தரவேண்டாம். துறைமுகத்தில் இறங்கியதும் பண்டங்களை மாற்றிக்கொள்வோம்.’

'அதற்கில்லை...'

'என்னப்பா சிந்தனை?'

'சற்றே தயக்கம். அவ்வளவுதான்...'

மயிலையும் தச்சனும் கலத்தின் ஓரம் முழுவதும் சுற்றி வந்தனர். செம்பியனைப் பார்த்ததும் மயிலை, 'இந்தப் புளுகுணி மாடனுடன் என்ன பேச்சு?' என்று கேட்டான். 'மாணிக்க வணிகம் பற்றி...' என்று பதில் கூறி முடிப்பதற்குள் பாரி காணாமல் போயிருந்தான்.

'அவனோடு உறவு வேண்டாம். அவன் ஒரு பதர். நாகரத்தினம், மந்திரக் குளிகை, ரசமணி என்று ஏமாற்றுவதே அவனது வேலை. நாளுக்கு ஓர் இடம் என்று திரிபவன். இவனைப்போலப் பலரையும் எதிர்கொள்ளவேண்டும். திடசித்தம் இல்லாவிட்டால் வணிகத்தில் வெற்றிபெற முடியாது.'

சரி என்பதுபோல் இருவரும் தலையாட்டினார்கள். மனத்தில் பெரியதொரு சுமை இறங்கியதை உணர்ந்தார்கள்.

'யார் இவர்கள்?' என்பதைப்போல் தச்சன் புருவத்தை உயர்த்தினான்.

'தனவணிகர் சிதம்பரஞ் செட்டியாரின் உறவுப் பிள்ளைகள். செட்டியார் நம் கோனுக்குச் செய்தி அனுப்பியுள்ளார்.'

'வருங்காலத்தில் நமக்கு நல்ல வணிக ஆதரவு தரப்போகிறவர்கள் என்று சொல்' என்றான் தச்சன்.

'உங்கள் வாய்க்கு வெல்லம் போடவேண்டும் ஐயா' என்றான் பூதன்.

'பிள்ளாய், நான் வெறும் தச்சன். எனக்கெதற்கு வெல்லமெல்லாம். வெறும் தேறலே போதும்' என்று தச்சன் சிரிக்காமல் கூறினான்.

அனைவரும் பலகையில் அமர்ந்தனர்.

தச்சன், 'உனக்கு எந்த ஊர்' என்று செம்பியனிடம் கேட்டான்.

'எந்தைக்குத் திருவிடைமருதூர். இப்போது நான் இருப்பது திருவெண்காடு.'

'பார்த்தாயா, இரண்டுமே மரத்தோடு தொடர்புடைய ஊர்கள்' என்றான் தச்சன்.

'ஊர்ப் பெயரைக் கேட்டாலும் மரம்தான் நம் தச்சனுக்கு நினைவுக்கு வருகிறது' என்றான் மயிலை.

‘என்ன செய்வது! தொழிலின்மீது அப்படியொரு காதல்.’

இதுதான் தக்க நேரம் என்பதுபோல் செம்பியன், ‘ஐயா, மரக் கலங்களில் பயன்படும் மரங்களைப் பற்றிச் சொல்லுங்களேன்’ என்றான்.

அவனை உற்றுநோக்கிய தச்சன், ‘குமாரா! நீ சிறந்த வணிகனாக வருவாய். உன்னைப்போல் பலரைச் சந்தித்திருக்கிறேன். அனைவரும், ‘நீங்கள் எந்தெந்த நாடுகளுக்குச் சென்றிருக்கிறீர்கள், அங்கு என்னென்ன பொருட்கள் கொள்முதல் செய்யலாம்’ என்று அவர்களது தொழிலுக்கு வேண்டிய செய்திகளை மட்டும்தான் என்னிடம் கேட்பார்கள். அவர்கள் அல்லவா அதில் தெளிவாக இருக்கவேண்டும்? நீ ஒருவன்தான் என் தொழிலைப்பற்றி என்னிடம் கேட்கிறாய்.’

‘எத்தனை நாட்களாக அருள்வாக்கு சொல்லிவருகிறாய்?’ என்றான் மயிலை.

‘அப்பனே, புலிக்கொடி பறக்கும் நெடுமரம் நெட்டிலிங்கத்தால் ஆனது. மற்ற மரங்கள் புன்னையால் ஆனவை. கலத்தின் வெளிப்புறக் கூடு வாகை மரத்தால் ஆனது. கலத்தின் முதுகுத்தண்டைப் போன்ற ஈறா, சேரநாட்டுத் தேக்கினால் ஆனது. குறுக்குக் கட்டைகள் வேம்பு, இருப்பை, நாவல் மரங்களால் ஆனவை. வருங்காலத்தில் நீ மரக்கலம் கட்டும்போது உனக்கு மிகச் சிறந்த கலங்களை நான் கட்டித்தருகிறேன். மறந்துவிடாதே’ என்று வேடிக்கையாகச் சிரித்தான் தச்சன்.

திடீரென்று மயிலை துள்ளி எழுந்து சீட்டியடித்தான். இருளன் ஓடிவந்தான்.

‘எதிரே கலம் வருவதுபோலத் தெரிகிறது. கொடி ஏற்றிப் பார்.’

அருகே வரக்கூடிய மரக்கலத்தோடு செய்திப் பரிமாற்றம் செய்ய வேண்டும் என்றால் அதற்கான அடையாளக் கொடியை ஏற்றுவது வழக்கம். வணிகக் கலங்கள் ஒருவர் கோரிக்கையை மற்றொருவர் மறுப்பதில்லை. புதிய செய்தி இல்லை என்றாலும் வணக்கம் என்றாவது பதில் கொடி ஏற்றுவார்கள். கடற்படைக் கலங்கள் விதிவிலக்கு. வணிகக் கலங்களுக்குப் பதில் கூற மாட்டார்கள். அரசின் சின்னம் பொறிக்கப்பட்ட கொடி பறப்பதைப் பார்த்த உடனேயே, வணிகக் கலங்கள் வணக்கக் கொடியை ஏற்றவேண்டும். மறுத்தால் கலம் நிறுத்தப்பட்டு விசாரிக்கப்படும். தண்டனையும் உண்டு.

ஆபத்து என்ற அடையாளக்கொடியை ஏற்றிவிட்டால் எந்தக் கலமானாலும் உதவிக்கு விரையவேண்டும். உள்நாடு, அயல்நாடு, போட்டியாளர், கடற்படைக் கலம், பகை நாட்டுக் கலம் என்ற பாகுபாடு கிடையாது. அப்படியாக ஒரு கலம் கண்டுகொள்ளாமல் சென்றால் அக்கலக்கோன் எல்லோராலும் இகழப்படுவான். அக்கலத்தில் பணியாற்றும் கடலோடிகள், அடுத்த துறைமுகத்தில் பணியிலிருந்து விலகிவிடுவார்கள். அக்கலத்தின் உடையவனான வணிகனோடு மற்ற வணிகர்கள் வணிகம் செய்ய மாட்டார்கள்.

எதிரே வந்த நாவாய், நன்கு அறிமுகமான வணிக நிலையத்துக்கு உரியது என்ற செய்தி வந்தது. அந்தக் கலத்தின் திசைவலவன் மயிலையின் கெழுமிய தோழன்.

'நான் நேரில் வருகிறேன் என்று கொடியேற்று' என்ற மயிலை திரும்பி தச்சனைப் பார்த்து, 'நான் கலக்கோனிடம் அனுமதி வாங்கி வருகிறேன்' என்றபடி கீழ்த்தளத்திற்கு விரைந்தான்.

எதிரே வந்த கலம் ஒரு காத தூரத்தில் நின்றது. மயிலையும் இரண்டு கடலோடிகளும் கலத்தின் ஓரத்தில் இருந்த படகில் ஏறிக்கொண்டனர். படகு இறக்கப்பட்டது. இரண்டு கடலோடிகள் துடுப்பு பிடிக்க, படகு வேகமாகச் சென்றது. எதிர்வந்த கலத்திலிருந்து ஏணி இறங்கியது. மயிலை மட்டும் மேலே சென்றான். மூன்று நாழிகை கழித்து மயிலை திரும்பி வந்தான். அதற்குள் கலக்கோனும் மேல்தளத்திற்கு வந்துவிட்டார். கலக்கோனும், வலவனும், மயிலையும் நீண்ட நேரம் கூடிப் பேசினர்.

மயிலை திரும்பிவந்து, 'நீங்கள் உடனே கீழே செல்லுங்கள். கலம் கொற்கைக்குப் போகப்போவதில்லை. அடுத்து என்ன செய்வது என்று கலக்கோன் அறிவிப்பார்' என்றான். இருவரும் தட்டுத் தடுமாறி வந்து சேர்ந்தனர்.

# 19

## தகுந்த பொறி வைக்காவிட்டால், சிக்கவேண்டியது சிக்காது

**மா**லையில், கலம் தொண்டியில் நங்கூரமிட்டது. நீண்ட மணி அடிக்கப்பட்டது. மயிலை பயணிகளிடம் பேசினான்: 'நாம் தொண்டித் துறையை அடைந்துவிட்டோம். கரையிலிருந்து இரண்டு காத தூரத்தில் நங்கூரமிட்டுள்ளோம். கொற்கையிலிருந்து நமது கடற்படை அயல்நாட்டுக்குப் புறப்படுகிறதாம். எங்கு என்ற செய்தி தெளிவாகத் தெரியவில்லை. ஆகையால் வணிகக் கலங்கள் அடுத்த ஒருவார காலத்திற்குக் கொற்கைத் துறைக்குள் செல்லத் தடை விதிக்கப்பட்டுள்ளதாம். நமக்கு முன்னால் அங்கு சென்ற கலங்கள் கூடத் திரும்பிவருகின்றன. எனவே கொற்கையில் காத்திருப்பதைவிடத் தொண்டியில் காத்திருக்கலாம் என்று கலக்கோன் முடிவு செய்துள்ளார். தொண்டி கடற்துறைவனை நேரில் கண்டு உறுதியான செய்தி கிடைத்தபின், இங்கேயே தங்குவதா அல்லது புகாருக்குத் திரும்பிச் செல்வதா என்று முடிவு செய்யப்படும். கலத்தின் ஒடுதைகள் இறக்கப்பட்டுள்ளன. மேல்தளத்திற்குச் செல்லத் தடையில்லை. அமைதி காக்கவும்.'

‘பூதனாரே, பொதியைச் சரிபார்த்துக்கொள்ளுங்கள்’ என்று செம்பியன் உத்தரவிட்டான்.

‘என்ன திட்டம்’ என்று சேந்தன் கேட்டான்.

‘தொண்டியில் இறங்கிவிடலாம்’ என்று நினைக்கிறேன்.

‘இங்கு நமக்கு யாரையும் தெரியாதே?’

‘தெரிந்துகொள்வோம். வா, கலக்கோனிடம் இதுபற்றிப் பேசலாம்.’

முன்னிரவுவரை கலக்கோனிடம் பேச முடியவில்லை. பலரும் அவரை மொய்த்தபடி இருந்தனர். ஒரு வழியாகச் சந்தித்தபோது, காலையில் ஆவன செய்வதாகக் கூறினார்.

●

காலையில் மூன்று படகுகளில் சில பயணிகள் கரையை அடைந்தனர்.

‘மலையளவு பொன் குவித்தாலும், ஒரு நாழிகை தரையில் காலூன்றி நிற்கும் இன்பத்திற்கு ஈடாகுமா’ என்றான் சேந்தன்.

‘அச்சத்தை மறைக்க அலங்காரப் பேச்சா! போகட்டும். பூதனாரே, தொண்டி உமக்குப் பழகிய ஊரா?’

‘ஆமாம்.’

‘முதலில் பொதியைப் பண்டகசாலையில் கொடுத்து ஓலை பெற்றுக்கொள்வோம். வணிகர்கள் யாரேனும் அறிமுகமுண்டா?’

‘இங்கும் சில கூட்டாளிகள் உண்டு.’

‘நல்லது. அவர்களைச் சந்தித்து உண்மை நிலை என்ன என்று தெரிந்துவாருங்கள். அதுவரை நானும் சேந்தனும் இங்கேயே காத்திருக்கிறோம். நண்பகல், முதல் நாழிகைக்குத் துறைமுக வாயிலில் ஒன்றுகூடலாம்.’

பண்டகசாலையில் ஓலை பெறும் இடத்தில் எங்கு பார்த்தாலும் மிலேச்சர்கள். பூம்புகாரில்கூட இதுபோன்ற கூட்டத்தைப் பார்க்க வில்லை. அதிகாரி ஒருவனிடம் காரணம் கேட்டனர்.

‘பூம்புகாரில் பொருட்களுக்கே இடமில்லை. இதில் புரவிகளுக்கு இடமேது? அதனால் அரபிகள் தொண்டி, பெருந்துறை, காயல் ஆகிய துறைகளுக்கே விரும்பி வருகிறார்கள்.’

‘அரபிகள் என்றால்?’

‘மிலேச்சர்கள் என்று பொதுவாக அறிப்படும் இவர்களின் சரியான பெயர் அரபி. மிலேச்சர் என்ற வடசொல்லுக்கு அயலான் என்பது தான் உண்மையான பொருள். நம்மவர் யவனர்களைத்தவிர மேற்கிலிருந்து வரும் அனைவரையும் மிலேச்சர் என்றே அழைக்கிறார்கள். இங்கு இடப்பற்றாக்குறை இல்லை. சுங்கமும் குறைவு. இதனால் இம்மூன்று துறைகளும் புரவி வாணிபத்தின் சந்தைகளாக மாறிவிட்டன. புகாரில் சுங்கம் முற்றிலும் நீக்கப் பட்டாலும் இவ்வாணிபம் இடம் மாறாது.’

‘சேர நாட்டைத் தாண்டித்தானே இங்கே வரவேண்டும்? அங்குள்ள துறைகளில் புரவிகளை இறக்கி, பின் நிலவழியாக அவற்றைக் கொண்டுவரக்கூடாதா?’

‘அப்பனே! நாற்பது நாட்கள் காடுகளினூடே நடந்துவருதல் எளிதா, மேலும் பத்து நாட்கள் கடலோடி இங்கு வருதல் எளிதா? அதுமட்டுமல்லாமல் புரவி வாணிபத்திற்குத் தேவையான சவுக்கு முதல் சேணம் வரை இங்கு ஒரே இடத்தில் கிடைக்கும். இவை எல்லாம் சேர்ந்துதானே ஒரு சந்தையை உருவாக்குகின்றன.’

பூதன் தனது நண்பன் சோமன் என்பவனோடு வந்தான். அறிமுகங் களுக்குப்பின் உண்மைச் செய்தி என்னவென்று கேட்டனர்.

‘இலங்கையின் வடபகுதியில் ஒரு குறுநில மன்னன் இறந்து விட்டானாம். அவனுக்குக் குழந்தைகள் கிடையாதாம். வாரிசுரிமைப் போட்டி உள் நாட்டுப் போராக வெடித்துவிட்டதாம். போர் வளர்ந்து பெரிதாவதைத் தடுக்கவும், பேரரசாகிய சோழ நாட்டின் உத்தரவின்றிச் செயல்பட்டவர்களைத் தண்டிக்கவும், இச்சூழலில் பாண்டியச் சிற்றரசர்கள் மறைமுகமாகக் கிளர்ச்சியைத் தூண்டுவதைத் தடுக்கவும், சோழர் கடற்படை இலங்கை சென்றுள்ளதாம். எனவே கொற்கை, காயல், குமரி ஆகிய துறைகளில் கடற்படைக் கலங்கள் மட்டுமே சென்றுவர உத்தரவு வந்துள்ளதாம். இதுபற்றி நேற்று முரசு அறிவிப்பு செய்யப்பட்டது. இன்று சிறுபொழுது எற்பாட்டின் மூன்றாவது நாழிகையில் ஐம்பெருங்குழு கூடி இது பற்றிப் பேச இருக்கிறது. அங்கு சென்றால் புதிய செய்திகள் என்ன என்பதைத் தெரிந்துகொள்ளலாம்.’ அனைத்து விவரங்களையும் கோர்வை யாகவும் தெளிவாகவும் சோமன் எடுத்துரைத்தவிதம், செம்பியனுக்கு மிகவும் பிடித்துப்போயிற்று.

‘சோமா, என்ன தொழில் செய்கிறீர்?’ என்று கேட்டான் சேந்தன்.

‘ஆறு ஆண்டுகள் ஈழத்தில் இருந்தேன். அங்கு என் அண்ணன் வாணிபம் செய்கிறார். இங்கு வந்தபின் அவருக்கு வேண்டிய பொருட்களை இரண்டு ஆண்டுகள் அனுப்பிக்கொண்டிருந்தேன். கொஞ்சம் நன்செய் வாங்கினேன். அதன்பின் வேளாண் தொழில்தவிர வேறு எதையும் செய்வதில்லை.’

‘ஏன்? ஆதாயம் போதவில்லையா?’

‘அப்படியல்ல. பொருள் ஈட்டியதில் குறைவில்லை. வேளாண் தொழிலைக் காட்டிலும் அதிக ஆதாயம்தான். ஆனால் எந்நேரமும் எவரேனும் ஒருவரை அண்டிப்பிழைப்பதுபோல் தோற்றமளித்ததால் மனம் ஒப்பவில்லை.’

‘என்ன! வியப்பாக உள்ளதே!’

‘நான் மிளகு வாணிபம் செய்தேன். கொள்முதல் செய்யவேண்டும் என்றால் சேர நாட்டு வணிகர்களுடன் ஒத்துப்போகவேண்டும். பொதியைக் கொண்டுவர சகடச் சாத்தனை நயக்கவேண்டும். துறை, பண்டகசாலை, நாவாய் என ஒவ்வோர் இடத்திலும் பல்லிளிக்க வேண்டும். இவை எல்லாவற்றையும் செய்து முடித்தாலும், பொருளை வாங்கும் வணிகனைத் தெய்வமாக மதிக்கவேண்டும். வாழ்நாள் முழுவதும் இச்சுழற்சியில் சிக்கிக்கொள்ள நான் விரும்பவில்லை. வேளாண் தொழில் இதுபோல் அல்ல. ஆறு, குளம், ஏரி, மாரி என நீர் கொடுக்கும் நட்பு உண்டு. ஆக்கமோ கேடோ அனைவருக்கும் பொதுவாக நிகழும்போது மனத்தில் காழ்ப்பில்லை. எனது இயல்பிற்கு ஏற்றதாக இருக்கிறது.’

‘வளைந்த நாணல் ஆற்று வெள்ளத்தையும் வென்றுவிடுகிறது. கவிழ்ந்த மூங்கில் மன்னனுக்கும் மேலாகச் சிவிகையில் அமைகிறது. தவழ்ந்த வேங்கை வேழத்தையும் கொன்று புசிக்கிறது. நெகிழ்ந்த தங்கம், முடியாகி இறைவன் சென்னியின்மீது வீற்றிருக்கிறது. இதில் இகழ்ச்சிக்கு இடமேது?’ என்றான் சேந்தன்.

‘வளைவதும், நெளிவதும், நெகிழ்வதும் எனக்குக் கைவராத கலைகள்.’

‘அஃறிணைகளைப்போல் உண்டு, உறங்கி, உயிர் பெருக்கி, மாண்டு போவதில் என்ன பெருமை உள்ளது?’

‘அஃறிணைகள் மிகச் சிறந்தவை. அவை எந்நாளும் தன்னிலை திரிந்து நடப்பதில்லை. மனிதர்கள்தாம், கண்டதை மறைத்தும், கொண்டதைக் குறைத்தும், தெளிந்ததைக் கலைத்தும், தேடியதைப் புதைத்தும், தனக்கொரு சிறிய பயன் கருதி தரணிக்கே தீங்கிழைக்கத்

தயங்குவதில்லை. தன் நெஞ்சம் பொய் என்றறிந்ததை உண்மை போல் உரைப்பதை வாணிபத் திறமை என்று கருதுகிறார்கள். இது திறமை அல்ல. சூழ்ச்சி.'

'செல்வத்தைத் தெய்வமாக நினைந்து, திருமகள் என்றும் குபேரன் என்றும் போற்றுவது பிழையா?'

'ஆழித் தெய்வமும், அம்பலத் தெய்வமும், ஊழித் தெய்வமும், உலகத் தெய்வமும் எனக்குத் தேவையில்லை. மேழித் தெய்வம் ஒன்றே போதும்.'

'செம்பியா, உனக்குச் சரியான இணை கிட்டியிருக்கிறது என்று நினைக்கிறேன்.'

செம்பியன் சிரித்தான். இச்சிரிப்பில் பல கேள்விகள் இருந்தன.

'நல்லது. முதலில் உணவு. பின் தரையில் கால் நீட்டி உறக்கம்' என்றான் சேந்தன்.

'முதலில் குளியல்' என்றான் செம்பியன்.

ஓய்வுக்குப் பின், காலாற நடந்தனர்.

தொண்டி, பூம்புகாரைப்போல் பெரிய நகரமல்ல. அங்காடித் தெருக்களும் குறைவுதான். ஆனால் புகாரைவிட நேர்த்தியாகவும் அழகுணர்ச்சியோடும் அமைக்கப்பட்டிருந்தது. அமைதிக்கு ஒரு வலுவும் எளிமைக்கு ஓர் அழகும் இருக்கத்தான் செய்கிறது.

யாரோ ஓர் அப்பாவி இளைஞனிடம் பாரி புனைந்துபேசுவதைக் காண முடிந்தது.

'பாரி! எங்கே போய்விட்டீர். உம்மை எங்கெல்லாம் தேடுவது?' என்றான் செம்பியன்.

பாரிக்குக் குழப்பம். 'இதோ வருகிறேன்' என்று நழுவப் பார்த்தான். சேந்தன் அவனை அணைத்தபடிக் கூட்டிவந்தான்.

'அச்சம் வேண்டாம். நாங்களும் உம்மைப்போலத்தான்.'

'என்னைப்போல் என்றால்?'

'வணிகர்கள் என்று சொல்லவந்தேன். அதற்குத்தான் உமது உதவி தேவைப்படுகிறது.'

'எப்படிப்பட்ட உதவி?'

‘பாரியைத் தனியே அழைத்துக்கொண்டு சென்றார்கள். நாங்கள் கம்புகம் வாங்க வந்தோம். கிடைக்கவில்லை. உம்மால் ஏற்பாடு செய்ய முடியுமா?’

‘நான் உத்தமன். இதுபோன்ற வாணிபம் செய்வதில்லை.’

‘போகட்டும், இதை வைத்துக்கொள். ஏதாவது செய்தி கிடைத்தால் துறைமுக வாயிலில் காத்திரு. பொழுது சாய்ந்ததும் வருகிறேன்’ என்று இரண்டு கழஞ்சுகளைக் கொடுத்துவிட்டு செம்பியன் நகர்ந்தான்.

‘முயற்சி செய்கிறேன்’ என்று பாரி காதுவரை சிரித்தான்.

‘வீணனுக்கு இரண்டு கழஞ்சுகளா’ என்று கடிந்துகொண்டான் சேந்தன்.

‘தகுந்த பொறி வைக்காவிட்டால், சிக்கவேண்டியது சிக்காது.

●

தொண்டி நகரப் பெண்களின் ஒப்பனையில், குடிப்புறம் இன்னும் மிச்சமிருந்தது. ஆண்கள்கூடப் புதியவர்களைக் கண்டால் புன்னகை செய்தார்கள். புகாரில் ஆதாயமில்லாமல் சிரிக்கவும் மாட்டார்கள். வீதியில் மக்கள் நிதானமாக நடந்தனர். புகாரில், எதையோ தொலைத்துவிட்டதைப்போல வேகவேகமாக நடப்பர். வளமையும் வாணிபமும் மனித இயல்புகளையும் மாற்றிவிடும்போலும்.

தொலைவில் ஓர் அங்காடியிலிருந்து இளைஞன் ஒருவன் வெளிப்பட்டான். மறைந்திருந்த யவனன் ஒருவன் அவனைச் சுற்றி மணலில் கண நேரத்தில் வட்டமாகக் கோடு கிழித்தான். அவ்வளவு தான்! இளைஞன் பெருங்குரலெடுத்து அழ ஆரம்பித்தான். ‘அடே ஆர்கோ! இன்று என்னை விட்டுவிடு. நாளை கண்டிப்பாகத் தந்துவிடுகிறேன்’ என்று விடாமல் கூவினான்.

‘இதென்ன வியப்பாக உள்ளது’ என்று சேந்தன் கேட்டான்.

‘இது பண்டைய பழக்கம். தொண்டியில் இன்னும் கைவிடப்பட வில்லை. கடன் கொடுத்தவன் இவ்வாறு கோடு கிழித்தால் கடன் பெற்றவன், அவனது அனுமதி இன்றி அக்கோட்டுக்கு வெளியே கால் வைக்க மாட்டான். விளைவு என்னவானாலும் சரி. மீற மாட்டார்கள்.’

‘என்னதான் முடிவு?’

‘அவனது உறவோ நட்போ உதவி செய்வார்கள். அவ்வாறு இல்லை என்றால், ஊர் மன்றத்திடம் கடன் கேட்கலாம். அவனது தகுதி

கருதிக் கடன் கொடுக்கப்படும். அதுவும் நடவாதபோது, வாரக் கணக்கில் நின்றவர்களும் உண்டு.'

தொண்டி நகரின் மேற்கில் புரவி வாணிபம் கொடி கட்டிப் பறந்தது. ஒவ்வொரு வணிக அங்காடியை அடுத்தும் படல் அமைத்து, பந்தலிட்டு, புரவிகள் அடைத்துவைக்கப்பட்டிருந்தன. அவற்றில் நூற்றுக்குக் குறைவில்லாமல் புரவிகள் காணப்பட்டன. அவற்றைப் பத்துப் பத்தாக வரிசையில் நிறுத்தியிருந்தனர்.

'உள்ளே சென்று பார்க்கவேண்டுமா?' என்று கேட்டான் சோமன்.

'நானே கேட்கலாம் என்றிருந்தேன்' என்றான் சேந்தன்.

'வாருங்கள். அங்காடியின் உரிமையாளன் பழக்கமானவன்' என்றான் சோமன்.

# 20

## புரவி ஊர்தல் மிகவும் கடினம்

**ப**ணியாள் ஒருவன் ஓடி வந்து, 'செட்டியார் தொழுதுகொண்டிருக்கிறார். அமருங்கள்' என்றான்.

'செட்டியார் என்கிறான், தொழுகை என்கிறான், புரியவில்லையே?'

'இந்த உரிமையாளன் அரபி. அவர்கள் திசை வழிபாடு செய்பவர்கள். வாணிப மொழியில் முதலாளிகள் அனைவருமே செட்டியார்கள்தாம்.'

சிறிது நேரம் கழித்து அரபி ஒருவன் வந்தான். நாற்பது வயது மதிக்கத்தக்கவன். நடு உயரம். தேன் நிற மேனி. தடித்த உதடு. எதிரொலிக்கும் குரலில் பேசினான். 'வணக்கம் சோமா, நலமா' என்று சற்றும் பிழையில்லாத தமிழில் கேட்டான்.

'நலந்தான். இவர்கள் எனது நட்பு. புகாரிலிருந்து வந்திருக்கிறார்கள். இவர் அப்துல்லா. புரவி வணிகர். கெழுமிய தோழர்.'

'அடடே! பூம்புகாரா! பெருந்தன வணிகர்கள் நிறைந்த சொர்க்க பூமி அல்லவா அது.'

‘நாங்கள் அவ்வளவு பெரிய வணிகர்கள் அல்லர்.’

‘அதனால் என்ன! இன்றைய சிறியவர், நாளைய பெரியவர். புத்தள முத்து வாணிபத்தில் கொடிகட்டிப் பறந்த சோமன், இன்று அமைதியாக பயிர்த் தொழில் செய்கிறார். காலம் என்ன அதிசயத்தை மறைத்துவைத்துள்ளது என்பதை யார் அறிவார்?’

‘எனது கதை இருக்கட்டும். புரவிகளைப் பார்க்கலாமா.’

‘வாருங்கள்’ என்று அழைத்துச்சென்றான்.

புரவிகள் அடைத்துவைக்கப்பட்டிருந்த பந்தரின் ஒரு புறம் இருவர் உரலில் பச்சிலைகளை ஆட்டிக்கொண்டிருந்தனர். அதில் சிறிதளவு எடுத்து நாவில் இட்ட அப்துல்லா, ‘இஞ்சி போதவில்லை. அரைப் பலம் சேர்த்து ஆட்டு’ என்றான்.

‘புரவிகள் நாவாயின் அசைவினால் நிலை கொள்ளாது. அச்சத்தில் ஒரு புரவி குதிக்கத் தொடங்கினால் விரைவில் அனைத்துப் புரவிகளும் குதிக்க ஆரம்பித்துவிடும். நாவாய் கவிழவும் வாய்ப்புண்டு. எனவே மரக்கலத்தில் ஏற்றுவதற்கு முன்பாக மயக்கம் தரக்கூடிய மருந்தை உணவோடு கலந்து தருவார்கள். அரேபியாவிலிருந்து தொண்டி வர ஐம்பது நாட்களாகும். பயணம் முழுவதும் இம்மருந்து கொடுக்கப்படும். இறங்கியபின் மயக்கம் விலகவும், உடல் வலிவு பெறவும் அருகம்புல், இஞ்சி, பூண்டு, தூதுவளை, கருநெல்லி ஆகியவை கலந்த மாற்று மருந்து மூன்று வாரங்கள் தரப்படும்’ என்று சோமன் விளக்கினான்.

‘ஐம்பது நாட்கள் எப்படிப் புரவிகள் ஒரே இடத்தில் நின்றபடிப் பயணிக்கும்?’

‘புரவிகள் மற்ற விலங்குகளைப்போல் கீழே படுப்பதில்லை. நின்ற நிலையில் எத்தனை வருடங்கள் வேண்டுமானாலும் இருக்கும். கால்களைச் சிறிது அசைத்துக்கொள்ளும்படியாக, ஒரு முழம் அளவுக்குத் தளர்வாகக் கயிற்றினால் அவற்றின் நான்கு கால்களும் கட்டப்பட்டிருக்கும். எனவே சற்றே அசையலாம். ஆனால் துள்ளிக் குதிக்க முடியாது. நாவாய் குலுங்கினால் புரவிகள் கீழே விழுந்து கால்களை உடைத்துக்கொள்ளும் அபாயம் உண்டு. இதற்காகப் புரவிகளின் முன்னங்கால்களுக்கும் பின்னங்கால்களுக்கும் இடைப்பட்ட பகுதியில் தொட்டில் போலக் கட்டப்பட்டிருக்கும். புரவி கீழே விழுந்தாலும் தொட்டில் தாங்கிக்கொள்ளும். பதினைந்து நாட்களுக்கு ஒரு முறை தகுந்த துறையில் புரவிகள் கீழிறக்கப்பட்டு உலாவ விடப்படும்.’

'நாவாய் ஒன்றில் எத்தனைப் புரவிகளைக் கொண்டுவரலாம்?'

'புரவிகளை நாவாயில் கொண்டுவருவதில்லை. வங்கத்தில் தொண்ணூறு புரவிகளைக் கொண்டுவரலாம். தாரிடம் எனப்படும் சிறிய வங்கத்தில் முப்பது புரவிகள்வரை கொண்டுவரலாம். தாரிடம் என்பது துடுப்பினால் செலுத்தப்படுவது.'

'அரபிப் புரவிகளில் என்ன சிறப்பு?' என்று கேட்டான் செம்பியன்.

'மற்றவகைப் புரவிகள் குளிர் மிகுந்த பகுதியில் வாழக்கூடியவை. அவை தமிழகம் போன்ற வெப்ப நாட்டிற்குத் தகுதியற்றவை. அரபிப் புரவிகள் பாலைவனத்தில்கூடப் பாய்ந்தோடக்கூடியவை. இங்குள்ள மிதமான வெப்பம் இவற்றுக்குச் சொர்க்கம்போல.'

'எங்கள் சோழ நாட்டை விரும்பாத உயிர்களும் உண்டோ?'

'உண்டு' என்றான் அப்துல்லா. 'அதோ பாருங்கள்' என்று மருதமர நிறத்திலிருந்த புரவி ஒன்றைக் காட்டினான். 'அது கனவட்டம் என்ற வகையைச் சேர்ந்தது. அதுதான் சிவன் பாண்டிய மன்னனுக்கு விற்ற புரவி வகை. பாண்டிய மன்னர்களும் பாண்டி நாட்டு வணிகர்களும் அதை விரும்பி வாங்கிச் செல்கிறார்கள். இப்புரவிகளோ சோழ நாட்டில் வாழ்ந்தால் அடிக்கடி நோய்வாய்ப்படுகின்றன. பாண்டிய நாட்டில் செழிப்பாக வளருகின்றன.'

'அப்படியானால் சோழர்களுக்கும் சேரர்களுக்கும் உரித்தான புரவிகள் உண்டா?'

'ஐயமென்ன? சோழனுக்குரிய புரவி வகை கோரம் என்பது. சேரனுக்குப் பாடலம் என்னும் வகை. பாடலத்தின் கால்கள் தடித்திருக்கும். அவற்றால் எளிதாக மலை ஏற முடியும்.'

'அங்கே சில புரவிகள் தனியாக அடைக்கப்பட்டுள்ளனவே, எதற்காக?'

'அவற்றுக்கு மருந்து முடிந்துவிட்டது. வரும் மூன்றாம் பிறையன்று சேணம் முறிக்கவேண்டும். சேணம் முறிக்கவில்லை என்றால் இன்னும் பழக்கப்படுத்தப்படவில்லை என்று பொருள்.'

'சேணம் முறிக்கும்போது என்ன செய்வார்கள்?' என்று கேட்டான் சேந்தன்.

'இங்கே வாருங்கள்' என்று வேறு ஒரு பகுதிக்கு அழைத்துச் சென்றான் அப்துல்லா. அங்கே ஆளுக்கொரு புரவியாக ஆறு இளைஞர்கள் பயிற்சி அளித்துக்கொண்டிருந்தார்கள். இளைஞர்கள்

வார் முடிந்த குச்சிகளைச் சுழற்றுவதற்கு ஏற்றார்ப்போல் புரவிகள் குதித்தும், நின்றும், சுழன்றும் கொண்டிருந்தன.

‘சேணம் முறிப்பதன் முதல் கட்டம் புரவிகளை வேற்று மனிதர்களைக் கண்டு மிரளாமல் இருக்கச்செய்வதுதான். அதற்காக முதல் ஒரு வாரம் புரவியை வெவ்வேறு இளைஞர்கள் தடவிக்கொடுப்பார்கள். முதல் நாள் வெறி பிடித்தாற்போல் துள்ளும் புரவி, நான்காம் நாள் ஆணி அடித்தாற்போல் நிற்கும். அதன்பின்தான் பயிற்சி. பயிற்சியின் முதல் பாடம் இந்த இளைஞர்களுக்குத்தான்’ என்று நிறுத்தினான் அப்துல்லா. ‘தேவையில்லாமல் புரவிகளை அடிக்கக் கூடாது. சற்றே வார்க் குச்சியினால் தொடவேண்டும். முதலில் ஒவ்வொரு புரவியையும் எவ்வளவு அழுத்தம் கொடுத்துத் தொட வேண்டும் என்பதை நுட்பமாகக் கண்டுபிடிக்கவேண்டும். ஓங்கி அடித்தால் எந்தப் புரவியும் கவனிக்கும். ஆனால் அது தவறு.’

‘ஏன்?’

‘புரவி நமது விருப்பத்தை உணர்வுபூர்வமாகவே அறியக்கூடியது. தேவையில்லாமல் அடித்துக்கொண்டே இருந்தால் நுட்பமான உணர்வு மழுங்கி, பய உணர்ச்சி மட்டும்தான் மேலோங்கிக் காணப்படும். அத்தகைய புரவியால் பயன் இல்லை.’

அப்துல்லா ஒரு வார்க் குச்சியை எடுத்து ‘அல்ப், பே, தே’ என்று கூறியபடி, செம்பியனின் உள்ளங்கையில் அடித்தான். ஒவ்வொரு அடியின் பலமும் கூடியது.

‘வலிக்கிறதா?’

‘இல்லை.’

‘இப்போது பாருங்கள்’ என்றபடி ஒரு புரவியின் கயிறுகளை கரீம் என்ற இளைஞனிடமிருந்து வாங்கினான்.

‘புரவி எனக்கு நேராக நிற்கிறது. கயிற்றைத் தளர்த்தியபடித்தான் பிடித்திருக்கிறேன். இதிலிருந்து, இப்புரவி புதிய மனிதர்களைக் கண்டு பயப்படவில்லை என்று தெரிகிறது.’ புரவியின் கழுத்தும் வயிறும் சேருமிடத்தில் ‘அல்ப், பே’ என்றபடி மெதுவாக அடித்தான்.

புரவி அரை வட்டமடித்து நின்றது. உடனே அதே குச்சியால் புரவியின் நெற்றியில் தேய்த்தான்.

‘இப்படிச் செய்வது புரவிகளுக்கு மிகவும் பிடிக்கும். எனவே நாம் சரியான செயலைச் செய்திருக்கிறோம் என்று புரிந்துகொள்ளும்.

கவனித்தீர்களா? நான் 'அல்ப், பே' என்று இரண்டு அடிதான் அடித்தேன். இப்புரவிக்கு இதுவே போதும்.'

மீண்டும் புரவியைத் தனக்கு நேராக நிற்கவைத்தான். இப்போது பின்முதுகில் 'அல்ப், பே, தே' என்று அடித்தான். புரவி வட்டப் பாதையில் ஓடத்தொடங்கியது. '

'அல்ப், பே, தே என்று ஒவ்வொரு முறையும் கூறவேண்டுமா' என்று கேட்டான் சேந்தன்.

'இல்லை. அல்ப், பே, தே என்பது அரபி நெடுங்கணக்கு. அவ்வளவு தான். என்னுடைய வசதிக்காக நான் கூறிக்கொள்வது. புரவிக்கு தட்டுதல், உதைத்தல், கடிவாளத்தைப் பிடித்து இழுத்தல் போன்றவை மட்டும்தான் புரியும். யானைகளுக்குத்தான் வார்த்தையால் கட்டளைகள் இடுவது.'

'ஏன் இப்படி?'

'நம்முடைய வசதிக்காகத்தான். புரவி கடுவிசையில் ஓடக்கூடியது. போர்க்களத்தில் இரைச்சலுக்குப் பஞ்சமில்லை. அதுபோன்ற சூழ்நிலையில் நாம் சொல்லும் வார்த்தை சரியாகக் கேட்காது. புரவி தவறாகப் புரிந்துகொண்டால் பெரிய விபரீதம் நடக்க வாய்ப்புண்டு. எனவே தொட்டு வழங்கும் கட்டளைகள்தாம். யானைகளின் இயல்பே வேறு. மெதுவாகவே அனைத்துக் காரியங்களையும் செய்யும். அதற்கு உறைக்கும் அளவுக்கு நம்மால் அடிக்கவும் முடியாது. அங்குசமும் காதுகளுக்கு மட்டும்தான்.'

'போர்க்களத்தின் இரைச்சல் யானைகளையும் மயக்குமல்லவா?'

'உண்மைதான். அதனால்தான் யானைக்கு மொழி கற்றுத்தருவது.'

'மொழி என்றால்...' என்று இழுத்தான் சேந்தன்.

'தமிழ்நாட்டு யானைக்குத் தமிழில் உத்தரவு கொடுக்கக்கூடாது.'

'இதென்ன புதிய கதை?'

'கதையல்ல. முற்றிலும் உண்மை. வேறு எவரேனும் தவறாக உத்தரவு பிறப்பித்துவிடக்கூடாது என்பதற்காக இப்படி ஓர் ஏற்பாடு. இங்கே நான் அறிந்தவரையில் வடமொழியில்தான் யானைகளுக்கு உத்தரவு கற்றுத்தரப்படுகிறது. காரணம், வடமொழி பேச்சு மொழியாக இல்லை.'

'புரவிகளுக்கு வடமொழி விளங்காதா?' என்றான் சேந்தன்.

சற்று நேரம் பேசாதிருந்த அப்துல்லா, 'கரீம், உன் புரவியில் ஏறி கடக ஓட்டம் என்றால் என்னவென்று இவர்களுக்குக் காட்டு' என்றான்.

கரீம் தன் புரவியில் ஏறி அரைக் காத தூரம் மெதுவாகச் சென்றான். கண் இமைக்கும் நேரத்தில் புரவியைத் திருப்பி, காற்றை கிழித்துக் கொண்டு முன்னேறினான். புரவியின் பின்புலத்தில் புழுதி கிளம்பியது. கவனித்துப் பார்த்ததில் கரீம் புரவியின் முதுகில் அமராமல் சேணத்திலிருந்து தொங்கிய தாளிகளில் நின்றபடி வருவது தெரிந்தது. புரவியின் கழுத்தில் அவன் தட்டியதும், அது இரண்டு அடி நேராகவும் ஓர் அடி வலமாகவும் ஓடத்தொடங்கியது. மீண்டும் கரீம் கழுத்தில் தட்டினான். புரவி அரைவட்டம் அடித்து அங்கிருந்த வேலியைத் தாண்டியபின் மந்திரத்திற்குக் கட்டுப்பட்டதுபோல் நின்றது.

அப்துல்லா சீட்டி அடித்தான். புரிந்துகொண்டவன்போல் கரீம் பதில் சீட்டி அடித்தான்.

'பார்த்தீர்களா, கண நேரத்தில் புரவியின் செயல்களை? இதையெல்லாம் வார்த்தைகளால் நம்மால் சொல்ல முடியுமா? நமது அங்க அசைவும் புரவியின் மேனியில் நாம் தட்டும் விதமும் மட்டுமே இவ்வளவு விரைவாகச் செயல்படும். கரீம் புரவியைச் செலுத்தியபோது செய்த ஒவ்வோர் அசைவுக்கும் பெயர் உண்டு. ஒவ்வொன்றுக்கும் மூன்று வாரங்கள் பயிற்சி செய்யவேண்டும்.'

'உண்மையாகவா?'

'தாழ்தல், குரங்கல், அலைதல், நடுங்கல், நெகிழ்தல், நொள்கல், அழுங்குதல், சுமத்தல், பரித்தல், பறித்தல், பொறுத்தல், ஏறுதல், எக்கல், இவரல், எதிர்தலின் முட்டல், முடுக்கல், மீதூரல், இடங்கழி நெருங்குதல், உடங்கொருங்கல், மிகுதல், விடுதல் எனப் பல அசைவுகள் உண்டு. புரவி ஊர்தல் மிகவும் கடினம் நண்பனே!'

'இப்புரவியை பயிற்ற எத்தனை நாட்கள் ஆயின?'

'கரீம் செலுத்தியதுபோல் பயிற்சி அளிக்க எட்டு மாதங்கள் ஆகும். ஆனால் அது எங்களது வேலையல்ல. மனித வாடை அறியாத புரவியை அமைதிப்படுத்தி, அதன்மேல் சேணத்தைப் பொருத்தினாலும் மறுக்காமல் ஏற்றுக்கொள்ளச் செய்வதே எங்கள் வேலை. அதற்குத்தான் சேணம் முறிப்பது என்று பெயர். பலவகையான கதி ஓட்டங்களை அப்புரவியின் பாகன்தான் பயிற்றவேண்டும்.'

'இப்புரவிகளுக்கு என்ன வயதாகிறது?'

‘ஆறு மாதப் புரவிகளைத்தான் நாவாயில் கொண்டுவர முடியும். கடற் பயணம் இரண்டு மாதம்கூட ஆகலாம். மாற்று மருந்து கொடுக்க ஒரு மாதம். சேணம் முறிக்க இரண்டு மாதம். மொத்தத்தில் பதினொரு மாதங்கள்.’

‘பழக்கப்படுத்தியபின் கொண்டுவரக்கூடாதா?’

‘ஏற்றும் புரவிகளில் நூற்றுக்கு ஐந்து வழியில் இறந்துவிடும். மேலும் ஐந்து, கலத்தில் இடித்துக்கொண்டு கால்களை உடைத்துக் கொள்ளும். மேலும் பத்து, மருந்தின் ஒவ்வாமையால் இறுதி நாள்வரை நோயுடன் போராடும். புயல் அடித்தால், வீணாகும் புரவிகளின் எண்ணிக்கை மேலும் கூடும். வழியில் கொள்ளையர் களின் தொல்லை வேறு. இவ்வாறாக, அனைத்தையும் கடந்தபின் எஞ்சியதைப் பழக்கப்படுத்துவதுதான் சிறந்த வழி.’

‘இங்கேயே இனவிருத்தி செய்யக்கூடாதா?’ என்று சேந்தன் கேட்டவுடன் சோமன் வாய்விட்டுச் சிரித்தான். அப்துல்லா செல்லக் கோபத்துடன் சோமனின் காதைத் திருகினான்.

‘இனவிருத்தி செய்யக்கூடிய புரவி வகைகளை ஏற்றுமதி செய்ய எங்கள் நாட்டில் தடை உள்ளது. மேலும், இரண்டு மாதக் கடற்பயணமும், மருந்தும், மாற்று மருந்தும், இப்புரவிகளை இனவிருத்திக்குத் தகுதியற்றவையாக மாற்றிவிடுகின்றன. ஆனால் சோமனைப்போல் சிலர், வணிகக் காரணங்களுக்காக மட்டுமே நாங்கள் மலட்டுப் புரவிகளை இங்கே கொண்டுவருவதாகக் குறை சொல்லுகிறார்கள்.’

அப்போது, ஐம்பெருங்குழு கூடிவிட்டது என்பதற்கான் பறை ஒலித்தது. அப்துல்லாவிடம் விடைபெற்றுக்கொண்டு அவர்கள் விரைந்தனர்.

வழியில் பாரி செம்பியனை நிறுத்தினான். ‘கடந்த ஐந்து மாதங்களாக நாகையிலிருந்து வரவேண்டிய பொதி நின்றுபோய்விட்டதாம். மேலைச் சாளுக்கியத்திலிருந்து கொஞ்சம் வந்ததாம். அதுதான் தொண்டிக்குள் சுற்றிவருகிறது.’

‘கொஞ்சம் என்றால் எவ்வளவு?’

‘பத்து வீசை.’

செம்பியன் வாய்விட்டுச் சிரித்தான். ‘வீசை, மணங்கு எல்லாம் எனக்குப் போதாது. இரண்டு பாரமாவது வேண்டும்.’

‘என்ன? பாரமா? கம்புகம்தான் கேட்கிறீர்களா?’ என்று பாரி அதிர்ந்தான்.

‘நான் கடாரத்திற்குக் கொண்டுசெல்லவேண்டும். உன்னால் முடியாது என்றால் சொல். இவர் செய்துதருகிறேன் என்று கூறுகிறார்’ என்று சோமனைக் கை காட்டினான்.

‘முதலில், இருப்பதைக் கொண்டுவருகிறேன். அதுவரை இங்கேயே இருங்கள்’ என்று கூறிவிட்டு தலை தெறிக்க ஓடினான் பாரி.

# 21

## கொலை செய்யப்போகிறோம்

ஐம்பெருங்குழு கூடிய இடத்தை அடைந்த போது நாட்டுப் பண் பாதி முடிவு பெற்றிருந்தது.

நின் வெம்மையும் விளக்கமும் ஞாயிற்று உள
நின் தண்மையும் சாயலும் திங்கள் உள
நின் சுரத்தலும் வண்மையும் மாரி உள
நின் புரத்தலும் நோன்மையும் ஞாலத்து உள
நின் நாற்றமும் ஒண்மையும் பூவை உள
நின் தோற்றமும் அகலமும் நீரின் உள
நின் உருவமும் ஒலியும் ஆகாயத்து உள
நின் வருதலும் ஒடுக்கமும் மருத்தின் உள

அரசனுக்கு உதவியாக ஐம்பெருங்குழுவும் எண்பேராயமும் இருப்பதைப்போல, இக்குழுக்கள் ஒவ்வொரு நகரத்திலும் உண்டு. அப்படி ஒரு குழு இப்போது கூடியுள்ளது. மாவன், ஆந்தை, அந்துவஞ்சாத்தன், ஆதன் அழிசி, இயக்கன் ஆகிய ஐவரும் நடுநாயகமாக வீற்றிருந்தனர்.

இவர்களுள் மாவன் என்பான் பரித் தலைவன். ஆந்தை, ஒற்று மற்றும் மதில் தலைவன். அந்துவஞ்சாத்தன், ஊர்த்தலைவன். ஆதன் அழிசி, சுங்க வரி மற்றும் தொண்டித்துறைத் தலைவன். இயக்கன், காலாட்படைத் தலைவன்.

சாத்தனார் பேசத்தொடங்கினார். ‘சான்றோர்களே! ஈழத்தில் உருவாகியுள்ள சூழ்நிலையின் காரணமாக நமது கடற்படை கொற்கையிலிருந்து புறப்பட்ட செய்தி பற்றி நேற்று அறிவித்தேன். இதுவரை தஞ்சையிலிருந்து எவ்விதச் செய்தியும் வரவில்லை. சோழப் படையெடுப்பிற்கு நமது பங்கு என்ன என்பது பற்றி ஒருவேளை ஆணை வருமேயானால், நாம் அதற்கு ஆயத்தமாக இருக்கவேண்டும். எனவே, முன்னூறு புரவிகளும், நூறு பொதி காளைகளும், ஐந்நூறு வீரர்களும், ஆயிரம் கோட்டை நெல்லும், இருநூறு மூட்டை தானியங்களும், நான்கு சாரம் படைக் கருவிகளும் சேகரித்து ஆயத்தமாக வைத்திருப்பது என்று இக்குழு முடிவு செய்துள்ளது. இது பற்றி உங்களது கருத்துகளைக் கூறலாம்.’

‘தொண்டியைக் கடந்து செல்லும் அரச வீதி குண்டும் குழியுமாக இருக்கிறது. அதைச் செப்பனிட்டால் படைகள் கடந்துசெல்ல எளிதாக இருக்கும்’ என்று கூட்டத்தில்ருந்து ஒரு குரல் கேட்டது.

‘படைகள் ஊருக்குள் வருவதற்கு வாய்ப்புகள் மிக மிகக் குறைவு. இருப்பினும் விண்ணப்பம் ஏற்றுக்கொள்ளப்பட்டது’ என்றார் சாத்தனார்.

‘முன்னூறு புரவிகள் என்பது மிக அதிகம். இப்போதுதான் நாவாய்கள் வரத்தொடங்கியிருக்கின்றன. வேண்டுமானால் வேறு ஏதேனும் ஒன்றை ஈடாகக் கொடுத்துவிடலாம்.’

‘ஏற்புடையதல்ல. புரவிகள் என்றாலே தொண்டி, பெருந்துறை, காயல் ஆகிய இடங்கள்தானே நினைவுக்கு வரவேண்டும். நாட்டுக்கு ஓர் இடர் எனும்போது நமது ஆதாயத்தையும் இழப்பையும் ஒதுக்கி விட்டு முனைப்புடன் செயல்படப் பாடுபடுங்கள். மற்றவற்றை வேண்டுமானால் குறைத்துக்கொள்ளலாம். இதுமட்டுமல்லாமல், அரச பாதைகளில் தவிர்க்க முடியாத காரணங்கள் இன்றி யாரும் நடமாடக்கூடாது. ஊர்ப்புறத்தைச் சுற்றி எல்லைக் கயிறு கட்டப்படும். புதிய கலங்கள் துறைக்கு நான்கு காத தொலைவில் நிறுத்தப்பட வேண்டும். தக்க ஆணை வந்தபின் அடுத்துச் செய்வன பற்றி அறிவிக்கப்படும்.’

சேந்தனும் பூதனும் சோர்ந்துபோய்விட்டனர்.

‘செம்பியா, திரும்பிச்செல்வது நல்லது என்று நினைக்கிறேன். கொண்டு வந்துள்ள வெள்ளித் தட்டுகளை இங்கேயே விற்றுவிடலாம்.’

‘படை எடுப்பு முடிவு பெற்றால் ஒழிய வணிகர்கள் காசை வெளியே எடுக்க மாட்டார்கள். புகாருக்கே கொண்டுசெல்வதுதான் சிறந்தது’ என்றான் சோமன்.

‘வாங்கியவனிடமே விற்றால் எப்படி ஆதாயம் கிட்டும்?’

செம்பியன் திரும்பியபோது அங்கே பாரி நின்றுகொண்டிருந்தான்.

‘பொதி இருக்கிறது. விலை அதிகம் கூறுகிறான்.’

‘ஏன்?’

‘வடக்கே உள்ள சிறுகுடிச் சத்திரத்தில் பொதியுடன் ஆள் காத்திருக்கிறது. வந்தால் பேசி முடிக்கலாம்.’

செம்பியன், சேந்தனையும் பூதனையும் தனியே அழைத்துப் பேசினான். பிறகு பாரியிடம், ‘வாருங்கள் போகலாம். இவர்தான் தரம் பார்ப்பவர்’ என்று பூதனைக் கைகாட்டினான்.

சேந்தனும் பூதனும் பாரியுடன் முன்னே சென்றனர்.

அனைவரும் முகத்தைப் பெருமளவு மூடிக்கொண்டனர்.

செம்பியனும் சோமனும் கூப்பிடு தொலைவில் நின்றுவிட்டனர்.

சத்திரத்தில் நான்கு பேர் காத்திருந்தனர். பாரி அவர்களை நோக்கி, ‘இவர்கள்தாம்’ என்று கூறினான்.

சேந்தன் எதுவும் பேசவில்லை. பூதன், ‘தரமான கம்புகம் வேண்டும்’ என்றான்.

‘விலை?’ என்று புதிய ஆள் கேட்டான். சேந்தன் உற்றுக் கவனித்தான்.

‘உடனே கொடுத்தால் நல்ல விலை கொடுப்பேன். வேறு பல இடங்களில் சொல்லிவைத்துள்ளேன். அவை வந்துவிட்டால் விலை மட்டுப்படும்.’

‘இதைப் பாருங்கள்’ என்று துணிப் பொதி ஒன்றை அவிழ்த்தான் புதியவன்.

அதில் உள்ளவற்றைத் தொட்டுப் பார்த்த பூதன், ‘மேலைச் சாளுக்கியப் பண்டம் வேண்டாம். அங்கம், வங்கம், கலிங்கம், மகதமாக இருந்தால் காட்டுங்கள்’ என்றான்.

புதியவன் சற்று மறைவாகச் சென்று பெரிய பெட்டி ஒன்றைக் கொண்டுவந்தான். ஆனால் அதில் மிகவும் குறைவாகவே பண்டம் இருந்தது. சேந்தன் பெட்டியைக் கவனித்தான். மயில் சின்னம் காணப்பட்டது. பெட்டியின் பக்கவாட்டுப் பலகை கருகியிருந்தது. சேந்தன் செருமினான்.

‘இது தரமான பண்டமாக இருக்கிறதே! விலை என்ன?’

'மணங்குக்கு இரண்டு கழஞ்சு.'

பாரி திகைத்தான். ஐந்து மணங்கு ஒரு கழஞ்சுக்கு வாங்கிய அனுபவம் அவனுக்கு உண்டு.

'மணங்கு ஒரு கழஞ்சு என்றால் இப்போதே வாங்கிக்கொள்கிறேன். எத்தனை மணங்குகள் உள்ளன?'

'நாளை இரவுக்குள் நூறு மணங்கு கொண்டுவர முடியும்.'

'போதாது, ஒரு பாரமாவது வேண்டும்.'

'பதினைந்து நாட்கள் கொடுத்தால் தருவிக்க முடியும்.'

'எங்கிருந்து வரவழைப்பீர்கள்?'

'அது உங்களுக்குத் தேவையில்லாதது.'

'தவறாக எடுத்துக்கொள்ளவேண்டாம். பண்டம் புறப்படும் இடம் ஏற்றதாக இருந்தால் அங்கு வந்தே வாங்கிக்கொள்ளலாமே என்பதற்காகக் கேட்டேன். உங்களால் முடிந்தால் எங்களோடு வாருங்கள் அல்லது ஓலை கொடுங்கள். நாங்கள் சென்று பெற்றுக் கொள்கிறோம். கால தாமதத்தைத் தவிர்க்கலாம் அல்லவா?'

'முதலில் இங்கிருப்பதை வணிகம் முடியுங்கள். மற்றதைப் பின்னர் பார்க்கலாம்.'

'நீங்கள் ஒரு பாரம் ஏற்பாடு செய்வதாக வாக்களித்தால் மட்டுமே இங்கிருப்பதை நான் வாங்கிக்கொள்வேன். ஒப்புக்கொள்கிறீரா?'

'பண்டம் ஈழத்தில் இருக்கிறது. அங்கு என்ன நிலைமை என்று தெரியாமல் நான் எப்படி உங்களுக்கு வாக்குக் கொடுக்க முடியும்?'

'வாக்குக் கொடுக்கவேண்டாம். சாற்றோலை கொடுக்கலாம் அல்லவா?'

'சிந்திக்கிறேன்.'

'நாளை யாமத்தில் மறுபடியும் இங்கே சந்திப்போம்.'

'மறந்துவிடாதீர்கள், இதே பண்டமாக இருக்கவேண்டும்.'

'ஆகட்டும்.'

'பாரி, நீ இவர்களோடு சென்று பண்டங்களைச் சோதித்துப் பெட்டியில் அடைக்கவேண்டும். புரிகிறதா. இதோ வைத்துக் கொள்' என்று மேலும் ஒரு கழஞ்சைக் கொடுத்தான் பூதன்.

பாரிக்கு உச்சி குளிர்ந்தது.

‘நீங்கள் காலால் இடும் ஆணையைத் தலையால் செய்து முடிக்க வேண்டியது என் பொறுப்பு.’

பாரியை வந்தவர்களோடு அனுப்பிவிட்டு, சேந்தனும் பூதனும் செம்பியன் இருக்கும் இடத்திற்கு வந்தனர்.

‘சேந்தா! நல்ல செய்தி உண்டா?’

‘உண்டு. வந்தவன் முகத்தை மூடிக்கொண்டிருந்தான். ஆனாலும் அது சோலை என்பது நன்றாகவே தெரிந்தது. கங்கணப் பச்சை இருந்தது. இடதுபுறத் தோளில் தீக்காயங்கள் இருந்தன. அவனே தான். ஈழத்தில் யாரோ இருப்பதாகக் கூறினான். அவருக்கு ஓலை கொடுப்பதாகவும் கூறினான்.’

‘பறவை தானாக வந்து மாட்டிக்கொள்கிறேன் என்கிறது. இதை விட்டால் தக்க சமயம் கிடைக்காது. ஒருவேளை காரியோ சந்திரசேனனோ ஈழத்தில் இருந்தால்?’

‘வாய்ப்பிருக்கிறது.’

‘சோமா, நீயும் எங்களோடு வரவேண்டும் என்று அன்புக் கட்டளை யிட்டால் ஏற்றுக்கொள்வாயா?’

‘காரணமின்றி உன்னைப் பிடித்திருக்கிறது. ஏற்றுக்கொள்கிறேன்.’

‘இங்கிருந்து ஈழம் செல்லப் படகு சேகரிக்க முடியுமா?’

●

போர் மேகம் சூழும் எனப் பலரும் அஞ்சியதால், படகு செலுத்த யாரும் முன்வரவில்லை. கூலிக்கு வர ஒப்புக்கொண்ட ஓரிருவர் மிக அதிகமாகக் கூலி கேட்டனர்.

‘சோமா, நாமே ஓர் பஃறியையோ, திமிலையோ வாங்கிவிட்டால் என்ன?’

‘பஃறி சரிவராது. திமில்தான் எற்றது. நல்ல திமில் பதினைந்து கழஞ்சு ஆகும்.’

‘அதையே வாங்கிவிடுவோம்.’

திமில் எழுபதடி நீளமும், நடுப்பகுதியில் நாற்பதடி அகலமும் உடையதாக இருந்தது. அதற்கொரு கலக்கோன், மீகான், திசைவலவன், விசைவலவன் மற்றும் பதிமூன்று கடலோடிகளும், பத்து காவல் வீரர்களும் பணி அமர்த்தப்பட்டனர். கலக்கோன்,

மீகான், திசைவலவன், விசைவலவன் ஆகியோருக்கு ஊதியத்தோடு ஆக்கத்திலும் பங்கு தருவதாக ஒப்பந்த ஓலை எழுதப்பட்டது. கடலோடிகளுக்கு ஊதியம் மட்டும்தான்.

ஒரே பகலில் செவ்வனே கலம் கைமாறியது பற்றிச் செம்பியனுக்கு மகிழ்ச்சி.

'சோமா, நீ கலத்தைக் கரையிலிருந்து இரண்டு காத தொலைவில் நிறுத்திக்கொள். நானும், சேந்தனும், பூதனும் இங்கே ஒரு நிகழ்ச்சியை முடித்துவிட்டு நடு யாமத்தில் கலத்திற்கு வருகிறோம். உடனே புறப்பட ஆயத்தமாக இருங்கள். முப்பது நாட்களுக்குத் தேவையான அடிசில் பண்டங்களைக் கொள்முதல் செய்யுங்கள். காவல் வீரர்களுக்குத் தேவையான வில், அம்புகள், கேடயம், எறி கவண், குங்கிலியச் சிப்பம், அரக்கு வட்டு மற்றும் தேவையான எல்லாவற்றையும் சேகரித்துக்கொள்ளுங்கள். நாங்கள் திரும்பிவர வசதியாக சிறு படகு ஒன்றை நான்கு கடலோடிகளோடு கரையில் நிறுத்திவையுங்கள்.'

'ஏன் நடு யாமத்தில் வரவேண்டும்? திருடப் போகிறீர்களா?'

'இல்லை. கொலை செய்யப்போகிறோம்.'

'உன்னைப் பார்த்தால் வாழைக்காயைக்கூட வெட்ட முடியாதவன் போலத் தெரிகிறது.'

செம்பியன் சிரித்துக்கொண்டே, 'போகட்டும், நாளைக் காலை வெட்டிக் காட்டுகிறேன்' என்று கூறிவிட்டு நகர்ந்தான்.

## ௨௨

## என்னை ஏன் சித்திரவதை செய்கிறீர்கள்?

பொழுது சாய்ந்தது. தொண்டி கொஞ்சம் கொஞ்சமாக அடங்கியது. இருள் கவ்வியதும் தெரு விளக்கு ஏற்றுபவர்கள் ஒவ்வொரு கல்தூணுக்கும் எண்ணெய் ஊற்றி, திரியிட்டு, சுடரேற்றினர். தெரு விளக்குத் திரி, இல்லங்களில் இடும் திரியிலிருந்து மாறுபட்டது. உப்பைப் பொடித்து, ஈரத்துணியில் நன்றாகத் தடவி, அத்துணியை உருட்டி, அது காய்ந்தபின் எண்ணெயில் ஊற வைத்துச் செய்த திரியைத் தான் தெரு விளக்கில் இடுவார்கள். உப்பில்லாத் திரி காற்றுக்கு அணைந்துவிடும்.

அவ்வப்போது ஊர்க்காவல் படையினர் நடந்து சென்றார்கள்.

நன்றாக இருட்டும்வரை மூவரும் அடிசில் அங்காடியில் உண்பதுபோல் பொழுதைக் கழித்தார்கள். அங்கொன்றும் இங்கொன்று மாகச் சில மிலேச்சக் கடலோடிகள் கண்ணில் பட்டார்கள். கொண்டி மகளிரும் பொதுமகளிரும் அவர்களுடன் பேசிக்கொண்டிருந்தனர்.

பூதன் சத்திரத்தில் காத்திருந்தான். செம்பியனும் சேந்தனும் சத்திரத்தின் இருபுறமும் கூப்பிடு தோலைவில் மறைவாக நின்றனர். இரண்டு நாழிகை கழித்துச் சோலையும் பாரியும் வந்துசேர்ந்தனர். இருள் போர்வையில் எவர் முகமும் தெரியவில்லை. குரலை வைத்துத்தான் இன்னார், இவர் என்று கண்டுகொள்ளவேண்டும்.

'நீங்கள் மட்டும் வந்துள்ளீர்களே? பண்டம் எங்கே?'

'நடு யாமத்தில் பொதியுடன் வந்தால் ஊர்க்காவலர்கள் விட்டு விடுவார்களா?'

'அதனால்?'

'ஐயம் உண்டாகாதவாறு ஒவ்வொன்றாக மாலையே கொண்டுவந்து சேர்த்துவிட்டோம்.'

'தராசு?'

'பாரி எடையைச் சோதித்துவிட்டார்.'

'மொத்த எடை எவ்வளவு?'

'பெட்டிக்கு இருபத்தைந்து மணங்காக நூறு மணங்கு.'

'பாரி, நீ எடைக்குப் பொறுப்பேற்கிறாயா?'

'சந்தேகமென்ன?'

'அப்படியானால், எடையைச் சரி பார்க்கும்வரை நீ என்னோடு இருக்கவேண்டும். இரண்டு, மூன்று நாட்கள் ஆகலாம்.'

'தடையில்லை. உங்களோடு இருந்தால் அரண்மனையைபோல உணவும் மதுவும் கிடைக்கும் என்பது எனக்குத் தெரியாதா?' என்று பாரி சிரித்தான்.

'பண்டம் எங்கே?'

'மண்டபத்தின் பின்னால் உள்ள பனங்காட்டில் இருக்கிறது.'

'போகலாமா?'

'முதலில் பணம்...'

பூதன் தன் பெட்டியைத் திறந்தான். சோலை கைவிளக்கை ஏற்றினான். அதன் மிகச் சிறிய ஒளிக்கீற்றில் பூதன் நாணயங்களை எண்ணி முடித்தான். பெட்டியில் மீதமுள்ள நாணயங்களைப் பார்த்து, சோலை, 'இவ்வளவு பணத்தைத் தூக்கிக்கொண்டு அலைகிறாயே?' என்றான்.

'அவசரமாகப் பொதி தேவைப்படுகிறது. ஒருமுறை கொடுக்கத் தவறினாலும் மற்றவரிடம் கொள்முதல் செய்துவிடுவார்கள்.' அதனால்தான் இத்துணை விலை கொடுத்து வாங்கினேன்.'

'சோலை ஓர் ஓலையைக் கொடுத்தான். இது எனது கூட்டாளிகளுக்கு எழுதிய ஓலை. ஈழத்தில் இருக்கிறார்கள். பண்டம் இருந்தால் இதே விலைக்குக் கொடுக்கச் சொல்லி எழுதி முத்திரை இட்டுள்ளேன்.'

கை விளக்கு அணைக்கப்பட்டு பந்தம் கொளுத்தப்பட்டது. அதன் எரிமுனையை ஒரு மண் குடத்திற்குள் காட்டியவாறு பாரி முன்னே நடந்தான். தேவையில்லாதபோது நெருப்பு வெளியே தெரியக் கூடாது என்பதற்காக இந்த ஏற்பாடு. அவ்வப்போது பந்தத்தை வெளியே எடுத்து வழியைக் கண்டுகொண்டான்.

பூதன் ஓரிடத்தில் நின்றான்.

'ஏன் நிற்கிறீர்?'

'எனது பாரந்தூக்கிகளை வரவழைக்கவேண்டாமா?' என்று சொல்லிச் சீட்டி அடித்தான். தொலைவில் பந்தம் ஒன்று கொளுத்தப் பட்டு பதிலுக்கு சீட்டிச் சத்தம் கேட்டது.

இரண்டு பந்தங்களும் நெருங்கிவந்தன. பத்தடி தூரத்தில் பந்தங்கள் அணைக்கப்பட்டன. பாரியின் கையிலிருந்த பந்தத்தையும் பூதன் பிடுங்கி அணைத்தான்.

'ஏன்?' என்று சோலை பதறினான்.

'இருட்டில்கூட உமது முகம் நன்றாகத் தெரிகிறது சோலையாரே. பின் பந்தம் எதற்கு?' என்றான் செம்பியன்.

'யார் நீ? என் பெயர் எப்படித் தெரியும்?'

ஒரே வீச்சு. சோலையின் தலை பறந்தது. சோலையின் குழறல் கேட்டு அவனது காவலர்கள் ஓடிவந்தனர். ஓரிரு வாள் வீச்சுக்குப் பின் ஓடினர். ஓட முயன்ற பாரியை பூதன் பிடித்துக்கொண்டான். சேந்தன் சோலையிடம் இருந்த பணத்தை மட்டும் எடுத்துக்கொண்டு ஒரே ஒரு கழஞ்சை அவனது நெற்றியில் ஒட்டவைத்துவிட்டு மெதுவாக நடந்தான்.

பாரிக்கு மயக்கம் வந்துவிட்டது. அனைவரும் படகில் ஏறியதும், படகு கலத்தை நோக்கிப் புறப்பட்டது.

கலத்தை நெருங்கியதும், செம்பியனும், சேந்தனும், பூதனும் கடலில் குதித்துக் குளித்தனர். அதன்பின் கயிற்றேணியில் ஏறினர்.

'என்ன இந்நேரத்தில் குளியல்?' என்று சோமன் கேட்டான்.

'துக்க நிகழ்ச்சியில் பங்குபெற்றோம்.'

'புரியவில்லையே?'

'முதலில் கலம் புறப்படட்டும். மற்றவை பின்னர். அதற்கு முன்னால் இவனைக் கீழ்த்தளத்தில் பிணைத்துவையுங்கள்.'

பாரியைக் கண்ட கலக்கோன், 'இவன் ஊரறிந்த பொய்யனாயிறே. உங்களிடம் என்ன குறும்பு செய்தான்?' என்று கேட்டான்.

'குறும்பு செய்யவில்லை. கூடம் தெரியாமல் சாமி ஆடிவிட்டான்.'

'ஈழத்தில் எந்தத் துறைக்குச் செல்வது?'

'முதலில் சோமனின் அண்ணனைச் சந்திப்போம். அதற்கு வசதியான துறைக்குச் செல்லலாம்.'

'சரி. அப்படியானால் நாம் கல்முனைத் துறைக்குத்தான் செல்ல வேண்டும்.'

கலக்கோன் ஆணையிட, கலம் புறப்பட்டது.

அனைவரும் மேல்தளத்தில் கூடினர். காற்று சீராக வீசியதால் கலம் ஒரே கதியில் ஊர்ந்தது.

செம்பியன் நடந்த அனைத்தையும் சோமனுக்கு எடுத்துரைத்தான்.

'சேந்தா, சோலையிடம் பெற்ற ஓலையைப் படித்தாயா?'

'அது காரிக்கு வரையப்பட்டுள்ளது.'

'சோமா, ஏன் பேசாமல் இருக்கிறாய்? கொலைகாரர்களோடு உறவு வைத்துள்ளோமே என்று நினைக்கிறாயா?'

'வேகமான வாழ்க்கையிலிருந்து விலகியிருக்கவேண்டும் என்று நான் எத்தனையோ முயற்சிகளை எடுக்கிறேன். ஆனால் என் ஊழ் என்னைத் தேடிவந்து பிடித்துக்கொள்கிறது.'

'நாங்கள் ஆகூழாக இருக்க விரும்புகிறோம்.'

'ஐந்து வருடங்களுக்குமுன் துறவறம் பூணவேண்டும் என் நினைத்தேன். தாயாரின் கண்ணீருக்கு இணங்கித் திருமணம் முடித்தேன். அதன்பின் குழந்தை இல்லை என்று இரண்டு வருடம் கவலை. குழந்தை பிறந்தது. போதிய பொருள் இல்லை என்று மனைவிக்குக் கவலை. மிளகு வணிகம் செய்து பொருள்

ஈட்டினேன். எல்லாம் முடிந்தது, இனிமேல் களைப்பாறாலாம் என எண்ணியபோது நீங்கள் வந்து சேர்ந்தீர்கள்.'

'சோமா, நாங்கள் உனக்குப் பாரமாகவோ, தடையாகவோ இருக்க மாட்டோம்.'

'உங்கள்மீது எனக்குத் துளியும் கோபமில்லை. சும்மா இருக்கும் சுகம் என்பது எவ்வளவு கடினம் என்பது மெல்ல விளங்குகிறது. ஐந்தொழில் வல்ல சித்தர்கள் காடுகளிலும் குகைகளிலும் தனித்திருக்கும் காரணம் இப்போதுதான் விளங்குகிறது.'

'நான் கூறியதை நம்பவில்லையா?'

'பூதன் என் நண்பன். அவன் நட்பு பாராட்டும் எவரும் நல்லவராகவே இருப்பர். ஆகையால் உங்களையும் முழுமையாக நம்புகிறேன்.'

'நான் செய்தது தவறு என்று நினைக்கிறாயா?'

'கொலையில் கொடியவரைத் தண்டித்தல், களை எடுப்பதைப் போன்றது என்பதை அறிவேன். ஆனால் அது குடியையும் புறத்தையும் காப்பதற்காக இருக்கவேண்டுமேதவிர பழி உணர்ச்சி யோடு இருக்கக்கூடாது.'

'பழி உணர்ச்சி தவறா?'

'உன் வாழ்நாள் முழுவதும் உன் எதிரிகளைச் சந்திக்க முடியவில்லை என்று வைத்துக்கொள். என்ன செய்வாய்?'

'அவர்களைத் தேடிக்கொண்டே இருப்பேன்.'

'அதாவது வாழ்நாள் முழுவதும் நெஞ்சில் கொலைவெறியோடு இருப்பாய் என்றுதானே பொருள்? குடும்பம், உற்றார், உறவு, நட்பு, காதல் என அனைத்தையும் இழந்து, அரும்பாடுபட்டு அடைய வேண்டிய சிறப்பா இது? எதிரிகளைப் பழி வாங்கிவிட்டேன் என்று ஒவ்வொரு முறை நீ பெருமை பேசும்போது, நீ ஏமாற்றப்பட்டதும் தொக்கி நிற்குமே? அதை உணர்கிறாயா?'

செம்பியன் வெகு நேரம் பேசவில்லை. அதன்பின், 'நீ நெருப்புக்கு வெளியே இருந்துகொண்டு பேசுகிறாய். நான் உள்ளே நின்று கொண்டு பேசுகிறேன். மற்றபடி, நீ கூறியது முற்றிலும் உண்மை.'

'சரி, சற்று ஓய்வெடுப்போம்' என்று பூதன் முடித்துவைத்தான்.

●

செம்பியனை யாரோ எழுப்பியதுபோல இருந்தது. விழித்துப் பார்த்தான். நித்திலா.

‘என் கண்களையே நம்ப முடியவில்லையே? எப்படி இங்கு வந்தாய்?’

‘உதியனின் பங்காக நீ கொடுத்த பொன்னில் ஒரு கலம் வாங்கி உன்னைப் பின்தொடர்ந்து வந்தேன்.’

‘உண்மையாகவா?’

‘வா, மேல்தளத்திற்கு வந்து பார்!’

இருவரும் மேலே சென்றனர்.

‘அதோ பார்.’

செம்பியனால் நம்ப முடியவில்லை. தங்க நிறத்தில் ஒரு கலம். அதன் பக்கங்களிலெல்லாம் வைரமும் நவரத்தினங்களும் பதிக்கப்பட்டு நிலவொளியில் அது வடிவு கொண்ட காட்சியை எழுத்தில் வடிக்கக் கபிலர்தான் வரவேண்டும்.

‘வா. எனது கலத்திற்குச் செல்லலாம்.’

‘பொறு, படகை இறக்கிவிடுகிறேன்.’

‘படகு வேண்டாம், நீந்திச் செல்லலாம்’ என்று நித்திலா செம்பியனைத் தள்ளிவிட்டாள்.

செம்பியன் ஓவென அலறினான்.

‘என்ன செம்பியா, ஏதாவது கனாக் கண்டாயா?’ என்று சேந்தன் கேட்டான்.

‘இல்லை.’

●

காலையில் கலம் நங்கூரமிட்டது. ‘கரைக்குச் செல்லப் படகை இறக்கட்டுமா?’ என்றார் கலக்கோன்.

‘பனி விலகட்டும்’ என்றான் செம்பியன்.

பூதனும் சேந்தனும் பாரியை அழைத்துவந்தனர்.

‘செம்பியனாரே, நான் உங்களுக்கு எந்தத் தீங்கும் செய்ய வில்லையே? என்னை ஏன் சிறை பிடித்தீர்கள்?’

‘சிறை பிடித்தோமா? உங்களை எங்களது பங்காளியாக்கி அல்லவா அழைத்துச் செல்கிறோம்?’

‘நேற்று முழுவதும் உணவு தரவில்லை. இது சிறை அல்லவா?’

‘அடடா, இதோ பருகுங்கள், சிறந்த யவனத் தேறல்’ என்று ஒரு குவளையைக் கொடுத்தான்.

பாரி கடகடவென குடித்தான்.

‘எப்படி இருக்கிறது?’

‘தேறல்தான். ஆனால் சற்று உரைக்கிறது.’

‘அதற்குக் காரணம், அதில் உருள் பூரம் கலந்திருக்கிறது.’ பூரம் என்பது பாதரசத்தால் செய்யப்பட்ட கொடிய நஞ்சு.

‘என்ன? பூரமா?’ என்று வாந்தி எடுப்பதுபோல ஓங்கரித்தான்.

‘இப்படி நடந்துவிடக்கூடாது என்பதற்காகத்தான் ஒரு நாள் முழுவதும் பட்டினி போட்டது.’

‘ஐயோ, என்னை ஏன் இப்படிச் சித்திரவதை செய்கிறீர்கள்?’

‘அஞ்ச வேண்டாம். இது உருள் பூரம். மிக மெதுவாகத்தான் கொல்லும். இன்னும் ஆறு நாட்கள் கழித்துத்தான் வேலை செய்யும். அதற்குள் மாற்று மருந்து கொடுத்தால் குணமடைந்துவிடலாம்.’

‘அதை இப்போதே கொடுக்கக்கூடாதா?’

‘முடியாது. இந்த ஓலையை எடுத்துக்கொண்டு, இதில் உள்ளவர்களைச் சந்திப்பது உமது பொறுப்பு. சேந்தனும் பூதனும் கூட வருவார்கள். எல்லாம் நல்லபடியாக முடிந்தால், மாற்று மருந்து தருவேன்.’

‘இல்லை என்றால்?’

‘இன்னும் கொஞ்சம் பூரம் தருவேன்.’

# 23

## எதிரியை அலைக்கழிப்பதும் ஒரு வெற்றிதானே

**சோ**மனின் அண்ணன் முகிலன் அன்போடு வரவேற்றார். செம்பியனின் செயல்களைக் கேட்டபின் அவருக்குக் அவன் ஒரு காவிய நாயகனாகவே தோற்றமளித்தான்.

‘இளவலே, வெறுங்கையுடன் வீடு போகக் கூடாது என்ற உன் முடிவைப் பாராட்டுகிறேன். அதே சமயம், நீ மேற்கொள்ளும் முயற்சிக் கேற்ற பயன் கிட்டுமா என்பதையும் ஆலோசிக்க வேண்டாமா?’ என்று முகிலன் கேட்டார்.

‘ஆழமாகச் சிந்தித்தபின்தான் ஈழம் வரலாம் என்று முடிவு செய்தேன் ஐயா.’

‘என்ன உன் சிந்தனை?’

‘ஈழத்தில் ஆட்சி மாற்றம் நடந்துள்ளது. புதிதாக ஆட்சிக்கு வருபவர் அதனைக் கொண்டாட வேண்டும் என்றால் பொன்னும் வெள்ளியும் தானே பரிசளிப்பர்? ஆகையால் இங்கு நான் கொண்டுவந்துள்ள வெள்ளித் தட்டுகளுக்கும் தாம்பாளங்களுக்கும் தேவை இருக்கும் என்று நினைத்தேன்.’

‘அறிவுடைய பிள்ளைதான். எனக்குத் தெரிந்த பொன் வணிகர்களிடம் கேட்டுப்பார்க்கிறேன். நீயும் சோமனோடு அங்காடித் தெருவிற்குச் சென்று நிலைமை என்ன என்று அறிந்து வா.’

●

அங்காடித் தெரு மிகச் சிறியதாக இருந்தது. பெரும்பாலும் உணவு, மது விற்கும் அங்காடிகளே அங்கு காணப்பட்டன. பௌத்த விகாரத்தைச் சுற்றிப் பொன் வணிகர்களின் அங்காடிகளும் தன வணிகர்களின் அங்காடிகளும் காணப்பட்டன.

ஓர் அங்காடிக்குள் சோமனும் செம்பியனும் நுழைந்தனர். அங்காடி வெறுமையாகக் காணப்பட்டது. பெயருக்கு ஏதோ சில பொருட்கள் இருந்தன.

‘விக்கிரமா, நலந்தானா?’

‘ஏதேது! குறிஞ்சி பூத்தாற்போல் வந்திருக்கிறீர். ஈழத்தின்மீது வெறுப்பு மறைந்துவிட்டதா?’

‘எனது வெறுப்பு இருக்கட்டும். நீயும் என்னோடு தமிழகம் வரப்போகிறாயா? அங்காடி வெறிச்சோடுகிறது. இதன் மறைபொருள் என்னவோ?’

‘பொன், வெள்ளி விலை இன்று உச்சாணிக் கொம்பில் உள்ளது.’

‘ஏன் இந்த அவசர விலை ஏற்றம்?’ என்று சோமன் கேட்டான்.

‘நீண்ட போராட்டத்திற்குப் பிறகு, அரசியார் அடுத்த புதன் கிழமை முடி சூடுகிறார். அது சமயம், ஆறாயிரம் பௌத்த பிக்குகளுக்கு வெள்ளித் தட்டுகளில் வெகுமதிகள் வைத்துத் தரவேண்டுமாம். இதுபோக, மேலும் எத்தனை எத்தனையோ சடங்குகள், தான தருமங்கள். கொற்கையிலிருந்து வெள்ளி வருவதாக இருந்தது. ஆனால் கலங்களின் வரத்து நின்றுபோனதால் வெள்ளி வரவில்லை. கையிருப்பில் இருந்த வெள்ளியையெல்லாம் அரண்மனைப் பொன் வணிகர் வாங்கிச் சென்றுவிட்டார். நாளை மறுநாள் முடிசூட்டு விழா. இன்னும் நூறு பலம் வெள்ளி தேவைப்படுகிறது. அரண்மனைப் பொன் வணிகர் படாத பாடு பட்டுக்கொண்டிருக்கிறார்.’

‘எங்களிடம் சிறிது வெள்ளி இருக்கிறது’ என்று சோமன் கூறிமுடிப்பதற்குள் விக்கிரமன், ‘கேட்கும் விலை தருகிறேன். பொருளைக் கொடுங்கள்’ என்றான்.

‘பண்டம் இங்கில்லை.’

‘இருக்குமிடத்திற்கு நான் வருகிறேன்.’

‘விலை என்ன தருவீர்கள்?’

‘உரியதைக் கேளுங்கள்.’

‘கஃசு எடை வெள்ளிக்கு கழஞ்சு பொன் விலையாகக் கொடுக்க வேண்டும்.’

‘சோமா, வழக்கமாகக் கஃசு வெள்ளிக்கு நெல்லெடைதான் விலை. பற்றாக்குறை காரணமாகக் குன்றுமணி தரலாம். கழஞ்சு கேட்டால் தகுமா?’

‘சரி, நான் அண்ணனைக் கேட்டுச் சொல்கிறேன்.’

‘வேண்டாம் சோமா. உன் அண்ணன் வெள்ளிக்கு ஈடாக வைரம் கேட்பான். நீயே மேல். மூன்று பனவெடை தருகிறேன்.’

சோமன் செம்பியனைத் தனியே அழைத்துச் சென்றான்.

‘என்ன சொல்கிறாய். நல்ல விலை.’

‘நீங்கள் கூறும் அளவுகள் எனக்குப் புரியவில்லை.’

‘இவை ஈழத்து அளவுகள். நான்கு நெல் எடை = ஒரு குன்றுமணி. நான்கு குன்றுமணி = ஒரு பனவெடை. ஐந்து பனவெடை = ஒரு கழஞ்சு.’

செம்பியன் மகிழ்வோடு ஒப்புக்கொண்டான்.

‘உங்களிடம் எவ்வளவு வெள்ளி இருக்கிறது?’

‘அறுபது பலம்’ என்றான் சோமன்.

‘நம்மிடம் இருநூறு பலம் இருக்கிறதே?’

‘வேடிக்கையைப் பார்க்கத்தானே போகிறாய்.’

‘சோமா, விலைக்காகத்தான் பொன்னைக் குறிப்பிட்டேன். ஈடாக வேறு பொருளைத்தான் தருவேன். ஒப்புக்கொள்ளவேண்டும்.’

‘அதனால் என்ன? புத்தள முத்துக்களையும் தந்தங்களையும் கொடுங்கள். ஏற்றுக்கொள்கிறோம்.’

●

வீடு திரும்பும் வழியில் பூதன் காத்துக்கொண்டிருந்தான்.

‘என்ன செய்தி?’ என்று செம்பியன் கேட்டான்.

‘இடம் காணச் சென்றோம். அது பொய்யில். மாலை முதல் நாழிகைக்கு வரச் சொல்லி அங்கே தகவல் இருந்தது.’

மறைமுகத் தொழில் புரிவோர், தாங்கள் வசிக்கும் உண்மையான இடத்தை யாருக்கும் சொல்வதில்லை. ஏதாவது ஓர் இடத்தில் பணியாள் ஒருவனை வைத்திருப்பார்கள். அவனுக்கும் யாருக்கு வேலை செய்கிறோம் என்பது தெரியாது. அவ்வப்போது முத்திரை யோடு யாராவது வந்து செய்தி சொல்வார்கள். அதை உரியவர் களிடம் சொல்லவேண்டும். ஊதியம் ஒழுங்காக வந்துவிடும். இத்தகைய இல்லங்களுக்குப் பொய்யில் என்று பெயர்.

'நீ படகை எடுத்துக்கொண்டு கலத்திற்குச் சென்று கலக் காவலர் களை அழைத்து வா. நான் சோமனுடன் அவனது அண்ணனின் இல்லத்திற்குச் செல்கிறேன்.'

செம்பியன் முகிலனின் இல்லத்தை அடைந்தபோது அங்கு ஒரு சிறு கூட்டம் கூடியிருந்தது.

'சோமா, இவர்கள் உங்களைப் பார்க்கத்தான் கூடியிருக்கிறார்கள். வெள்ளி வந்திருக்கிறது என்று செய்தி அனுப்பினேன். கூட்டம் கூடிவிட்டது.'

சோமன் கூட்டத்தினரிடம் பேசினான்.

'இதோ வந்திருப்பவர் கஃசு வெள்ளிக்குக் கழஞ்சு பொன் தருவதாகவும், பொன்னுக்கு ஈடாகப் புத்தள முத்து அல்லது வேழத் தந்தங்கள் தருவதாகவும் கூறுகிறார். நீங்கள் என்ன தருவீர்கள்?'

'பண்டம் முழுவதும் எனக்கே தருவதென்றால் ஒரு பனவெடை அதிகமாகவே தருகிறேன்' என்று ஒரு குரல் கேட்கவும், கூட்டம் சலசலத்தது. பின் அது ஆரவாரமாகிக் கூச்சலாகியது. மீண்டும் அமைதி திரும்பியபோது விக்கிரமனிடம் ஒப்புக்கொண்ட விலையே மற்றவர்களுக்குமாக முடிவு செய்யப்பட்டது. மாலைக்குள் பண்டம் மாற்றிக்கொள்வதாக ஏற்பாடாகியது.

●

'சோமா, இன்றிரவே நாம் புகாருக்குப் புறப்படவேண்டும்.'

'காலையில்தானே வந்தீர்கள்? இரண்டு நாட்கள் தங்கிச் செல்லக்கூடாதா?'

'இல்லை அண்ணா. நம்மிடம் முத்துக்களும் தந்தங்களும் இருப்பது விடிவதற்குள் ஊர் முழுவதும் பரவிவிடும். அதனால் ஏதேனும் ஆபத்தும் வரலாம்.'

'உண்மைதான் என்று சோமனும் ஆமோதித்தான்.'

‘சோமா, இங்கிருந்து புகாருக்கு ஓலை அனுப்பப் புறாக் கோபுரம் உள்ளதா?’

‘இருக்கிறது. சங்கரஞ் செட்டியார் என்பவர் நடத்திவருகிறார்.’

‘சேந்தா, நான் செய்தி அனுப்பிவிட்டு வருகிறேன். நீயும் பூதனும் இரவுப் பயணத்திற்கு ஏற்பாடு செய்யுங்கள்.’

‘சரி.’

சங்கரஞ் செட்டியாரின் வீட்டைக் கண்டுபிடிப்பதில் யாருக்கும் சிரமம் இருக்காது. காத தூரத்தில் வரும்போதே புறாக் கோபுரம் கண்ணில் பட்டது. வீதியின் தொடக்கத்திலேயே, கெதுகெதுவென்று புறாக்கள் அனத்தும் சத்தம் கேட்டது. அயல் நாட்டு வாணிபத்திற்குப் புறாவோலை இன்றியமையாதது. ஈழத்திலிருந்து தமிழகத்திற்குப் புறா மூலம் செய்தி அனுப்பும் நிலையங்களைப் பலர் தொழிலாகவே செய்துவந்தனர்.

புறா ஒரேயோர் இடத்தைத்தான் நினைவில் வைத்துக்கொள்ளும். அந்த இடத்தை எவ்வளவு தூரத்தில் இருந்தாலும் கண்டுபிடித்துச் சேர்ந்துவிடும். மதுரையில் பழகிய புறாவைப் புகாரில் விடுவித்தால் சரியாக மதுரையில் தனது இருப்பிடத்தை வந்தடைந்துவிடும். ஆனால் மீண்டும் புகாருக்குக் கூண்டில் அடைத்துத்தான் எடுத்துச் செல்லவேண்டும். புகாரை அடைந்தபின்னரும், மதுரை ஓலை வரும்வரை கூண்டு வாழ்க்கைதான். ஓலையைக் கட்டிவிட்டதும் விட்டால் போதும் என்று மதுரைக்குப் பறந்து வந்துவிடும். மதுரைக்கு வந்துசேர்ந்தவுடன், ஒரு வார காலத்திற்குச் சிறு புழு, ஈசல், துவரை விதை என விருந்து உபசாரம் நடைபெறும். வீட்டின் மேல்மாடியில் அமைக்கப்பெற்ற கோபுரத்தில் தன்னிச்சையாக விடப்படும். இதுபோன்ற நேரத்தில் புறா அவ்விடத்தின் அமைப்பை நினைவில் பதியவைத்துக்கொள்ளும்.

விருந்து முடிந்தபின்னர் மற்றோர் இடத்திற்குக் கூண்டுப் பயணம் தொடரும். அடுத்து மதுரைக்கு வரும்வரை தினை மட்டுமே உணவாகக் கொடுக்கப்படும். புதிய இடத்தில் திறந்துவிடப்பட்டவுடன் பழைய வீட்டின் நினைவு இழுக்கிறதோ இல்லையோ, உணவு இழுத்துவந்துவிடும்.

சங்கரஞ் செட்டியார் புன்னகையோடு வரவேற்றார். ‘புகாருக்கு நேரிடையாகச் செல்லும் புறாக்கள் என்னிடமில்லை. யாழ்ப்பாணம் அல்லது கொற்கைக்குப் புறா உள்ள்து. அங்கிருந்து மாற்றுப் புறா மூலம் செய்தி சேர்க்கப்படும். சம்மதமானால் ஓலையைக் கொடுங்கள்’ என்றார்.

‘கொற்கை வழியாகச் செல்ல ஏற்பாடு செய்யுங்கள்’ என்றான் சோமன்.

இவர்களது ஓலையைப் பெற்றுக்கொண்ட செட்டியார், தானும் ஓர் ஓலையை எழுதினார். அவர் எழுதிய ஓலையில், அந்த மற்றோர் ஓலையை அடுத்து என்ன செய்யவேண்டும் என்ற குறிப்பு இருந்தது. இரண்டையும் பணியாளனிடம் கொடுத்து, ‘மணிவர்மன் காலில் கட்டி கொற்கைக்கு அனுப்பு’ என்றார்.

செம்பியன் முன்னிலையில் அவன் கொடுத்த ஓலை முத்திரை இடப்பட்டது. மெழுகு தடவிய நூல் கொண்டு ஓலை கட்டப்பட்டது. அடுத்த சில நொடிகளில் மணிவர்மன் திசையோடு கரைந்து மறைந்தது.

●

பூதன் கலக் காவலர்களை அழைத்துவந்தான்.

‘உங்களிடம் மிகவும் நம்பிக்கையான செய்தி ஒன்றைப் பகிர வேண்டும்’ என்று செம்பியன் கடலோடிகளை நோக்கிக் கூறினான்.

‘கூறுங்கள்’ என்று அவர்களுள் மூத்தவனான மகிழன் என்பவன் சொன்னான்.

‘என்னை வஞ்சித்து என் நண்பனையும் கொன்ற ஒரு கூட்டத்தைப் பழி வாங்கத் துடிக்கிறேன். ஒருவனைத் தொண்டியில் பழி தீர்த்தேன். மற்றொருவன் இங்கே இருப்பதாக ஒற்று கிடைத்துள்ளது. இன்று இரவு அவனை எதிர்கொள்ளப் போகிறேன். உங்கள் உதவி தேவைப்படுகிறது. கூலிக்குக் கொலை செய்யச் சொல்கிறேன் என்று நினைக்கவேண்டாம். உரிமையோடு உளமுற்றுக் கேட்கிறேன்.’

‘நாங்கள் என்ன செய்யவேண்டும்?’

‘நானும் சேந்தனும் அவர்களை முதலில் எதிர்கொள்வோம். எங்களால் இயலாமல் போனால் நீங்கள் எங்கள் உதவிக்கு வரவேண்டும். அதுவரை மறைந்திருக்கவேண்டும்.’

கலக் காவலர்கள் தங்களுக்குள் கலந்து பேசினார்கள்.

‘கலத்தைக் காப்பது மட்டும்தான் எங்களது பணி. இருந்தாலும் உங்களது பண்பும் அன்பும் எங்களை ஆட்கொண்டமையால், உங்களுக்கு உதவி செய்கிறோம். எங்களுக்கு ஏதேனும் தீங்கு விழையுமானால் நீங்கள் ஆவன செய்வீர்கள் என்று எதிர்பார்க்கிறோம். உங்கள் தாய்மீது ஆணையிட்டுத் தாருங்கள்.’

செம்பியன் அவனைக் கட்டியணைத்துக்கொண்டான்.

'உங்களைப் பாதுகாக்கும் பொறுப்பை என்னிடம் தந்தால், நான் அறிவுறுத்துவதுபோலத்தான் நீங்கள் செயல்படவேண்டும்' என்றான் மகிழன்.

'அவ்வாறே செய்கிறோம்.'

'அவர்களுக்கு எவ்வளவு கழஞ்சு தரவேண்டும் என்பதைப் பற்றிப் பேசி முடித்தால் நல்லது' என்றான் சேந்தன்.

'உயிரைக்கூடத் தருகிறேன் என்பவர்களிடம் பணத்தைப் பற்றிப் பேசுவது தரமல்ல' என்றான் செம்பியன்.

●

மாலையில் பூதனும் பாரியும் மீண்டும் பொய்யில்லுக்குச் சென்றனர். யாமம் இரண்டாவது நாழிகைக்குச் சாத்தன் கோவிலை அடுத்த புளியந்தோப்புக்கு வரச்சொல்லி ஓலையில் காணப்பட்டது.

'நீங்கள் குறிப்பிட்ட நேரத்திற்கு வாருங்கள். நானும் எனது வீரர்களும் இப்போதே சென்று காத்திருக்கிறோம்' என்றான் மகிழன்.

'சரி.'

'ஆயுதங்களை எடுத்துச் செல்ல வணிகக்கூடைகளும் பொதிச் சாகடமும் வேண்டும். வணிகம் முடித்துவிட்டு ஓய்வெடுப்பவர்கள் போல அங்கே சென்று தங்குவோம்.'

செம்பியன் பூதனைப் பார்த்தான். 'உடனே ஆயத்தம் செய்கிறேன்' என்றான் பூதன்.

மகிழன் தன் மேல்துண்டைக் கிழித்து, கந்தலை செம்பியனிடம் கொடுத்தான்.

'சாத்தன் கோயிலில் ஏதாவது ஒரு தோதான இடத்தில் இந்தத் துண்டைக் கட்டி வைப்பேன். அதில் எனது ஓலை இருக்கும். அதில் உள்ள செய்தியின்படி நடந்துகொள்ளுங்கள்.'

'அப்படியே ஆகட்டும்.'

அன்றிரவு முகிலனிடம் பிரியாவிடை பெற்றுக்கொண்டு அனைவரும் புறப்பட்டனர். பூதன் கடற்கரையில் ஏவல் படகோடும் ஐந்து கடலோடிகளோடும் காத்திருந்தான். பாரியும் சேந்தனும் மது அங்காடிக்குச் சென்றனர். சோமனும் செம்பியனும் புலால் அங்காடிக்குச் சென்றனர். பந்தம், கைவிளக்கு, அரணிக் கட்டை,

கற்பூரம் ஆகியவற்றைக் கைப்பையில் வைத்துக்கொண்டனர். சோமன் ஆகாயத்தை நோக்கினான். 'இப்போது புறப்பட்டால் சரியாக இருக்கும்' என்றான். மெல்ல நடந்தனர்.

சாத்தன் கோவிலை அடைந்தபோது கோயில் தீபம் மிச்சமாக எரிந்து கொண்டிருந்தது. செம்பியன் அதற்கு எண்ணெய் ஊற்றிச் சுடரவிட்டான். 'அரை நாழிகை வேலை மிச்சம்' என்றான் சோமன். மகிழனின் கந்தலைத் தேடினார்கள். சிறிது நேரம் தேடியபின்னர் சிலையின் பின்புறம் கிடைத்தது. விளக்கொளியில் ஓலையைப் படித்தான் செம்பியன்.

'கோவில் முற்றிலும் சூழப்பட்டுள்ளது. ஆபத்து அதிகம். திரும்பிச் செல்வது நலம். உங்களைப் பின்தொடர்ந்து வருகிறோம்.'

ஓலையை சோமனிடம் கொடுத்தான்.

'என்ன செய்வது?' என்று மிக மிக மெதுவாகக் கேட்டான் சோமன்.

'திரும்பிப் போகலாம்...'

இருவரும் திரும்பிவருவதை கண்டதும் சேந்தனும் பாரியும் தொலைவிலேயே நின்றுவிட்டனர்.

கூப்பிடுதூரம் நடந்ததும் இருளிலிருந்து ஆரவாரம் கேட்டது.

பந்தங்கள் திடீரென்று தோன்றின. வில்லும் வாளும் செயல்படும் ஓசை குழப்பமாகக் கேட்டது.

செம்பியனும், சேந்தனும், பூதனும் இலக்கின்றி வாள் வீசினர். சோமனும் பாரியும் சிரமப்பட்டுக் கைவிளக்கை ஏற்றினர். சிறிது ஒளி வந்தபின் அவர்களின் வாள்வீச்சு தக்க விளைவை ஏற்படுத்தியது.

மகிழனின் வீரர்களின் அம்பு கச்சிதமாகப் பாய்ந்தது. ஒன்றரை நாழிகையில் எல்லாம் முடிந்தது.

'அடேய் செம்பியா, இன்று தப்பிவிட்டதாக நினைக்காதே. உன் சாவு என் கையால்தான்' என்ற உறுமல் கேட்டது.

சந்திரசேனன்.

ஆபத்தான அச்சூழலிலும் செம்பியனுக்கு மகிழ்ச்சி தோன்றியது.

'எதிரியை அலைக்கழிப்பதும் ஒரு வெற்றிதானே. இனிமேல் நாம் தேடிப் போகவேண்டாம். அவனே தேடி வருவான்' என்று நினைத்துக்கொண்டான்.

# 24

## நல்லறவின் கடி

செம்பியனும், சோமனும், மகிழனும், பாரியும் விசைவலவனுடைய பலகையில் அமர்ந்து உரையாடினர்.

'மகிழா, உன் முன்னெச்சரிக்கையால் நாம் பிழைத்தோம்.'

'போர்த் தொழில் செய்பவனுக்கு இது அரிச்சுவடி. மேலும் சாத்தன் கோவில் மண்டபத்தில் இது கிடைத்தது' என்று ஓர் ஓலையைக் காட்டினான். அது புறாக் காலில் கட்டப்பட்ட ஓலை என்பதற்கான முத்திரை இருந்தது. அந்த ஓலையில் 'சோலை விண்ணுலகம் சென்றான். அவனிடம் ஓலை பெற்ற யோகினி வணிகர்கள் துரோகம் செய்தனர். தழும்பன்' என்று இருந்தது.

'இவ்வோலையைக் கண்டதும் இரண்டு செய்திகள் விளங்கின. இவ்வோலைக்கு உரியவன், தகுந்த இடத்தைத் தெரிவு செய்ய இங்கே வந்துள்ளான். அவன் மிகவும் பதற்றத்தோடு இருந்திருக்கிறான். பதற்றமில்லை என்றால் முக்கியமான இவ்வோலையை நழுவவிட்டிருப்பானா? இதற்குக் காரணம் ஓலை தற்போதுதான்

அவனுக்குக் கிடைத்திருக்கவேண்டும். நான்கு நாழிகை கழித்து இருபது ஆட்களைக் கூட்டிவந்தான். அவர்களை மண்டபத்தைச் சுற்றி மறைத்துவைத்தான். வழியை மறிக்கவேண்டும் என்ற கவனம்கூட இல்லை. ஆகையால் இவர்கள் பயிற்சி இல்லாத முரட்டுப் பதர்கள் என்று முடிவு செய்து நமது வீரர்களை வகுத்து நிறுத்தினேன்' என்றான் மகிழன்.

செம்பியன் கலக்கோனை அழைத்து, 'நண்பகலுக்கு அனைவருக்கும் விருந்துக்கு ஏற்பாடு செய்யுங்கள்' என்று கட்டையிட்டான்.

கலக்கோன் செம்பியனிடம், 'ஒரு நாளுக்கு ஒரு முறை மாற்றும் படியாகக் குறுக்கோட்டம் ஓட்டவா?' என்று கேட்டான்.

'அப்படிச் செய்தால் கரையிலிருந்து வெகுதூரம் செல்லவேண்டிவரும். எனவே, பதினைந்து நாழிகைக்கு ஒரு முறை மாற்றும்படி ஓடச் செய்யுங்கள்.'

'இளவலே, அவ்வாறு செய்தால் கடலோடிகளுக்கு ஓய்வு என்பதே இருக்காது.'

'சரி. முப்பது நாழிகைக்கு ஒரு முறை மாற்றும்படி ஓட்டுங்கள்.'

'ஆகட்டும். காலையும் மாலையும் முதல் நாழிகையில் தடம் மாறலாம்.'

காற்று வேகமாக வடக்கேயிருந்து தெற்குத் திசையில் வீசியது. நாவாய் தெற்கிலிருந்து வடக்காகச் செல்லவேண்டும். நேரடியாகச் செல்ல முடியது என்பதால், சிறிது நேரம் வடகிழக்காகவும் சிறிது நேரம் வடமேற்காகவும் மாற்றி மாற்றிக் கலத்தை ஓட்டுவதற்குக் குறுக்கோட்டம் என்று பெயர்.

வரவு செலவுக் கணக்கை முடிக்கும்வரை யாரும் தொந்தரவு செய்யக்கூடாது என்றபடி சேந்தன் தனியே உட்கார்ந்துவிட்டான். கடலோடிகளை அதிகாரம் செய்வதில் பூதன் தன்னை மறந்து ஆனந்தம் கொண்டான்.

●

இரண்டாம் நாள் காலை செம்பியன் கலத்தின் மேல்தளத்திற்கு வந்தான். கடலோடிகள் கலத்தைத் தேய்த்துத் துடைத்துக் கொண்டிருந்தனர். எதிர்க்காற்று என்பதால் கலத்தின் முன்பகுதியால் பிரிக்கப்பட்ட கடல் நீர், பனை உயரம் சீறி அடித்தது. ஓடுதைகள் நனைந்து படபடத்தன.

மகிழன் ஓடி வந்தான். 'ஐயா, நம்மை ஒரு கலம் பின்தொடர்ந்து வருகிறது.'

'ஈழத்திற்கும் புகாருக்கும் இடையே நாளொன்றுக்கு ஐந்தாறு கலங்கள் வந்துபோகின்றன. இதில் ஒரு கலம் நம் பின்னே வருவதில் அதிசயம் என்ன?'

'நாம் திசையை மாற்றிச் சரியாக நான்கு நாழிகை கழித்து அவன் திசையை மாற்றுகிறான்.'

'ஒருவேளை நம் கூடவே வரவேண்டும் என்பதற்காகச் செய்கிறானோ என்னவோ?'

'நம்மோடு வர விரும்புகிறவன் முதலில் நமக்குக் கொடி ஏற்றி நம்முடன் செய்தி பறிமாறிக்கொள்வான். நாம் திசை மாற்றிய உடனேயே அவனும் திசை மாற்றுவான். இக்கலம் கொடி ஏற்றவுமில்லை. நம்முடன் இசைந்து திசை மாற்றவும் இல்லை. காலம் தாழ்த்தித் திசை மாற்றுவதற்குக் காரணம், இரவில் காற்று திசை மாறினால் அவனது கலத்தின் பாதை நம்முடைய கலத்தின் பாதையில் குறுக்கிடும் என்பதனால். அதாவது நம்மைப் பக்கவாட்டில் இடித்துச் சாய்க்க நினைக்கிறான்.'

செம்பியன் ஒரு கடலோடியிடம் கலக்கோனை அழைத்துவரச் சொன்னான். அவரும் மகிழனின் கூற்றை ஆமோதித்தார்.

'என்ன செய்யலாம்?'

'நாம் கொடி ஏற்றி அவன் யார் என்று கேட்போம்' என்றார் கலக்கோன்.

பின் வந்த கலம் வெகு தோலைவில் காணப்பட்டது. கொடி கண்ணில் தெரியவேண்டும் என்பதற்காக உச்சி, நடு ஓடுதைகளை இறக்கி வேகம் குறைக்கப்பட்டது. கொடிகள் ஏற்றி இறக்கப்பட்டன.

பின் வந்த கலத்திலிருந்து பதில் இல்லை.

மீண்டும் ஓடுதைகள் ஏற்றப்பட்டு கலம் பழைய வேகம் பிடித்தது.

கீழ்த்தளத்தில் அனைவரும் கூடித் திட்டமிட்டனர்.

'இதே வேகத்தில் சென்றால் அக்கலம் நம்மைக் குறுக்கிட எத்தனை காலமாகும்?' என்று கேட்டான் செம்பியன்.

'இன்றிலிருந்து மூன்றாம் நாள், காற்று ஒத்துழைத்தால், அவர்கள் நம்மைத் தொட்டுவிடலாம்' என்றார் கலக்கோன்.

‘வேகத்தைக் கூட்டினால்?’

‘ஓரிரு நாட்கள் கடுவிசை பிடிக்கலாம். அதற்குமேல் அதே வேகத்தில் சென்றால் கயிறுகள் தளர்ந்துவிடும். ஓடுதைகள் கிழியவும் கூடும். அவசரம் வேண்டாம். இரண்டு நாட்கள் பொறுப்போம்’ என்றார் கலக்கோன்.

செம்பியன் ஏற்றுக்கொள்ளவில்லை. ‘இரண்டு நாட்கள் என்ன நடக்குமோ என்ற அச்சம் வந்துவிட்டால் நமது கடலோடிகள் மனம் தளர்ந்துவிடுவார்கள். அவன் நம் பாதையில் குறுக்கிடுவதைவிட நாம் அவனது பாதையில் குறுக்கிடுவோம். மகிழா, தாக்குதலுக்கான ஆயத்தங்களைச் செய்.’

விசை வட்டு பிடிக்க இரண்டு பேர். ஓடுதைகளை ஏற்றி இறக்க நான்கு பேர். இவர்களைத் தவிர அனைவரும் தாக்குதலில் ஈடுபட முடிவு செய்தனர். இன்னும் வெயில் ஏறவில்லை. குளிர்ந்த வாடைக் காற்று வீசிக்கொண்டிருந்தது.

அனைவருக்கும் ஒரு குவளை யவனத் தேறல் வழங்கப்பட்டது. நூல் கயிற்றைத் தூக்க முகம் சுளிக்கும் கடலோடியும் மது என்றால் வடத்தையே இழுப்பான். அதிலும் யவனத் தேறல் என்றால் நங்கூரத்தையே தூக்குவான்.

‘திட்டமென்ன?’ என்று கலக்கோன் கேட்டார்.

‘நாம் வழக்கம்போலச் செல்வோம். அடுத்தமுறை நாம் வடகிழக்காகத் திசை மாற்றியபின், பின்வரும் கலம் திசை மாற்றுவதை உன்னிப்பாகக் கவனிக்கவேண்டும். அவன் திசை மாற்றி ஓடுதைகளை முடிச்சிட்ட உடனேயே நாம் வடமேற்காக திசை மாற்றிக்கொண்டு உடனே நமது ஓடுதைகளை இறக்கிவிட வேண்டும். அவன் சிந்தித்துச் செயல்பட இரண்டு அல்லது மூன்று நாழிகையாகும். ஓடுதைகளை மீண்டும் திசை மாற்ற ஒரு நாழிகையாவது ஆகும் அதற்குள் நமது கலம் அக்கலத்திற்கு மிக அருகே வந்துவிடும். பிறகு நமது வீரர்கள் தங்கள் திறனைக் காட்டுவார்கள். அதுவரை யாரும் ஆயுதத்துடன் மேல்தளத்திற்குச் செல்லக்கூடாது.’

திட்டத்தைக் கலக்கோனும் ஏற்றுக்கொண்டார்.

மகிழன் தன் வீரர்களோடு கீழ்த்தளத்தில் ஆலோசனையில் ஈடுபட்டான்.

முதல் ஐந்து பேரைக் கொடுமரம் என்னும் வில்லையும் மற்றவர்களைக் கார்முகம் என்னும் வில்லையும் எடுத்துக்கொள்ளச் செய்தான்.

மாலையில் கலத்தின் திசை வடகிழக்காக மாற்றப்பட்டது. திசை மாற்றத்திற்காக ஓடுதைகளை இறக்கி ஏற்றியபோது நடு ஓடுதைகள் மூன்றும் ஏற்றப்படவில்லை. தொலைவிலிருந்து உற்றுக் கவனித்தால் ஒழிய இது தெரியாது. முன் செல்லும் கலம் வேகத்தைக் குறைத்துள்ளது என்பது தெரியாமல் பின் வந்த கலம் திசை மாற்றக் காத்துக்கொண்டிருந்தது. அவர்கள் திசை மாற்றிய அரை நாழிகையில் கலக்கோன் வடமேற்காக மாற்றினார்.

ஒரு நாழிகை பகைக் கலத்தில் யாரும் இதைக் கவனிக்கவில்லை. மாலை மங்கத் தொடங்கியதால் சற்றே அலட்சியம் போலும். பிறகு கவனிக்கும்போது, வெள்ளை ஓடுதைகள் எதையும் காணாமல் குழம்பினர். ஒரு வேளை கலம் காணாமல் போய்விட்டதோ என்றும் நினைத்தனர்.

கீழ்த்தளத்தில் இருந்த சிலர் மேல்தளத்திற்கு வந்து பார்வையிடுவது தெரிந்தது. சந்திரசேனனும் காரியும் தெளிவாகத் தெரிந்தனர்.

செம்பியனின் கலம் கூப்பிடு தோலைவுக்கு வந்துவிட்டது. அடுத்த கலத்தில் உண்டாகும் ஆரவாரங்கள் இங்கே கேட்டன.

‘எரி அம்புகள் ஆயத்தமாகட்டும்’ என்றான் மகிழன்.

அம்பின் தலைப் பகுதி உடு எனப்படும். அதை ஒட்டிய பகுதி மொட்டுப்போல இருந்தால் அது உதண் எனப்படும். மாறாக, குப்பிபோல இருந்தால் அது புழுகு எனப்படும். அம்பின் பின்பகுதி ப?கழி அல்லது புங்கம் எனப்படும். இரண்டுக்கும் இடைப்பட்ட தண்டுப் பகுதி நீளமாக இருந்தால் அம்பு வேகமாகவும் தூரமாகவும் பாயும். ஆனால் காற்று வலுவாக வீசினால் குறி தவறிவிடும்.

மகிழன் இந்த வகை அம்புகளையே தெரிவு செய்தான். அவனது நோக்கம் ஓடுதைத் துணிகளை எரிப்பது.

ஆறு அடி நீளமுள்ள நார்க் கயிற்றை எண்ணெயில் தோய்த்து ஒரு முனையை அம்பின் நடுப்பகுதியில் கட்டி இருந்தான். மற்றொரு பகுதியில் குங்கிலியம் தடவியிருந்தது. அம்பு குறி தவறினாலும் அம்போடு மேலே கிளம்பும் கயிறு மாலையாகச் சுற்றிக்கொள்ளும்.

மகிழன் ஆணையிட்டதும் எரி அம்புகள் பறந்தன. அவற்றின் முதல் இலக்கு ஓடுதைகள்.

பகைக்கலத்தின் கொடி மரத்தின் நடு ஓடுதை தீப்பிடித்துக் கொண்டது. அது தீப்பிடித்தால் மேலே உள்ள ஓடுதைகளும், காற்று வீசுவதைப் பொருத்து கொடி மரமும்கூடத் தீப்பிடிக்கும்.

சந்திரசேனன் தனது கடலோடிகளை ஒடுதையை வெட்டிக் கடலில் வீசும்படி ஆணையிட்டான். அவர்கள் அதைச் செய்து முடிக்கும் முன்பாக முன்மரத்தின் மேல் ஒடுதையும் தீப்பிடித்துக்கொண்டது.

காரியும் ஒரு சில கடலோடிகளும் எதிர்த் தாக்குதல் நடத்தினர். ஆனால் அவர்கள் திட்டம் என்று எதுவுமின்றி அம்பெய்தனர். மேலும் அவர்களுடைய கலம் பயணத்தை நிறுத்தவில்லை. பகைக் கலத்திலிருந்தும் எரி அம்புகள் வந்தன. ஆனால் செம்பியன் கலத்தின் ஒடுதைகள் எல்லாம் இறக்கப்பட்டிருந்ததால் பயனின்றி விழுந்தன.

இரு கலங்களுக்கும் இடையே நூறு முழம் இடைவெளி மட்டுமே இருந்தது. இரு கலங்களும் அம்பு மழை பொழிந்தன. இதற்கிடையில் காரி கொக்கிக் கயிற்றை வீசினான். மூலன் அதை வெட்டி எறிந்தான்.

இரண்டு கலங்களுக்கும் இடையே ஐம்பது முழம் மட்டும்தான் இடைவெளி இருந்தது. மகிழன் கிளிக்கடி என்னும் தழல் கருவியை எய்தான். இது ஒரு சிறிய மண் கலயம். அதன் கீழ்ப்பகுதியில் எளிதில் தீப்பிடிக்கக்கூடிய குங்கிலியம், அரக்கு, கற்பூரம் ஆகியவற்றைப் பொடியாக்கி நிறைத்திருப்பார்கள். அதன்மேல் ஒரு விரற்கடை அளவிற்கு மரத்தூள் நிரப்பப்பட்டிருக்கும். இக்கலயத்தை, குணில் என்ற கவணின் உதவியோடு எறியவேண்டும். அவ்வாறு எறியும் முன்பாக கற்பூரத்தைக் கொளுத்தி உள்ளே போடவேண்டும். இடையில் மரத்தூள் இருப்பதால் கற்பூரம் மட்டும் எரியும். குணிற்கவனில் சுழற்றிப் பறக்கவிட்டால் எல்லாம் ஒன்றாகக் கலந்து வெடித்துச் சிதறும்போது சரியாகக் கலத்தின் தளத்தில் இருக்கும்.

கிளிக்கடி என்று வழுவமைதியாகக் கூறினாலும் அது நல்லரவின் கடி போலத்தான். பகைக்கலம் புகை மண்டலமாகக் காட்சி அளித்தது. அது செம்பியனின் கலத்தோடு மோதுவதுபோல வந்து கொண்டிருந்தது.

'நாம் காற்றின் திசையில் நிற்கிறோம். மோதினாலும் நமக்கு ஆபத்தில்லை' என்று கலக்கோன் கூறினார்.

புகை மூட்டத்தின் நடுவே காரி கண்களைக் கசக்கியபடி, 'யாரங்கே, படகை இறக்கு' என்று ஆணையிட்டான்.

அவன் கண்களைத் திறந்து பார்த்தபோது மகிழனும் அவனது வீரர்களும் பகைக்கலத்தின் மேல்தளத்தில் நின்றுகொண்டிருந்தனர். இரு தரப்பு வீரர்களும் வாள்களோடும் ஈட்டியோடும்

மோதிக்கொண்டனர். சேந்தனும் செம்பியனும் கோடரி கொண்டு பாய்மரங்களை வெட்டிச் சாய்த்தனர். மரம் முறிந்துவிழுந்தவுடன் மீண்டும் அனைவரும் தங்கள் கலத்திற்குத் தப்பிச் சென்றனர். இவை அனைத்தும் அரை நாழிகைக்குள் நிகழ்ந்தேறியது.

கொடிமரங்கள் இல்லாத கலம் காற்றின் விசையால் மெல்ல வட்டமடிக்கத் தொடங்கியது. இனி அது அச்சில்லாத சாகடம் போன்றது. காற்றின் போக்கில்மட்டும் பயணம் செய்யும்.

செம்பியனின் கலத்தில் ஒடுதைகள் ஏற்றப்பட்டு கலம் விரைவாக விலகிச் சென்றது.

பகைக்கலத்திலிருந்து மூன்று படகுகள் இறக்கப்பட்டு அதில் காரியும் சந்திரசேனனும் தப்பிச்செல்வது தெரிந்தது.

கலக்கோன் சிரித்தார். 'படகில் எவ்வளவு தொலைவு போக முடியும்?'

மகிழனின் மற்றொரு கிளிக்கடியில் படகுகளும் மூழ்கின. சந்திரசேனன் தூக்கி எறியப்பட்டுக் கடலுள் மூழ்கினான். காரியும் உடம்பெல்லாம் கருகி கரிக்கட்டையாய் மிதந்தான்.

கடலில் தத்தளித்த இரண்டு கடலோடிகளை மட்டும் தங்கள் கலத்திற்கு வருமாறு மகிழன் அழைத்தான். படகை இறக்கி அவர்களை ஏற்றிக்கொள்ளச் செய்தான். பின்னர் அவனும் அதே படகில் ஏறிக்கொண்டு மரமின்றி மூளியாக நிற்கும் பகைக் கலத்திற்குள் ஏறினான். செம்பியனும் சேந்தனும் உடன் சென்றனர்.

அக்கலத்தில் இருந்த ஆயுதங்கள், உணவு, தேறல், கலத்தைச் செப்பனிடும் கருவிகள், கயிறுகள் என அனைத்தையும் தங்கள் கலத்திற்கு மாற்றினர்.

நான்கு நாழிகை ஓய்வுக்கும் இரண்டு குவளை தேறலுக்கும்பின் மீட்கப்பட்ட கடலோடிகளைச் செம்பியன் விசாரித்தான்.

'எந்த நாடு?'

'கோசலம்.'

'யாருக்கு வேலை செய்தீர்கள்?'

'சந்திரசேனர்.'

'வாழுமிடம்?'

'பொலனருவை.'

‘மிங் என்பவனைத் தெரியுமா?’

‘சந்திரசேனரின் கூட்டாளி.’

‘அவன் இப்போது எங்கே இருக்கிறான்?’

‘சென்ற வாரம் கடாரத்திற்குப் புறப்பட்டுச் சென்றார். மேல் விவரம் தெரியாது.’

அவர்கள் கீழே இழுத்துச் செல்லப்பட்டனர்.

‘இந்தக் கலத்தை என்ன செய்யலாம்?’ என்று செம்பியன் கலக்கோனிடம் கேட்டான்.

‘இழுத்துச் செல்லலாம். ஆனால் அந்த அளவிற்குப் பயன் உள்ளதா என்பது சந்தேகம்தான். கொடி மரம், பாய் மரம், ஒடுதைகள், கயிறுகள் எல்லாம் எரிந்துவிட்டன. நல்ல பண்டங்களை எல்லாம் நமது கலத்திற்கு மாற்றிவிட்டோம். மீதமிருப்பது கூடுதான். இதை இழுத்துச் செல்வதால் தொல்லைதானே ஒழிய பயன் இருக்காது.’

செம்பியன் ஏற்றுக்கொண்டான். ‘அப்படியே விட்டுவிடுவோம்.’

‘கூடாது. அவ்வாறு விட்டால் கலம் தன்னிச்சையாக ஓடி மற்ற கலங்களின்மேல் மோதக்கூடும். மூழ்கடித்துவிடுவதே சிறந்தது.’

மகிழன் தன் வீரர்களோடு படகில் சென்று கலத்தின் இருபுறங்களிலும் உள்ள பலகைகளைக் கோடரியால் பிளக்கச் செய்தான். கடல்நீர் புகுந்தது.

‘நாளைக் காலைக்குள் முழுவதுமாக மூழ்கிவிடும்’ என்றார் கலக்கோன்.

# 25

## குணங்கள் வேறுபட்டதனால் நட்பு குன்றுமா?

**செ**ம்பியனின் மன நிலையை இன்னதென்று சொல்ல முடியாது.

புலியொடு புலியைத் தாக்கி, கரியொடு கரியைச் சாய்த்து, மதிலொடு மதிலைப் பொடித்து, படையொடு படையை நொறுக்கி, பாய்ந்திடும் வெள்ளம் தடுத்து, கொடியொடு கொடியை ஏற்றியவனைப்போல உணர்ந்தான். அவன் உள்ளத்தில் மலர்ந்த மகிழ்ச்சி, முகமெலாம் படர்ந்து, கண்களில் விரிந்து, உதட்டில் தளும்பி நின்றது.

'சோமா, உன்னுடைய பட்டறிவும் பயிற்சியும் திகைப்பூட்டுகிறது. நீ என்னோடு உதவியாக வந்தால் பெரிதும் மகிழ்வேன்.'

'செம்பியா, இன்று என்னால் ஓர் ஆதாயம் கிட்டியதாக நீ நினைக்கிறாய். அதனால் அழைக்கிறாய். இதுவே கேடாக முடிந்தால் என்ன செய்வாய்?'

'ஆக்கமும் கேடும் மாறி மாறி வரும் என்பதை நான் அறியாதவனா? உன்னைத் தகுந்த

முயற்சியில் ஈடுபடுத்தவேண்டியது எனது பொறுப்பல்லவா? நீ ஏன் மறுத்துரைக்கிறாய்?'

'வாணிபத்தில் ஆக்கமும் கேடும் மாறி மாறி வருவதைப்போல, மனித மனமும் மாறி மாறிச் செயல்படும் என்பதை நான் அறிவேன். மேலும், நான் ஆழித் தெய்வத்தையும் ஊழித்தெய்வத்தையும் கூட நம்பாமல் மேழித் தெய்வத்தை மட்டுமே நம்புவன். என்னால் வேற்று மனிதரை அண்டி வாழ முடியாது.'

'சரி, உன் விருப்பம்' என்று உதட்டளவில் கூறினாலும், இது கூலியை அதிகமாக்கும் முயற்சி என்று செம்பியன் நினைத்துக்கொண்டான்.

●

பதிமூன்றாம் நாள் காலையில் நாவாயின் மேல்தளத்தில் ஆரவாரமும் மணியடிக்கும் ஓசையும் கேட்டது.

வேகமாக மேலே வந்த செம்பியன், ஒடுதைகள் இறக்கப்படுவதைக் கண்டான். கலக்கோன் அவனிடம், 'தென் திசையில் ஓர் உல்லாசக்கலம் நங்கூரமிட்டுள்ளது. அதுவும் ஒரு வங்கம்தான். ஆனால் உல்லாசப் பயணத்திற்கெனக் கட்டப்பட்டது. அங்கிருந்து உங்கள் பெயரைச் சொல்லிக் கேட்டார்கள். உள்ளீர்கள் என்றதும் அதில் உள்ள ஒருவர் அங்கிருந்து இங்கே வர உத்தரவு கேட்கிறார். பெயர் சொல்ல மறுக்கிறார். தாழைக் கொடி அடையாளத்தை மட்டும் காட்டினார். என்ன செய்தி அனுப்பட்டும்?' என்றார்.

தாழைக் கொடி என்றதும் செம்பியன் புரிந்துகொண்டான்.

'உடனே வரச்சொல்லுங்கள். வரும் விருந்தினரை வரவேற்கும் வகையில் என்ன செய்யலாம்?'

'நங்கூரத் தொட்டிக்கு அருகில் அதிர் வேட்டுகள் உள்ளன. அவற்றை வெடிக்கச் செய்வது ஒரு மரபு.'

'நன்றாகச் செய்யுங்கள். வருபவர் நமது உறவு.'

மூன்று நாழிகை கழித்து அதிர் வேட்டு முழங்க செவ்வேள் கயிற்றேணியில் ஏறி வந்தான்.

'செவ்வேள் அண்ணா, இதென்ன கோலம்? எப்போது கடற்கொள்ளையனாக மாறினீர்கள்?' என்று கேட்டான் சேந்தன்.

'நீயும் உன் தோழனும் வாணிபம் செய்யும் விதத்தைப் பார்த்தால், கூடிய விரைவில் புகாரின் பல வணிகர்கள் இதைத்தான் செய்ய வேண்டும்.'

‘சரி, இப்படி நடுக் கடலில் வழிமறிக்கவேண்டிய காரணம்?’

‘தனிமையில் உரையாடலாம்.’

அனைவரும் கலக்கோனின் அறையில் கூடினர்.

செவ்வேள் பேசினான். ‘செம்பியா, நீ ஓலை அனுப்பியது மிகவும் நல்லதாகப் போயிற்று. அளவுக்கு அதிகமான வகையில் பொருட்கள் விற்பனைக்கு வந்தால், விலை மலிந்துவிடும். அதைத் தவிர்க்கவேண்டுமானால் செய்தி பரவும் முன்பாகவே விற்றுவிட வேண்டும். எனவே, எந்தையார் பல வணிகர்களிடம் முன் விற்பனை செய்துள்ளார். மேலும் பலர் நேர் விற்பனைக்கு ஒப்புக் கொண்டுள்ளனர். ஒருவருக்கு விற்றது மற்றவருக்குத் தெரியாது. நம்மிடம் இருப்பு எவ்வளவு என்பதும் அவர்களுக்குத் தெரியக் கூடாது. எனவே விற்பனை செய்த அளவுக்கு மட்டும் பொருட்களை எடுத்துக்கொண்டு நீங்கள் என்னோடு வாருங்கள். கலத்தை இங்கேயே நிறுத்திக்கொள்வது நல்லது என்பது எங்களின் ஆலோசனை.’

‘கடலோடிகள் ஒப்புக்கொள்ளவேண்டுமே?’ என்றான் சேந்தன்.

‘நமது தரப்பிலிருந்து புதிய கடலோடிகளை அழைத்துவந்துள்ளேன். அவர்கள் பொறுப்பேற்றுக்கொள்வார்கள். இவர்களைக் கூலி முடித்துக் கரையிறக்கிவிடலாம்.’

‘கலத்தின் பாதுகாப்பு, மீதமுள்ள பொருட்களின் விற்பனை, அவற்றை விற்கும் ஒவ்வொரு முறையும் நாம் வந்துபோவது என்பதையெல்லாம் சிந்தித்தால் கடினமாகத் தோன்றுகிறது.’

‘செம்பியா, நீ இப்போது சிறு வணிகன் அல்லன். பெருந்தன வணிகன். எல்லாவற்றையும் நேரடியாகக் கண்காணிக்க முடியாது. மேலும், இது உனக்கு முதல்முறை என்பதால் தயங்குகிறாய். எங்களுக்கு நன்கு பழக்கமான நடைமுறை. கவலைப்படாதே.’

‘அதற்கில்லை, உங்களது ஊழியர்களோடு தங்கி நானும் கற்றுக் கொள்ளாலாம் என்று நினைக்கிறேன்.’

‘இதைவிடப் பெரிய பணி உனக்காகக் காத்துக்கொண்டிருக்கிறது.’

‘அது என்னவோ?’

‘அதுபற்றி மேலும் பேச எனக்கு உத்தரவு கிடையாது.’

சோமன் மட்டும் சிரித்தான். மற்றவர்கள் விழித்தார்கள்.

●

கலத்திலிருந்து செம்பியனும், சேந்தனும், சோமனும், பூதனும் இறங்கினார்கள். அவர்களை வரவேற்க சிதம்பரஞ் செட்டியாரே நேரில் வந்திருந்தார். அவரது ஊழியர் சிலரும் துறைமுக ஊழியர் சிலரும் அவரைச் சுற்றி நின்று உரையாடிக்கொண்டிருந்தனர். செம்பியன் அருகில் வந்ததும் 'கன்னி முயற்சி வெற்றி பெற்றமைக்கு வாழ்த்துகள்' என்றார்.

'அதில் பெரும் பங்கு தங்களையே சாரும்.'

'கடவு ஓலை வரச் சற்று நேரமாகும். அதுவரை இதனைப் பருகுங்கள்' என்று கைகாட்டினார். அங்கே பணியாளன் ஒருவன் வெள்ளித் தட்டில் பால் குவளையோடு காத்துக்கொண்டிருந்தான்.

'ஐயா, தங்களுக்கு எதற்குக் கடவு? பிள்ளைகளை அழைத்துச் செல்லுங்கள். நான் பார்த்துக்கொள்கிறேன்' என்றான் துறைமுக ஊழியன்.

'அப்படி இல்லை. கடவு வந்த பின்னரே போகலாம். இது இவர்களது கன்னிப் பயணம். எல்லாம் சரியாக நடக்கவேண்டும் என்று நினைக்கிறேன்.'

தேரில் செல்லும்போது கூவியர் வீதியில் சில மாற்றங்கள் தென்பட்டன.

'அண்ணா, இங்கே ஒரு கடிவிரை அங்காடி இருந்ததே, இப்போது காணவில்லையே?' என்று சேந்தன் கேட்டான்.

'அது இடிக்கப்பட்டுவிட்டது. புதிதாகக் கட்டப்போகிறார்கள்.'

'இதென்ன அங்காடி? இதைப் பார்த்த நினைவில்லையே?'

'உண்மைதான். இந்தத் துகில் அங்காடி கோசலன் ஒருவனால் பத்து நாட்களுக்கு முன்புதான் திறக்கப்பட்டது. இதற்கு முன்பாக இங்கே ஒரு வைத்திய சாலை இருந்தது.'

'அடேயப்பா, இருபது நாட்களில் இத்துணை மாற்றங்களா?'

'புகாருக்கு இருபது நாட்கள் என்பது மிக அதிகம். வாரம் ஒருவன் நிதியின் கிழவனாகவும் மற்றொருவன் விதியின் புலம்பலாகவும் மாறுவது வாடிக்கை.'

சிதம்பரஞ் செட்டியாரின் வீட்டை அடைந்தபோது செம்பியன் திடுக்கிட்டான். அன்னை ஞானகலையும் சேந்தனின் தந்தையும் அவர்களை வரவேற்றனர்.

'அம்மா, தாங்கள் எப்படி?'

'குமாரா, முதலில் நீங்கள் அனைவரும் நீராடுங்கள். விருந்திற்குப்பின் பேசலாம்.'

விருந்தின் போது சேந்தனின் தந்தையார், 'செம்பியா, உனக்குத் திருமணம் செய்துவைக்கப் பெரியவர்கள் ஆசைப்படுகிறார்கள். தடை கூறாமல் ஏற்றுக்கொள்ளவேண்டும்' என்றார்.

'மாமா, வாணிபத்தில் முதற்படிதான் எடுத்துவைத்துள்ளேன். அதற்குள் என்ன அவசரம்?'

'செல்வம் சேர்க்கும் விளையாட்டில் இறுதிப் படி என்பதே கிடையாது. எந்தப் படியில் கால் வைத்தாலும், நீண்டுகொண்டே போகும் மாயப் படிக்கட்டு அது. நீள்வது படிக்கட்டு மட்டுமல்ல, நமது வேட்கையும்தான். செல்வம் என்பது சிந்தையின் நிறைவு. எனவே மன நிறைவோடு இசைவு தா! உன் தாயை மகிழ்விக்க இதைவிட வேறு என்ன செய்ய முடியும் என்று எண்ணிப் பார்.'

'இது காலங் காலமாக நடக்கும் ஒரு நாடகம்தானே' என்று பரிகசித்தான் சோமன்.

'மாமா! எனது மூதாதையரின் இல்லம் இங்கே இருக்கிறது. அதைப் புதுப்பித்து, புகாரிலேயே தங்கலாம் என்று நினைக்கிறேன். புதுப்பிக்க இரண்டு மாதங்கள் ஆகலாம். அதன்பின் திருமணப் பேச்சை எடுக்கலாம்.'

'மிக்க மகிழ்ச்சி. இளவல்களே, ஓய்வெடுத்துக்கொள்ளுங்கள். இன்று மாலை, புகாரின் மிகப் புகழ்பெற்ற கணிகையான ஆனந்தவல்லியின் நாட்டியம் நமது மாளிகையில் நடைபெற இருக்கிறது' என்றான் கதிர்வேல்.

●

நீண்ட ஒரு பகல் தூக்கத்திற்குப்பின் புத்துணர்ச்சியோடு காணப்பட்டனர்.

ஆயினும் அவ்வப்போது எழும்பித் தளும்பி கடலில் செல்லுவது போல உணர்ந்தனர். உடல் தரையில் இருந்தாலும், மனம் கடலில் மிதந்துகொண்டிருந்தது.

‘இஞ்சிச் சாற்றில் தேன் கலந்து சாப்பிட்டால் சரியாகிவிடும்’ என்று பூதன் விளக்கினான்.

‘எந்தச் சாற்றைக் குடித்தாலும் மூன்று நாட்களுக்கு இந்தப் பிறழ்ச்சி நீடிக்கத்தான் செய்யும்’ என்று ஒரு குரல் கேட்டது. வந்தது செவ்வேள். ‘விருந்து மண்டபத்திற்குப் போகலாமா?’ என்று கேட்டான். சிதம்பரஞ் செட்டியாரின் வீட்டின் நான்காவது கட்டின் வலதுபுறம் மண்டபம் இருந்தது. இப்போதுதான் செம்பியன் வீட்டின் பிரம்மாண்டத்தை உணர்ந்தான்.

மண்டபத்தின் உள்ளே பல நாட்டு வணிகர்களும் காணப்பட்டனர். தொழில்முறை நட்பு போலும். அவர்களது ஆடை அணிகலன் களைப் பார்த்தால் அவர்கள் பெருந்தன வணிகர்கள் என்பது விளங்கும். அவர்களது பேச்சைச் சற்று கவனித்தாலே அவர்கள் நாட்டியத்தைக் காண வரவில்லை என்பது புரியும். சிதம்பரஞ் செட்டியாரின் அழைப்பைத் தட்ட முடியாமல் சிலரும், அவரின் தரத்தை எடைபோடச் சிலரும், உளமுற்றுச் சிலரும், இவை ஏதுமின்றிச் சிலருமாகக் குழுமியிருந்தனர்.

மற்றொரு புறத்தில் ஞானகலை பல பெண்கள் புடைசூழ ஆனந்தமாகப் பேசிக்கொண்டிருந்தாள். பண்டைய உறவைக் கண்டாலே பெண்களுக்கு ஈடு சொல்ல முடியாத இன்பக்கிளர்ச்சிதான்.

மண்டபத்தின் மேல் மாடி உப்பரிகையில் இளம் பெண்கள் கூட்டம் மின்னிக்கொண்டிருந்தது. அங்கே சிவகலையும் காணப்பட்டாள். சிறுமியர்கள் அங்கிருந்து கீழே இருப்பவர்கள்மீது அவ்வப்போது பன்னீர் தெளித்தபடி இருந்தனர். குயிலி என்ற பெண் ஒரு சிறுமியிடம், ‘அதோ இரண்டு கைகளிலும் காப்பு அணிந்து, பச்சை நிறப் பட்டாடை அணிந்திருக்கிறாரே, அவர்மீது இந்தப் பூவை எறி’ என்று கொடுத்தாள்.

சிறுமியும் வீசினாள்.

அவ்விளைஞன் நிமிர்ந்து பார்த்ததும் பெண்கள் கூட்டம் சிச்சரவ மிட்டது. உடனே கீழே இருந்த கூட்டம் மொத்தமும் நிமிர்த்து பார்த்தது.

‘பூங்கொடி சூடிய சரம் கீழே விழுந்துவிட்டது’ என்று குயிலி மற்றொரு பெண்ணைப் பார்த்துக் கூறினாள். இதைச் சற்றும் எதிர்பார்க்காத அப்பெண் முகத்தை மூடிக்கொண்டு பின்னால் ஓடி மறைந்தாள்.

சிதம்பரஞ் செட்டியார் செம்பியனைத் தனது நண்பர்களுக்கு அறிமுகம் செய்துகொண்டிருந்தார். அப்போது பாணன் ஒருவன்

குழல் இசைத்தபடி மண்டபத்தினுள் வந்தான். மண்டபம் மெல்ல அமைதி பெற்றது. அவரவர் தங்களுக்குரிய இருக்கைகளில் முறையாக அமர்ந்தனர்.

முதலில் கருவி கொண்டு இசையெழுப்பும் வாணர்கள் வந்தனர்.

ஆகுளி, இடக்கை, இலயம், ஏழில், முரசு, கத்திரிகை, கண்டை, கிளை, தண்ணுமை, தவில், தட்டழி, கின்னரம், குடமுழா முதலிய தாள வாத்தியங்களை வாசிக்கும் கலைஞர்களும், மகரயாழ், சகோரயாழ், குழல், கிளை, கின்னரம், சலஞ்சலம், சல்லரி, தகுணிச்சம், தொண்டகம், நரல், சுரிசங்கு, படகம் முதலிய பண் கருவிகளை வாசிக்கும் கலைஞர்களும், கழல், கொக்கரை, சச்சரி, சலஞ்சலம், தடாரி, மணி முதலியவற்றை வாசிக்கும் ஒத்திசைவுக் கலைஞர்களும் வந்தனர். சபைக்கு வணக்கம் செலுத்தியபின் மேடையில் அமர்ந்தனர்.

அம்மேடை நான்கடி உயரமும், இருபத்தெட்டடி அகலமும், முப்பத்திரண்டடி நீளமும் உடையதாய் விளங்கியது. மேடையின் நான்கு மூலைகளிலும் பதினாறடி உயரமுள்ள அலங்காரத் தூண்கள் நிறுத்தப்பட்டு அவற்றுக்கிடையே சித்திர வேலைப்பாடுகள் நிறைந்த துணி ஒன்று விதானமாகக் கட்டப்பட்டிருந்தது. மேடையின் உள்ளே வரவும் வெளியே செல்லவும் தனித்தனி வாயில்கள் அமைக்கப்பட்டிருந்தன.

மேடையின் முகப்பில் வருண பூதங்களின் உருவங்கள் வரைந்து அழகு செய்யப்பட்டிருந்தன. மேடையின் உள்ளேயும் மேடையின் மீதும் சீரான ஒளி பரவும்படி விளக்குகள் அமைக்கப்பட்டிருந்தன. தூண்களின் நிழல், மேடையின்மீது விழாதபடி படிக மணி விளக்குகள் ஏற்றப்பட்டிருந்தன.

வலது தூணிலிருந்து இடதுபுறமாக இழுக்கும்படியான ஒரு திரைச் சீலையும், அதற்குப் பின்னால் மேலும் கீழுமாக இழுக்கும்படியான ஒரு திரைச் சீலையும் அமைக்கப்பட்டிருந்தன.

ஆனந்தவல்லியும் அவளைத் தொடர்ந்து ஏழு பாடிணிகளும் மேடை ஏறினார்கள். பாடிணிகள் வலதுபுறமாகவும் இசைவாணர்கள் இடதுபுறமாகவும் நிற்க, நடுவே நின்ற ஆனந்தவல்லி அவைக்கு வணக்கம் கூறினாள். அதன்பின், இசைவாணர்களையும், பாடிணிகளையும், நாட்டிய மகளிரையும் ஒருமையுடன் ஒத்திசைவாக இயங்கும்படி ஆட்டுவிக்கும் ஆசான், ஓரொற்றுவாரம் என்னும் கடவுள் வாழ்த்துப் பாடலைப் பாடினான். அவன் பாடி முடித்ததும்

பாடிணிகள் ஈரொற்றுவாரம் என்னும் மங்கலப் பாடலைப் பாடினார்கள்.

ஆசான் அவையை நோக்கி, 'சான்றோர்களே! கடல் சூழ்ந்த நகர் என்றாலே அது புகார் என்றும், நலம் என்றாலே அது புகாரின் வளம் என்றும், புகழ் என்றால் அது உறைவது இங்குதான் என்றும், இன்பக் கடலே ஆனாலும் அது இந்நகரின் இரண்டடி நிலத்திற்கு ஈடாகாது என்றும் புகழப்படும் காவிரிப்பூம்பட்டினத்தில் தலைக்கோல் பட்டம் பெற்ற ஆடல்வல்லியாகிய ஆனந்தவல்லியின் நாட்டியத்தைக் கண்டு களிக்க வந்த அனைவருக்கும் நன்றி' என்றான்.

தலைக்கோல் பட்டம் என்பதைக் கேட்டவுடன் செம்பியனுக்கு நினைவு தப்பியது.

ஆசான் தொடர்ந்தான்.

குறுங்கக் காண்பது பிரிந்தோர் வதனம்
நெருங்கக் காண்பது காதலர் அதரம்
வீங்கக் காண்பது மங்கையர் கொங்கை
வெடிக்கக் காண்பது கொல்லையின் முல்லை
ஏங்கக் காண்பது இளையோர் மஞ்சம்
எழும்பக் காண்பது விம்மிய நெஞ்சம்
ஓடக் காண்பது விழியில் செவ்வரி
ஒடுங்கக் காண்பது மாதர் இடைவரி
தழையக் காண்பது தாழையின் கீற்று
மகிழக் காண்பது வல்லியின் கூத்து

ஆசான் முடிக்கும் முன்பாகவே இளையோர் சிலர், 'போதும், போதும்' என்று குரல் கொடுத்தனர்.

அதன்பின் அந்தரக் கூத்து எனப்படும் அகக் கூத்தினை ஆனந்தவல்லி நிகழ்த்தினாள். அவளது மிடுக்கும், வெடுக்கும், மின்னலசைவும், சடுதியில் சிலைபோல் நிற்கும் பாங்கும், அதுவரை சிலைபோல் நின்றவள் இவள்தானா என்று நினைக்கும்படி இருந்தது.

இரு கைகளையும் இணைக்காமல் அவள் ஒற்றைக் கையால் அணைவுறு பதாகை, திரிபதாகை, கத்தரிகை, தூபம், அராளம், இளம்பிறை, சுகதுண்டம், மேமுட்டி, கடகம், சூசி, பதும கேசிகம், மாசில் காங்கூலம், கபித்தம், விற்பிடி, குடங்கை, அலாபத்திரம், பிரமரம், தாம்பிரசூடம், பசாசம், முகுளம், பிண்டி, தெரிநிலை, மெய்நிலை, உன்னம், மண்டலம், சதுரம், மான்தலை, சங்கு, வண்டு, அதிர்வில் இலதை, கேபாதம், மகரம், வலம்பு என முப்பத்தி மூன்று வகையான அடவுக் குறிப்புகளைக் காட்டியபோது

தாமரைத் தடாகம், வண்டுகள், மான்கள் எனப் பல காட்சிகள் பார்ப்போர் மனத்திரையில் வந்துபோயின.

இரண்டாவதாக ஆனந்தக்கூத்து எனப்படும் நடனத்தை அவள் நிகழ்த்தினாள். வளைந்து வளைந்தும், குழைந்து குழைந்தும், சுழன்று சுழன்றும், நெளிந்து நெளிந்தும் அவள் ஆடியபோது அவையிலிருந்து 'ஆகா! ஆகா!' என்றும், 'அற்புதம், அற்புதம்' என்றும் குரல்கள் கேட்டன. இரண்டு நாழிகைக்குபின் அவள் சிறிது ஓய்வெடுக்கவேண்டி, பாடிணிகள் மட்டும் பாடினார்கள். அவர்கள் பாடி முடித்ததும் ஆசான் மேடை நடுவே வந்து அடுத்த இரண்டு நாழிகை, வரிக் கூத்து நடைபெறும் என்று அறிவித்தான். இளைஞர்கள், 'பொலிக, ஒளிர்க' என ஆர்ப்பரித்தபடி தங்களது மேல்துண்டை வீசி ஆவலை வெளிப்படுத்தினர். மூதாட்டிகள் அலுத்துக்கொண்டனர்.

'அதுதானே பார்த்தேன். இன்னும் அலங்கோலத்தை ஆரம்பிக்க வில்லையே என்று நினைத்தேன்.'

'இந்தப் பையன்கள் என்றுதான் திருந்துவார்களோ?'

'அதற்குத்தான் காலம் தாழ்த்தாமல் திருமணத்தை முடியுங்கள் என்று பெரியவர்கள் புலம்புகிறர்கள்.'

'மூன்று பெண்டாட்டிக்காரனும்கூட முன்வரிசைக்கு ஓடுகிறான், நீ வாலிபர்களைக் குறை கூறுகிறாய்.'

ஞானகலையும் மேலும் சில பெண்களும் எழுந்து வீட்டினுள் சென்றார்கள். இளம் பெண்கள் பலரும், 'இந்தக் கிழடுகள் நம்மையும் கூப்பிட்டுவிடுமோ' என்ற நினைப்பில் தங்களுக்குள் உரையாடுவதுபோலப் பாவனை காட்டினார்கள்.

வரிக்கூத்து என்பது கூத்தின் இரு பிரிவுகளில் ஒன்றான அகக் கூத்து. இது உடல் உறுப்புகளால் எழுதிக் காட்டி, காதலனின் காம உணர்வுகளைத் தூண்டும் காதலியின் கூத்து. இக்கூத்தின்போது ஆடைகள், அங்கங்களை எடுத்துக்காட்டும் வகையில் உடுத்தப்படும். எட்டு வகையான காம நிகழ்வுகள் வரிக்கூத்தில் ஆடப்படும்.

ஆனந்தவல்லி முதலில் கண்கூடுவரி என்னும் கூத்தை ஆடினாள். கண்கூடுவரி என்பது நெற்றியில் திலகம், விரிந்த கூந்தல், வில் என மை தீட்டிய கண், குவளைமலர் போலவும் குமிழ், கோவைப் பழங்கள்போலவும் புன்னகை பூக்கும் வாய் என்ற ஒப்பனைகளோடு பெருமிதம் மதமதக்கும் பார்வையால் பார்ப்பவர் கண்ணை இழுக்கும் நடனமாகும். ஆனால் கண்ணை மட்டுமா இழுத்தாள்?

அடுத்தபடியாகக் காண்வரி என்னும் கூத்தை ஆடினாள். காண்வரி என்னும் கூத்தானது, விரிந்த கூந்தலோடு, வானத்தில் நிலா முகம் காட்டி, பவள வாயில் முத்து விளங்க வா என்றலும், வந்த தலைவனோடு கூடியபின் போ என்றலுமான நடனமாகும். அவள் வா என்றபோது இளைஞர்கள் 'நான் வரட்டுமா?' என்று கை காட்டினார்கள். அவள் போ என்று அடவு பிடித்தபோது, தங்களது கழுத்திலும் கையிலும் அணிந்திருந்த நகைகளை உயர்த்திக் காட்டி, 'இப்போது என்ன சொல்கிறாய்?' என்பதுபோலக் கேட்டார்கள்.

ஆனந்தவல்லி செம்பியனுக்கு நித்திலாவாகத் தோன்றினாள்.

மூன்றாவதாக உள்வரிக் கூத்தைத் தொடங்கினாள் ஆனந்தவல்லி.

உள்வரிக் கூத்து என்பது தோழி முதலான அடுத்த பெண்போல் மாறுவேடம் போட்டுக்கொண்டு ஆடும் கூத்தாகும். இதில் ஆனந்தவல்லி, ஒரு யவனப் பெண்போல் வேடமிட்டு ஆடினாள். வந்திருந்த யவன வணிகர்களுக்கு மகிழ்ச்சி எல்லை தாண்டியது.

நான்காவதாக, காதலன் அணைக்கத் துடிக்கும்போது அறியாதவள் போல நடனமாடிக்கொண்டிருக்கும் பின்புறவரிக் கூத்தை ஆடினாள். துடிக்கும் உதடுகள், கிறங்கும் கண்கள், நடிக்கும் விரல்கள், நடுங்கும் மார்பு, துவளும் இடை என அவள் அபிநயம் பிடித்தபோது அரங்கம் பேசாவரம் பெற்றது.

கிளர்வரிக் கோலம் என்னும் ஊடல் நடனத்தை அவள் ஆடியபோது இளைஞர்கள் முகத்தை வேறுபக்கம் திருப்பிக்கொண்டார்கள்.

காதலன் பிரிந்து வாழும் காலத்தில் பிரிவைத் தாங்க முடியாதவள் போலத் தன் உறவுக்காரர்களிடம் பசப்பு பேசும் தேர்ச்சிவரிக் கூத்தை அவள் ஆடியபோது, பெண்கள் அதில் ஒன்றிப்போனார்கள். சில துடுக்குப் பெண்கள் திருட்டுக் குலவையிட்டனர்.

மாலை நேர ஒப்பனையோடு மற்றவர்கள்முன் உலாவரும் கூத்தான காட்சிவரியை அவள் ஆடியபோது, அனைவரின் கவனமும் அவளது ஒப்பனையில் தங்கியது. உடையும் ஒப்பனையும் அங்கங்களை மறைப்பதாகத் தெரியவில்லை.

காதலன் நினைவால் மயங்கிவிழுபவள்போல விழுதலும் மற்றவர்கள் தூக்கித் தேற்றுதலுமாகிய எடுத்துக்கோள் வரியுடன் நிகழ்ச்சி நிறைவுபெற்றது.

●

மறு நாள் சோமன் புறப்பட ஆயத்தமானான். செம்பியனுக்கு சோமனைப் பிரிவது இனம் புரியாத துக்கத்தை உண்டுபண்ணியது.

'சோமா, நான் என்ன செய்தால் நீ என்னோடு இருப்பாய்?'

'நண்பா, ஏதோ ஓர் உந்துதலில் உன்னோடு ஈழம் வந்தேன். மற்றபடி எனக்கும் வாணிபத்திற்கும் வெகு தூரம். நடந்ததை எண்ணிப் பார். நாம் கரையைத் தொடும் முன்பாகவே, கதிர்வேல் வந்தது, விலை குறைந்துவிடக்கூடாது என்பதற்காக நடுக்கடலில் பண்டங்களை நிறுத்தியது, இவை எல்லாம் உண்மைக்குப் புறம்பானவை என்பது என் எண்ணம். ஆனால் உனக்கும் உன் மாமனுக்கும் வாணிப உத்தியாகத் தோன்றுகிறது.'

'சோமா, துறவியைப்போல் பேசுகிறாய்' என்றான் சேந்தன்.

'எனக்கும் துறவுக்கும் எட்டாத் தூரம். மேலும் எனக்கு அதில் இசைவும் இல்லை. நான் இயற்கை விரும்பி. எனது இயற்கையான குணத்தின்படி வாழ விரும்புகிறேன். இயற்கைக்கு மாறானது எண்ணமாக இருந்தாலும் ஏற்றமாக இருந்தாலும் அதில் எனக்கு விருப்பமில்லை.'

'அப்படியானால் என்மீது உனக்கு அன்பில்லையா?' என்றான் செம்பியன்.

'கரும்பு கோணிடில் அதன் சுவை குன்றுமா? அரும்பு கோணிடில் அதன் மணம் குன்றுமா? நமது குணங்கள் வேறுபட்டதனால் நட்பு குன்றுமா?'

சோமன் பிரியாவிடை பெற்றுக்கொண்டான்.

அவனது பிரிவு செம்பியனிடம் ஒரு வெறுமையை ஏற்படுத்தியது.

'சேந்தா! செல்வம் என்பது சிந்தையின் நிறைவு என்பதற்கு சோமன்தான் சிறந்த எடுத்துக்காட்டு அல்லவா?'

'நீ வீணாகக் குழப்பிக்கொள்கிறாய். காற்றுக்கு உருவமில்லை, கதிருக்கு நிழலில்லை, நீருக்கு நிறமில்லை, நெருப்புக்கு ஈரமில்லை. ஒன்றைக் கொடுத்து ஒன்றை இயற்கை எடுத்துக்கொள்கிறது. அது போலத்தான் சோமனும் நீயும்' என்றான் சேந்தன்.

# 26

## பொற்கழஞ்சை இட்டுப் புதைக்கவா?

'அம்மா, நான் திருவெண்காடு சென்றுவருகிறேன்' என்றான் செம்பியன்.

'என்ன அவசரம்? நமது மாளிகையைப் புதுப்பித்துவிட்டு, பின் போகலாமே?'

'நித்திலாவைச் சந்திக்கவேண்டும்.'

'என்னை இங்கே விட்டுவிட்டு நீ மட்டும் போனால் உன் மாமன் என்ன நினைப்பார்?'

'அப்படியானால், நீயும் வா, போகலாம்.'

'இருபது ஆண்டுகள் கழித்து நான் புகாருக்கு வந்திருக்கிறேன். உற்றார், உறவினர், தோழியர் எனப் பலரையும் பார்க்கவேண்டும் என்று ஆசைப்படுகிறேன். சற்றே பொறு. பத்து நாட்களில் கிளம்பிவிடலாம்.'

காலம் எனும் இடைவெளியில் பல மாயங்கள் மறைந்துள்ளன என்பதைச் செம்பியன் எப்படி அறிவான். உற்றோரைக்கூட அற்றாராய், பெற்றோரைக்கூட மற்றோராய், உறவுகளைக் கூடப் பிரிந்தோராய், நண்பர்களைக்கூடப்

பகைவர்களாய் ஆக்கும் வல்லமை கொண்டது காலம். காலத்தால் மறக்கப்பட்ட மனிதர்கள் எத்தனை கோடி. காலத்தால் குறைக்கப்பட்ட வேதனை எத்தனை கோடி. ஆகா, காலம் அபூர்வமான மருந்தல்லவா?

செம்பியன் முழு மூச்சாக அவனது மாளிகையைப் புதுப்பிக்கும் பணியில் ஈடுபட்டான். அதற்குச் செவ்வேள் பொறுப்பேற்றுக் கொண்டான்.

●

செவ்வேள் செம்பியனைத் தேடி வந்தான். 'உங்களது பழைய மாளிகை புதுப்பிக்கப்பட்டுள்ளது. நாம் சென்று பார்வையிட்டு வரலாமா?' என்றான்.

செம்பியன், சேந்தன், கதிர்வேல், செவ்வேள் நால்வரும் தேர் ஊர்ந்து சூளாமணி வீதியில் அமைந்திருந்த அந்த மாளிகைக்குச் சென்றனர்.

அரசர் கோயிலைப்போல் விளங்கிய அம்மாளிகை மாபெரும் மதிலால் சூழப்பட்டு அதன் உள்ளே உறையுள் மாளிகை, மிகுதியான பொருட்களைச் சேமிக்கும் சிறுசாலை, தொழில் சார்ந்த பணிகளை மேற்கொள்ள அலுவல் மந்திரம், தனிமை விரும்பும் உறவினர்களையும் விருந்தினர்களையும் தங்கவைக்க விருந்துப் பவனம், பெண்கள் மட்டும் தனித்துப் பேசி மகிழ மகளிர்க்குலம் என்ற ஐந்து உறுப்புகளையும் கொண்டிருந்தது. மதிலின் தோரணவாயிலின்மேல் சிகிரிக் கோபுரம் எழும்பி அவர்களை வரவேற்றது.

'செம்பியா, இன்னும் இரண்டு ஆண்டுகளில் சிகிரியில் உன் தலைக்கோல் கொடி பறக்கவேண்டும்' என்றான் சேந்தன்.

'சீனப் பயணம் தொடங்கவே இரண்டு ஆண்டுகள் ஆகும். எனவே ஐந்தாண்டுகளில் நடக்கலாம். இவ்வளவு பெரிய மதிலில் ஒரு திண்ணைகூட இல்லையே. வழிப்போக்கர்களின் வசதிக்காகத் திண்ணைகள் அமைத்தால் நன்றாக இருக்கும்' என்றான் செம்பியன்.

'பட்டினப்பாக்கத்தில் அப்பழக்கமில்லை' என்றான் செவ்வேள்.

'இதென்ன பண்பாடற்ற செயல். வழிப்போக்கரின் வெயிலுக்கு நிழலும், துயிலுக்குத் திண்ணையும், பசிக்கு உணவும் தராத இல்லம் மாளிகையாக இருந்தாலும் குடிசையாக இருந்தாலும் அதை மதிப்பார் உண்டோ? வடக்கு மதில் ஓரமாகத் திட்டைத்

திண்ணையும், தெற்கு மதில் ஓரமாகக் குறடு திண்ணையும், கிழக்கு மதில் ஓரமாகத் தெற்றித் திண்ணையும், மேற்கு மதில் ஓரமாக வேதிகைத் திண்ணையும் அமைக்க ஆவன செய்யுங்கள்' என்று செம்பியன் உறுதியாகக் கூறினான்.

மதில் வாயிலைத் தாண்டியதும் முதலில் கண்ணைக் கவர்ந்தது உள்ளூறை மாளிகையின் முன்பாக அமைந்திருந்த அழகிய நந்தவனம். அதில் மங்கலம் கருதி நடப்படும் ஐந்தருவருக்கமான சந்தானம், தேவதாரம், கற்பகம், மந்தாரம், பாரிசாதம் ஆகியவை காணப்பட்டன. சற்றுத் தொலைவில் மாட்டுத் தொழுவமும் புரவிப் பந்தியும் காணப்பட்டன.

'சந்தன மரம் குறிஞ்சி நிலமன்றி மற்றைய நிலங்களில் உள்கூடு பிடிக்காது என்பது தெரிந்தும், நம்மவர்களுக்கு அதன்மீது எத்துணை காதல் பார்த்தாயா?' என்றான் செம்பியன்.

'மரபின் வலிமை அத்தகையது' என்றான் சேந்தன்.

சேந்தன் உள்ளூறை மாளிகையை அண்ணாந்து பார்த்து, 'முகட்டைப் பார்த்தால் விடங்கம்போல் தெரிகிறதே. சீனப் பயணத்திற்குக் கட்டியம் கூறுவதுபோல் இருக்கிறதே' என்றான். விடங்கம் என்பது முதலைத் தலையைப்போல் வடிவமைக்கப்பட்ட மழை நீர் வடிகால் அமைப்பு.

'முகட்டின் இரண்டு கோண எல்லைகளில் மட்டும் விடங்கம் எழுப்பச் சொன்னேன். மற்ற இடங்களில் கொடைக்கை முகடும் சாலைக்கு மஞ்சு முகடும் எழுப்பச் சொன்னேன். கூரையின் மொத்த இறைப்பையும் இறை வளவியாக அமைக்கச் சொல்லியிருக்கிறேன்.'

'முகடு இப்படி என்றால் முற்றம் எப்படியோ?'

'முன்புறம் முன்றில் முற்றமும் பின்புறம் அங்கண முற்றமும் உள்ளன.'

'அப்படியானால் நிலா முற்றம்?'

'அதற்கென்ன குறை? அரமிய நிலாமுற்றம் அமைத்துள்ளேன்.' அரமியம் என்பது நிலா முற்றத்தில் ஒருவகை. நிலா மாடத்தின் கால் பகுதி மணிப் பந்தலும், மற்றொரு கால் பகுதி பெரிய இடைவெளியை கொண்ட பொய்ப் பந்தலும், எஞ்சிய அரைப் பகுதி வெட்ட வெளியாகவும் காணப்படும். இருக்கைகள், ஊஞ்சல்கள் விரவிக் கிடக்க நிலவு எழுவதைக் காண்பது உவகைதான்.

மாளிகையில் இன்னும் பணிகள் முடிவடையவில்லை. பலவகை யான வேலையாட்கள் காணப்பட்டனர்.

உள்ளே நுழைந்தவுடன் அகன்ற தெற்றிக் கூடம் வரவேற்றது, அதன் இரு புறமும் சுவர் ஓவியங்களால் அலங்கரிக்கப்பட்டு அது சித்திரக் கூடமாகவே திகழ்ந்தது. அதனை அடுத்து, தனியாகக் கூடிப் பேச மறைவம்பலம் இருந்தது. அதன் தென்புறம் மது உண்டு மகிழும் சமித்த மண்டபம் இருந்தது. இங்கே காலதர் வகைச் சாலேகங்கள் காணப்பட்டன. வந்தவர் கை கால் முகம் கழுவத் தூம்புவாய் காணப்பட்டது.

இதைத் தாண்டி அடுத்த கூடத்திற்குள் சென்றால், அங்கே இல்லாளின் தனிப் பயன்பாட்டுக்கான அந்தப்புரம், அவளது சேடிகளுக்காகக் கந்தவாரம் ஆகியவை காணப்பட்டன. அங்கே வலப்புறத்தில் ஆரோகணம் என்ற வகைத் தாழ்வாரம் இருந்தது. இங்கும் தூம்புவாய் காணப்பட்டது. அதனுள் சுருங்கு என்ற செயற்கை நீர்வீழ்ச்சையும் புழல் என்ற நீராடும் தொட்டியும் காணப்பட்டன. இதில் தானும் நித்திலாவும் என்று நினைப்பே இனித்தது.

அட்டில் அறையானது, அப்பவகை உணவு சமைக்கும் காமரம் என்ற அடுப்பும், சூட்டிறைச்சி சமைக்கும் சுல்லி என்ற அடுப்பும், உலையிட ஏதுவான குமுதம் என்ற அடுப்பும், சற்று உயரமான உத்தானம் என்ற அடுப்பும் அமையப்பெற்று அட்டில் மண்டபமாகவே காணப்பட்டது. அதன் வடகிழக்கு மூலையில் எப்போதும் கனன்று கொண்டிருக்கும் அன?ற்குவை இருந்தது. அவசரத்திற்கு நெருப்பைத் தூக்கிச்செல்ல இந்தளம் என்ற நெருப்பிடுகலம் இருந்தது.

மூன்றாவது கூடத்தில் காணப்பட்ட ஒன்பது அறைகளைக் கண்டதும் செம்பியன் வியந்துபோனான். அவை அனைத்தும் வாதாயனம் என்றவகைச் சாலேகம் கொண்டவை. முதல் மூன்று அறைகளில் பணவைப் பரணும், அடுத்த மூன்று அறைகளில் இதணப் பரணும், இறுதியான மூன்று அறைகளில் கழுதுப் பரணும் காணப்பட்டன.

‘எதற்காக இத்துணை சிற்றில்கள்?’

‘புகாரில் இதைக் குரம்பை என்று அழைப்பார்கள். பலவிதப் பயன்பாட்டுக்குத்தான்.’

‘நீ திரட்டப்போகும் சங்க நிதி, பதும நிதியை எங்கே வைப்பது? அதற்குத்தான்’ என்றான் சேந்தன்.

'அதற்கு நிலவறை அல்லவா வேண்டும்?' என்றான் கதிர்வேல்.

'இல்லாமலா? கீழ்நிலை நிலவறை ஒன்றும் அடிநிலை நிலவறை ஒன்றும் உள்ளன.'

அனைவரும் மேல் மாடத்திற்குச் சென்றனர். அம்மாடம் முழுவதுமாகப் பலவிதத் துயிலிடங்கள் காணப்பட்டன. தலைவனும் தலைவியும் உறவாடி உறங்கும் துயிற் பள்ளி, உணவருந்தியபின் சற்றே ஓய்வெடுக்கக் கிடக்கைப் பள்ளி, நோயுற்றபோது தனித்திருக்கும் தனிப் பள்ளி, சிகை அலங்காரம் செய்யும் பரியங்கப் பள்ளி, முதியோரும், குழந்தைகளும் சேடியரோடும் செவிலியரோடும் உறங்கும் சேக்கைப் பள்ளி, பெண் குழந்தைகளுக்கான ஆய்வைப் பள்ளி, ஆண் குழந்தைகளுக்கான பாயல் பள்ளி, கன்னியருக்கான தற்பப் பள்ளி, காளையருக்கான அம்பரப் பள்ளி, விறலியரும் பாணர்களும் பாடுவதைக் கேட்டபடியே துயில்கொள்ளும் சாயல் பள்ளி, இடியே இடித்தாலும் சிறு ஓசையும் கேட்காத த?ட்டப் பள்ளி என நீண்டுகொண்டே போனது. எல்லாப் பள்ளிகளிலும் பளிங்குக்கல், குட்டிமம் என்ற முறையில் பதிக்கப் பட்டிருந்தது.

'இருவருக்கு இத்துணை பள்ளிகளா?' என்று அலுத்துக்கொண்டான் செம்பியன்.

'வருங்காலத்தையும் கணக்கில் கொண்டு திட்டமிட வேண்டாமா?' என்று சேந்தன் கூறியபோது எல்லோரும் சிரித்தனர்.

●

மாளிகையில் குடியேறியதும் செம்பியன், சேந்தனுடன் திருவெண் காட்டுக்குப் புறப்பட்டான். மூலனும் அங்கே வந்துசேர்ந்தான்.

கணக்காயர் அன்புடன் வரவேற்றார். 'அன்னை நலம்தானா, செம்பியா?'

'நலம்தான் ஐயா.'

'அம்மா இல்லாத வீடு வெறுமையாகக் காணப்படுகிறது. இல்லையா சேந்தா?'

'சேந்தா, இவன் கூறுவதன் பொருள் விளங்குகிறதா? ஒரு பெண் இருந்தால்தான் வீடு களையோடு இருக்கிறது என்கிறான்.'

நண்பர்கள் சிரித்தனர்.

‘சேந்தா, நாம் இருவரும் உதியனின் இல்லத்திற்குச் செல்வோமா?’

‘ஆகட்டும்.’

உதியனின் தாய் புன்னகையோடு வரவேற்றாள். ‘உன் அன்னை நலமா?’

‘மிகவும் நலம். மாமா எங்கே?’

‘உள்ளே படுத்த படுக்கையாகக் கிடக்கிறார். அவரால் எழுந்துநடக்க முடியவில்லை. உதியனை நினைத்து நினைத்து, மறுகி மறுகித் துடித்துப் போகிறார். கண்ணீர் வடித்து ஓயவில்லை. அதைத் துடைத்து மாளவில்லை. வா என்றால் வருவதற்கு சாவு நமது ஏவலாளா?’ என்று கண்ணீர் சிந்தினாள்.

நித்திலாவைப் பற்றி விசாரிக்க இது தகுந்த நேரமில்லை என்று உணர்ந்த செம்பியன், ‘நாங்கள் சென்றுவருகிறோம். இதோ புத்தள முத்துக்கள். நித்திலாவிடம் கொடுத்துவிடுங்கள்’ என்றான்.

‘செம்பியா, நீ இன்னும் எத்தனை நாட்கள் இங்கே இருப்பாய்?’

‘மூன்று நாட்கள்.’

‘அடடே, நித்திலாவை மறு வீடு அழைத்துவர இன்னும் ஐந்து நாட்கள் ஆகுமே.’

செம்பியனின் தொண்டையில் சுரீர் என்று வலி எடுத்தது. கண நேரத்தில் தொண்டை இறுகிக்கொண்டது. நா உலர்ந்து பேச்சு வரவில்லை. ஒரு குன்றுமணி அசந்தாலும் அழுதுவிடுவான்போல் இருந்தான்.

சேந்தன் தன்னைத் தெளிவாக்கிக்கொண்டு, ‘அப்படியா அத்தையாரே, எப்போது திருமணம் நடந்தது?’

‘தை மாதம் கடைசி வெள்ளிக்கிழமை நடந்தது. இன்றோடு பதினான்கு நாட்கள் ஆகின்றன. உறவுக்காரர்கள்தாம். சிதம்பரத்தில் குடியிருக்கிறார்கள்.’

‘மருமகன் என்ன செய்கிறார்?’

‘பதினெட்டு வேலி நிலம் இருக்கிறது. மேலும் சுங்கச் சாவடியில் நாயகமாக இருக்கிறார். செம்பியா, உன் தாயாருக்கும் செய்தி அனுப்பினேன். அவர்களும் புகாரிலிருந்து பரிசுப் பொருட்கள் அனுப்பினார்கள். உனக்குத் தெரியாதா?’

செம்பியன் பேசவில்லை.

'நாங்கள் ஈழம் சென்றிருந்தோம்' என்றான் சேந்தன்.

'உன் திருமணம் எப்போது சேந்தா?'

'முதலில் செம்பியன் முடிக்கவேண்டும். அதன்பின்தான் நான் செய்துகொள்வேன். புறப்படுகிறோம்.'

செம்பியனின் துக்கத்தை நித்திலாவின் தாய் கவனிக்கத் தவறவில்லை.

தொண்டையில் தொடங்கிய வலி நெஞ்சில் இறங்கியது. மனத்திலிருந்து வடிந்த கசப்பு நாவில் வெளிப்பட்டது. வஞ்சித்தது என் தாயா? அறிவு ஆமென்று சொன்னாலும், மனம் ஏற்க மறுக்கிறதே? நித்திலாவைத் தொலைத்துவிட்டு எத்தனை தேடியும் என்ன பயன். அவளைவிட அழகான பெண் கிடைக்கலாம். ஆனால் அவளுக்கீடான பெண் கிடைப்பாளா? புகாரில் காணாத அழகிகளா. அவர்களை எல்லாம் கடுவென வெறுக்கச் செய்தது நித்திலாவின் உன்னதம் அல்லவா? இந்த உன்னதம் யாருக்கு அமையும்?

நித்திலா எப்படிச் சம்மதித்தாள்? ஒருவேளை அவன் என்னைவிட அழகனோ? உதியனின் மரணத்திற்காக என்னைப் பழி வாங்கி விட்டாளோ? எனது அனைத்து துக்கங்களுக்கும் மருந்தாய் இருந்தவள், இன்று காரணமாக மாறிவிட்டாளே! பலவிதமான சிந்தனைகள் செம்பியனை அலைக்கழிக்க அவன் இடறிக் கீழே விழுந்தான்.

இல்லத்தை அடைந்தபோது யாரும் பேசிக்கொள்ளவில்லை. கணக்காயர் உணவு பறிமாறினார். செம்பியனுக்குத் தயிரும் கசந்தது.

'ஐயா, நான் பயணம் மேற்கொண்டபின் என்ன நடந்தது?'

'நீங்கள் சென்ற மறு வாரம் புகாரிலிருந்து சிதம்பரஞ் செட்டியார் தன் குடும்பத்தோடு இங்கு வந்தார். இரண்டு நாட்கள் தங்கினார். திரும்பிப் போகும்போது உங்கள் தாயாரும் உடன் சென்றார். இரண்டு வாரம் கழித்து உதியனின் தாயார் என்னை அழைத்து உங்களைப் பற்றி விசாரித்தார். நானும் புகாருக்குச் சென்று உங்கள் அன்னையிடம் கேட்டேன். நீங்கள் மதுரை செல்லவில்லை என்றும் ஈழம் சென்றிருப்பதாகவும், திரும்பி வர ஒரு வருடம்கூட ஆகலாம் என்றும் அவர் கூறினார். உங்களை இப்போது கண்டது எனக்கே வியப்பாக இருந்தது. நீங்கள் மேற்கொண்ட பணி செவ்வனே முடிந்ததா?'

'முடிந்துவிட்டது... செவ்வனே.'

'இரவு என்ன உணவு ஏற்பாடு செய்யட்டும்?'

'நித்திலாவின் திருமணத்தைப் பற்றி உங்களுக்கு என்ன தெரியும்?'

'நமக்கு மணவோலை கொடுத்தார்கள். நான் அதைச் செட்டியாருக்குப் புறா ஓலையாக அனுப்பி வைத்தேன். செட்டியாரின் கணக்காயருள் ஒருவர் பரிசுப் பொருட்களோடு வந்து கலந்துகொண்டார்.'

'இரவுக்கு வேவிறைச்சி விருந்துக்கு ஏற்பாடு செய்யுங்கள். யவனத் தேறலும் வேண்டும்.'

'செம்பியா...'

செம்பியன் அவரை ஆண்மை தோன்ற நிமிர்ந்துபார்த்ததில் பேச்சு அடங்கியது.

●

மாலையில் சோமசேகரன் வந்தான்.

அவனைப் பார்த்ததும் செம்பியனுக்கு அழுகை பீறிட்டது. 'நீயும் கூடவா என்னைக் கைவிட்டது?'

'விடுவேனோ! நீ வர ஒரு வருடமாகும் என்று கேள்விப்பட்டதும் குழம்பிப் போய்விட்டேன். உன்னிடமிருந்து செய்தி வரவில்லை. இடையில் உன் அன்னை. என்ன செய்வது?'

'நித்திலா எப்படி ஒப்புக்கொண்டாள்?'

சோமசேகரன் ஓர் ஓலை மடலை இடுப்பிலிருந்து எடுத்தான். அதில், 'தீதும் நன்றும் பிறர் தர வாரா' என்று எழுதியிருந்தது.

'ஞானியைப்போல் எழுதியிருக்கிறாள். நான் படும் பாடு அவள் அறிவாளா?'

'அவள் பட்ட பாட்டை நீ அறிவாயா?' என்று சினந்தான் சோமசேகரன். 'நீ ஈழத்திலிருந்து வந்துவிட்டதாகப் பெருந்தன வணிகர் ஒடுங்காட்டுக் கிழார் மூலமாக எனக்குத் தெரிந்தது. நான் புகாருக்கு செல்வதாகக்கூட அவளிடம் கூறினேன். ஆனால் அவள், 'அவர் வந்திருந்தால் முதலில் என்னைக் காண வந்திருப்பார்' என்று தடுத்துவிட்டாள். அவள் சொல்வதுதான் உண்மையாக இருக்கும், ஒடுங்காட்டார் ஏதோ தவறாகச் சொல்கிறார் என்று நினைத்து விட்டேன். ஒரு மாதம் புகாரில் இருந்த உனக்கு ஒரு நாள்

கிடைக்கவில்லையா? அவளது தந்தையின் உடல் நிலை மோசமடைந்ததும், அவருக்குச் செய்யும் சிறு ஆறுதல் என்று திருமணத்திற்கு ஒப்புக்கொண்டாள்.'

செம்பியன் அறைக்குள் கூண்டுப் புலிபோலச் சுற்றினான்.

'பெரியோர் எல்லாம் பெரியரும் அல்லர், சிறியோர் எல்லாம் சிறியரும் அல்லர், பெற்றோர் எல்லாம் பிள்ளைகள் அல்லர், உற்றோர் எல்லாம் உறவினர் அல்லர்' என்று வேதாந்தமாகப் புலம்பினான்.

இரவு உறங்காமலேயே பொழுது விடிந்தது. மீண்டும் புகாரை அடைந்தார்கள்

'வா செம்பியா! திருவெண்காட்டில் அனைவரும் நலம்தானே. கழனிக்குச் சென்றாயா? கன்று கறவைகளைப் பார்த்தாயா?' என்று விசாரித்தாள் ஞானகலை.

தருமன் சாபம் கொடுத்தபின்னும் எப்படிப் பெண்களால் மனத்தைப் பூட்டிவைக்க முடிகிறது? ஞானகலையின் நடிப்பு செம்பியனுக்கு அருவருப்பை ஊட்டியது.

'நித்திலாவின் தாயாரைப் பார்த்தேன். உனக்கு மகிழ்ச்சிதானே!'

'சற்று ஓய்வெடு. பிறகு பேசலாம்.'

'நீ என்னை ஏமாற்றிவிட்டாய்.'

'அப்படியே ஆகட்டும். உன்னை வருத்தி நான் மகிழக் காரணம் இருக்கவும் முடியுமா?'

'காரணம் இல்லாமலா, இவ்வளவு பெரிய சதியைச் செய்திருப்பாய்?'

'நீ நன்றாக இருக்கவேண்டும் என்ற காரணம்தான். முதல் முறை கடலுக்குப் போனாயே, என்னாயிற்று? அதில் நீயும்கூட மாய்ந்திருந்திருக்கலாம். மறந்துவிடாதே. இப்போது பயணம் எப்படி அமைந்தது? அண்ணன் ஒரு வார்த்தை சொல்லியதால் எத்தனை கதவுகள் திறந்தன? எத்தனை மனிதர்கள் உன்னை மதித்தார்கள்? அது நீடிக்கவேண்டும் என்று விரும்புகிறேன்.'

'நீ இறந்தபிறகு, உன்னோடு பொற்கழஞ்சை இட்டுப் புதைக்கவா, வெள்ளிக் காணத்தை இட்டுப் புதைக்கவா?'

செம்பியனின் கேள்வி ஞானகலையை உறுத்தியிருக்கவேண்டும். பதில் இல்லை.

# 27

## மாசாத்தனார் சொல்லுக்கு மறுப்பேது?

'மணவோலை எழுதிய செய்தியை மன்னரிடம் கூறலாம் என்று தந்தை உங்களை அழைத்துவரச் சொன்னர்' என்று செவ்வேள் வந்தழைத்தான். வீரேந்திர சோழன் புகாரை ஆளும் ஒரு சிற்றரசன். சோழச் சக்கரவர்த்திக்கு உட்பட்டவன். அவனது மாளிகை, பட்டினப்பாக்கத்தின் நடுவில் அமைந்திருந்தது. செட்டியாரும் கதிர்வேலும் ஒரு தேரிலும் செம்பியனும் சேந்தனும் மற்றொரு தேரிலும் புறப்பட்டார்கள்.

வேதியர் வீதியைத் தாண்டியதும் ஒரு மாபெரும் வெற்றுத்திடல். அதன் ஒரு கோடியில் மதிற்சுவர் தெரிந்தது. வாயிற்காவலர்களுக்கு செட்டியாரைத் தெரிந்திருந்தது. 'வரவேண்டும். பார்த்து வெகு நாட்களாகிவிட்டது. மன்றத்திற்கு நான் வரட்டுமா?' என்று கேட்டான் ஒரு காவலன்.

'நன்றி மாயா. முதுவடுகனார் உள்ளாரா?'

'காவல் மன்றத்தில் உள்ளார், ஐயா.'

காவல் மன்றத்தில் அதன் பொறுப்பாளரான

முதுவடுகனார் வீற்றிருந்தார். 'என்ன இவ்வளவு தூரம்?' என்றார்.

'இது என் தங்கை மகன் செம்பியன். என் மகளுக்கு மணம் முடிக்க நேற்று மணவோலை எழுதினோம். இச்செய்தியை மன்னரிடம் தெரிவிக்கலாம் என்று வந்தேன்.'

'ஆகா! விழாச் செய்தி கொண்டுவந்துள்ளீர். இதோ ஓலை தருகிறேன்.'

ஓலையைப் பெற்றுக்கொண்டு தேர்நிலைகள், யானைக் கூடங்கள், குதிரைப்பந்திகள், சேனையிடங்கள், சிலம்பக்கூடம், ஆயுதச்சாலை ஆகியவற்றைத் தாண்டி மாளிகையை அடைந்தனர்.

மந்திரிகளுள் ஒருவனான சிவனேசன் என்பவன் இவர்களை எதிர்கொண்டான். 'சற்று அமருங்கள். உத்தரவு கேட்டுவருகிறேன்' என்று சென்றான். சிறிது நேரம் கழித்து வந்தான். 'வாருங்கள், அழைத்துச் செல்கிறேன்.'

அத்தான மண்டபம், அரச மண்டபம், விசித்திர மண்டபம், விநோத மண்டபம், நீதி மண்டபம், நாட்டிய மண்டபம், பாடல் மண்டபம், பரிசன மண்டபம், கல்வி மண்டபம் ஆகியவற்றைத் தாண்டி கணக்கறி மண்டபத்தை அடைந்தனர்.

கணக்கறி மண்டபத்தில் எங்கு பார்த்தாலும் ஓலைச் சுவடிகள் கட்டித் தொங்கவிடப்பட்டிருந்தன. சிதம்பரஞ் செட்டியார் வீட்டிலும் இதைப்போலச் சுவடிகள் தொங்குவதை செம்பியன் பார்த்துள்ளான். ஆனால் இங்கு காண்பது அதைவிட நூறு மடங்கு பெரியதாக இருந்தது.

'அரசே' என்று சிதம்பரம் வாய் திறப்பதற்குள், 'வரவேண்டும், வரவேண்டும். நானே உங்களைக் காணவேண்டும் என்று எண்ணினேன். நலம்தானா?' என்று மன்னன் பெருங்குரலில் வரவேற்றான். மிக இளையவனாகக் காணப்பட்டான். கையில் இருந்த சுவடிகளை ஓலை மந்திரத்திடம் கொடுத்துவிட்டு இரு கை கூப்பி வரவேற்றான். எவ்வித அலங்காரமும் இன்றிக் காணப்பட்டான். முதன் மந்திரியும் ஐம்பெருங் குழுவும் கூடி இருந்தார்கள். அங்கிருந்த எழுதுகட்டிலில் கணக்கு ஏடுகள் நேர்த்தியாக அடுக்கிவைக்கப்பட்டிருந்தன.

செட்டியார் தாம் கொண்டுவந்திருந்த பரிசுப் பொருட்களை அளித்தார். 'இது என் தங்கை மகன் செம்பியன். என் மகளுக்கு மணம் முடிக்க நேற்று மணவோலை எழுதினோம்' என்று செட்டியார் முடிப்பதற்குள்ளாகவே, 'இந்த மகிழ்ச்சியான செய்தியைக்

கூறியதற்காக நான் அல்லவா தங்களுக்குப் பரிசு தரவேண்டும்' என்றபடி தன் விரலில் அணிந்திருந்த கணையாழியைச் செட்டியாருக்கும் முத்து மாலையைச் செம்பியனுக்கும் அணிவித்தான். செம்பியனிடம், 'குமாரா, என்ன தொழில் செய்கிறாய்?' என்று கேட்டான்.

'முதன் முறையாக ஈழத்திற்குச் சென்றுவந்தேன்.'

'மிக்க மகிழ்ச்சி! எப்போது மணவிழா?'

'வரும் பங்குனி மாதம் என்று பெரியோர்கள் முடிவு செய்துள்ளார்கள்.' சொந்த முடிவே ஆனாலும் அதை ஆன்றோர் முடிவாக ஏற்றிச் சொல்வது மரபு.

மன்னன் சிவனேசனிடம், 'குறித்துக்கொள்ளுங்கள்' என்று கூறினான். பிறகு செட்டியாரைப் பார்த்து, 'செட்டியார் அவர்களே, கடந்த நான்கு நாட்களாக இக்கணக்கறி மண்டபத்திலேயே அடைந்துகிடக்கிறேன். எத்துணை முறை புரட்டினாலும் ஏடுகள் நல்ல செய்தியைக் காட்ட மறுக்கின்றன. நமது சீன வணிகம் முற்றிலும் தடைப்பட்டுவிடுமோ என்று அஞ்சுகிறேன். உள் நாட்டு வணிகம், யவன வணிகம், மிலேச்ச வணிகம் ஆகியவையெல்லாம் சிறப்பாக இருக்கின்றன. ஆனால் சீன வணிகம் தேய்ந்துகொண்டே வருகிறது. நமது மரக் கலங்கள் மணிபல்லவத்தோடு திரும்பி விடுகின்றன. அங்கே நமது பண்டங்களை வாங்கிச் சீனர்கள் பெருத்த ஆதாயம் பெறுகிறார்கள். நமது கலங்கள் சீனத்தோடு நேரிடையாக வணிகம் செய்தால் அல்லவா நாடு செழிக்கும்? பாடுபடுவது நாம், பலன் அவர்களுக்கு என்பது ஏற்புடையதா? தஞ்சையிலிருந்து ஓலைமேல் ஓலையாக வருகிறது. மாற்றோலை அனுப்ப நல்ல செய்தி இல்லை.'

'மன்னா! தங்களுக்குத் தெரியாதது ஒன்றுமில்லை. மணிபல்லவத்தின் கடலில் கடற்கொள்ளையரின் கொடுமை எல்லைமீறிப் போகிறது. சோழக் கடற்படை உதவி செய்தால்தான் மீண்டும் நமது கலங்களும் நாவாய்களும் நேரிடையாகச் சீனம் செல்ல முடியும்.'

'கடற்படையின் உதவி வேண்டுமானால் சக்கரவர்த்தியின் உத்தரவு வேண்டும். அதற்குக் காலதாமதமாகும். மேலும் நாம் முயற்சி எடுக்காமல் உதவி கேட்பதும் ஏற்புடையதாகாது. நீங்கள் உங்களுடைய வணிகச் சாந்தில் கலந்து ஒரு ஏற்பாடு செய்தால் சக்கரவர்த்தியிடம் போய் உதவி வாங்குவது எளிதாக இருக்கும்.'

'என்னால் ஆனதைச் செய்கிறேன்' என்று செட்டியார் மெதுவாகக் கூறினார்.

'அடுத்த நிறைநிலவன்று மீண்டும் சந்திப்போம்' என்றபடி மன்னன் எழுந்தான். மண்டபத்தின் வாயிலை நெருங்கியதும், செம்பியனை நோக்கி, 'குமாரா, உன் முதல் வாணிபத்தில் அளவிறந்த செல்வம் சேர்த்ததைப் பற்றிக் கேள்விப்பட்டேன். உனது மாமாவிடம் வாணிபத்தைப்பற்றி மேலும் தெரிந்துகொள். ஆனால் வாணிபத் தந்திரங்களைக் கற்றுக்கொள்ளாதே. நடுக்கடலில் வங்கத்தை நிறுத்தி சுங்கத்தைத் தவிர்ப்பதைப்போல' என்று சிரித்தான்.

கதிர்வேலும் செட்டியாரும் இடி கேட்ட நாகம்போல் திடுக்கிட்டனர்.

செம்பியன் அமைதியாக, 'அரசே, வங்கம் நிறுத்தப்பட்டது உண்மை தான். ஆனால் முழுச் சுங்கமும் செலுத்தப்பட்டுள்ளது' என்று ஓலையைக் காண்பித்தான்.

மன்னன் செம்பியனைக் கட்டித் தழுவி, 'பிள்ளாய், அரசனின் சிந்தனை ஓட்டத்தை அறிந்துவைத்திருக்கிறாய். வெகு விரைவில் வணிக அரசனாக நீ ஆவது உறுதி' என்று வாழ்த்தினான்.

கணக்கறி மண்டபத்தை விட்டு வெளியே வந்தவுடன் கதிர்வேல் நீரில் மூழ்கி எழுந்தவனைப்போல நீண்ட பெருமூச்சு விட்டான்.

'எடுப்ப தொரு கரம்
தடுப்ப தொரு கரம்
கொடுப்ப தொரு கரம்
கெடுப்ப தொரு கரம்
தொடுப்ப தொரு கரம்
ஒடிப்ப தொரு கரம்

என்று சோழ அரசு முறையைப் பற்றி சும்மாவா சொல்லி வைத்தார்கள்' என்று செட்டியார் கதிர்வேலை நோக்கிச் சற்று கோபத்துடன் கூறினார்.

'மன்னித்துவிடுங்கள் தந்தையே!' என்றான் கதிர்வேல்.

●

செம்பியனும், சேந்தனும், கதிர்வேலும், செவ்வேளும், செட்டியாரும் சாந்து மாளிகைக்குள் நுழையும்போது, பெருந்தன வணிகச் சாந்தின் கூட்டம் நடைபெற ஆயத்தமாக இருந்தது.

சாந்து என்பது ஒத்த தொழில் செய்வோரின் கூட்டமைப்பு. புகாரில் பொதுமகளிருக்கும் சாந்து உண்டு, மாநாய்கர்களுக்கும் சாந்து உண்டு. அரிஞர், அரிநர், அறைநர், ஆடுநர், ஆயர், இயவர், இழிசினர்,

உமணர், கம்மியர், காவலர், குறும்பர், கொல்லர், கூளியர், கோடியர், கோவலர், சாகாடர், தச்சர், பரதவர், பாகன், பாடுநர், மருத்துவர், மல்லர், மழவர், வயிரியர், வலவர், வாலுவர், விலைவர், வினைஞர் எனப் பல தொழில்புரிவோருக்கும் சாந்து உண்டு.

வணிகச் சாந்திலும் நெல் வணிகம், கூல வணிகம், பொன் வணிகம், மணி வணிகம், பட்டு வணிகம் எனப் பல பிரிவுகள் உண்டு. மனிதர்களின் கூட்டம் என்பதால் அரசியலும், கோப தாபங்களும், விருப்பு வெறுப்பும், காழ்ப்பும், புகழ்ச்சியும் உண்டு. ஆனாலும், செல்வம் என்ற கயிறு ஒப்புரவாகத் திகழ்ந்தது.

சிற்சில பேச்சுகளுக்குப்பின் தலைமைநாயகமான கலிய மாதன் என்பவர் பேச ஆரம்பித்தார்.

'மாநாய்கர் சிதம்பரஞ் செட்டியார் சென்ற வாரம் மன்னரைச் சந்தித்துள்ளார். அவ்வமயம், புகாரிலிருந்து சீன வணிகம் நேரிடையாக நடைபெறவில்லை என்ற வருத்தத்தை மன்னர் தெரிவித்துள்ளார். இதுபற்றி நமது சாந்தின் முடிவை வரும் நிறைநிலவன்று தெரிவிக்கும்படியும் ஆணையிட்டுள்ளார். இது பற்றி அவையோரின் கருத்தை அறிய விரும்புகிறேன்.'

யார் முதலில் பேசுவது என்ற தயக்கக் குரல்களுக்குப்பிறகு, ஒரு சோகக் குரல் கேட்டது.

'இருபதாண்டுகளுக்குமுன் மணிபல்லவக் கடற்கொள்ளையரிடம் சிக்குண்டு மூன்று நாவாய்களையும் எண்பது உயிர்களையும் நான் பறிகொடுத்தேன். இன்றுவரை அந்த இழப்பை ஈடு செய்ய முடியவில்லை' என்றார் மயிலேறும் பெருமாள்.

'அரசிடம் இழப்பீடு கேட்கலாமே?' இது காரையன்.

'பொருளுக்கு இழப்பீடு தரலாம். உயிருக்கு என்ன மாற்று தர முடியும்? கடற்சீற்றத்தில் உயிர் போவது தொழிலில் உள்ள ஆபத்து. வலிந்து கொள்ளையரிடம் சிக்கிக்கொள்வது தற்கொலை.'

'கடற்கொள்ளையர் நடுக்கடலில்தான் கொள்ளையடிப்பார்கள். நாம் கரையோரமாகவே சென்று மணிபல்லவத்தை அடைந்து, அதன்பின் குணக்கடலைத் தாண்டி சீனக் கடலுக்குள் சென்றால் என்ன?' என்றது ஒரு குரல்.

'தேர்ச்சி பெற்ற கடலோடி பேசும் பேச்சா இது? கரையோரமாகவே சென்றால் சாளுக்கியம், கலிங்கம், அங்கம், வங்கம், காமரூபம், பிரமதேசம், வியன தேசம், காம்போஜம், இரவன தேசம், கடாரம்

ஆகிய நாடுகளைக் கடந்து மணிபல்லவத்தை அடைய எட்டு மாதங்கள் ஆகும். நீரோட்டம் முற்றிலுமாக இல்லாத கடல். காற்றை நம்பி மட்டுமே கலம் செலுத்தவேண்டும். இத்தனையும் மீறி, கொள்ளையர் வரமாட்டார்கள் என்று எவ்வாறு உறுதியாகக் கூற முடியும்?'

'அன்பர்களே, இது வீண் பேச்சு. அரசிடம் உதவி பெற்றா நாம் இதுகாறும் வாணிபம் செய்துவந்துள்ளோம்? மாறாக எத்துணையோ திருப்பணிகளுக்கு நாமல்லவா அரசுக்கு உதவி புரிந்திருக்கிறோம்? எனவே சீன வணிகத்தை நேரிடையாகச் மேற்கொள்ள விருப்பம் உள்ளவர்கள் மட்டும் அதற்கான வழிமுறைகளைப் பற்றிப் பேசட்டும்' என்றார் கலிய மாதனார்.

'தலைவர் அவர்களே! நாம் தனித் தனியே சீன வாணிபத்தில் ஈடுபடுவதைவிட, கூட்டாக ஈடுபட்டால் பொருளும் பொதியும் பெரியதாகவும், கலங்களும் கடலோடிகளும் மிகுந்ததாகவும், பாதுகாப்பும் பயன்பாடும் நிறைந்ததாகவும் இருக்கும். ஆதாயமும் பெரியதாக இருக்கும். அதே நேரத்தில், இழப்பு ஏற்பட்டால் அதையும் அனைவரும் பங்கிட்டுக்கொள்வதால் தாங்கிக்கொள்ளக் கூடியதாகவும் இருக்கும்' என்றான் அழகன் என்ற இளைஞன்.

'நல்ல மொழிவு. இதனை எவ்வாறு செயல்படுத்துவது?'

'விருப்பமுடைய வணிகர்கள் குறைந்த அளவாகத் தலைக்கு இருநூறாயிரம் கழஞ்சு என்று பொது ஈடாகத் திரட்டுவோம். ஐம்பது வணிகர்களாவது நிதியளித்தால்தான் சீன வணிகம் சிறப்பாக அமையும். திரட்டிய நிதியைக் கொண்டு என்ன பண்டம் வாங்கலாம், எத்தகைய பொதி, என்ன விலைக்கு வாங்கலாம் என்ற முடிவை நால்வர் குழு ஒன்றிடம் விட்டுவிடுவோம். குழுவின் கட்டளையை ஏற்று திட்டத்தைச் செயலாக்க, பட்டறிவுடைய ஒருவரைத் தெரிவு செய்வோம். அவரது தலைமையில் சீன வணிகம் நடைபெறட்டும். இரண்டு ஆண்டுகளுக்கு ஒரு முறை ஆதாயத்தைப் பிரித்துக்கொள்ளலாம். பெரியோர்கள் உத்தரவு கொடுத்தால், நான் முதல் ஈடாக முன்னூறாயிரம் கழஞ்சைத் தரச் சித்தமாயிருக்கிறேன்.'

இளங்காளைகள் தாங்கள் ஏறுகள் என்பதைக் காட்டிவிட்டார்கள் என்று கூட்டம் களிப்புடன் கூறியது. வெறும் கருத்துப் போராக நீண்டுகொண்டு செல்லும்போது யாரேனும் ஒருவர் தகுந்த தரவுகளோடும் தெளிவான இலக்கோடும் பேசினால் கூட்டம் உடனே அவரிடம் வசப்பட்டுவிடும். இந்த நுட்பம் கைவந்தால் மட்டுமே, உண்மையான தலைவனாகத் திகழ முடியும். அழகன்

பிறவித் தலைவன்.

அடுத்த ஒரு வார காலத்திற்குப் புகாரில் வேறு பேச்சே நடைபெறவில்லை. கூடிக் கூடியும், தனித் தனியாகவும், சிறு சிறு கூட்டமாகவும், பேசியும், சிந்தித்தும், மறுத்துரைத்தும், மீண்டும் கலந்து பேசியும், இறுதியில் வணிகச் சாந்து நல்லதொரு முடிவுக்கு வந்தது.

●

நிறை நிலவு நாளன்று, மன்னனின் அத்தாணி மண்டபம், அகிற் புகையோடும் சாந்தின் மணத்தோடும் கமழ்ந்துகொண்டிருந்தது. மாநாய்கர்களும், பெரு வணிகர்களும், புகார்த் துறையின் தலைவரும், சுங்கத் தலைவரும், பண்டகசாலைத் தலைவரும் மற்றும் பல்வேறு வணிகச் சாந்தின் தலைவர்களும், அமைச்சர்களும், பணியாளர்களும், பல்வகை நாயகங்களும் சூழ்ந்திருக்க, மன்னன் உயரணை ஒன்றில் வீற்றிருந்தான்.

'அவையோர்களே! சந்திர சூரியர் திசை மாறினாலும், சமுத்திரம் தடை மீறினாலும், மகா மேரு நிலைகுலைந்தாலும் குன்றாத வீரமும் குறையாத நேர்மையும் உடைய வணிகர்கள் நம் புகார் வணிகர்கள் என்பதை மீண்டும் இப்போது தாங்கள் உறுதி செய்துள்ளீர்கள். நீங்கள் செய்துள்ள ஆயத்தங்களைப் பற்றி விரிவாக அறிய விரும்புகிறேன்' என்றான் மன்னன்.

அனைத்து வணிகச் சாந்துகளுக்கும் தலைமையான புகார்ச் சாந்தின் தலைவர் மருதனார் பேசினார்.

'மன்னா! சோழப் பேரரசில்

வித்தே வீழ்வது<br>முத்தே கரைவது<br>சிலம்பே புலம்புவது<br>முகிலே அழுவது<br>முரசே அடிபடுவது<br>உரலே குத்துப்படுவது<br>கரும்பே வெட்டுப்படுவது<br>களையே ஒழிக்கப்படுவது

இத்தகு நாட்டில் குறைவேது? குற்றமேது? அடர்ந்த நிறைவும், நிறைந்த வளமும், வளர்ந்த திருவும் சூழ்ந்திருக்க, நாங்கள் அனைவரும் நிறைந்து கனத்த மனத்தோராய் நெகிழ்ந்துகிடக்கிறோம் மன்னா.'

'மிக்க மகிழ்ச்சி!' என்பதுபோல் மன்னன் தலையசைத்தான்.

'தங்களது விருப்பத்தை உத்தரவாகக் கொண்டு, சீனத்துடன் நேரிடையாக வாணிபம் செய்யவேண்டி 'சீனம் நச்சிய புகார் வணிகர்' என்ற புதிய சாந்தினை உண்டாக்குவது என்று முடிவு செய்யப்பட்டுள்ளது. அதற்கான இலச்சினைக் குறி, முத்திரை, கொடி ஆகியவை முடிவு செய்யப்பட்டு ஆவண நாயகத்திடம் தரப்பட்டுள்ளது.'

மன்னன் இடது புறம் திரும்பி, நாயகத்தைப் பார்த்தான். அவர் எழுந்து, 'அரசே! செப்புப் பட்டயம், இலச்சினைத் துகில், முத்திரைக் கணையாழி ஆகிய அனைத்தையும் கொண்டுவந்துள்ளேன். தங்கள் திருக்கரத்தால் தரவேண்டும் என்று விரும்புகிறேன்' என்றார்.

'இருக்கட்டும்' என்று கையசைத்துவிட்டு, 'ஐந்நூற்றுவர் சாந்து, ஐகோலச் சாந்து, மணிக்கிராமத்தார் சாந்து என நமது மாசாத்துகள் இருக்க, புதிதாக ஒரு சாந்து தேவையா?' என்றான் மன்னன்.

'மன்னா, இது திசை ஆயிரத்து ஐந்நூற்றுவர் சாந்தின் ஒரு பிரிவாகவே உருவாக்கப்பட்டுள்ளது. ஐந்நூற்றுவரின் மணிமங்கலங்களும், மண்டகப்படிகளும், பட்டய உரிமைகளும், உண்டியல் வசதிகளும் இச்சாந்திற்கும் பொருந்தும். மேலும் இச்சாந்தின் உறுப்பினர் அனைவரும் ஐந்நூற்றுவர் சாந்தின் உறுப்பினர்களே.'

'இப்படி ஒரு கிளைச் சாந்தை உருவாக்க நடைமுறை உள்ளதா?'

'ஆம் மன்னா! நகரத்தார் சாந்து, ஐந்நூற்றுவர் சாந்தின் கிளைச் சாந்துதான்' என்றார் முத்திரை நாயகம். 'ஐந்நூற்றுவர் சாந்தின் தலைவர் மாசாத்தன் முருகனார் ஒப்புதல் ஓலையும் வழங்கியுள்ளார்.'

'மாசாத்தனார் சொல்லுக்கு மறுப்பேது?' என்றான் மன்னன்.

தொழில் சார்ந்த கூட்டமைப்புகளுக்கும் பொருட்களை வணிகம் செய்பவர்களின் கூட்டமைப்புக்கும் சாந்து என்று பெயர். சாத்தன் என்பது உள்நாட்டு வணிகம் செய்பவர்களையும் நாய்கன் என்பது வெளிநாட்டு வணிகம் செய்பவர்களையும் குறிக்கும் சிறப்புப் பெயர்களாகும். தமிழ் வணிகர்களின் மாபெரும் கூட்டமைப்பு மாசாந்து அல்லது மாசாத்து எனப்பட்டது.

பாண்டி நாட்டில் தோன்றிய திசை ஆயிரத்து ஐந்நூற்றுவர் என்ற சாந்து உலகிலேயே மிகப் பெரிய சாந்தாகும். கீழைக் கடலின் அனைத்து நாடுகளிலும் கிளைகள், துறைகள், பண்டகசாலைகள்

என ஒரு தனி அரசையே அவர்கள் நடத்திவந்தனர். மூவேந்தர்களும் போட்டி போட்டுக்கொண்டு அவர்களுக்கு வசதிகள் உருவாக்கிக் கொடுத்தார்கள். இவர்களும் வாணிபம் தாண்டி, திருக்குளம் வெட்டுதல், ஏரி அமைத்தல், திருக்கோவில் அமைத்தல் எனப் பல சிறந்த தொண்டாற்றி மக்களிடமும் நன்மதிப்பைப் பெற்றிருந்தனர். இச்சாந்தினர் கொற்கையில் கொடுக்கும் பண ஓலைக்குக் கடாரத்தில் பணம் பெற்றுக்கொள்ளலாம். வணிகர்களுக்கும் உற்பத்தியாளர் களுக்கும் கடன் கொடுத்து அதற்கீடாகப் பொருளும் பொன்னும் பெற்றுக்கொள்ளும் வசதியும் இருந்தது. ஒரு சில திருக்கோயில் களில் வைப்பு நிதி ஏற்படுத்தி, அதனை ஊர் மக்களுக்குச் சிறு கடனாக வழங்குவதும் நடைபெற்றது.

ஐந்நூற்றுவர்களுக்கு அடுத்தபடியாகப் புகழ் பெற்று விளங்கிய சாந்து, வட தொண்டை நாட்டில் உருவான ஐகோலச் சாந்தாகும். இவர்கள் உள்நாட்டு வணிகர்கள். வஞ்சி முதல் தக்கசீலம் வரையிலும் சேதி முதல் கலிங்கம் வரையிலுமான நாடுகளில் கொடிகட்டிப் பறந்தனர்.

அஞ்சுவண்ணத்துச் சாந்து என்பது சேர நாட்டைத் தலைமை யிடமாகக் கொண்ட மிலேச்சச் சாந்தாகும். இதில் யூதர்கள், அரேபியர்கள், யவனர்கள், உரோமானியர்கள், கிரேக்கர்கள் ஆகியோர் உறுப்பினர்களாக இருந்தனர். அல் ஜு'மான் என்ற அரேபியச் சொல்லை சேரர்கள் அஞ்சுவண்ணம் என்றாக்கிவிட்டார்கள். கேரளக் கடல் வாணிபத்தில் இவர்களுக்குப் போட்டியே கிடையாது. புரவி வணிகம் முழுவதுமாக இவர்கள் கையில் இருந்தது.

திருப்பெருந்துறையைத் தலைமையிடமாகக் கொண்ட மணிக்கிராமம் என்ற சாந்து கடல் வாணிபத்தில் சிறந்து விளங்கியது. இவர்களுக்கும் ஐந்நூற்றுவர்க்கும் எப்போதுமே போட்டி நிலவியது. நானாதேசி என்னும் சாந்தும் புகழ்பெற்று விளங்கியது.

மருதனார் தொடர்ந்தார். 'இச்சாந்தின் முதலீடாக இதுவரை ஒரு கோடியே நாற்பத்து நூறாயிரம் கழஞ்சு திரட்டப்பட்டுள்ளது. மாநாய்கரும் தலைக்கோலருமான அம்பலவாணர், மாநாய்கர் விரிசடைப் பெருமானார், பெருந்தன வணிகர் கோவலர், பெரும் பட்டு வணிகர் கீரனார், பெரும் அறுவை வணிகர் உத்தம சோதியார் ஆகிய ஐவரும் இச்சாந்தின் நெறியாளர்களாக இருக்க இசைந்துள்ளார்கள்.'

அவர்கள் இருக்கும் திசை நோக்கி மன்னன் கை கூப்பினான். அவர்களும் பதிலுக்குக் கை கூப்பினர். தலைக்கோலர் அம்பலவாணர் தமது பட்டக் கோலை உயர்த்திக் காட்டினார்.

‘இந்நெறியாளர்களின் முடிவின்படி, பெருந்தன வணிகர் முருகனாரின் மகனான அழகன், சாந்தின் தலைவன் ஆக்கப் பட்டுள்ளார்.’

அழகன் எழுந்து நின்று மன்னனை வணங்கினான்.

‘கோசலர் வீதியில் இதன் சாலை அமைக்கப்பட்டுள்ளது.’

மன்னன் பேசினான். ‘வேரிலே பழம் பழுத்துத் தூரிலே சுளை வெடித்து வெடித்த தீந்தேன் என் நாவிலே நேராகப் பாய்ந்ததுபோல் இருக்கிறது. இளவல் அழகனுக்கு என் வாழ்த்து. இச்சாந்தின் முதலீட்டாளர்களுள் அந்நியர்கள் யாரேனும் உண்டா?’

‘ஒரே ஒருவரைத் தவிர மற்றவர்கள் அனைவரும் சோழ நாட்டவர்தான்.’

‘யார் அந்த ஒருவர்?’

‘யவன வணிகத் தலைவரான அரிஸ்டோ என்பவர்.’

‘நமக்கு அறிமுகம் ஆனவர்தான். தவிர்க்க முடியாதா?’

‘சீனத்துப் பெருவணிகர்கள் அவர்களது மன்னனின் முத்திரை பதித்த மரப்பட்டைகளை நாணயமாக ஏற்றுக்கொள்கிறார்கள். ஆனால் சிறு வணிகர்களும் விவசாயிகளும் யவனப் பெசந்துகளை மட்டுமே ஏற்றுக்கொள்கிறார்கள். அல்லது பொற்காசுகளை ஏற்றுக்கொள் கிறார்கள். அவர்களோடு பண்டமாற்று செய்வது சட்டப்படி குற்றமாகும். பெருவணிகர்களிடம் நல்ல விலை கிடைப்பது அரிது. நமது பொன்னை சீனத்திடம் கொட்டிக் கொடுப்பதும் மடைமை. எனவே அரிஸ்டோவிடம் மூன்று பெசந்திற்கு இரண்டு கழஞ்சு என்ற விகிதத்தில் மூன்னூறாயிரம் பெசந்துகள் பெற்றுக்கொள்ள பெரியோர்கள் முடிவு செய்துள்ளனர்.’

‘அடேயப்பா, பதினைந்து நாட்களில் இத்துணை ஆயத்தங்களைச் செய்துவிட்டீர்களே. மிக்க மகிழ்ச்சி. எனது பங்காக சீன வணிகத்திற்கு அடுத்த பத்தாண்டுகளுக்குச் சுங்கம் தவிர்க்கப்படும் என்பதையும் இச்சாந்தினர் பண்டகசாலை அமைக்கவேண்டிய நிலம் இறையிலியாக வழங்கப்படும் என்பதையும் தெரிவித்துக் கொள்கிறேன்.’

‘அரசே! கடற்படையின் உதவியும் கிடைத்தால் நாங்கள் அச்சமின்றிச் சென்றுவருவோம்.’

‘மாநாய்கரே, உங்களது முதற் கலம் புகாரிலிருந்து புறப்பட எவ்வளவு காலம் பிடிக்கும்?’

‘சற்றேறக்குறைய பதினெட்டு மாதங்கள் ஆகும். புதிய நாவாய்கள் கட்டவேண்டும். பண்டகசாலைகள் அமைக்கவேண்டும். பொருட்கள் கொள்முதல் செய்யவேண்டும். பதினெட்டு மாதங்கள் என்பது குறைவுதான்.’

‘ஏற்றுக்கொள்கிறேன். நமது முயற்சியில் நல்ல முன்னேற்றம் ஏற்பட்டபிறகு சக்கரவர்த்தியிடம் உதவி கேட்கலாம்.’

மன்னன் செப்புப் பட்டயம், இலச்சினை, துகில், முத்திரைக் கணையாழி, சாந்துக் கொடி ஆகியவற்றை அழகனிடம் கொடுத்தான். அவையோரின் வாழ்த்துகளோடு அழகன் அவற்றைப் பெற்றுக் கொண்டான்.

•

அழகன் அதிவிரைவாகப் பணிகளை முடுக்கிவிட்டான். ‘சீனம் நச்சிய புகார் வணிகர்’ சாந்தின் சார்பாக ஆறு குழுக்களை அமைத்தான்.

புதிய மரக்கலங்களைக் கட்டுவதற்காக செம்பியன் தலைமையில் நாவாய்க் குழு.

புதிய பண்டகசாலைகளை அமைக்க முகிலன் தலைமையில் சாலைக் குழு.

சீனத்தில் மிகவும் விரும்பி வாங்கப்படும் மிலேச்ச, யவனப் பொருட்களைச் சேகரிக்க அரிஸ்டோ தலைமையில் யவனக் குழு.

காழத்து, ஈழத்து, சேரத்துப் பண்டங்களைச் சேகரிக்க மாறன் தலைமையில் ஆழிக் குழு.

சீனத்தில் மிகவும் விரும்பி வாங்கப்படும் ஆடை வகைகள், அணி வகைகள், பூசு வகைகள், நுண்வினைப் பண்டம் முதலியவற்றைச் சேகரிக்க ஆதன் தலைமையில் ஒரு குழு.

இவை அனைத்தின் வரவு செலவுகளை நெறிப்படுத்த, பெருங்கணியன் தலைமையில் ஒரு குழு.

# 28

## உண்மையான அடலேறு

செம்பியனின் புதிய மாளிகையில், சோமசேகரன், பூதன், சேந்தன் ஆகியோர் ஒன்றுகூடி, பேசிக் களித்தனர்.

'கொற்கைச் சித்தர் உன்னிடம் இதைக் கொடுக்கச் சொன்னார்' என்று சோமசேகரன் ஒரு திருநீற்று மடலைக் கொடுத்தான்.

செம்பியன் கண்ணீர் கசிந்து நெகிழ்ந்து விட்டான். 'நான் மறந்தேன் எனினும் எனைத் தான் மறவா நாயகனே' என்று கூறியபடி நெற்றியில் இட்டுக்கொண்டான்.

'மங்கலப் பொழுதில் கண்ணீர் விடலாமா?'

'அவரது அன்பை எண்ணியும் எனது நன்றி மறத்தலை எண்ணியும்தான்.'

'அதனால் என்ன. மணவிழா முடிந்து, பின் சிவசக்தி வடிவினராக வந்து ஆசி பெற்றால் போயிற்று' என்று சோமசேகரன் கூறியது சற்றே ஆறுதலாக இருந்தாலும், அது தனது மறதிப் பிழையை மறைக்கப் போதாது என்பதை செம்பியன் உணர்ந்தான்.

●

சிதம்பரஞ் செட்டியார் செவ்வேளையும், கதிர்வேலையும் அழைத்து அவ்வப்போது உத்தரவுகள் கொடுத்தவண்ணம் இருந்தார். 'மணவிழாவிற்கு இன்னும் எட்டு நாட்களே உள்ளன. கடிதில் வேலைகள் நடைபெறுவதாகவே தெரியவில்லையே' என்று அலுத்துக்கொண்டார்.

ஐந்து நாள் மணவிழாவின் முதன் நாளாக மங்கல முரசறையும் நிகழ்வு நடைபெற்றது. செம்பியனுக்குத் தந்தை இல்லை என்பதால் அவனது சிறிய தந்தையான சுந்தரஞ் செட்டியார் பேசினார்.

'ஆன்றோர்களே, எனது மூத்தோன் இளவளான செம்பியனின் மணவிழா, வரும் வெள்ளிக் கிழமை, வளர்பிறை, வெள்ளி ஓரையில், வெண்மதி கடைமீனைச் சேரும் முன்காலை வேளையில் நடைபெற உள்ளது. இளவல் செம்பியன் உயரிய பிறப்பொழுக்கமும், குடிமை ஒழுக்கமும், ஆண்மை ஒழுக்கமும் வாய்க்கப் பெற்றவன். அகவை, உறவு, உருவு, வனப்பு, இளமை, ஆற்றல், காமம், நிறைவு, அருள், அறிவு, கல்வி என எல்லாவிதத்திலும் மணமகளுக்கு ஒப்பானவன்.

'மாநாய்கர் சிதம்பரஞ் செட்டியாரின் செல்வப்புதல்வி சிவகலை, உயர் குடிப் பிறப்பிலும், சீரிய ஒழுக்கத்திலும், பெண்மையின் மாட்சியிலும், அகவை, உறவு, உருவு, வனப்பு, இளமை, ஆற்றல், காமம், நிறைவு, அருள், அறிவு கல்வி என எல்லாவிதத்திலும் மணமகனுக்கு ஒப்பானவள்.

'இவர்களது மணவிழா ஓலை வரையப்பெற்று, இன்று ஊராருக்கு முரசறைந்து தெரிவிக்கலாம் எனப் பெரியோர்களால் முடிவு செய்யப்பட்டுள்ளது. இதுபற்றிச் சான்றோர் கருத்து தெரிவிக்கலாம்.'

சிறிது நேரப் பேச்சின்மைக்குப் பின் மாநாய்கர் விரிசடைப் பெருமானார் எழுந்து, 'மணியைப் பொன்னிலே பதிப்பது போன்ற பொருத்த மான இவ்விழா இனிதே நடைபெற வாழ்த்துகிறேன்' என்றார். அவரைத் தொட்டு மேலும் பலர் தங்களது வாழ்த்தைத் தெரிவித்தனர்.

சிறுமி ஒருத்தி வெண்சங்கெடுத்து ஊதினாள். அதைத் தொடர்ந்து மணப்பறி அதிர்ந்தது. குளிர் முழவும், மண்கணை முழவும், குடமுழவும் முழங்கின. ஆகுளி என்னும் சிறுபறையும் சல்லரி என்னும் திமிலும் இசைந்தன.

பன்னிரண்டு யானைகள் மண்டியிட்டவண்ணம் காத்திருந்தன. அவற்றின் கழுத்தில் ஏறிக்கொள்ள சிறுமிகள் போட்டி

போட்டுக்கொண்டு ஓடினர். அவர்கள் அனைவரும் வெள்ளை ஆடை உடுத்தி, வெள்ளைச் சந்தனத்தை உடலில் பூசி, காதில் மஞ்சிகை அசைய, மலர் மாலைகள் ஆட, முத்து மாலை அணிந்திருந்தனர். ஒவ்வொரு சிறுமிக்குப் பின்னாலும் யானைப் பாகன் முரசோடு அமர்ந்தவுடன் ஊர்வலம் தொடங்கியது. முரசு சுமக்கும் யானைக்கும் வெள்ளணியும், மாலையும், திலகமும் அணிவிக்கப்பட்டிருந்தது. ஒவ்வொரு வீதியிலும் உறவினர்களும் நட்புகளும் யானைகளை நிறுத்தி அதன்மீதிருந்த சிறுமிகளுக்கும் பாகன்களுக்கும் அபூபங்கம், சமிலையடை, மெல்லடை, நொலையல், சஃகுல்லி, மண்டிகை முதலிய அப்ப வருக்கச் சிற்றுண்டிகளும், பிட்டு, குல்லியிடி முதலிய திற்றிப் பண்டங்களும், பானகம், துவையம் முதலிய பானங்களையும் கொடுத்தனர். மேலும் சிலர் அணி, துகில் ஆகியவற்றைப் பரிசாக வழங்கினர்.

அரச வீதி முழுவதுமாகவும், அங்கிருந்து சிதம்பரஞ் செட்டியாரின் மாளிகை அமைந்த வீதி வரை தென்னையோலைத் தொங்கல், மலர்ச்சரம், வாழைத் தோரணங்கள் ஆகியவை பொருந்திய கவின் பந்தல் அமைக்கப்பட்டிருந்தது. அவரது மாளிகையின் உள்ளே மணவிழா நடைபெறும் இடத்தில் முத்துப் பந்தர் அமைக்கப் பட்டிருந்தது. அப்பந்தலில் நாற்பத்தைந்து கால்கள் இடம் பெற்றிருந்தன. ஒவ்வொரு காலிலும் ஒரு தெய்வம் நிலை பெற்றுள்ளதாகக் கருதி மலர் வழிபாடும் தூப தீப வழிபாடும் செய்யப்பட்டன. அந்தக் கால்கள்தோறும் கூலமுளைகளை உடைய நிறைகுடங்கள் அழகுற அமைக்கப்பட்டிருந்தன.

சிதம்பரஞ் செட்டியார் குடும்பத்தோடு பல்லவனேச்சுரர் ஆலயம் சென்று, முதல் மணவோலையை இறைவனடியில் வைத்து வணங்கினார். அதே ஆலயத்தில் செம்பியனைத் தற்செயலாகச் சந்தித்ததுமுதல் இன்று காலைவரை நடந்த அனைத்தும் அவரது மனத்திரையில் ஓடியது. அவரது எண்ண ஓட்டத்தைப் புரிந்து கொண்டவள்போல, 'நாம் உங்கள் தங்கை மகனை இங்கே சந்தித்தது நினைவிருக்கிறதா?' என்று கேட்டாள் சிவகாமி.

'மறக்க முடியுமா?'

'தற்செயலாக ஒரு நிகழ்வு எப்படியெல்லாம் உருவெடுத்துக் கனிந்திருக்கிறது, கண்டீர்களா?'

'தற்செயல் என்பதே இறைவனின் திரைமறைவு விளையாட்டு என்று நினைக்கிறேன்.'

‘ஓகோ, இதுவரை பாண்டிய நாட்டில் மட்டுமே திருவிளையாடல் புரிந்த சிவனுக்கு இப்போதுதான் சோழ நாடு என்று ஒன்று இருப்பது தெரிந்ததாக்கும்!’ என்று சிரித்தாள் சிவகலை.

‘எங்கள் மதுரையின் மகத்துவம் அப்படி’ என்றாள் கதிர்வேலின் மனையாள் மீனாட்சி. ‘மண்ணுலகம் எல்லாம் சிவனின் திருவடியைச் சுமக்க தவம் கிடக்கும்போது அவன் விரும்பிச் சுமந்த மண் அல்லவா மதுரை மண்!’

‘நீ மதுரைக்காரி. பேசக் கற்றுக்கொடுக்கவேண்டுமா! அப்படி என்னதான் இருக்கிறது மதுரை மண்ணில்?’

‘மண்ணில் இல்லை மகத்துவம். வந்தி செய்த புட்டில் இருக்கிறது. உடைந்த புட்டிற்கே மண் சுமந்தான் என்றால், முழு விருந்து வைத்தால்?’

‘அப்படி வைத்துத்தான் அங்கயற்கண்ணியும் அப்பனை அடக்கி வைத்துள்ளாள். நீ அப்படித்தான் என் கொழுந்தனை அடக்கி வைத்துள்ளாய் என்பது புகார் அறிந்ததுதானே’ என்று இடைமறித்தாள் வள்ளி.

‘என் மைத்துனியாவது விருந்து போட்டு என் தம்பியை மயக்கி வைத்துள்ளாள். நீ என்னைப் பட்டினி போட்டே அடக்கி வைத்துள்ளமைக்கு என்ன சொல்ல!’ என்று செவ்வேள் கூறியதும் காத்துக்கொண்டிருந்ததுபோல் பெண்கள் கிண்கிணித்துச் சிரித்தனர்.

●

இரண்டாம் நாள் சிதம்பரஞ் செட்டியார் பொது விருந்திற்கு ஏற்பாடு செய்திருந்தார். மருவூர்ப்பாக்கத்திலும், வெள்ளிடைமன்றத்திலும், இலஞ்சி மன்றத்திலும், நெடுங்கல் மன்றத்திலும், பாவை மன்றத்திலும் உணவளிக்கப் பந்தர் அமைக்கப்பட்டிருந்தது. யவன நண்பர்களுக்காகத் தனது மாளிகையில் சிறப்பு விருந்திற்கும் ஏற்பாடு செய்திருந்தார்.

புகாரின் செல்வந்தர்கள் பொது விருந்து வைப்பது மரபாகும். தங்கள் செல்வத்தைப் பறைசாற்றவும், உண்டவர்கள் மணமக்களை வாழ்த்துவதற்குமான ஓர் ஏற்பாடு இது. உரைப்பு, தித்திப்பு, கைப்பு, புளிப்பு, காழ்த்தல், துவர்ப்பு என்ற அறு சுவைகள் மற்றுமின்றி உவர்த்தல் சுவையிலும் உண்டி சமைக்கப்பட்டிருந்தது.

வெண்சோறு, ஊண் அயினி, இன்னடிசில், தயிர் ஓதனம் முதலிய அரிசி உண்டியும், கத்தரிக்காய், வாழைக்காய், அவரைக்காய்,

முருங்கைக்காய், பீர்க்கங்காய், பூசணிக்காய், புடலங்காய், தூதுளங்காய், கொத்தவரைக்காய் இட்டு சமைத்த ஆணங்குழம்பும், ஊண் துண்டிட்டுச் சமைத்த பாருக்குழம்பும், பருப்பு மட்டும் இட்ட செறிகுழம்பும், முன்னைக்கீரை, பசலைக்கீரை, முருங்கைக்கீரை ஆகியவற்றைப் பருப்போடு சேர்த்தும், மிளகோடு சேர்த்தும், புளியிட்டும், தனித்தும் சமைத்த செச்சைக்குழம்பும் முதல் இடுகையாக இடப்பட்டது.

இவற்றோடு வந்த கறி வகைகள், கூட்டமை வகைகள், பொறியலின் வகைகள், துவையலின் வகைகள், அவித்துவையல் வகைகள், துவட்டல் வகைகள், பிறட்டல் வகைகள், வறையலின் வகைகள் எண்ணிலடங்கா. சூசியம், படிர்திரம் போன்ற சூட்டிறைச்சிகள் கூடை கூடையாக வந்தவண்ணம் இருந்தன.

அடுத்ததாக ஆவி என்னும் கற்கண்டுப் புட்டும், வெந்தை என்னும் உப்புப் புட்டும் இடப்பட்டன. அதன்பின், வாழை இலையிடை வைத்து வேகவைக்கப்படும் அபூபம், ககஞ்ச இலையிடை வைக்கப்படும் நொலையல், மெல்லடை, வெல்லப் பாகிட்ட பூரிகை, தெங்கம்பாலில் மிதக்கும் சஃகுல்லி, நெய்யில் பொரித்த போனகம், மண்டிகை, பொள்ளல் ஆகிய அப்ப வகைகளை இட்டனர். பின்னர் சிற்றுண்டிகளான அடை, உக்காரி, அஃகுல், பில்லடை, தினைமா உருண்டை, நுவணை உருண்டை, இடிநென்மா பிழியல், பிண்டி வட்டம், முதுவணை வட்டம் ஆகியவற்றை இட்டனர். அதன்பின் பண்ணியம், வளம், பட்டம், கூலம் முதலிய திற்றிப்பண்டங்களும் தாரம், கிளவி எனும் அரும்பண்டங்களும் ஈந்தனர்.

வழிப்போக்கருக்காகப் பொதி, தோட்கோப்பு, சம்பளம் ஆகிய வழியுணவைப் பொதிந்துகொடுத்தனர்.

●

மூன்றாம் நாள் யவன வணிகர்களுக்கும் கெழுமிய நண்பர்களுக்கும் தேறல் விருந்து நிகழ்ந்தது. செட்டியார் மாளிகையின் கூத்து மண்டபத்தில் விருந்து நடைபெற்றது.

திட்டு திட்டாகப் பல மதுக் கட்டில்கள் காணப்பட்டன. ஒவ்வொரு கட்டிலைச் சுற்றியும் போடப்பட்டிருந்த ஐந்தாறு சாயணைகளில் இளவல்கள், காணாது கண்ட நண்பர்களோடு உரையாடி மகிழ்ந்தனர். ஒரு சில கட்டில்களில் பெண்களும் காணப்பட்டனர். நானாபுறமும் சிறு மேடைகளில் வெள்ளிக் குடங்களும், வெள்ளிப்

பானைகளும், வெள்ளிக் குவளைகளும், வெண்கலத்தாலான கொப்பரைகளும், வெளிப்புறத்தே வெள்ளியாலும் உள்ளே தோலாலும் வேயப்பட்ட இருமடிச் செப்புகளும் காணப்பட்டன. அவற்றில் வேறென்ன? மயக்கம் தரும் கள்தான்.

செவ்வேளும் கதிர்வேலும் விருந்தினர்களை நலம் விசாரித்தார்கள். எந்த ஒரு கட்டில் அருகிலும் அதிக நேரம் விரையம் செய்யக்கூடாது, அதே சமயம் விருந்தினர்களைக் கண்டுகொள்ளவில்லை என்ற அவப் பெயரும் வந்துவிடக்கூடாது என்பதில் கருத்தாக இருந்தனர்.

'அடேய் முத்து வடுகனா! பார்த்து வெகுநாளாகிவிட்டதே. வீட்டில் தங்கை நலம்தானே? என்ன, கையில் குவளைகூட இல்லை. இதைப் பருகி அதன் தன்மையைக் கூறு' என்று ஒருவனைக் கள் மேடைக்கருகில் இழுத்துச்சென்றான் செவ்வேள். அங்கே, முளை கட்டிய தானியங்களிலிருந்து பெறப்படும் பாலி, பழச் சாற்றிலிருந்து பெறப்படும் பிழி, வெறியூட்டாத மதுத்தணியல், கரும்புச் சாற்றிலிருந்து பக்குவம் செய்யப்பட்ட சாலி, ஆலி, ஆலைச் சாறு ஆகிய கள்வகைகளும், அவற்றில் மலர்கள் தூவிப் பக்குவம் செய்யப்பட்ட மாதவஞ்சாதி, மூலிகை வேர்கள் இடித்துக் கலக்கப்பட்ட மதுவம் வேரி ஆகியவை இருந்தன.

ஒரு பக்கம் அரிஸ்டோ, யவனர்கள் விரும்பிப் பருகும் தேறல், சேர நாட்டின் புகழ் பெற்ற குறிஞ்சி நறவு, தொண்டியின் புகழ் பெற்ற நனை மாலி ஆகியவற்றைத் தன் நண்பர்களோடு சுவைத்துக் கொண்டிருந்தான். அவனது மனையாளும் மேலும் சில பெண்களும், பெண்டிருக்கு மிகவும் பிடித்த தேன் கலந்த பிரசமாம்பலிர் என்ற மதுவைச் சுவைத்தபடிக் களித்துக்கொண்டிருந்தனர்.

'புளித்த காடியைப் பல பெயரிட்டு இந்த ஆண்கள் எப்படித்தான் குடிக்கிறார்களோ!' என்று ஒருத்தி அலுத்துக்கொண்டாள்.

'மயக்கம் வரும் என்றால் நஞ்சையும் குடிப்பார்கள்.'

'அங்கே பாரேன். இன்னும் மழலைக் குரல் மாறவில்லை, அதற்குள்ளாக இவர்களுக்கு மது விருந்து ஒரு கேடா!' என்று எட்டி இருந்த கட்டிலைக் காட்டினாள் ஒருத்தி. அங்கே பிஞ்சு இளவல்கள் பலர் ஒன்றுகூடிக் கள் அருந்திக்கொண்டிருந்தனர். அவர்களுள் ஒருவனுக்கு இது கேட்டுவிட்டதுபோலும். 'மெய்தான் அத்தையாரே! கடந்த வருடம் கடாரம் சென்று திரும்பியபோது உனக்குச் சாவகக் காதணி வாங்கிவந்தேனே, அப்போது 'இவனுக்குக் கடலோடுவது ஒரு கேடா' என்று நீ ஏன் கேட்கவில்லை? இப்போது மட்டும் அக்கறை வந்துவிட்டதாக்கும்!'

அப்பெண் ஏதோ கூற முற்பட்டாள். 'வாளாதிறு. அவன் பேசவில்லை. உள்ளே போனது பேசுகிறது. நீ பேச்சை வளர்த்தினால் அவனுக்குக் கொண்டாட்டம். வெறுங்காலில் சதிராடுபவனுக்குச் சலங்கை கட்டிவிடாதே' என்றாள் இன்னொருத்தி. 'ஒன்றுமில்லை மருமானே. இங்குள்ள துற்றி, திற்றி மது வகையும் சுவையாக உள்ளது, வேண்டுமா?' என்று பேச்சை மாற்றினாள் முன்னவள்.

இசைவாணர்கள் குரல் வளத்திற்காகப் பருகும் கௌவைக் கள்ளைப் பருகி, குரலாலேயே பண்ணிசைக்க முயன்றனர்.

கூத்தாடவைக்கும் வெறி, மிலேச்சத்திலிருந்த இறக்குமதியாகும் அம்மியம், வாருணம், பானளி, ஈழ நாட்டு மேதை, ஆகிய கள்வகைகள் வைக்கப்பட்டிருந்த மேடையின் அருகில்தான் ஆடவர் கூட்டம் மொய்த்தது.

'கடந்த சித்திரை மாதம் இயக்கநாதர் அளித்த விருந்தில் கொடுத்தார்களே ஒரு வாருணம்... இரண்டு குவளைகள் பருகியதும் வாரணத்தையே தூக்கியடிக்கலாம் என்று தோன்றியது...'

'உண்மைதானடா! எங்கு வாங்கினார் என்பதை இன்றளவும் கூற மறுக்கிறார்...'

'நமது மன்னருக்கே அவர்தான் கொடுத்தனுப்புவதாகப் புரளி.'

மது விருந்தில் புரளிகளுக்கா பஞ்சம்.

சற்றே ஒதுங்கிய ஒரு மூலையில் முதுகிழவோர்கள் முண்டகம்பாரி, கற்கண்டு தூவிய மட்டுக்காலி, வராத துயிலையும் இழுத்துக் கூட்டிவரும் சாயனங்காதம் ஆகியவற்றைக் கையில் ஏந்தியபடி பேசிக்கொண்டிருந்தனர்.

'முன்புபோல் உடல் ஒத்துழைக்க மறுக்கிறது ஆதனாரே. கைப்புச் சுவையுடைய பரியெலி, துவர்ப்புச் சுவையுடைய வாணிதங் கொங்கு ஆகியவற்றை அறவே ஒதுக்கிவிட்டேன்' என்று தனது பழம்பெருமை பேசியது ஒரு கிழம்.

'ஆம், ஆம். குடங் குடமாகக் குடித்த காலம்போக இப்போது குவளை அளவுகூட முடியவில்லை.'

'இவனுக்கெல்லாம் மூன்று கிழத்தி' என்று ஆளின்றி ஒரு குரல் கேட்டது.

சிதம்பரஞ் செட்டியாரும் அவரது கெழுமிய நண்பர்களும் நடு நாயகமாக அமர்ந்து பேசிக்கொண்டிருந்தனர். அவர்களது

கட்டிலில் பூவிதழ்களிலிருந்து பிழியப்படும் மிக அரிதான ம?கரந்தங்குந்தி, வாய் பேசாத பூட்டுவாய்களையும் உளறவைக்கும் சொல்விளம்பி, புளித்த அருப்பங் களி, நறுமணம் கமழும் நாற்றம், பல்லாண்டு பழமையான வடிநறை, நுங்கொடு பருகவேண்டிய மதுகரங்கள் போன்றவை வைக்கப்பட்டிருந்தன.

●

நான்காம் நாள் அணிபூண் விழா நடைபெற்றது. செட்டியாருக்கு இதில் கிஞ்சித்தும் விருப்பமில்லை. 'நமது இல்லத்தில் உள்ள அணிமணிகளை ஊர் அறியப் பறைசாற்றுவது செருக்கல்லவா!' என்று அலுத்துக்கொண்டார்

'நாம் மட்டுமா வலிந்து செய்கிறோம்? கடந்த ஆறு வருடங்களாக அனைத்துச் செல்வந்தர் வீட்டுத் திருமணங்களிலும் நடைபெற்ற ஒன்றுதானே' என்று சிவகாமி கூறினாள்.

'பூம்புகார் நகரத்தோர் மலைபோல் கோவில் கட்டுவார்கள். குன்று போல் மாளிகை கட்டுவார்கள். மழைபோல் கொடை அளிப்பார்கள். ஆனாலும் உடுத்தல் பூணுதலில் செருக்கின்றிக் காட்சியளிப்பார்கள்.'

'காலம் மாறுகிறதல்லவா...' என்று இழுத்தாள் சிவகாமி.

'உன் விருப்பம். நான் சாவடிக்குச் சென்றுவருகிறேன்.'

அணிபூண் விழாவில் பெண்கள் மட்டுமே பங்குபெற்றனர்.

உயரிய பீடிகையின்மீது நிறை குடம், இறைவனை உருவகப்படுத்தி, மலர் தூவி அழகுற அமைக்கப்பட்டிருந்தது. அதில் ஐவகைத் தெய்வமணிகளான சிந்தாமணி, சூளாமணி, சிமந்தகமணி, சூடாமணி, கௌத்துவமணி ஆகியவற்றால் ஆன தங்கப் பூக்கள் சிதறப்பட்டன. தெய்வமணிகளை மனிதர்களின் அணிகலன்களில் பதிக்கக்கூடாது என்பது மரபு. ஆகையால் மாமணி, செம்மணி, பதுமராகம் முதலிய மாணிக்கங்களும், வாலவாயம் என்ற வகை வைடூரியமும், வைரம், வச்சிரம் முதலிய பரல் மணிகளும், மரகதம், அரி முதலிய பச்சை மணிகளும், துப்பு, துவர், துகிர் முதலிய பவள வகைகளும், நித்திலம், ஆரம், தரளம் முதலிய முத்து வகைகளும், மனவு, அக்கு முதலிய செம்மணிகளும், நீலமணியும் மட்டுமே பதிக்கப்பெற்ற அணிகலன்களை சிவகலைக்குச் சீராகத் தருவதற்கு சிவகாமி தெரிவு செய்திருந்தாள்.

ஆடகப் பொன், வேங்கைப் பொன், அரிப் பொன், செந்தாதுப் பொன், காணப் பொன், தேசிகப் பொன், சாரப் பொன், தொடுக்கப்

பொன், கனகப் பொன், சாமீகரப் பொன், சுவணப் பொன், இரணியம், ஏமப் பொன், மாழைப் பொன், தமனியப் பொன், அத்தப் பொன், வித்தப் பொன், வெறுக்கைப் பொன் எனப் பலவிதமான தங்கங்களால் செய்யப்பட்ட அணிகள் இருந்தாலும், ஆடகம், மாழை ஆகிய வகைகளே பெரிதும் விரும்பப்படுபவை.

சிவகலையை உயரணையில் இருத்தி தோழிகள் குலவையிட்டனர்.

வள்ளியும் மீனாட்சியும் ஏழெட்டு நகைப் பெட்டிகளைக் கொண்டுவந்தனர்.

'அத்தை, நீங்கள் முதலில் எடுத்துக்கொடுங்கள்' என்று வள்ளி அழைத்தாள்.

சிவகாமி முதற் பெட்டியைத் திறந்து, சூடிகை, சுடிகை, சேகரம் ஆகிய நெற்றிச்சூடிகளை எடுத்துக்கொடுத்தாள். சிவகலை அவற்றைத் தனது தோழி ஒருத்தியின் நெற்றியில் வைத்து அழகுபார்த்தாள். பின் அது கழற்றப்பட்டு தனியே எடுத்துவைக்கப் பட்டது. புதிய அணியை அணிந்தால் கண்ணேறு படுமாம். அதற்காகவே இத்தகைய ஏற்பாடு. அடுத்தாக வள்ளி ஓடைப் பட்டத்தினை எடுத்துக்கொடுத்தாள். மீனாட்சி, தலையில் செருகப்படும் ஐந்து முடியுறுப்புகளான கோடகம், கிம்புரி, முகுடம், தாமம், பதுமம் ஆகியவற்றை எடுத்துக்கொடுத்தாள்.

மஞ்சிகை, வல்லிகை முதலிய குழைகளையும், கொட்டை, கடிப்பம் ஆகிய காதணிகளையும், தாடங்கம் என்னும் தோட்டையும், கன்னாவதஞ்சம் என்னும் செவிமலர்ப்பூவையும் தோழி ஒருத்தி எடுத்துக்கொடுத்தாள். பாடம், கோடி, கரோடி ஆகிய முடிமாலை களையும், கண்டிகை, மதாணி, ஆரம் ஆகிய பதக்க அணிகளையும், அங்கதம், கேயூரம் ஆகிய தோளணிகளையும், கடிப்பிணை என்னும் குணுக்கத்தையும், உத்தி, மதலிகை, தூக்கம் ஆகிய தொங்கல் அணிகளையும், வளை, தொடி, கடகம், சரி, சூடகம், சங்கு, குருகு, வண்டு, கன்று முதலிய வளையல்களையும் ஒவ்வொரு தோழியாக எடுத்துக் கொடுத்தனர். பிள்ளைக் கைவளையான பிடிகத்தைக் கொடுக்கும்போது தோழிகள் எல்லோரும் குலவையிட்டபோது சிவகலைக்கு வெட்கம் குங்குமமாகப் பூத்தது. 'அம்மா, இது பெயரனுக்கா அல்லது பெயர்த்திக்கா?' என்று சிவகாமியையும் அவர்கள் விட்டுவைக்கவில்லை.

'எட்டு பெயரன், எட்டு பெயர்த்தி' என்று மாவினியாள் என்ற தோழி குரல் கொடுத்தாள்.

'மாவினி, இப்படி நல்வாழ்த்து கூறிய நீ முப்பத்திரண்டு பிள்ளைகள் பெற்று பெருவாழ்வு வாழ்வாயாக' என்று சிவகாமி வாழ்த்தியதற்கு மேலும் ஒரு நீண்ட குலவையாட்டு நடந்தது.

அடுத்ததாக மாதரி இடையணிகள் எடுத்துவைக்கப்பட்டன. 'மாமி, சென்றவாரம் எனக்கும் முத்துநாச்சிக்கும் வாக்குவாதம் நிகழ்ந்தது. அவள் கலாபத்திற்குப் பதினாறு கோவை என்றாள். நான் பதினெட்டு கோவை என்றேன். யார் கூற்று மெய்யாகும்?'

சிவகாமி ஒவ்வொன்றாக எடுத்துக் காண்பித்தாள். 'இது மேகலை, ஏழு கோவை உடையது. இது காஞ்சி, எண்கோவை உடையது. இது கலாபம், பதினாறு கோவை உடையது. இது பருமம், பதினெட்டு கோவை உடையது. இக்காலப் பெண்கள் அணிகலன்களைப் பூட்டி வைத்துக்கொள்கிறார்கள். பூண்டு மகிழ்ந்தால்தானே எவ்வெவை எவையெவை என்பது தெரியும்?'

'நீங்கள் கொடுக்கும் அனைத்தையும் சிவகலை அணிந்துசென்றால் பொன் காய்த்த மரம் நடந்துசெல்வதைப்போல் அல்லவா இருக்கும்?'

மேலும் ஒரு குலவையாட்டு.

சிவகாமி மற்றொரு பெட்டியைத் திறந்து மோதிரம், வீகம், ஆழி, மணிவடம், பொற்சரம், ஆரம், நுதலணி, புல்லகம், கிம்புரி, சிவளிகை, சரப்பணி, மதாணி, ஆரம், பெரும்பூண், கடைப்பூண், கயில்பூண், கண்டிகை வடம், தாம வடம், இழை வடம் ஆகியவற்றை எடுத்துக்கொடுத்தபோது தோழிப் பெண்களுக்குப் பொறுமை மறைந்துவிட்டது.

'வள்ளியக்கா, உங்கள் அத்தை இன்னும் களப்பிரர் காலத்திலேயே இருக்கிறார். புகாருக்கே உரித்தான கால் அணிகளைக் காட்டுங்கள். அவைதான் இன்றைய புதுமை' என்றாள் கோதை என்னும் தோழி.

'பறக்காதேடி! அங்கே உள்ள பெட்டிகளை எடு.'

கோதை ஒரு பெட்டியைத் திறந்து, உடனேயே மூடினாள்.

'என்னடி கோபம்?'

'அரி, தளை, ஞெகிழி, நூபுரம் ஆகிய கழல்களை இப்போது யார் அணிகிறார்கள்? மாமூதாட்டிகூட பாதகிண்கிணி கேட்கிறாள். எனது அத்தைக்கோ இன்னும் அரவஞ்சிலமே புதிய வரவாகத் தெரிகிறது!'

‘அடியே வாய்க்கொழுப்பு, இதைப் பார். வஞ்சியிலிருந்து புது வரவு.’

‘என்னக்கா, பொன் வலைபோல் காண்கிறது! சிவகலை மீன் பிடிக்கப்போகிறாளா?’

‘இல்லை. உன்னை இவ்வலையில் பிடித்து அந்தக் காட்டுப்பயல் கடம்பநாதனிடம் கொடுக்கப்போகிறேன்’ என்றாள் சிவகலை.

இப்போது எழுந்த குலவைச் சத்தம் கேட்டு செட்டியாரே வந்து பார்த்துவிட்டுப் போனார். அது குலவையாட்டலை நீட்டித்தது.

‘உங்கள் வீட்டுக்கும் தெரிந்துவிட்டதா?’ என்று கோதை பரிகசித்தாள்.

‘வீண் கதை வேண்டாம். இது என்ன வகை அணி? சொல்லுங்கள்.’

‘இதன் பெயர் குடச்சூல். மேற்புறத்தில் உள்ள இடைப்பூணை அரைஞான்போல அணிந்துகொள்ளவேண்டும். பின் வலைக் கண்ணிகளைப் பின்புறம் படர்ந்தபடி முன் தொடைவரை கொண்டுவந்து, கொழுவுகளை மாட்டிவிடவேண்டும்.’

‘வஞ்சி நகரப் பெண்களுக்கு எப்படித்தான் இதுபோல அருமையாகத் தோன்றுகிறதோ!’

●

அதிகாலையில் சிவகாமியின் மூத்த தமக்கை அங்கயற்கண்ணி மங்கலக் கால் வழிபாட்டைத் தலைமையேற்று நடத்தினாள். சிவகலையின் தோழியர்கள், உளுந்து, நெல், உப்பு, மலர், வெற்றிலைச்சுருள், சந்தனம் ஆகிய மங்கலப் பொருட்களைத் தட்டில் ஏந்தி அவளைச் சூழ்ந்துநின்றனர்.

எவ்வளவுதான் செல்வம் படைத்தவர்களாக இருப்பினும் மணவிழா விளக்குகள் இரும்பால்தான் செய்யப்படவேண்டும் என்பது மரபு. ஆகையால் அங்கே சந்தனம், மஞ்சள் தடவிய இரும்பு விளக்கைச் சுற்றி வெள்ளியினால் ஆன விளக்குகள் சுடர்விட்டுக் கொண்டிருந்தன. மங்கல இசைக் கருவிகள் தமது ஓசையினால் புகார் நகரத்தையே இன்ப மயக்கத்தில் அழுத்திக்கொண்டிருந்தன.

கின்னரம் கலித்தது, வங்கியம் கனைத்தது, யாழ் கறங்கின, கொம்பு கதித்தது, சங்கு சிலைத்தது, அரிப்பறை இரைத்தது, தடாரி இரட்டியது, எக்காளம் இடித்தது, முழவு இசைத்தது, கொக்கறை உளைத்தது, உடுக்கை உரப்பியது, உபாங்கம் உரற்றியது, முரசு முரற்றியது, ஆவஞ்சி இரற்றியது, ஆகுளி முழங்கியது, துடுகை

தழங்கியது, எல்லரி இயம்பியது, மத்தளம் துவைத்தது, தகுனித்தம் தெழித்தது, பதலை குரைத்தது, தடாரி கொழித்தது, துடி தெவிட்டியது, அந்தலி ஆலித்தது, குழல் இமிழ்ந்தது, கண்டிகை குமுறியது.

தக்கோலம், ஏலக்காய், கிராம்பு, சாதிக்காய், கற்பூரம் எனும் ஐவகை மணப்பொருட்களுடன் வெற்றிலையையும் விளக்கின் வலப்பக்கம் வைத்து பெண்கள் அனைவரும் விளக்கைச் சுற்றி வந்தனர். பின் அகிரைப் புகைத்து நறும்புகை ஊட்டினர்.

‘முழுமுதற் கடவுளே! நீவிர் மலையிடத்திருந்தாலும், மண்ணிடத்திருந்தாலும், விண்ணிடத்திருந்தாலும் இங்கு வந்து இந்தப் படையலைப் பெற்று மணமக்களுக்கு மங்கலத்தைக் கொடுக்க வேண்டும்’ என்று அங்கயற்கண்ணி மெல்லிய குரலில் வேண்டினாள். பந்தக்கால் தோறும் உறையும் தெய்வங்களுக்கு அமைந்த இடங்களை அங்கயற்கண்ணி, கன்னிப் பெண்கள் சூழ ஏழுமுறை வலம் வந்தாள். உளுந்து முதலியவற்றைத் தூவி வணங்கினாள். கன்னியரும் அவ்வாறே வணங்கினர்.

பால் உலையில் வெந்த வெண்சோறு, தேன் உலையில் வெந்த தேன்சோறு, புளிநீரில் வெந்த புளிஞ்சோறு, கறுப்பஞ்சாற்றில் வெந்த இன்னடிசில், நெய்ப் பொங்கல் ஆகியவற்றை பொன், வெள்ளி, மணிச் செம்புகளால் ஆன அகல்களில் நிறைத்துத் தெய்வங்களுக்கு மடை கொடுத்தனர்.

பின்னர் செட்டியார் தமது இல்லுறை தெய்வத்திற்கு மலர் தூவி வழிபட்டார்.

மணவறையைத் திருமகளின் இடைபோலப் புனைந்திருந்தனர். வண்ணப் பொடிகளால் கோலமிடப்பட்டிருந்தது. மங்கலமாகப் பெரிய தவிசை இடப்பட்டிருந்தது. பொற்காசும், மணியும், முத்தும் குவிக்கப்பட்டிருந்தன. விளக்குகள் எழுந்தன. புகை எழுந்தது. பெண்கள் கவரி ஏந்தி நின்றனர்.

யானையின்மீது மங்கல நீர் கொண்டுவரப்பட்டு மணவறையில் தெளிக்கப்பட்டது.

கவிகைக் குடை தாங்கியபடி செம்பியன் அழைத்துவரப்பட்டான். அவையோரை வணங்கி ஆசி பெற்றான்.

‘பார்த்தால் இன்னும் சிறுவனைப்போல் காண்கிறான். அளவாகப் பேசுகிறான். மெதுவாக அசைகிறான். ஆனாலும், உரிமையோடு அணுக முடியாதபடி இவனிடம் ஒரு மதிப்பு தோன்றுகிறது. கண்டாயா?’ என்று அழகன் முகிலனைக் கேட்டான்.

‘எனக்குத் தோன்றிய உணர்வுக்கு நீ சொல் சேர்த்துவிட்டாய்’ என்றான் முகிலன்.

‘புகாருக்கு வந்து மூன்று மாதம்கூட ஆகவில்லை. அதற்குள் எல்லோருடைய கவனத்தையும் ஈர்த்துவிட்டான்.’

‘உண்மையான அடலேறு.’

மாமுது மறையவர் சொன்ன மந்திரங்களைச் செம்பியன் திரும்பச் சொன்னான். வேள்வித் தீயில் நெய்யிட்டான். அவிற் கொடுத்தான். மறையவர் அவனுக்கு மங்கல நாண் அணிவித்தார்.

சற்று நேரத்தில் குடை தாங்கியபடி சிவகலை அழைத்துவரப் பட்டாள். ஆடகப் பொன்னைப்போல் மிளிர்கின்ற மேனியை உடைய மகளிர் சிவகலையைச் சூழ்ந்துவந்தனர். மணவிழாவிற்கு வந்திருந்த இளவல்களுக்கு இது விழிவிருந்தாக அமைந்தது.

ஒருத்தி பன்னீரைச் சிவிறியால் தெளித்தபடி வந்தாள். மற்றொருத்தி, மலர்களைத் தூவியபடி வந்தாள். இன்னுமொருத்தி சிவகலையின் குடிப் பெருமையைப் பாட்டாக உரைத்துவந்தாள்.

‘அடேய் முத்தழகா! உனது உள்ளக்கிழத்தியின் குரல் கார்வையாக உள்ளதடா!’

‘துக்கிரிப் புதல்வா! அவள் சினங்கொள்ளும்போது கேட்டுப் பார். வெருண்டுவிடுவாய்’ என்று மற்றொருவன் நையாண்டி செய்தான்.

‘எலோய், இருவருக்கும் அவள் தங்கை ஆகப்போகிறவளடா’ என்று பாரி பதைத்தான்.

‘எனக்குத் தங்கை ஆவது கிடக்கட்டும். முதலில் உனக்கு நங்கை ஆகிறாளா என்று பார்ப்போம்.’

மற்றொரு தோழி சிவகலையின் அழகைப் பாட்டினில் வடித்துப் பாடியபடி வந்தாள்.

‘கொடுமையடா. அழகைப் பற்றிப் பாடும் முகத்தைப் பார்!’ - இது வேறொரு மூலையில் இருந்த இளையோர் கூட்டத்திலிருந்து வந்த குரல்.

மேலும் சில பெண்கள் சாந்துக் கிண்ணம், அகிற்புகைத் தட்டு, இடித்த சுண்ணம் தாங்கிய தட்டு, அணி மாலை ஆகியவற்றை ஏந்தியபடி வந்தனர்.

'கொடுத்துவைத்த தட்டுகள்' என்று வேறொரு மூலையிலிருந்து பெருமூச்சு கேட்டது.

விரித்த பாலிகை முளைக்குடம் தாங்கிய தோழிப் பெண்கள் மங்கல விளக்குகளைக் கீழே வைத்தபடி குலவையிட்டனர். அதே சமயம் புகாரின் அரசனும் மண்டபத்தினுள் நுழைந்தான்.

அதுவரை மண அரங்கத்தின் ஒலித்த தெளிவான ஓசைகள் மறைந்து இம்மெனல், கல்லெனல், இழுமெனல், வல்லெனல், பொம்மெனல், ஒல்லெனல், பொள்ளெனல், ஞெரேலெனல், கொம்மெனல், சரேலெனல், ஞொள்ளெனல், கொல்லெனல், அம்மெனல் எனத் தெளிவற்ற ஆர்ப்புகள் மட்டுமே கேட்டன. அரச குடி என்றாலே ஓர் ஈர்ப்பு இருக்கிறது. அதிலும் புகாரின் அரசன். மும்முடிச் சக்கரவர்த்தியின் அன்பிற்கு உடையவன் என்றால் கேட்கவும் வேண்டுமா. மாநாய்கர்கள்கூடக் கயல் வணிகச்சியைப்போல நடந்துகொண்டனர்.

மன்னன், அரங்கில் இருந்த தலைக்கோலர்களை முதலில் வணங்கினான். பின்னர், பொதுவாக எல்லோரையும் வலமிருந்து இடமாக நடந்து சென்று வணங்கினான்.

இனிமேலும் காலம் தாழ்த்த முடியாது என்பதுபோல் மாமுது மறையவர் மங்கலச் சடங்குகளை முடித்து வைத்தார்.

# 29

## பட்டறிவு ஆண்டுகளால் மட்டும் வருவதில்லை

இரண்டாம் திங்களின் முடிவில் முகிலன் பண்டகசாலைகள் அமைக்க உரிய இடத்தைத் தெரிவு செய்து, கட்டுமான விழா எடுத்தான். அவன் திட்டமிட்ட நிலப்பரப்பு புகாருக்குள் இல்லை என்பதால் நகரின் வடக்கு மதிலை அடுத்த நிலத்தைத் தெரிவு செய்திருந்தான். சீனம் நச்சிய புகார் வணிகச் சாந்தின் நெறியாளர் களுக்கு மட்டற்ற மகிழ்ச்சி.

பெயருக்குத்தான் விழா. பணிகள் கடிதாக நடைபெற்றவண்ணம் இருந்தன.

அரைசிலை என்னும் வகை அம்மியில் முன்னூறு கறையாளர்கள் சாந்து அரைத்துக் கொண்டிருந்தனர். ஒவ்வொரு கற்குழவியும் இரண்டு ஆடவர் இழுத்தால்தான் அசையக் கூடியதாக இருந்தது. ஐம்பது அரைசிலைக்கு ஒரு சிவிறியாளன் பணியில் இருந்தான். சிவிறி என்னும் நீர் துருத்தியால், நீரைப் பீய்ச்சி அடித்தபடிச் சென்றான். சாந்து சற்று உலர்ந்தாலும் அதன் தன்மை பிறழ்ந்துவிடும் என்பதற்காகவே இந்த ஏற்பாடு.

உலூகலம், திட்டை என்றவகை உரல்களில், முசலம், உரோங்கல் என்றவகை உலக்கைகளைக் கொண்டு சுண்ணம் இடிக்கும் ஒலி அதிர வைத்தது.

எண்ணிலடங்கா சாகடங்களில் வந்த செங்கற்கள் ஒரு புறம் இறங்கிக்கொண்டிருந்தன. மற்றொரு புறம் அவற்றை முனை பிசகாமல் அடுக்கிக்கொண்டிருந்தனர். இரண்டு ஆள் உயரத்திற்கு அடுக்க இறைவை என்னும் ஏணியும் நான்கு ஆள் உயரத்திற்கு அடுக்கக் கடவை என்னும் ஏணியும் கொண்டு சாய்த்து அடுக்கப் பட்டிருந்த செங்கற்பாரம், மாபெரும் சுவர்போல் காட்சி அளித்தது.

அடிவாரம் அகழத் தோண்டப்பட்ட மண்ணை, ஊரி என்னும் ஊசலூஞ்சலினால் தள்ளிக் கொட்டினர். தோண்டிய பள்ளத்தில் கற்களை உறிகொண்டு இறக்கினர். எடை கூடிய கற்களைத் தூக்கி இறக்க சிமிலி எனப்படும் உறியும், பளு குறைந்த கற்களுக்கு தூக்குச்சிக்கம் என்னும் உறியும், பொடிக் கற்களை மொத்தமாகக் கொட்ட சிதருறி என்னும் உறியும் கையாளப்பட்டன. உறிகள் தூக்குமரம் என்னும் சட்டத்தில் பிணைக்கப்பட்டு பளுவிற்கேற்ப வட்டுகளில் உருண்டன.

அங்கு சுழன்றுகொண்டிருந்த வட்டுரல், சிலாவட்டம், பேரால வட்டம், சாணக் கல் ஆகிய திரிகை வகைகளின் எண்ணிக்கைக்கு அளவு கிடையாது. பேராலவட்டம் என்பது கால்களால் சுழற்றப்படும் திரிகையாகும்.

'இன்றைய இளவல்களுக்கு இலக்கைக் கொடுத்தால் போதும். நுட்பமாகத் திட்டமிட்டு, நன்றாகச் செயலாற்றுகிறார்கள்' என்று அழகனைப் பாராட்டினார் மாநாய்கரும் தலைக்கோலருமான அம்பலவாணர்.

'ஐயா, ஒவ்வொரு வகைப் பொருட்களுக்கும் ஒரு சாலை என முடிவு செய்து உடுக்கைச் சாலை, உலோகச் சாலை, அணிமணிச் சாலை, யவனச் சாலை, குறிஞ்சிநிலப் பண்டகசாலை, மருதநிலப் பண்டக சாலை, மகிழ்பொருட்சாலை, மரவினைச்சாலை, அக்கசாலை, நாற்றப்பண்டகசாலை, பல்பொருட்சாலை என முடிவு செய்திருக்கிறேன். தேவை மிகுதியாகும்போது, மேலும் ஐந்து பண்டகசாலைகள் எழுப்ப நிலமுள்ளது' என்று விளக்கினான் அழகன்.

'ஐந்து போதாது. மேலும் இருபது சாலைகளுக்கு நிலம் விட்டு மதில் எழுப்பு. இன்றைய அரச ஆதரவு இருபது வருடம் கழித்து

இருக்குமா என்பது ஐயம். ஆனால், முடுக்கிவிடப்பட்டபின் இச்சாந்து பன்மடங்கு விரியும் என்பதில் எனக்கு ஐயமில்லை.'

'உண்மைதான். நான் வாணிபம் தொடங்கியபோது வாரத்திற்கு ஐந்து நாவாய்கள் புகாரிலிருந்து புறப்படும். இன்று பார்த்தால், நாளொன்றுக்கு ஏழு நாவாய் புறப்படுகிறது. நமது துறையும் பன்மடங்கு விரிவடைந்துள்ளது' என்றார் பெரும் அறுவை வணிகர் உத்தம சோதியார்.

'அழகா, இச்சாலைகளுக்கான காப்பு பற்றிச் சொல்' என்றார் பெரும் பட்டு வணிகர் கீரனார்.

'உடுக்கைச்சாலைக்கு ஆரை அரணும் உலோகச் சாலைக்கு பொறிமதில்களுள் தலைசிறந்த புரிசையரணும் அமைக்க முடிவு செய்யப்பட்டுள்ளது. பொருட்களின் உயர் மதிப்பு கருதி, அணிமணிச் சாலைக்கு எயில்சிறை என்ற கடிமதில் அமைக்க முடிவு செய்யப்பட்டுள்ளது. குறிஞ்சிநிலப் பண்டகசாலைக்குப் பரவை அரணும், மருதநிலப் பண்டகசாலைக்கு உவளக மதிலும், மகிழ்பொருட்சாலைக்கு ஓதை அரணும், மரவினைச்சாலைக்கு வேணகை மதிலும், அக்கசாலைக்குக் கந்துருக்க மதிலும், பல்பொருட்சாலைக்கு அமகப்பா மதிலும் கட்டுவதாக நமது தலைக்கோல் கொத்தர் முடிவுசெய்துள்ளார்.

'மேலும் அனைத்துப் பண்டகசாலைகளையும் உள்ளடக்கி சுற்றுக்காப்பாக புறநொச்சி என்னும் உயர மதிலும் அமைக்க முடிவு செய்யப்பட்டுள்ளது. இம்மதிலில் ஞாயிலெந்தரம், நாஞ்சில், கோசம் முதலிய காப்புக் கருவிகளும், விதப்பு, நரலை ஆகிய கண்ணோட்ட அமைப்புகளும், பதப்பாடு, தோணி, கொத்தளம் ஆகிய காவல் மேடைகளும் அமைக்க முடிவு செய்யப்பட்டுள்ளது. மேலும் பல மதிலுறுப்புகளும் அமைய உள்ளன.'

'மதிலைக் கடக்க முடியாதவர், நிலத்தடியே குழி பறித்து மதிலைக் கடக்க முயன்றால்?' என்று வினவினார் கீரனார்.

'அவ்வாறு கடக்க ஒன்னாதபடி மதிலுயர் நிலத்தின் அடியில் அகப்பா பரிகமும் அமைக்க முடிவு செய்யப்பட்டுள்ளது, ஐயா.'

'சாலைகளுக்கு எவ்வகைக் கட்டுமானம்?'

'சாலைகளை சுட்ட செங்கற்களால் எழுப்பி கலவைச் சேறு கொண்டு பூசவும், உள் மதில்களைச் செங்கற்களால் எழுப்பி

காலேகச் சாந்தினால் பூசவும், கடி மதிற்சுவரை கருங்கற்கள் கொண்டு எழுப்பி களபச் சாந்தால் மெழுகவும் திட்ட மிட்டுள்ளோம்.'

'வாயில்களும் கதவும் எத்தகையன?' என்று பெருந்தன வணிகர் கோவலர் வினவினார்.

'ஐயா, அனைத்து வாயில்களுமே நிலை வாயில்களாகவே அமைக்க முடிவு செய்யப்பட்டுள்ளது.'

'நிலை வாயிலைவிட வளைவு வாயில் சிறந்ததல்லவா?'

'ஆம் ஐயா. ஆனால் கால தாமதமாகும்.'

'அப்படியானால் நிலை மரத்தின் ஊடாக இரும்புப் பட்டைகளைப் பதிக்கச் சொல்.'

'ஆகட்டும் ஐயா.'

பெருந்தச்சன் கரந்தையார் வந்து வணங்கினார்.

'சரியான நேரத்தில் வந்தீர். பண்டகசாலைகளுக்கும் மதில்களுக்கும் எத்தகைய கதவுகள் என்பதப் பற்றிச் சொல்லுங்கள்.'

'உடுக்கைச் சாலை, உலோகச் சாலை, அணிமணிச் சாலை ஆகியவற்றுக்கு ஒபு கதவங்களும், யவனச் சாலை, மகிழ்பொருட் சாலை, மரவினைச்சாலைகளுக்குக் கிளர்வி கதவமும், குறிஞ்சி நிலப் பண்டகசாலை, மருதநிலப் பண்டகசாலைகளுக்கு உதைபு கதவமும், அக்கசாலை, நாற்றப்பண்டகசாலை, பல்பொருட்சாலை களுக்கு நிகுத்தைக் கதவமும் அமைக்கலாம் என முடிவு செய்யப் பட்டுள்ளது. பண்டகசாலை மதில் வாயில்களுக்குக் காப்பு வாரிக் கதவமும் அனைத்தையும் உள்ளடக்கிய கடிமதி வாயிலுக்குக் கபாட கதவமும் அமைக்கலாம் என முடிவு செய்யப்பட்டுள்ளது. அதே போல் பண்டகசாலைகளுக்குக் காழகத் தாழும், உள்மதில்களுக்குச் சீப்பு தாழும், கடிமதிலுக்குக் கடிகைத் தாழும் காப்புறுப்பாக அமைக்கத் திட்டமிட்டுள்ளேன்.'

'நல்லது, நீவீர் செல்லலாம். முகிலா, பண்டகசாலையில் என்னென்ன பயன் கருவிகள் அமைக்கத் திட்டம்?'

'கட்டுவேலைகளில் மட்டும்தான் தற்போது என் கவனம் இருக்கிறது ஐயா. உட்புழங்கும் வசதிகளைத் தேவைக்கேற்ப நிறைவு செய்துகொள்ளலாம் என்று இருக்கிறேன். ஆனாலும் சில அடிப்படைத் தேவைகளை மனத்தில் கொண்டு உடுக்கைச் சாலை

முழுவதும் அட்டுகப் பரண்கள் அமையவுள்ளன. நிலத்திலிருந்து மூன்றடி உயரத்தில் முதற்பரணும், அதன்பின் ஒவ்வொரு மூன்றடிக்கும் பரண்களாகப் பன்னிரு அடிவரையிலும் பரண்கள் அமையவுள்ளன. ஆடைகளை ஆய்வு செய்ய, வகை பிரிக்க, முத்திரையிட கட்டில்களும், பொதிகளைத் ஏற்ற, இறக்க தூக்கு மரங்களும் ஏற்றக்கால்களும் அமைக்கப்படும். மருத நிலப்பொருள் பண்டகசாலையில் நிறை, கட்டளை ஆகிய துலாக்கோல்களும், துலா மரமும், ஊஞ்சல் பரணும் அமைக்கப்படும். அம்பணம், தூம்புகால் ஆகிய அளத்தல் நாழியும் மரக்காலும் அமைக்கப்படும்.'

'சாலைகள் பயன்பாட்டுக்கு வர எத்தனை காலமாகும்?'

'கல் வேலைக்கும், உலோக வேலைக்கும், செங்கல் வேலைக்கும், மர வேலைக்கும், மண் வேலைக்கும், சுதை வேலைக்கும், தந்த வேலைக்கும், வண்ண வேலைக்கும், கண்டசருக்கரை வேலைக்கும், மெழுகு வேலைக்கும், பூச்சு வேலைக்கும் தனித் தனியே குழுமம் அமைத்துள்ளேன். பத்துமாத காலத்தில் முடியலாம் என நினைக்கிறேன். பன்னிரண்டு மாதங்களில் உறுதியாக முடிந்துவிடும்.'

'மிக்க மகிழ்ச்சி.'

●

நீண்ட நாட்களுக்குப்பின் செம்பியனைக் கண்டதும் மயிலையால் நம்ப முடியவில்லை.

'நான்கு மாத இடைவெளி உன்னை முற்றிலுமாக மாற்றிவிட்டது, செம்பியா!'

'மாறியது என்னவோ உண்மைதான். முற்றிலும் என்பதுதான் தவறு. மாறுவதற்கு இன்னும் பற்பல வாய்ப்புகள் காத்திருக்கின்றன.' இது புதிய குரல். ஆனால் ஏற்கெனவே கேட்டதுபோல் உணர்ந்தான் செம்பியன்.

'மறந்துவிட்டாயா? நீ பயணித்த மரக்கலத்தின் தச்சர், ஆதிநாயகம்.'

'ஆமாம், நினைவுக்கு வந்துவிட்டது.'

சீனம் நச்சிய புகார் வணிகச் சாந்தைப் பற்றிச் செம்பியன் கூறினான்.

'அறிவேன். புகார் என்ன, ஈழத்திலும் இதுதான் பேச்சு. எனது மாநாய்கரும் பெருமுதலீடு செய்ய முடிவு செய்துள்ளார்.'

'இச்சாந்தின் நாவாய் கட்டும் பொறுப்பு எனக்குத் தரப்பட்டுள்ளது' என்றான் செம்பியன்.

மயிலை புருவம் நெளித்தான். புரிந்துகொண்ட செம்பியன், 'எனக்கு என்பது நேரிடையானாலும், எனது மாமனுக்கும் மைத்துனர் களுக்கும் தரப்பட்ட கூட்டுப் பொறுப்பு என்பதுதான் மெய்யாகும். இளைஞர்கள் தொழில் பயிலவேண்டும் என்பதற்காகத்தான் இத்தகைய ஏற்பாடு.'

'நான் என்ன செய்யவேண்டும்?' என்று வினவினான் மயிலை.

'நான் ஈழம் சென்றபோது பயணித்த மரக்கலத்தை நினைத்தால் இன்றும் மூச்சு முட்டுகிறது. அடர்ந்த நெருக்கம், அஞ்சனம் மெழுகியது போன்ற இருட்டு, முடை நாற்றம் இவற்றையெல்லாம் தாங்கிக்கொண்டு நீங்கள் கடலோடுவதை நினைத்தால் மலைப்பாக இருக்கிறது.'

'உண்மைதான். மூன்று மாதம் இடைவிடாது பயணித்தால் எனக்கே கரை ஒதுங்கவேண்டும் என்று தோன்றும். மூன்று மாதத்தைத் தாண்டியபின்னும் கடலோடினால் தோலெங்கும் உலர்ந்து சொறிபோல் ஆகிவிடும். இதன் காரணமாகவே நீண்ட கடற்பயணத்தை மேற்கொள்வதில்லை. சீன வணிகம் ஒய்ந்து போனதற்கு இதுவும் ஒரு காரணம்.'

'இந்த நிலையை மாற்றும்வகையில் புதியவகை நாவாய்கள் கட்ட வேண்டும். அதற்கு உங்களது ஆலோசனையும் ஆதரவும் வேண்டும். இயன்றால் எமது சாந்தில் பணிக்கு இசையவேண்டும்.'

மயிலை சிரித்தான். 'நீ ஊர்ப்புறப் பிள்ளை. புகாரின் பகட்டை மட்டும்தான் பார்த்துக்கொண்டிருக்கிறாய். பகட்டுக்குப் பின்னால் உள்ள அழுக்கை நீ அறியமாட்டாய். சாந்து என்பது வணிகத்திற்காக அமைக்கப்பட்ட குழு என்பதையும் தாண்டி இப்போது குடிப்பிறப் பாகவே மாறிக்கொண்டிருக்கிறது. நான் இப்போதிருக்கும் சாந்து தொடக்கத்தில் ஈழம் நச்சிய வணிகச் சாந்தாக இருந்ததாம். பின்னர் அது தென் திசைச் சாந்து, வட திசைச் சாந்து என்று பிளவுபட்டதாம். அதன்பின்னர் ஈழம் நச்சிய வணிகத் தென் திசைச் சாந்து மேலும் பிளவுபட்டு, கடலோடிகள் சாந்து, கலப்பயணிகர் சாந்து என்று பிரிந்துள்ளது.'

'காரணம் என்ன?'

'வணிகப் போட்டிதான் காரணம். ஆசை வயப்பட்டு ஒரு சாந்தினை அமைக்கிறார்கள். பேராசை தோன்றியவுடன், பிணக்குகொண்டு பிரிகிறார்கள். திறமையாளர்கள் போய்விடக்கூடாது என்பதற்காக, இல்லாத கட்டுப்பாடுகளைக் கண்டுபிடிக்கிறார்கள். தொழில்

நுணுக்கம் கசியக்கூடாது என்பதற்காகவும் சிலர் இத்தகைய கட்டுப்பாடுகளை விதிக்கிறார்கள். எனது சாந்துக்குள் நான் கொத்தனாக, கொல்லனாக, கடலோடியாக, வணிகனாக மாறிக் கொள்ளலாம். வட நாடுகளில் முற்றிலுமாக மாறிவிட்டது. அங்கே ஒரே சாந்துக்குள் ஒருவன் தச்சனாகப் பணியில் சேர்ந்தால் அவன் வேறு தொழிலுக்கு மாற முடியாது என்று வட திசையில் கடலோடும் நட்பினர் கூறக் கேள்விப்பட்டுள்ளேன். சோழ நாட்டில் இப்போதுதான் இந்த இழிவு புகுந்திருக்கிறது. இனி இது பையப் பைய தமிழகமெங்கும் பரவலாம். இது எங்கு போய் முடியுமோ தெரியவில்லை.'

'பட்டு நூல் சாந்து, பருத்தி நூல் சாந்து என்று வந்தாலும் வரும்' என்றான் சேந்தன்.

அனைவரும் சிரித்தனர்.

'வருங்காலங்களில் எதுவும் நடக்கலாம். நான் சார்ந்திருக்கும் சாந்தில் என்னை விடுவிப்பது கடினம்' என்றான் மயிலை.

'புகாரின் தலைமை அமைச்சரிடம், விடுவிக்க ஓலை வாங்கலாமே?'

'வணிகக் காரியங்களில் அரசு தலையிடுவதில்லை. வணிகர்களும் அதை விரும்புவதில்லை. என் ஒருவன் பற்றிய தொல்லை அல்ல இது. எனது உடன் பிறந்தோர், பங்காளிகள், தாயாதிகள் என எல்லோருமே ஈழம் நச்சிய வணிகத் தென் திசைக் கடலோடிகள் சாந்தின் பல மாநாய்கர்களிடம் பணியாற்றுகிறோம். நான் ஒருவன் வெளியேறினால், அவர்கள் அனைவருக்கும் இடர் ஏற்படும். அவர்கள் உண்மையாகக் கடமையாற்றினாலும், என் ஒருவன் தொட்டு அவர்களது ஒழுக்கத்தில் ஐயுறவு ஏற்படும். இருக்கு மிடத்தில் இருந்தபடியே உங்களுக்கு வெளிப்படையாக ஆலோசனை கூறினால் யாரும் கோபிக்க வழியில்லை' என்றான் மயிலை.

'எனக்கும் எவ்விதத் தடைகளும் இல்லை' என்றான் ஆதிநாயகம். 'வாழையடி வாழையாக எங்கள் குடி மரக்கலம் கட்டிவருகிறது. பெருஞ்செல்வம் படைத்த மாநாய்கர்களும் விரும்பி, எங்களை நத்தி, கலம் கட்டித்தர வேண்டுவார்களே ஒழிய, நாங்கள் கூலிக்கு வேலை செய்வதில்லை.'

'அப்படியானால் அன்று கலத்தில் கண்டது?'

'அக்கலத்தின் மரப் பட்டைகளைப் புதிதாக வேய்ந்துகொடுத்திருந்தேன். அதனைக் கண்காணிக்கவே பயணம் செய்தேன். கலத்தில் கூலிக்கு

வேலை செய்யும் தச்சர்களுக்கும் எனக்கும் தொடர்பில்லை. பெரும் பாலானோர் என்னிடம் பயின்றவர்கள். கலம் எப்படி இருக்க வேண்டும் என்று மயிலை வடிவமைத்துக் கூறட்டும். அதன்படி நான் கட்டித் தருகிறேன்.'

'எனக்கு ஒரு வார காலம் தாருங்கள். சிந்தித்து, திரைச் சீலையில் ஓவியமாகத் தீட்டித் தருகிறேன்' என்றான் மயிலை.

மயிலையும் ஆதிநாயகமும் விடை பெற்றனர்.

'இளைஞர்களாக இருக்கிறார்களே. சொல்லில் தெறிக்கும் திறன், செயலில் இருக்குமா?' என்று ஐயத்தோடு கேட்டான் சேந்தன்.

'சேந்தா, பட்டறிவு ஆண்டுகளால் மட்டும் வருவதில்லை. அக்கறையால் வருவது. நுட்பமாகப் பகுத்தாய்ந்தால் ஆண்டுகள் தடையில்லை. முடிவெடுக்கும் முன் மேலும் சிலரிடம் தெளிந்து கொள்வோம்.'

# 30

## சிறிய பிழையானாலும் பெரிய ஆபத்தில் முடியும்

ஒரு வார முடிவில் மயிலையும் ஆதிநாயகமும், செம்பியனையும் சேந்தனையும் கோசலர் வீதியில் அமைக்கப்பட்டிருந்த சாந்தின் சாலையில் சந்தித்தனர். மாநாய்கரும் தலைக்கோலருமான அம்பலவாணரும் உடன் இருந்தார்.

மயிலை பேசத் தொடங்கினான். 'இது நாள்வரை நாம் நாவாய், வங்கம், பஃறி ஆகிய மூவகை மரக்கலங்களையே நீண்ட பயணங்களுக்குப் பயன்படுத்திவந்திருக்கிறோம். சீனப் பயணத்திற்கு நாவாய்கூட ஏற்றவையல்ல என்பது எனது கருத்து.'

'ஏனப்பா அவ்வாறு கூறுகிறாய்?' என்றார் அம்பலவாணர்.

'ஐயா, தாங்கள் அறியாததென்ன? நாவாயின் பாதுகாப்பு கருதி அதன் அடிப்புறத்தில் இரும்பு மாழைகளை அடுக்கிவைக்கிறோம். நாவாய் சிறிது புறத்தே சாய்ந்தாலும், உடனே நேராகும் படி வடிமைக்கிறோம்.'

'நல்லதுதானே?'

'நாவாய்க்கு நல்லது. ஆனால் கடலோடிகளுக்கு நல்லதல்ல. உடனுக்குடன் விருட்டென்று நிமிர்வதால் ஓய்வில்லாத அதிர்வு அசைவுக்கு உள்ளாகிறார்கள். இதன் காரணமாகவே புதியவர் களுக்குத் தலைசுற்றலும் மயக்கமும் ஏற்படுகிறது. கலக்கோனுக்கு மஞ்சம் இருந்தாலும் இதன் காரணமாக அவரும் தொட்டிலில் துயில்கிறார். நல்ல உணவின்றிக்கூடப் பயணிக்கலாம். உறக்க மின்றி முடியுமா?'

'உண்மைதான். இதனை எப்படி மாற்றி அமைக்கலாம்?'

ஆதிநாயகம் குறுக்கிட்டான். ' ஐயா, முதலில் அம்பியைக் கட்டுவதைப்போல ஈறாக் கால் அமைத்துக் கட்டவேண்டும். அதன் உயரம் கால்பங்கை நெருங்கும்போது, கந்துக்கட்டைகளை விரிவாக அமைத்தால் கலம் மாட்டு வண்டிபோல் நொடித்து நொடித்து செல்வதை விடுத்து, மெதுவாக அசையும் ஊஞ்சலைப்போல் ஆடும். கடலோடிகளுக்கு எளிதாக இருக்கும்.'

'அதாவது, அம்பியின்மீது நாவாயை ஏற்றுவதுபோலவா?'

'ஆம் ஐயா. ஆனால் தற்போதுள்ள நாவாய்களைக் காட்டிலும் நீளமாகவும் அகலமாகவும் அமைக்கலாம்.'

'அப்படியானால், ஒரே கலத்தில் அதிகப் பண்டங்களையும் ஏற்றிச் செல்லலாம் என்று சொல்.'

'இல்லை ஐயா. சீனம் செல்ல ஆறு மாத காலம் ஆகலாம் என்பதால், கடலோடிகளுக்கு அகன்ற அறைகள், கூடங்கள் ஆகியவற்றை அமைக்கலாம் என்று நினைக்கிறேன். இவ்வறைகளில் சிறிய மஞ்சங்களையும் அமைக்க முடியும்.'

'மஞ்சங்களா! கொண்டி மகளிரைக் கூடவே அழைத்துவந்து விடுவார்களே!'

'கடலோடிகளின் வாழ்வியலைப் பற்றித் தாங்கள் அறியாததென்ன? அச்சத்தையும் ஆபத்தையும் எதிர்கொள்ளும் ஆர்வத்திலேயே வாழ்வைக் கழிப்பவர்கள் மட்டுமல்ல, களிப்பவர்கள்.'

அம்பலவாணர் முறுவினார். 'எவ்வளவு நீளம் அகலம்?'

'ஐயா ஐம்பது கோல் அளவிற்கு நீளத்தை அமைக்கலாம்.'

‘என்ன! ஐம்பது கோலா?’ என்று வியப்புடன் கேட்டார் அம்பலவாணர். ‘அதற்குத் தகுந்தாற்போல் உயரமான மரங்கள் நம் நாட்டில் கிடையாதே?’

‘ஒரே மரத்தில்தான் ஈறாத் தண்டை அமைக்கவேண்டும் என்பது பண்டைய விதி. அதை நாம் இன்னும் விடாமல் பிடித்துக் கொண்டிருக்கிறோம்’ என்றான் ஆதிநாயகம்.

‘நீ சொல்வதை என்னால் ஏற்றுக்கொள்ள முடியவில்லை அப்பனே. ஈறாத் தண்டு என்பது நமது முதுகுத் தண்டு போன்றதல்லவா? அது ஒரே பாகமாக இருந்தால்தானே உறுதியாக இருக்கும்?’

‘இல்லை ஐயா, மரக்கலம் இயல்பாக நீரில் மிதக்கும்போது அதன் அடிப்பாகம் முழுவதுமாக நீருக்கடியில் இருப்பதால் மொத்தப் பளுவும் சீராகப் பரவும். அலை வேகமாக அடிக்கும்போதும், புயல் காலங்களிலும், மரக்கலம் நிலை தடுமாறும்போதும் அலை முகடுபோல் வளைந்து மரக்கலத்தைக் கீழிருந்து தூக்க முயலும். இரண்டு முகடுகளுக்கு இடையே இருக்கும் பகுதிக்கு மரக்கலத்தின் முழுப் பளுவும் இறங்கும். அந்த இடத்தில் ஒட்டுத் துண்டு இருக்கக் கூடாது. மற்ற பகுதியில் ஒட்டு இருக்கலாம். தவறில்லை.’

‘இவ்வகையில் மரக் கலங்கள் கட்டப்பட்டுள்ளனவா?’

‘கொற்கையில் மாதங்கன் என்ற புகழ்பெற்ற மரக்கலத் தச்சர் உள்ளார். அவர் இதனை நுட்பமாக ஆய்ந்து மரக்கல அதிகாரம் என்னும் ஒரு நூலை மதுரையில் அரங்கேற்றியுள்ளார். அவரது ஆய்வின் அடிப்படையில் மரக்கலத்தின் முப்பது பாக நீளத்தில் ஒன்று, நான்கு, ஏழு, பதிமூன்று, இருபத்திமூன்று அகிய பாகங்களில் மட்டும் ஒட்டு விழக்கூடாது. மற்ற இடங்களில் இருந்தால் அது ஊனமாகக் கருதப்படாது. ஐம்பது கோல் நீளமுடைய நாவாயில் மூன்று ஒட்டுகள் விழுந்தால் பழுதில்லை.’

‘மாதங்கரை அறியாதாரும் உண்டா! தேர்ந்த கலைஞர் அல்லவா. அவரது அரங்கேற்றம் பற்றி நான் செவியுறவில்லை.’

‘அதில் வியப்பென்ன. அரங்கேற்றம் என்றாலே அது இலக்கியம் சார்ந்திருந்தால்தானே நான்கு பேராவது கூடுகிறார்கள். எதுகை மோனை இலக்கணம் அமைத்து, அடுக்குத் தொடரில் பதங்களை அடுக்கி, அழகுத் தமிழில் தூது விடுதலே படைப்பு என்ற நிலை வந்துவிட்டது. மதுரையில் மட்டும்தான் இன்றும் வாழ்வியல் கலைகளுக்கு அரங்கேற்றம் நடத்தப்படுகிறது.’

‘அவரது புதிய அதிகாரத்தின் அடிப்படையில் கலங்கள் ஏதேனும் கட்டியுள்ளாரா?’

‘நாவாய் கட்டவில்லை. இரண்டு வங்கங்கள் கட்டியுள்ளார். அவை வஞ்சிக்கும் யவனத்திற்கும் இடையே ஊர்கின்றன. கடந்த இரண்டு ஆண்டுகளாக அவை எவ்வித ஒச்சமும் இன்றிச் செயல் படுகின்றன.’

‘ஆகட்டும். பதினைந்து கலங்கள் இப்புதிய முறையில் கட்ட ஆவன செய்யுங்கள். ஏனைய பதினைந்து கலங்கள் நடைமுறையில் உள்ள வழக்கப்படிச் செய்யுங்கள்.’

‘ஐயா...’ என்று செம்பியன் ஏதோ கூற முற்பட்டான். அம்பலவாணர் இடைமறித்தார். ‘குமாரா. நீங்கள் இளங்குருதியினர். நான் சாந்தின் அனைத்துப் பங்காளிகளுக்கும் பதில் கூறவேண்டிய பொறுப்பில் உள்ளவன். அதைப் புரிந்துகொண்டு கடமையாற்றுங்கள். மாதங்கரின் கல அதிகார நூற்படி புகாரில் உள்ளதா? இல்லையேல் மதுரையிலிருந்து வரவழைத்துத் தரட்டுமா?’

‘ஐயா, படி எடுப்பதைவிட அதனை மற்றொரு முறை புகாரில் அரங்கேற்றினால் மிகவும் பயனுள்ளதாக இருக்கும். சிறிய பிழையானாலும் பெரிய ஆபத்தில் முடியும்.’

‘உண்மைதான். இயன்றால் மாதங்கரையே அழைத்து அரங்கேற்ற ஆவன செய்கிறேன்.’

‘உத்தரவு ஐயா. மர வணிகர்கள் வந்துள்ளனர். வரச் சொல்லவா?’

‘இல்லை. நீயே அவர்களிடம் பேசிக்கொள். ஒப்பந்தம் வழங்கும் முன் என்னிடம் ஒரு முறை காட்டு. அது போதும்’ என்று கூறிய படியே எழுந்து சென்றார்.

சேந்தன் வெளிக் கட்டிலில் காத்துக்கொண்டிருந்த மர வணிகர்களை அழைத்துவந்தான்.

வந்ததில் நான்கு பேர் இளைஞர்கள். இருவர் நடு வயதினர். அனைவரும் ஆதிநாயகத்தைக் கண்டதும் மாபெரும் புன்னகை பூத்தனர். ‘மரங்களைப் பற்றி எங்களைவிட நன்றாக அறிந்தவர் உள்ளார். எங்களது வேலை எளிதானது’ என்றான் சொக்கன் என்ற இளைஞன்.

‘சொக்கா, இது ஏனைய பணிகளைப் போன்றதன்று. நமது மன்னனும் சக்கரவர்த்தியும் உன்னிப்பாகக் கவனிக்கும் பணி. பதினெட்டு மாத காலத்தில் கலங்கள் புறப்படவேண்டும்.

அப்படியானால் பதினாறு மாதங்களில் கட்டி முடித்து, பின் இரண்டு மாதங்கள் கடலோட்டம் பார்க்கவேண்டும். அப்படியானால் இன்றே ஈறா சாய்த்திருக்க வேண்டும். எனவே கையிருப்பு உள்ளவர்களுக்கு மட்டுமே சாற்றோலை தரப்படும். மேலும் தனி ஒரு மர வணிகரை நம்பி ஓலை தரப்படாது. உங்களது சாந்து யாருக்கெல்லாம் உறுதிமொழி அளிக்கிறதோ, அவர்களுக்கு மட்டுமே ஓலை தரப்படும்' என்றான் செம்பியன்.

பெருந்தொகை கைமாறும் வணிகத்தில் சாந்தின் பங்கு இன்றியமையாதது. ஒரு வணிகனோ அல்லது கைவினையாளனோ கொடுத்த வாக்கைக் காப்பாற்றவில்லை என்றால் சேதமடைந்தவன், சாந்தில் புகார் கொடுக்கலாம். அவ்வாறு கொடுத்த ஒரு வார காலத்திற்குள் சாந்து சேதத்தை ஈடு செய்யவேண்டும். செய்யவில்லை என்றால் அரசும் மற்ற வணிகச் சாந்தினரும் முழுச் சாந்தையும் புறக்கணிப்பார்கள்.

'உன்னிடம் என்ன உள்ளது?' என்று செம்பியன் அவர்களைப் பார்த்துக் கேட்டான்.

'எங்கள் அனைவரிடமும் சேர்த்து சாந்தின் சார்பாக

ஆலங்கானத்தின் கடற்றிக்காட்டிலிருந்து வந்துள்ள ஆல், அரசு
இடைக்கழி நட்டு சிகரிக்கானிலிருந்து வந்துள்ள மஞ்சாடி, மா
உம்பற்காட்டின் காந்தாரக்காட்டிலிருந்து வந்துள்ள வில்வம், வெட்பாலை
எயிற்பட்டின தாவக்காட்டிலிருந்து வந்துள்ள பிண்டி, பாடலம்
ஏரகத்து புறவக்காட்டிலிருந்து வந்துள்ள செருந்தி, செங்கருங்காலி
ஐயூர் பறம்பு சங்கிரக்காட்டிலிருந்து வந்துள்ள தேக்கு, தொன்மரம்
முதுகுன்ற அடவிக்காட்டிலிருந்து வந்துள்ள ஆச்சா, அசோகு
கொல்லியடுக்க காண்டகக்காட்டிலிருந்து வந்துள்ள வேம்பு, விளா
ஒல்லையூரின் விந்தக்காட்டிலிருந்து வந்துள்ள நுணா, நெல்லி
ஓய்மா நாட்டுக் கானகத்திலிருந்து வந்துள்ள அத்தி
கடியலூரின் கவனக்காட்டிலிருந்து வந்துள்ள கடம்பு, குருந்தம்
அரிசிலாற்றை அடுத்த குறும்பொறைக்காட்டிலிருந்து வந்துள்ள நாவல், ஞாழல்
கழுமலம் ஆரக்காட்டின் ஆரணியத்திலிருந்து வந்துள்ள புன்காலி, புன்னை

கானப்பேரெயில் குப்பக்காட்டிலிருந்து வந்துள்ள கருங்காலி, முந்துருக்கம்
குட நாட்டு வெற்பின் அரணக்காட்டிலிருந்து வந்துள்ள பலா, பட்டிகை
குடவாயிற்கோட்டப் பெருங்காட்டின் வல்லையிலிருந்து வந்துள்ள மருது, மதிங்கம்
குராப்பள்ளியின் துருக்கக்காட்டிலிருந்து வந்துள்ள புரசை, புனமுருக்கு
குளமுற்றத்துப் பொங்கரின் உயவைக்காட்டிலிருந்து வந்துள்ள வேங்கை, வெட்சி
செங்குன்றச் சுரக்காட்டிலிருந்து வந்துள்ள புளி, பாண்டில்
கொங்கு நாட்டு விண்டு கடத்திக்காட்டிலிருந்து வந்துள்ள வன்னி, நறுவிலி
கோநாட்டுப் பழுவக்காட்டிலிருந்து வந்துள்ள இறலி, இருவேல்
கோவூர் கரிக்காட்டின் பொச்சைக்காட்டிலிருந்து வந்துள்ள குமிழி, குடைவேல்
சாய்க்காட்டுக் கண்டகக்காட்டிலிருந்து வந்துள்ள வாகை, வகுளம்
தகடூர் முதுகாட்டின் தில்லத்திலிருந்து வந்துள்ள கொன்றை, கோங்கு
துளுவ நாட்டுக் களரிக்காட்டிலிருந்து வந்துள்ள குராவி, கரவீரம்
தொண்டை நாட்டுப் பொறையின் ககனக்காட்டிலிருந்து வந்துள்ள குருக்கம், கமுகு
நாஞ்சில் நாட்டு அத்தக்காட்டிலிருந்து வந்துள்ள எட்டி, பனை
சேர நாட்டுச் சாரல்வனத்திலிருந்து வந்துள்ள ஓடை, ஓமை

என அனைத்து மரங்களும் உள்ளன.'

'இவை அனைத்தும் நமக்கு வேண்டுமா?' என்று கேட்டான் சேந்தன்.

'மரக்கலத்திற்கு இவை அனைத்தும் தேவையில்லை. ஆனால், மரம் அறுக்கும் வாளின் கைப்பிடி, அஞ்சனம் எழுதும் கோலின் கைப்பிடி, மெழுகும் கோலின் பிடி, மரத்தில் அளவு குறித்துக் கோடு கிழிக்கும் கண்டமூசியாணியின் பிடி, சூசி ஊசியின் பிடி, ஊசித்துளையில் செருகும் முளை ஆணி, மரத்தை இழைக்கும் முற்கரத்தின் பெட்டி, சம்மட்டியின் பிடி, முசலம் என்னும் உலக்கையின் தண்டு ஆகியவற்றுக்கு மெல்லிய மரங்கள் தேவைப்படும்.

‘உளிகளையும், ஊசிகளையும், திருப்புளிகளையும் கூர் செய்யும் சிலாவட்டத்தைச் சுழற்ற திகிரி, வள்ளை சுழற்றும் வட்டு, வசியைச் சுழற்றும் சிச்சகடு போன்ற சுழல் கருவிகளை அமைக்கும் வாரவளையச் சட்டம் எனப் பலப் பல பொருட்களைச் செய்வதற்கு கனத்த தண்டுடைய மரங்கள் வேண்டும். நவிர், ஏதி, நாட்டம், கடுத்தலை, நாந்தகம், கட்கம், வஞ்சம் போன்ற பெரு வாள்களுக்கும், மட்டுவாள், கூன்வாள், கோணம், முசுண்டி, புள்ளம், அரிவாள் முதலிய சிறு வாள்களுக்கும் பிடி போடவேண்டும்.

‘கணிச்சி, நவியம் ஆகிய மழுக்கள், பாலம், தண்ணம் ஆகிய சிறு மழுக்கள், கத்தி, கோடரி, குடாரம், நவியம் ஆகிய வெட்டுக் கருவிகள், சரணம், கணிச்சி, அங்குசம் ஆகிய தோட்டிகள், நேமி, ஆழி, எஃகம், வளை, பரிதி, சுதரிசனம் முதலிய உருளிகள் ஆகியவற்றைச் செய்யவும் பற்பல மரங்கள் வேண்டும். மேலும் வெட்ட, அறுக்க, துணிக்க, பிளக்க, இழைக்க, உரிக்க, துளைக்க, இன்னும் பல கருவிகளுக்கும் மரங்கள் வேண்டும். இவற்றைத் தவிர பற்பல மனைகள், கட்டில்கள், ஆசனங்கள் எனச் சொல்வதை நீட்டினால் நாள் கழிந்துவிடும்’ என்று நிறுத்தினான் ஆதிநாயகம்.

‘உடனடித் தேவைக்கு என்ன வேண்டும்?’ என்று கேட்டான் செம்பியன்.

‘நெடுமரத்திற்கான நெட்டிலிங்கம், புன்னை, வங்கு வரிக்கான வாகை, ஈறாவுக்குறிய தேக்கு, குறுக்குக்கட்டைக்கான வேம்பு, இருப்பை, நாவல், மற்ற தேவைகளுக்கான ஆச்சா, புரசை, காயா, கடம்பு, கோங்கு ஆகியவை வேண்டும்.’

‘தைலப் பக்குவம் செய்த மரங்கள் உள்ளன’ என்றான் சொக்கன்.

‘இல்லை சொக்கா. எண்ணெய்ப் பக்குவம் நான் செய்தால்தான் எனக்குத் தகும். அடுத்தவர் பக்குவத்தை ஏற்பதில்லை. அதேபோல் வங்கு வரிக்கான வாகைச் சட்டங்கள் நடு மரத்தண்டுகளாக மட்டுமே இருக்கவேண்டும். கணுவிடை, கருவிடை, கவடிடை, இலக்கிடை, சுழிக்கிடை முதலிய எந்தவொரு குற்றமும் இல்லாத தேக்கை மட்டும்தான் ஈறாவுக்கு ஏற்றுக்கொள்வேன்.’

கரும்பைப்போல் தேக்குமரத்தில் கணு இல்லை என்றாலும், நீரோட்டத்தின் காரணமாகச் சில மரங்களின் உட்பகுதியில் மெலிதான கட்ட வேறுபாடு காணப்படும். இதுவே கணுவிடைக் குற்றம் எனப்படும். மரம் சிறு குருத்தாக இருந்தபோது

அடிபட்டிருந்தால், வளர்ந்தபின் அந்த இடம் கருத்துக் காணப்படும். அது கருவிடைக் குற்றமாகும். அடிமரத்திலிருந்து கிளைவிடும் இடத்தில் இருக்கும் ஒச்சம் கவடிடைக் குற்றமாகும். மரத்தில் சுழிபோல் காணப்படும் மேடு சுழிவிடைக் குற்றமாகும்.

'ஒரேயடியாகக் கழித்தால் தாங்க முடியாது, ஆதிநாயகமே.'

'இது புதுவகை நாவாய்க் கட்டுமானம். மாதங்கரின் வடிவமைப்பு.'

'அறிவேன். உங்கள் விருப்பப்படியே செய்கிறோம். மரங்களை எந்தக் கலப்பட்டறைக்கு அனுப்பவேண்டும்?'

'செம்பியா, புகாரில் முப்பது கலங்கள் கட்ட இடமில்லை. இங்குள்ள எங்கள் பட்டறையில் பத்தும், குலசேகரன் பட்டினத்தில் பத்தும், முசிறியில் பத்துமாகக் கட்டலாம் என்பது எனது திட்டம். பிரித்துச் செய்யும்போது பல நன்மைகள் கிட்டும்.'

'ஒப்புக்கொள்கிறேன். விலை?' என்று இழுத்தான் செம்பியன்.

'ஈறாத் தேக்கு, பாய்மரத்திற்கான நெட்டிலிங்கம் ஆகியவற்றுக்கு எண்ணிக்கையின் அடிப்படையிலும், வங்கு வரிக்கான வாகை, கந்துச் சட்டத்திற்கான வேம்பு, கடம்பு, பலா, மருது, கோங்கு ஆகியவற்றுக்கு நீளக் குழிக் கணக்கிலும், ஏனைய கட்டுமான மரங்களுக்குக் குழிக் கணக்கிலும், கருவி மரங்களுக்கு எடைக் கணக்கிலும் மதிப்பிட்டு விலை தரவேண்டும்.'

'ஏற்றுக்கொள்கிறேன்.'

'நீங்கள் மர வரிசை தாருங்கள். நாங்கள் விலை வரிசையைத் தருகிறோம்.'

'இரண்டு நாட்களில் அனுப்பிவைக்கிறேன்.'

மர வணிகர்கள் எழுந்து சென்றனர்.

'செம்பியரே, உமது சாந்திலிருந்து நேரிடையாக மரத்திற்கான விலையைக் கொடுத்துவிடுங்கள். எனக்குக் கூலி மட்டும் கொடுத்தால் போதும்' என்றான் ஆதிநாயகன்.

'ஏற்புடையதல்ல. கலம் ஒன்றினுக்கு விலை இன்னதென்று முடிவு செய்வதே செம்மையாக இருக்கும்.'

'என்னிடம் கலம் அனைத்திற்குமான மரத்தை வாங்கப் பொருள் கிடையாது. கடன் வாங்கவும் இயலாது.'

‘கவலை வேண்டாம். மரத்திற்காகச் சாந்திலிருந்து விலை கொடுத்து விடுகிறோம். உங்களுக்கும் திங்கள்தோறும் நிறைவுபெற்ற பணியின் அடிப்படையில் பணம் கொடுக்கிறோம். இவற்றை முழுமையாகக் கலத்திற்கான விலையிலிருந்து இறுதியில் பிடித்துக் கொள்வோம். ஒப்புமா?’

‘ஒப்பும். யானைகள் எப்போது வந்து சேரும்? தொடக்க கட்ட வேலைகளுக்குக் களிறுகள் இல்லாமல் இயலாது.’

‘அறிவேன். ஒப்பந்தம் முடிந்த நான்காம் நாளில் வந்துசேரும்.’

# 31

## பிறப்பு ஒக்கும் எல்லா உயிர்க்கும்

**செ**வ்வேளும், சேந்தனும், நீலனும் சீர்காழிக்கு மேற்கே அமைந்திருந்த சோலைக்குள் சென்றனர்.

‘வேழத்தின் திரளை நோக்கினால் முப்பது கடகம் இருக்கும்போல் இருக்கிறதே’ என்றான் நீலன். ஒரு கடகம் என்பது பதினாறு வேழங்களின் தொகுப்பு.

‘ஆகா, குறைவில்லாமல் இருக்கும்’ என்று விடையளித்தான் செவ்வேள். ‘இத்திரளின் உரிமையாளர் சடையனார். மலை நாட்டைச் சேர்ந்தவர். ஊத நாத வணிகம் அவரது தலையாய வணிகம். குறிஞ்சி நிலப் பண்டங்கள் எதுவானாலும் தருவித்துக் கொடுப்பார்.’

‘ஊத நாதன் என்றால் என்ன?’ என்று கேட்டான் சேந்தன்.

‘ஊத நாதன் என்றால் உதவி செய்யும் வேழம் என்று பொருள். கறையடி, உம்பல், பொங்கடி, தந்தி, அத்தி ஆகிய ஊத நாதன் வகை யானை களைப் போட்டி போட்டு விலை பேசுவார்கள்.’

‘காரணம் என்ன?’

‘ஊத நாத வேழங்கள் மிக்க அறிவுடையவை. ஒரு சாகடத்தில் மரத்துண்டுகளை ஏற்றவேண்டும் என்று கட்டளையிட்டால், தானாகவே நேர்த்தியாக அடுக்கி முடித்தபின் பிளிறிட்டு அழைக்கும். இரண்டு வேழங்கள் சேர்ந்து பணியாற்றும்போது எந்த யானை பின்புறம் தூக்கவேண்டும், எந்த யானை முன்புறம் தூக்கவேண்டும் என்பதைக்கூட நுட்பமாக முடிவு செய்துகொள்ளும் திறன் உடையவை. இவை போர்க்களத்திற்கு ஆகமாட்டா. இத்தகைய சிறந்த வேழங்களை யாரும் போர்க்களத்தில் வீணடிக்க மாட்டார்கள். குஞ்சரம், பகடு, பூட்கை, வாரணம், கடிவை ஆகியவகை வேழங்களே போர்க்களத்தில் பயன்படும்.’

மூவரையும் அத்தி என்ற இளைஞன் வரவேற்றான். அவனது கூரிய மூக்கே அவன் ஒரு மலைப்பளிங்கன் என்பதைப் பறை சாற்றியது. அவனது கொடுந்தமிழும் அதற்குக் கட்டியம் கூறியது.

சடையனார் தேனும் இஞ்சியும் கலந்த இளநீரைக் கொடுத்தார். சில ஆரம்ப கட்ட விசாரிப்புகளுக்குப்பின், ‘வாருங்கள், வேழங்களைப் பார்க்கலாம்’ என்று அழைத்துச் சென்றார். ‘இதோ, இவற்றைப் பாருங்கள்’ என்று பெண் யானைத் திரள் ஒன்றைக் கைகாட்டினார்.

சேந்தனுக்கு பெரிதும் வியப்பு. அனைத்து யானைகளுக்கும் நீண்ட தந்தங்கள் இருந்தன. ‘பெண் யானைகளுக்குக் கொம்பு இல்லை என்றல்லவா எண்ணியிருந்தேன்.’

‘பிடி என்ற வகைப் பெண் யானைகளுக்கு மட்டும்தான் கொம்பு கிடையாது. இவை கரிணி என்ற வகையைச் சேர்ந்தவை. வடவை என்று ஒரு பெண் யானை வகை உண்டு. அதற்கும் கோடு உண்டு. ஆனால் அவற்றைப் புகர்முகம் என்ற வகை ஆண் யானையோடு சேர்த்தால் மட்டுமே அதன் கன்றுகளுக்குக் கோடு வளரும். இதேபோல் களபம் என்று ஓர் ஆண் யானை வகை உள்ளது. அதற்குக் கோடு கிடையாது. ஆனால் அதன்மூலம் பிறக்கும் அனைத்துக் கன்றுகளுக்கும் உறுதியாகக் கோடு இருக்கும்.’

‘இத்துணை நுணுக்கங்களா?’

‘எந்தத் துறையில்தான் இல்லை? இன்பத்துறைக்கே இலக்கணமும் இலக்கியமும் நிறைந்துகிடக்கும் நம் நாட்டில் இந்தத் துறைக்கு இல்லை என்றால்தானே அது வியப்பாகும்.’

‘இங்கே வாருங்கள்’ என்று அழைத்துப்போனான் அத்தி. ‘இது துடியடி என்னும் கன்று வகையாகும். உரிய பருவம். நீங்கள் இன்று வாங்கினால் அடுத்த இருபது வருடங்களுக்குக் குறைவின்றிக் கடமையாற்றும்.’

கயந்தலை என்பது ஏழு வயதிற்கு மிகாத கன்று. போதகம் என்பது ஏழுக்கு மேலாகவும் பத்திற்குக் குறைவாகவும் வயதுடைய கன்று. துடியடி என்பது பன்னிரண்டு வயது நிரம்பி பதினைந்தைத் தாண்டாத வேழம். களபங்கம் என்பது பதினைந்து வயதைத் தாண்டிய வேழம்.

'இதன் மத்தகத்தைப் பார்த்தீர்களா? கும்பம்போல் உள்ளது. சிறந்த வேழம்' என்றான் நீலன்.

'நீலண்ணா, மத்தகத்திற்கே மயங்கி நின்றால் எப்படி?' என்ற அத்தி, அவ்வேழத்தின் தும்பிக்கையைப் பிடித்து இழுத்தான். 'இது என்ன வகைக் கை என்று தெரிகிறதா?'

'தொண்டலமா, சுண்டையா?'

'தொண்டலமேதான். மரத்தண்டுகளைப் பாம்புபோல் சுற்றி வளைத்துத் தூக்குவதில் இவற்றிற்கு நிகர் இவைதான். மரக்கலம் கட்டுவதற்குத் தொண்டலமே போதும். காட்டில் மரங்களைச் சாய்க்கவேண்டும் என்றால்தான் சுண்டைவகைத் துதிக்கை வேண்டும். அதுமட்டுமல்ல நீலண்ணா, விரல் நீட்சியைப் பாருங்கள்' என்று தன் நகத்தால் துதிக்கையின் நுனியில் விரல் இருந்த நீட்சியை நிமிண்டினான். யானையின் மொத்த உடலும் மயிர்க் கூச்செரிந்து நடுங்கியது. 'பார்த்தீர்களா. மிகமிகத் தெளிந்த புட்கர நுனி.'

'ஆகா, புட்கரம் என்று கேள்விப்பட்டுள்ளேன். இன்றுதான் காண்கிறேன். மிகவும் சிறப்பு.'

செவ்வேளுக்கும் சேந்தனுக்கும் முழுவதுமாகப் புரியவில்லை என்றாலும், ஏதோ நுட்பமான செய்தியைப் பற்றிப் பேசுகிறார்கள் என்பது மட்டும் புரிந்தது.

சற்று தொலைவில் விடாமல் பிளிறல் கேட்டது.

'அங்கே என்ன குழப்பம்?'

'வாருங்கள், நீங்களே காணுங்கள்' என்று அத்தி அழைத்துப் போனான்.

இரும்பு வடங்களால் பிணைக்கப்பட்ட நிலையில் ஆறு யானைகள் நின்றுகொண்டிருந்தன.

'அடடா, குன்றை நிகர்த்த இவ்வேழங்கள் துன்பப்படுவதைக் காணச் சகிக்க முடியவில்லை' என்று நீலன் கலங்கினான். 'என்ன நோய்?'

'வேறென்ன? யானைகளுக்கு வரக்கூடாத பாகலம்தான்.'

பாகல நோயுற்ற யானைகளின் பாதங்கள் புண்ணாகிச் சீழ் பிடித்து விடும். நீண்ட நேரம் நிற்க முடியாது, நீண்ட தொலைவு நடக்கவும் முடியாது. எந்நேரமும் படுத்தபடியே கிடக்கும். உணவும் செல்லாது. சிறப்பான வைத்தியம் செய்தால் மூன்று மாதங்களில் குணமாகும். இதற்குக் காரணம் கவனக்குறைவுதான். யானைகளின் பாதங்கள் மென்மையானவை. காட்டில் சிறிதும் வெயிலின் கொடுமையின்றி வாழ்பவை. நாட்டு வாழ்க்கையின் வெப்பமும் கடினமான பாதைகளில் நடக்கவைப்பதுமே இந்நோய் தாக்குவதற்குக் காரணம்.

'இதற்குக் காரணமான பாகன்களை என்ன செய்தீர்கள்?' என்று கேட்டான் சேந்தன்.

'ஆடு மேய்க்க அனுப்பிவிட்டோம். மற்ற வேழங்களுக்கும் நோய் பரவக்கூடாது என்பதற்காக இவற்றைத் தனியே வைத்துள்ளோம். யானைகள் படுக்கும் வாரியைக் கொத்தி, பழைய மண்ணையும் குப்பைகளையும் அகற்றிவிட்டு வேப்பிலையும் அருகம்புல்லும் கலந்த படுக்கையில் படுக்க வைப்போம். அதற்கான வேலைதான் நடந்துகொண்டிருக்கிறது. வாகடர் வந்துவிட்டார்.'

வாகடர் என்றால் விலங்கு வைத்தியர். வந்தவருக்கு நாற்பது வயதிருக்கும். அவருடன் இரண்டு பெண்களும் வந்திருந்தனர். அவர்கள் விழுதாக அரைக்கப்பட்ட பச்சிலைக் கலவையை இரண்டு சட்டிகளில் கொண்டுவந்திருந்தனர். அவர்களைக் கண்டதும் யானைகள் பிளிறலை நிறுத்தி, தும்பிக்கைகளை உயர்த்தி வரவேற்றன.

'வாகடரை மகிழ்வோடு வரவேற்கின்றனவே' என்றான் நீலன்.

'காரணமில்லாமலா?' என்றான் அத்தி. 'பூங்கோடரே, நலந்தானே' என்று வரவேற்றான்.

'நான் நலம். உன் வேழங்கள் நலமா?'

'அவை நலமோடிருந்தால் தங்களைக் கூப்பிடுவேனா?'

'நலமோடிருக்கும்போது கூப்பிட்டிருந்தால் இவ்வேழங்கள் இத்துணை துன்பங்கள் படுமா? சடையனாரிடம் பல முறை சொல்லி விட்டேன். என்ன பயன்? மாதம் இருமுறை விலாழி சோதிக்க வேண்டும், மாதம் ஒரு முறை கீரம் சோதிக்கவேண்டும், இரண்டு மாதங்களுக்கு ஒரு முறை சூளிகை சோதிக்கவேண்டும் என்று ஒரு வணிகனுக்குத் தெரியாமல் போய்விடுமா?' என்று கோபித்துக் கொண்டார்.

‘பூங்கோடரே, இவர்கள் அயலர். வேழம் வாங்க வந்துள்ளார்கள். உங்களது கோபத்தைக் கண்டு வாங்காமல் போனால் என் கதி?’ என்று சிரித்தான் அத்தி.

‘திரள் வேழம் வாங்கவேண்டும் என்றால் சோழ மண்டலத்தில் சடையனாரை விட்டால் ஆளில்லை. அவர்கள் எங்கு போனாலும் இங்குதான் வரவேண்டும்.’

‘ஐயா, சற்று விரிவாக எடுத்துரையுங்கள்’ என்று கேட்டான் சேந்தன்.

‘சொல்கிறேனப்பா. அதற்குமுன்னால் என் வேலைகளை முடித்துக் கொள்கிறேன். பொன்னி, நீ அத்தியோடு சென்று விலாழி எடுத்துவா’ என்றார்.

பொன்னி என்ற அப்பெண் ஆறு சிரட்டைகளையும் குவளையில் நீரையும் எடுத்துக்கொண்டு அத்தியோடு சென்றாள். அத்தி ஒவ்வொரு வேழத்தையும் வாயைத் திறக்கச்செய்து அதன் நடு நாவிலிருந்து உமிழ்நீரை வழித்தெடுத்து சிரட்டையில் திரட்டினான். ஒரு வேழத்தின் விலாழியை வழித்தபின் கைகளைக் கழுவினான்.

பொன்னி சிரட்டைகளைப் பூங்கோடரிடம் காண்பித்தாள். நிறத்தையும் மணத்தையும் சோதித்தபிறகு, ஒரு சிரட்டையை மட்டும் தூக்கிக் காட்டி, ‘அத்தி, இது எந்த வேழம்?’ என்று கேட்டார்.

‘நான்காவது.’

‘நல்ல முன்னேற்றம் காணப்படுகிறது. இதை இங்கிருந்து தனிமைப்படுத்து.’

‘ஆகட்டும் ஐயா!’

‘பொன்னி, இவற்றில் சாற்றைப் பிழி’ என்று சிரட்டைகளை அவளிடம் கொடுத்தார். அவள் ஒவ்வொரு சிரட்டையிலும் சுண்ணமும், சூரணமும், சில பச்சிலைகளும் கலந்து செய்யப்பட்ட சாற்றை சில சொட்டுகள் விட்டு, ஆலங்குச்சியால் குழைத்தாள்.

‘விலாழி என்பது யானையின் உமிழ்நீர்’ என்று தொடங்கினார் பூங்கோடர். ‘சிறப்பான உடல் நலம் கொண்ட யானைகளின் விலாழி கரும்புச் சாற்றின் நிறத்தில் இருக்கவேண்டும். வில்வ இலையின் நாற்றம் வீசவேண்டும். அது இளநீர் பதத்திற்கு மாறினால் யானையின் உடலில் வெப்பம் கூடியுள்ளது என்று பொருள். மருந்து கொடுக்காமல் விட்டால் ஆறு வாரங்களில் தோல் மடிப்புகளில் புண்கள் தோன்றும். அதுவே பனங்கள்ளின் பதத்திற்கு மாறினால்

வயிற்றுக் கோளாறு என்று பொருள். விலாழி கற்றாழையைப் போல் நாறினால் பாகல நோயின் தொடக்கக் குறி என்று பொருள். எனவே மாதம் இருமுறை, சோதனை சாற்றில் விலாழியைக் கரைத்துச் சோதனை செய்யவேண்டும்.

'கீரம் என்பது யானையின் பல்லடி. யானைகளுக்கு அறுபது வயது வரை புதிய கடைவாய்ப் பற்கள் முளைக்கும். அவை தோன்றும் பல்லடி எப்போதும் நலமாக இருக்கவேண்டும். யானைகளுக்குப் பல் நோவு வந்தால் அது மதம் கொள்வதைக் காட்டிலும் அச்சம் கொள்ளவேண்டிய ஒன்றாகும்.

'சூளிகை என்பது யானையின் செவி கழுத்தில் சேருமிடத்தின் பெயர். இச்செவியடியில்தான் பாகன் தன் காலால் மிதித்து யானைக்குக் கட்டளையிடுவான். அதில் சில பதர்கள் காலணியுடனேயே மிதிப்பதுண்டு. வேறு சிலர் அங்குசத்தால் குத்துவதுமுண்டு. இதனால் ஏற்படும் புண்ணுக்குத் தக்க காலத்தில் மருத்துவம் செய்யவில்லை என்றால், விடாத தலைவலியால் யானை துன்பப்படும். விவரமறியாத பாகன்கள் மேலும் யானையைச் சூளிகையில் மிதித்தும் குத்தியும் நோயைப் பெரிதாக்கு வார்கள். கூடிய விரைவில் யானையோ பாகனோ சாகவேண்டும். பெரும்பாலும் அது பாகனாகத்தான் இருக்கும்' என்றபடிச் சிரித்தார்.

இதற்குள் சிரட்டைகள் சாய்ந்துவிட்டன. அவற்றைச் சோதித்த பின்னர், 'அத்தி, சடையனாருக்கு ஆகூழ் காலம் என்று கருதுகிறேன். இன்னும் நான்கு வாரத்தில் எல்லா வேழங்களும் நலமாகிவிடும்' என்றார்.

இதற்கிடையே யானை வாரியைக் கொத்தியவர்கள் புதுமணல் பரப்பி, காய்ந்த வேப்பிலையை அதன்மீது பரப்பி, அதன்மேல் கற்பூரத்தைத் தூவி நெருப்பு மூட்டினர். கற்பூரம் எரிந்துமுடிந்தபின் தீநாக்குகள் மறைந்து கனன்றது. கணப்பின்மீது அருகம்புல், கொழுஞ்சியிலை, துளவம் ஆகியவற்றைப் பரப்பினர். பூங்கோடரை நோக்கி, 'ஐயா படுக்கை ஆயத்தமாகிவிட்டது' என்றனர்.

'முதலில் மருந்து கொடுங்கள். அரை நாழிகை கழித்து உணவும் நீரும் கொடுங்கள்' என்றார் அவர். அத்தியும் அவனது ஆட்களும் வேலையில் இறங்கினர்.

செவ்வேளை நோக்கிப் பூங்கோடர், 'இளவலே, எதற்காக வேழம் கொள்ள வந்தீர்கள்?' என்றார்.

‘மரக்கலம் கட்டவும் சாலைக் கட்டுமானத்தின்போது பளு தூக்கவும்…’

‘நீங்கள் தவறாகக் கருதவில்லை என்றால் நான் சில கருத்துகளைத் தெரிவிக்கலாமா?’

‘இதென்ன வேடிக்கையான கேள்வி. கூறுங்கள் ஐயா. மகிழ்வோடு ஏற்றுக்கொள்கிறோம்.’

‘அப்பனே, வேழங்கள் காட்சிக்குக் குன்றைப் போன்றவை. ஆனால் குழந்தை உள்ளம் படைத்தவை. விலங்குகளில் கூட்டாக வாழும் விலங்குகள் பல உண்டு. தேனீ, எறும்பு, குரங்கு போன்றவை. ஆனால் யானைகளைப்போல குடும்ப உறவு முறை உள்ள விலங்கு வேறு எதுவுமில்லை. ஒரு பிடி ஈனும்போது மற்ற பிடிகள் உதவும். ஒரு யானை இறந்துவிட்டால் அக்கூட்டமே ஈமச் சடங்கில் பங்குபெறும். இது வேறு எந்த விலங்குவகையிலும் காண முடியாத விந்தை. அத்தகைய வேழங்களைக் காட்டைவிட்டு நீக்கி நாட்டுக்குக் கொண்டுவருவதே தவறு. நீங்கள் என்னதான் சீரும் சிறப்புமாகப் போற்றினாலும் அவை காட்டை மறப்பதில்லை. ஆகவே அவற்றைச் சற்று கருணையோடு வளர்த்துவாருங்கள்.’

‘செய்கிறோம் ஐயா.’

‘வேழங்களின் உடம்பு குறுகிய நேரத்தில் வெப்பமடைந்துவிடும். ஒரு பெரும்பொழுது வேலை செய்தால் ஒரு பெரும்பொழுது ஓய்வு தரவேண்டும். இடைவிடாமல் வேலை வாங்குவது தவறு. ஒவ்வொரு சிறுபொழுதிற்கும் நீரும் உணவும் தரவேண்டும். பணி தடைப்படக்கூடாது என்று இதனைத் தள்ளிப்போடக்கூடாது. சமைத்த உணவைப் பாகன் உருட்டித் தன் கையால் யானைக்கு ஊட்டிவிடுவான். கண்டதுண்டா?’

‘ஆம் ஐயா. நானும் ஒரு முறை அவ்வாறு செய்துள்ளேன்.’

‘இதை முற்றிலும் தவிர்க்கவேண்டும். அடுத்தவர் ஊட்டுவதை வேழங்கள் அடிமைத்தனமாகக் கருதித் துயரப்படும். பாகர்கள் தங்களுடைய உயர்வை நிலைநாட்ட இதுபோல் செய்வார்கள். கண்டிப்பாக நீங்கள் அதைத் தடை செய்யவேண்டும்.’

‘அப்படியானால் சமைத்த உணவை எவ்வாறு ஊட்டவேண்டும்?’

‘உணவை உருட்டி வாழை இலையில் பொதிந்துவைத்தால் வேழங்கள் தாமாக எடுத்து உண்ணும். எக்காரணம் கொண்டும் வேழத்தின் துதிக்கையில் அடிக்கக்கூடாது. வேழத்திற்குத் துதிக்கை,

நமக்குக் கண் போன்றது. பாகர்கள் யானையின் வால் பிட்டத்தில் சேரும் இடமான வாறாலவட்டத்தின் அடியில் கயிற்றைக் கட்டி இழுப்பதை அறவே தவிர்க்கவேண்டும். பாகன் அமரவேண்டிய இடம் அதன் பிடரியே ஒழிய முதுகல்ல.'

'ஐயா, யானையின் முன்காலில் ஐந்து நகங்களும் பின்காலில் நான்கு நகங்களும் இருக்கவேண்டும் என்கிறார்களே. அது உண்மையா?'

'முற்றிலும் தவறு. 'காத்திரம் ஐந்தும் அபரம் நான்கும் தோல் சுண்டாலி நகமென்னாமே' என்பது தவறான சூத்திரம்.'

'யானைகளுக்கு உணவும் நீரும் கொடுத்துவிட்டோம்' என்று பொன்னி கூறினாள்.

பூங்கோடர் தன்னிடமிருந்த நார்ப் பெட்டியிலிருந்து களி உருண்டை போல் எதையோ எடுத்துத் தானே சென்று ஒவ்வொரு வேழமாகக் கொடுத்தார். அவை அவற்றைப் பிடுங்கிக்கொண்டன என்றுதான் கூறவேண்டும்.

அத்தி செவ்வேளப் பார்த்துச் சிரித்தபடியே, 'இப்போது தெரிந்ததா, எமது வேழங்களுக்கு இவரைக் கண்டால் ஏன் இத்துணை மகிழ்ச்சி என்று. இவை மந்திரம் போட்ட களி உருண்டை.'

'ஆமாம். நீயும் உன் ஆண்டான் சடையனும் வயிற்றுப்போக்கில் போகவேண்டும் என்று மந்திரித்து எடுத்துவந்த உருண்டைதான்' என்றவர் செவ்வேளைப் பார்த்து, 'இது அபினியும் ஊமத்தையும் கலந்த மயக்க மருந்து. இது இல்லை என்றால் இவ்வேழங்கள் வலியால் இறந்துவிடும். செல்வ வேழங்கள் மட்டுமல்ல, விலங்குகள் அனைத்தும் வாழவேண்டிய இடம் காடுகள்தாம் என்பதை மறவாதீர்' என்றார்.

'எல்லா விலங்குகளையும் காட்டிலேயே விட்டுவிட்டால் உங்களைப் போன்ற வாகடர்கள் எப்படிப் பிழைக்க முடியும்?' என்று கேட்டான் சேந்தன்.

'அது என் பாடு. பொன்னி போகலாமா?' என்று கேட்டபடி பதிலுக்குக் காத்திராமல் நடந்தார்.

அவர் சற்று தூரம் சென்றவுடன் அத்தி சேந்தனைக் கடிந்துகொண்டான். 'அவரது குலத் தொழில் வாகடம் அல்ல. அவர் சேர மரபினர். பொறை எனும் குடிப்பெயர் உடையவர். அவரது மூத்தோன் காந்தளூர்ச் சாலையில் சிற்றரசனாக இருக்கிறார். இவரும் பெருஞ்செல்வர். விலங்குகள்மீது எல்லையில்லாக் கருணை

உடையவர். அந்த விருப்பின் காரணமாக வாகடம் செய்கிறார். யாரிடமும் மருந்துக்காகவோ வந்து செல்வதற்கோ பணமோ பொருளோ வாங்குவதில்லை.'

'என்ன தவறு செய்துவிட்டேன்' என்றபடியே சேந்தன் ஓடினான். அதற்குள் அவர் தம்மோடு வந்த பெண்களைக் காளைச் சாகடத்தில் அனுப்பிவிட்டு தாம் மட்டும் தேரில் ஏறிப் புறப்பட ஆயத்தமானார்.

'ஐயா, மன்னிக்க வேண்டும். தவறாகப் பேசிவிட்டேன்.'

'சடையனையே மன்னித்துக்கொண்டிருக்கிறேன். நீ ஏன் கலங்குகிறாய்?'

'தாங்கள் யாரென்று அறியாமல் பேசிவிட்டேன்.'

'பிள்ளாய், யார் என்று அறிந்தபின் சிறப்புச் செய்வது பிழையல்லவா? பொருளை நிலை எனக் கொள்வோரின் செயல் அல்லவா?'

இதற்குள் செவ்வேளும் அங்கு வந்துசேர்ந்தான்.

'உங்கள் இருவரையும் நல்ல பிள்ளைகளாகக் காண்கிறேன். வடமொழியில் 'சர்வே ஜனா சுகினோ பவந்து' என்றொரு வாக்கியம் உண்டு, அறிவீர்களா?'

'ஆம் ஐயா. திருப்பல்லவேச்சுரர் ஆலயத்தில் பூசை முடிவில் கேட்டிருக்கிறேன்.'

'அதன் பொருள் என்ன?'

'எல்லா மனிதர்களும் நலமுடன் இருக்க அருள்வாய்.'

'மனிதர்கள் மட்டும் நலமுடன் இருந்தால் போதுமா? விலங்குகள், பறவைகள், மரங்கொடிகள், புழு பூச்சிகள் இவற்றின் கதி? இது தன்னலத்தின் மிகுதி அல்லவா?' என்று கேட்டபடி தேரில் அமர்ந்தார்.

'அப்படியானால்...'

தேர் நகர்ந்தாலும் அவர் கூறியது தெளிவாகக் கேட்டது. 'பிறப்பு ஒக்கும் எல்லா உயிர்க்கும்.'

# 32

## பிங்கலன் மரகதன் மலரடி வாழ்க

புகார் நகரத்து தமிழ்ச் சங்கம் காளியர் வீதியில் அமைந்திருந்தது. அங்கு சேந்தனும் பூதனும் சென்றபோது முன்பு பார்த்த அதே கொடி, அச்ச மூட்டும் தோற்றமுடைய மனித உருவம் பொறித்தபடி பறந்துகொண்டிருந்தது.

மாளிகையின் ஓலை நாயகத்தைக் கண்டனர்.

'ஐயா, நாங்கள் மரக்கலம் கட்டுவதில் புதிய முறையைப் பற்றிக் கூறும் ஒரு நூலை அரங்கேற்றம் செய்யவேண்டி வந்துள்ளோம். மாநாய்கர் அம்பலவாணர் சாற்றோலை கொடுத்துள்ளார்.'

'மிக்க மகிழ்ச்சி. கரும்பு தின்னக் கூலியா? தக்க நூலாக இருந்தால் அதனை நாட்டு மக்கள் அனைவருக்கும் சென்றடையச் செய்வது எங்கள் கடமை அல்லவா? சாற்றோலை தேவையே இல்லை.'

'ஐயா, நூலின் உயர்வைப் பற்றி எவ்வித ஐயமும் கொள்ளவேண்டாம். அதற்காகச் சாற்றோலை வாங்கிவரவில்லை. உடனடியாக அரங்கேற்றம் செய்யவேண்டும் என்பதற்காகவே சாற்றோலை

வாங்கிவந்துள்ளோம். சீன வணிகத்திற்காகப் புதிய மரக்கலங்கள் கட்டும் பணிகள் தொடங்கிவிட்டன. மரங்களை அறுக்கும் பணி தொடங்கிவிட்டது. அது முடிய ஒரு மாத காலம் ஆகும். அதற்குள் அரங்கேற்றம் நடந்தால் கட்டுமானத் தச்சர்களுக்குப் பயனுள்ளதாக இருக்கும்.'

'உண்மைதான் குமாரா. தமிழ்ச் சங்கத்தின் கடமையைப் பற்றி நீ அறிந்தவன்தானே. ஒரு நூலை அரங்கேற்றம் செய்யும் முன்னர் அத்துறையில் தேர்ச்சி பெற்ற வல்லுனர்கள் அதைக் கசடற ஆய்ந்து, அதன் தகுதியின் அடிப்படையில் பரிந்துரை செய்வார்கள். அவர்களது பரிந்துரை இல்லாமல் மன்னர்கூட அனுமதி தர முடியாது.'

'ஐயா, இது ஏற்கெனவே மதுரைத் தமிழ்ச் சங்கத்தில் அரங்கேற்றப் பட்ட நூல்தான். புகாரில் சரியானபடி ஓலை இல்லை. மேலும், நூலாசிரியரையே அழைத்து நாம் அரங்கேற்றினால்தான் ஐயங்களைத் தெளிவு செய்துகொள்ளலாம். வணிகச் சாந்திலிருந்தே கோவிலில் அரங்கேற்றம் செய்யலாம் என்றார்கள். தமிழ்ச் சங்கம் என்ற முத்திரை இல்லாத நூலுக்கு மதிப்பில்லை என்று நூலாசிரியர் மறுத்துவிட்டார்.'

'மிக்க மகிழ்ச்சி. வணிகர்களிடம் பணம் உண்டு. பட்டறிவு உண்டு. ஆனால் ஆய்வறிவு கிடையாது. இன்று பயன்படாத எதற்கும் செலவிட மாட்டார்கள். அரசு மட்டும்தான் நீண்டகால நலன் கருதிச் செலவு செய்ய முடியும். தஞ்சைக் கோவில் கட்டியபோது, இதே வணிகர்கள் போட்டி போட்டுக்கொண்டு கருங்கற் பாறைகளை இரண்டு மடங்கு விலைக்கு விற்றனர். மாபெரும் ஒற்றைக் கல்லை உச்சியில் வைக்கவேண்டும் என்றபோது அதற்கும் எங்களுக்கும் தொடர்பில்லை என்று ஓடிவிட்டனர். தொண்டியைச் சேர்ந்த கல்தச்சர் ஒருவர்தான் அதைத் தூக்கிவைக்கும் வழிமுறையைக் கண்டுபிடித்துக் கூறினார். இப்போது சொல், தஞ்சைக் கோவிலின் பெருமையை உலகறியச் செய்தது வணிக வளமா, அறிவின் ஆற்றலா?'

'அறிவுதான் ஐயா!'

'தவறு. செல்வம் இல்லாவிட்டால் இப்படி ஒரு கோவிலைக் கட்டியிருக்க முடியுமா? அறிவுச் செல்வமும் பொருட்செல்வமும் இணைந்தால்தான் சிறப்பாகச் செயல்பட முடியும். போகட்டும். இந்நூலின் ஆசிரியர் யார்?'

'மதுரை மரக்கலத் தச்சர் மாதங்கக் கணக்காயர்.'

‘அறிவேன். வைகையாற்றின்மீது அவர் கட்டிய மரப்பாலம் பற்றி அறியாதார் யார். இளவல்களே, நான் இன்றே மதுரைக்குப் புறா ஓலை அனுப்பி கொற்கையிலிருந்து மரக்கலம் மூலமாக அவரைப் புகாருக்கு அழைத்து வர ஆவன செய்கிறேன். புகாரில் எத்தனை பேர் கலந்துகொள்வார்கள்? அவர்களுக்கு என்னென்ன வசதிகள் தேவைப்படும்?’

‘பெரும்பாலானோர் உள்ளூர்வாசிகள். தங்கும் வசதி தேவையில்லை. உணவும் எழுதுபொருட்களும் தந்தால் போதும்.’

‘நல்லது. சென்றுவாருங்கள்.’

●

மதங்கர் தக்க மரியாதையோடு புகாருக்கு அழைத்துவரப்பட்டார். அரங்கேற்ற மண்டபத்தில் உயரணை ஒன்றில் மதங்கர் வீற்றிருக்க, அடுத்த நிலையில் அவருடன் வந்த மாணாக்கர்களும் புகார் தமிழ்ச் சங்கத்தின் நெறியாளர்களும் வீற்றிருந்தனர். இவர்களுக்கு எதிரே நாற்பது சிறந்த தச்சர்கள் மதங்கரின் புதிய கோட்பாட்டை அறிந்து கொள்ளவும், தங்களின் ஐயப்பாட்டைத் தெளிந்துகொள்ளவும், தெளிந்து அறிந்ததைப் படி எடுக்கவும் ஆயத்தமாகக் காத்திருந்தனர். அவர்கள் அல்லாமல், சங்கத்தின் சார்பில் படி எடுக்கும் ஓலைமந்திரங்களும் காணப்பட்டனர்.

முதலில் ஞாயிற்றுக்கு வாழ்த்துரை பாடினார்.

இரவி இனன் என்றூழ் செஞ்சுடர்
பரிதி தேரோன் எல்லோன் பானு
சண்டன் அருக்கன் தபனன் ஆதவன்
ஆயிரங் கதிரோன் கனலி கனலோன்
வெய்யோன் கதிரோன் வெஞ்சுடர்ச் சோதி
அருணன் பாற்கரன் அனலி ஒளியோன்
அலரி செங்கதிர் உதயன் வெயிலோன்
ஆதபன் அழலவன் இருள்வலி பகவன்
ஞாயிறு வேந்தன் பகலவன் பதங்கன்
சான்றோன் எல்லி பகலோன் விண்மணி
பனிப்பகை கதிரவன் சுடரோன் வாழி

அடுத்ததாக திங்களுக்கு வாழ்த்து பாடினார்.

இந்து அம்புலி அமுத கதிரோன்
தண்சுடர் உடுபதி தானவன் சீதன்
தண்ணவன் கலையோன் தாரா பதியன்

களங்கன் சசியோன் குரங்கி பிறையோன்
திங்கள் சோமன் மதியோன் நிலவன்
பசுகதிர் வேந்தன் பதமலர் வாழி!

மூன்றாவதாக இந்திரனுக்கு வாழ்த்து பாடினார்.

அமரா வதியோன் ஆயிரங் கண்ணன் ஆகண்டலன் புலவன் வேந்தன்
சதமகன் கோபதி சங்கிரந்தனன் புரந்தரன் போகி பாகசாதனன்
வச்சிரப் படையோன் விண்முழு தாளி வாசவன் மகவான் மேக வாகனன்
கௌசிகன் கரியவன் சசிவல்லவன் மருத்துவன் புனிதன் மருதக்கிழவன்
அயிராவதன் ஐந்தரு நாதன் திருமலி சுவர்க்கன் வரைசிறகு அரிந்தோன்
வேள்வி நாயகன் வெள்ளை வாரணன் வானனன் வலாரி அரி புருகூதன்
தேவர் வேந்தன் பொன்னகர்ச் செல்வன் திருவடி தொழுது கலமுறை உரைப்பன்

இறுதியாக புகார் நகரமே எதற்காக அல்லும் பகலும் சுழன்றோடுகிறதோ, அதற்குரிய கடவுளான குபேரனை வாழ்த்தினார்.

இருநிதிக் கிழவன் இயக்கர் வேந்தன்
வடதிசைத் தலைவன் வைச்சிரவணன்
அளகையாளி அதிதனச் செல்வன்
சீரகத்தாரோன் நரவாகனன்
அரனுடைத் தோழன் தனபதி மந்திரி
பிங்கலன் மரகதன் மலரடி வாழ்க

'செம்பியா, இது அறிஞர் அவை. இங்கே நமக்கு என்ன வேலை?' என்றான் சேந்தன்.

'சிறிதாவது உன்னை மேம்படுத்தும் முயற்சிதான்.'

'வீண் முயற்சி பயன் அளிக்காது. நமக்குப் பல பணிகள் காத்திருக்கின்றன.'

'இரு, ஓரிரு பாக்களைக் கேட்டுவிட்டு நகரலாம். நமது ஓலைமந்திரங்கள் தேர்ச்சியானவர்கள்தானா?'

'வல்லவர்தான். அதோ இரண்டாவது வரிசையில் அமர்ந்திருக்

கிறாரே, அவர்தான்.'

மதங்கர் கடலின் வகைகளைச் செய்யுளாகப் பாடினார்.

அம்பர மார்கலி யளக்கர் தோயம்
சலதி பௌவம் மகோததி சலநிதி
வீரை வேலா வலயநீர் வெள்ளம்
வாரி வேலை வாருணம் புணரி
சிந்து முந்நீர் தொன்னீர் நரலை
சக்கர முந்தி சலராசி யுப்பு
உததி சாகரஞ் சமுத்திர நேமி
உவரி சிந்து வாரமோத
நதிபதி பாரா வாரம் பயோததி
வாரிதி வாரணம் வலைய மத்தி
யாழி பெருநீ ரலையு வாவே
மம்பு ராசி மகராலயப் பரவை
மரியே குரவை யழுவந் தெண்டிகை
கார்கோ ளனைத்துங் கடலின்வகையே

அவையில் இருந்த ஒருவர், 'இச்செய்யுளில் சில இடங்களில் எதுகை மோனை ஒத்துவரவில்லை. பல இடங்களில் சீரும் தளையும் குலைந்து காணப்படுகிறது' என்றார்.

மதங்கர் பேசவில்லை. உடன் வந்த மாணாக்கன் பேசினான். 'இது காப்பிய நூல் அன்று. நாங்கள் புலவர்களும் அல்லர். மரக்கலத் தச்சர்கள். கருத்து குலையாமல் நீவிரே செப்பம் செய்து மீளவும் அரங்கேற்றலாம்.'

அவையோர் ஆமோதித்தனர்.

பின்னர் செய்யுளின் பொருளை மதங்கர் விரித்துரைத்தார்.

'மூன்று மாதங்கள் பயணம் செய்தாலும் கரை காண முடியாத அம்பரம் என்னும் கடல், ஓயாமல் ஓலமிடும் சேர நாட்டுக் கடலான ஆர்கலி என்னும் கடல், ஆழம் குறைந்தும் சேறு மண்டியும் காணப்படும் அளக்கர் என்னும் கடல், கடக்கக் கடக்கச் சுருங்கிக் கொண்டே செல்லும் தோயம் என்னும் கடல், கடக்கக் கடக்க விரிந்துகொண்டே செல்லும் பரவை என்னும் கடல், பொங்கியும் தணிந்தும் அலைகள் கரைகளைத் தாக்கும் சலதி என்னும் கடல், மீன்களைத் தவிர்த்து மற்ற உயிரினங்கள் அதிகமாகக் காணப்படும் சலநிதி என்னும் கடல், ஆழம் காணமுடியாத பௌவம் என்னும் கடல், சோழ நாட்டின் கீழ்க்கரையின் தென் பகுதியான மகோததி என்னும் கடல், குமரிமுனையைக் கடந்த தென்கோடிக் கடலான

இரத்தினாகரம் என்னும் கடல், தமிழகத்திற்கும் ஈழத்திற்கும் இடையிலான வீரை என்னும் கடல், நிலத்தை மூன்று திசைகளில் மட்டும் சூழும் வேலாவலயம் என்னும் கடல், உப்பு சிறப்பாக விளையும் வாரி என்னும் கடல், வருணனுக்குரிய பவளம் மிகுதியாகக் காணப்படும் வாருணம் என்னும் கடல், அலைகள் ஆர்ப்பரிக்கும் புணரி என்னும் கடல், ஆற்று நீரும் ஊற்று நீரும் சேர்ந்த முந்நீர் என்னும் கடல், யவனத்தின் தென்புறம் உள்ள தொன்னீர் என்னும் கடல், மெதுவாகத் தொடங்கி இறுதியில் மிக வேகமாகக் கரையைத் தொடும் அலைகளையுடைய நரலை என்னும் கடல், அகலம் குறைந்தும் நீளம் கூடியும் காணப்படும் நேமி என்னும் கடல், பாற்கடலோ என்று ஐயுறும்படி வெண்ணிற நுரைகளையுடைய பயோததி என்னும் கடல், முத்து மிகுதியாகக் கிடைக்கும் வாரிதி என்னும் கடல், மத்தி மீன்கள் மிகுதியாகக் காணப்படும் மத்தி என்னும் கடல், சிச்சரவு போல ஒலிக்கும் உவரி என்னும் கடல், வண்டுபோல் முரலும் மரி என்னும் கடல், பெண்கள் தோள் சேர்த்து ஆடுவதைப் போன்ற அலைகளையுடைய குரவை என்னும் கடல், பாறைகள் மிகுதியாக உடைய அழுவம் என்னும் கடல் எனப் பலவகையான கடல்கள் உள்ளன. கடல்கள் என்று கூறினாலும் உண்மையில் அவை ஒரே கடலின் பலவகையான பகுதிகள்தாம்.'

'தெளிவு பெறவேண்டுவோர் ஐயங்களைக் கேட்கலாம். இல்லை என்றால் மீண்டும் ஒருமுறை செய்யுள் உரைக்கப்படும். படி எடுப்போர் எடுத்துக்கொள்ளலாம்' என்று புகார் தமிழ்ச் சங்க நெறியாளர் அறிவித்தார்.

நீண்ட அமைதி.

'படி எடுக்கலாம்.'

செம்பியனும் சேந்தனும் வெளியேற ஆயத்தமானார்கள்.

'அடுத்ததாக மின்னலின் வகைகள்' என்று காதில் விழுந்ததால் தயங்கி நின்றார்கள்.

'சேந்தா, கேட்டாயா! மின்னலில்கூடப் பலவகை உளதாம்.'

'அதையும்தான் கேட்போமே.'

மதங்கர் தொடர்ந்தார்.

சம்பை வித்துரு சபலை தடித்துச்
சஞ்சலை கனருசி தடியொளி மின்னல்.

அடுத்து மேக வகைகள் பற்றிக் கூறினார்.

மாரியும் மழையும் மஞ்சும் மாசும்
காரும் புயலும் கனமும் கொண்டலும்
வானும் தாராதரமும் உமையும்
சீதமும் சீவதமும் செல்லும் குயினும்
சீமூதமும் எழிலியும் கொண்மூவும் விளைவு
முகிலும் விண்ணும் கந்தரமும் சலதரமும்
விசும்பும் மங்குலும் இளையுமாலும் புதமும்
விண்டுவும் என்றிவை மேகவகையே

மூன்று செய்யுள்களைப் பாடி, உரை கூறி, ஐயம் தெளிந்து, படி எடுக்கப் பகற்பொழுது கழிந்துவிட்டது.

# 33

## நாவாய், அன்னம்போல் ஊர்ந்தது

பெரும் பட்டு வணிகர் கீரனார் நெறிகாட்டுதலில் மாறனின் தலைமையில் காழத்து, ஈழத்து, சேரத்துப் பண்டங்களைச் சேகரிக்கும் ஆழிக் குழு கூடியது. பல மாதங்கள் நேரிடைப் பேச்சுவார்த்தை, சில மாதங்கள் மறைமுகப் பேச்சுவார்த்தை, கொஞ்சம் ஒற்றாடல், கொஞ்சம் சதியாடல் எனப் பலவிதப் பஞ்சதந்திர விளையாட்டுக்குப்பின் பொருள் ஈயும் வணிகச் சாந்தினர் தங்களது பொருட்களைச் சோதனைக்குக் கொண்டுவந்தனர்.

ஒவ்வொன்றின் விலை, தரம், எண்ணிக்கை என்று எல்லாவற்றையும் மாறன் முடிவு செய்திருந்தாலும், இறுதி வார்த்தை நெறியாளர் கீரனாருடையது.

'மாறா, முதலில் நெசவுச் சாந்தினரை வரச்சொல்.'

மாறன் அழைத்துவந்தான்.

'ஐயா, நாங்கள் தறியிலிருந்து நேரிடையாக நெசவுத் துணியை விற்கும் சாந்தினர். கூறு போட்டு அணியப்படும் கூறை வகைகளை இங்கே கூறு

போடாமல் ஒரே நீளமாகப் பல வண்ணங்களில் கொண்டு வந்துள்ளோம். இயல்பான மேனியைப் போன்ற ஆடை வகைகள், வண்ணம் சேர்க்காத கோடி வகைகள், பல விதச் செடி கொடிகள் ஓவியமாகத் தீட்டப்பெற்ற காடகம் என்ற வகைகள், பாம்புத் தோல் போன்று மெல்லிய கலிங்கம், அவுரிச் செடியியைக் கொண்டு நீலம் ஏற்றப்பட்ட காழ?கம், மெய் சூழ்ந்து அணியப்படும் புடைவை, மிக உயர்ந்த தரத்தினாலான துகில், ஒவ்வொருவரின் வரிசையை அடையாளப்படுத்தும் பரிவட்டம், இரண்டு அல்லது மூன்று சுற்றுகள் சுற்றி உடுக்கவேண்டிய மாவரணம் ஆகியவற்றைக் கொண்டுவந்துள்ளோம்.'

'பருத்தியின் தரம் எப்படி?'

'பருத்தி மட்டுமல்ல, நூலும் மன்றத்தில் முத்திரை பெற்றது.'

'நல்லது. விலை என்ன?'

'இதோ பட்டியல்.'

'மாறா, வாங்கிக்கொள்.'

மாறன் ஓலை நாயகத்தைப் பார்க்க, அவன் பட்டியல் ஓலையைப் பெற்றுக்கொண்டான்.

'விலை ஒப்புமானால், ஓலை பெற்றுக்கொள்ளுங்கள். அதனைக் காட்டிச் சேந்தனாரிடம் பொன் பெற்றுக்கொள்ளலாம்.'

அடுத்ததாக உடுக்கைச் சாந்தினர் வந்தனர்.

'ஐயா, விளையாடும்போது பாதுகாப்பாக அணியும் தானை, இள மஞ்சள் நிறமுடைய அம்பரம் மற்றும் அறுவை, சூடி எனப்படும் ஆயத்த ஆடை வகைகள், உடுக்கை எனப்படும் உள்ளாடைகள், நீண்ட கோடுகள் தீட்டப்பட்ட சம்படம், சாடி எனப்படும் மூடு துணி, இடையில் வரிந்துகட்டும் மடி, வாழை நாரினால் செய்யப்படும் சீரை, தெய்வ ஓவியங்கள் தீட்டப்பட்ட கலை, மாணாக்கர்கள் குருகுலத்திற்கு அணிந்துசெல்லும் வாசனம் ஆகியவற்றை நாங்கள் கொண்டுவந்துள்ளோம்.'

'மாறா! நம் நாட்டுத் துணியை எங்கும் விற்றுக்கொள்ளலாம். ஆனால் ஆடையாகச் செய்தபின் விற்க முடியாவிட்டால் கடினமாயிற்றே.'

'ஐயா, நமது கூறை, சீலை, அறுவையைப் போன்றே, ஈழத்திலும், காழத்திலும், வங்கத்திலும் செய்யப்படுகின்றன. ஆனால் நமது ஆடைகளைப்போல் அவர்களால் நேர்த்தியாகவும், நுட்பமாகவும், நூதனமாகவும் செய்ய முடியவில்லை. எனவே என்னென்ன

ஆடைகளுக்குச் செல்வாக்கு இருக்கிறது என்று ஒற்றாடியும் உளவு பார்த்தும் அறிந்தபின்னரே பணியைத் தொடங்கினோம். ஆகையால் தாங்கள் நம்பிக்கையோடு உத்தரவு அளிக்கலாம்.'

'மகிழ்ச்சி. வாசனம் மட்டும் வேண்டாம்.'

'அப்படியே ஆகட்டும்.'

'அடுத்தது யார்?'

'சிறுதுகில் வணிகச் சாந்தினர்.'

'ஐயா, இடையில் அழகிற்காகச் செருகிக்கொள்ளும் விரிபம், ஓரங்களில் மட்டும் வண்ண நூல்கள் கோக்கப்பட்ட கண்டை, முகம் துடைக்கக் கையில் வைத்திருக்கும் பிடியல், கலவையாக வண்ணம் தெளிக்கப்பட்ட வேத?கம், புங்கம்பூ நிறத்திலுள்ள புங்கம், இயற்கையான நறுமணமுடைய கத்திய?ம், இசைவாணர்கள் அணியும் தூரியம் ஆகியவற்றைக் கொண்டுவந்துள்ளோம்.'

'விரிபம், தூரியம் ஆகியவற்றைத் தவிர்த்துவிடு.'

'உத்தரவு.'

அடுத்ததாக நல்லாடை வணிகச் சாந்தினர் வந்தனர்.

'நாங்கள் கலிங்கத்தைப்போல் இருமடங்கு பெரியதான நாகம், குறுக்கும் நெடுக்குமாகக் கோடுகள் தீட்டப்பட்ட பாரி, கையில் எடுத்தால் நழுவி ஓடும் பாளிதம் என்றவகைப் பட்டு, மிக மெல்லிய கோசிகம் என்றவகைப் பட்டு, கம்பளியால் உருவான மயிரகம், பருத்தியும் கம்பளியும் சேர்த்துச் செய்த வ?யிரியம், மயிர்ப்ப?டாம் எனப்படும் கம்பளிப் போர்வை, கம்பளியால் நெய்யப்பட்டு சிவப்பு நிறமேற்றப்பட்ட சிம்புளி என்ற செம்படாம் வகைகள் ஆகியவற்றைக் கொண்டுவந்துள்ளோம்.'

'சீனத்திலேயே நல்ல மயிர்ப்ப?டாம் கிடைக்கிறது. அதை தவிர்த்துவிடு.'

'சரி ஐயா.'

அடுத்ததாக உள்ளாடைச் சாந்தினர் வந்தனர்.

'ஐயா, எங்களிடம் குழந்தைகளுக்காகப் பலவித உருவங்கள் தீட்டப்பட்ட புத்தகம் என்னும் சித்திரப்படாங்கள், சங்கம் என்னும் ஆடவர் உத்தரீயம், கசம் என்னும் பெண்டிர் உத்தரீயம், ஒரு முனையை மடித்துக் கொய்து வலது இடுப்பில் செருகப்படும்

நீவிகொய்சகம் என்னும் பொய் உடை, உடுத்திய உடைகளை இறுக்கிக்கட்ட சுற்றல் வார், உடுத்தல்வார், இறுக்கல் வார் எனப் பலவகைப் பருத்தி வார்கள், பெண்கள் நீராடும்போது அணியும் வட்டுடை, நல்லாடை வகையில் ஒன்றான உள்ளாடையான பங்கம், பின்புறமாகக் கட்டப்படும் வம்புவார் என்னும் முலைக்கச்சு, முன்புறமாக முடிச்சுப் போடும் விசிகை என்னும் முலைக்கச்சு, எளிதாகவும் இறுக்கமாகவும் கட்ட மிகச் சிறிய கொண்டிகளை உடைய பட்டிகை என்னும் முலைக்கச்சு, கச்சைத் தோளோடு இணைத்து மாட்டிக்கொள்ளப் பட்டை போன்ற தலைப்பை உடைய கஞ்சகம் என்னும் முலைக்கச்சு, தலைப்பு இல்லாமல் வெறும் கயிறுகளால் கட்டப்படும் சார்வாரம் என்னும் முலைக்கச்சு, ஆடவருக்கான கையில்லாத சட்டையான கஞ்சுகம், முழங்கை வரை கைகளை உடைய குப்பாயம், முழுக்கைகளையும் உடைய மெய்ப்பை, இழிநிலை ஆடவர் உருவங்கள் பல தீட்டி அணியும் காஞ்சுகி எனும் சட்டை, தோலினாலான வாரணம் என்னும் சட்டை முதலியவற்றைக் கொண்டுவந்துள்ளோம்.'

'புரவி வணிகனாக வந்த சிவபெருமான் குப்பாயம் அணிந்திருந்தார் என்று படித்திருக்கிறேன். யவனர்களைத் தவிர வேறு யாரும் அணிந்து பார்த்ததில்லை' என்று கீரனார் சிரித்தார்.

'சீனம் குளிர்மிகுந்த நாடு. அங்கு நல்ல வரவேற்பு இருக்கும் என்று நினைத்தேன்.'

'உன் எண்ணம் சரிதான்.'

'என்மீது குறை கூற ஒருவர் வந்துள்ளார்' என்றான் மாறன்.

'அப்படியானால் உடனே வரச் சொல்' என்று சிரிப்பு மாறாமல் கூறினார் கீரனார்.

'ஐயா, நாங்கள் பொன்வினைச் சாந்தினர். நான் அதன் நெறியாளன். நாங்கள் பலவிதமான தலையணி, காதணி, தோளணி, கையணி, விரலணி, இடையணி, காலணி வகைகளைக் காண்பித்தும் மாறன் எங்களிடம் பொருள் கொள்ள மறுக்கிறார். தாங்கள் தலையிட வேண்டும்.'

கீரனார் மாறனைப் பார்த்தார்.

'ஐயா, நாம் இத்துணை கடும் முயற்சி எடுத்து சீனத்தோடு நேரிடையாக வணிகம் செய்யும் நோக்கமே பொன் ஈட்ட அல்லவா? அவ்வாறிருக்க பொன்னையே அவர்களிடம் விற்று எதைக்

கொள்வது? மேலும் பொன்னின் மாற்று நாட்டுக்கு நாடு மாறுபடுகிறது. ஒவ்வொன்றாக உற்று நோக்கி விற்பனை செய்ய நாம் அங்காடி வணிகம் செய்யவில்லையே?'

கீரனார் ஏற்றுக்கொண்டார்.

அடுத்ததாக கம்மியர் சாந்தினர் வந்தனர். அவர்கள் தாலம், தட்டம், தளிகை, பாசனம் முதலிய உண்கலன்களையும், கரகம், கோரம், வள்ளம், சகடம், சிகரம், சாகை முதலிய வட்டில் வகைகளையும், கிண்ணம், கிராணம், வள்ளம் முதலிய சிறுவட்டில் வகைகளையும் கொண்டுவந்திருந்தனர்.

'மாறா! இவை எப்படியும் விற்றுவிடும். சீனத்தில் களிமண் வட்டிலைத்தான் குடிமக்கள் பயன்படுத்துகிறார்கள். அவர்களுக்கு இது வியப்பாக இருக்கும்.'

அடுத்தாக வித்தகர் சாந்தினர், புளகம், அத்தம், ஆடி, படிமக்கலம், ஒளிவட்டம், தருப்பணம் முதலிய படிமக் கண்ணாடிகளையும், ஆதரிசனம் என்னும் ஒளிரும் கண்ணாடியையும், உருவங்காட்டி என்னும் ஒப்பனைக் கண்ணாடியையும், கஞ்சனம் என்னும் கைக்கண்ணாடியையும் கொண்டுவந்திருந்தனர்.

'இவை எவையுமே வேண்டாம்' என்று கீரனார் மறுத்துவிட்டார்.

'தாங்களே ஆதரிக்கவில்லை என்றால் நாங்கள் என்னாவது?'

'இவை எல்லாமே எளிதில் உடையக்கூடியவை. எமது சாந்துக்கு நான் அல்லவா பொறுப்பாளி' என்று கண்டிப்புடன் மறுத்து விட்டார் கீரனார்.

அடுத்ததாகச் செங்கொல்லர் சாந்தினர் வந்தனர்.

அவர்கள் கஞ்சனை என்ற கலசப்பானை, கசிதம் என்ற துடுப்பு, சுருவை என்னும் நெய்த்துடுப்பு, தவ்வி, சிலகம், தறுவி முதலிய சட்டுவ வகைகள், படலிகை, வட்டம் முதலிய கை மணிகள், கண்டை, யானைமணி முதலிய பெருமணிகள், சேகண்டி என்னும் எறிமணி, கைம்மணி என்னும் தூபமணி, கிட்டி, சீர், பாண்டில், கஞ்சம் முதலிய தாளவகைகள், குரல், தார் முதலிய கிண்கிணிமாலைகள் ஆகியவற்றைக் கொண்டுவந்திருந்தனர்.

'இவை விற்கக்கூடியவைதாம். ஆனால் மிகுதியாகக் கொள்ள வேண்டாம்.'

'சரி ஐயா.'

அடுத்ததாகப் பண்டாரச் சாந்தினர் வந்தனர். அவர்கள் பீதம், கலவை, வட்டிகை, புலி ஆகிய நால்வகைச் சாந்தும், கலவைச் சேறு, காலேகம், வண்ணம், களபம், விரை ஆகிய ஐவகைச் சாந்தும், பாளிதம் என்னும் கருப்பூரச் சாந்தும், மான்மதம் என்னும் கத்தூரியும், அங்கராகம் என்னும் பூசுவகைப் பொடியும், ஏலம், தகரம், காசறை ஆகிய தலைக்கிடு தைலமும், தளம் என்னும் செஞ்சாந்தும் வெண்சாந்தும், சந்து என்னும் சேர நாட்டுச் சந்தனமும், சாந்தம் என்னும் குடகு மலைச் சந்தனமும், கந்தசாரம் என்னும் பனிநீரும் கொண்டுவந்திருந்தனர்.

'வாங்குவதில் தவறில்லை. எளிதில் நெருப்பு பற்றிக்கொள்ளும். அதைமட்டும் கவனத்தில் கொள்ளவேண்டும்.'

அடுத்ததாக கன்னுவர் சாந்தினர் வந்தனர். அவர்கள் கொப்பரி, கடராம், தசும்பு முதலிய கொப்பரை வகைகளையும், கடம், தாழி, இறங்கர், இடக்கர், குணம், இரும்பை, கும்பம், குடங்கர், குடந்தம், கலசம், குடார், மந்தினி முதலிய குடங்களையும், கரீரம், குழிசி, குண்டம், மிடா, முகை, தடா, கர்க்கரி, சிரகம், கன்னல் பானையின் வகைகளையும் அகளம், சாடி, பதலை, தள?ம், தகழி, இடிஞ்சில், பாண்டில் முதலிய குடுவை வகைகளையும், இடுங்கலம், பாண்டம், கொள்கலம், விசளை முதலிய சட்டி வகைகளையும் கொண்டு வந்திருந்தனர்.

'யோசித்து முடிவு சொல்கிறேன்' என்று கீரனார் உறுதியாகக் கூறி அனுப்பினார்.

●

புதிய நாவாய்களின் வெள்ளோட்டம் பெரும் விழாக் கோலமாக நடைபெற்றது.

சீனம் நச்சிய புகார் வணிகச் சாந்தின் தலைக்கோல் கலக்கோனாகத் தேர்ந்தெடுக்கப்பட்ட பெருந்திரையர் கலத்தில் ஏற்றப்படும் புலிக் கொடியைச் சடையனாரிடமிருந்து பெற்றுக்கொண்டார். பெருந்திரையனார் கலக்கோன்களுக்கெல்லாம் கோன். புகாரிலிருந்து புறப்படவுள்ள முப்பது நாவய்களுக்கும் தனித்தனியே கலக்கோன்கள் இருந்தாலும், அவர்கள் அனைவரும் இவரது ஆணைக்கு உட்பட்டவர் கள். பெருந்திரையர், நெறியாளர்களுக்குப் புதிய நாவாயினைச் சுற்றிக் காட்டினார்.

'முந்தைய கலங்களுக்கும் இப்புதிய கலங்களுக்கும் என்ன வேறுபாடு?' என்று கேட்டார் அம்பலவாணர்.

'முந்தைய கலங்களைப்போல் மூன்று தளங்களாக அல்லாமல், இப்புதிய கலங்கள் நீளவாக்கில் ஒரே ஒரு தளத்துடன் அமைக்கப் பட்டுள்ளது. குறுக்குவாக்கில் பதிமூன்று தொகுப்பாகப் பிரிக்கப் பட்டுள்ளது. ஒரு தொகுப்புக்கும் மற்றொரு தொகுப்புக்கும் இடையே காற்றோ, நீரோ புகாவண்ணம் வடிவமைக்கப்பட்டுள்ளது. இவற்றில் ஆறு தொகுப்பில் கடல் நீர் புகுந்தாலும் மீதமுள்ள ஏழு தொகுப்பைக் கொண்டு நாவாய் கடலில் எவ்விதச் சேதமும் இன்றிச் செல்லும். தளத்தின் மேல்புறம் அறுபது சிற்றறைகள் உள்ளன. ஒவ்வொரு கடலோடிக்கும் ஒரு தனியறை.'

'இதுவரை உலகில் எங்குமே வழக்கில் இல்லாத வடிவமைப்பாக இருக்கிறதே!'

'உண்மைதான். மதங்கரின் இந்த வடிவமைப்பு உலகில் வேறு எவராலும் பின்பற்றப்படாதது. தேவைப்பட்டால் ஒரு கலத்தில் இருநூறு கடலோடிகள்கூடப் பயணம் செய்யலாம்.'

'கடல் சீறினால் அறைகளுக்குள் கடல் நீர் வராதா?'

'வரத்தான் செய்யும். அது என்றோ நிகழப்போகிற ஒன்று. ஆனால் வருடம் முழுவதும் காற்றும் வெளிச்சமும் கிடைப்பது மாபெரும் நன்மையல்லவா?'

'ஏற்றுக்கொள்கிறேன்.'

'அதுமட்டுமல்ல, இவ்வறைகளின் சாளரங்கள் ஒரு பெருந்துழை யாக அல்லாமல் பல நுண்துழைகளால் அமைந்துள்ளது. மேலும், இதன் கதவு, தோல் கொண்டு வேயப்பட்டுள்ளது. நன்றாக மூடிவிட்டால் கடல் நீர் உட்புகாது. தளத்திற்குக் கீழே வணிகப் பண்டங்களை அடுக்கிவைக்க வசதி செய்யப்பட்டுளது. வழக்க மான பயணத்திற்கு நான்கு பாய்மரங்களும், தேவைப்படும்போது பயன்படுத்த கூடுதலாக இரண்டு மரங்களும் உள்ளன. ஒடுதைகளை ஏற்றி இறக்குவது மிகவும் எளிதாக்கப்பட்டுள்ளது. அனைத்து ஆணிகளும் இரும்பினால் ஆனவை.'

'நாம் செம்பு அல்லவா பயன்படுத்திவருகிறோம்?'

'இரும்பு செம்பைவிட வலுவானது. உரிய முறையில் பயின் கொண்டு பூசிவிட்டால் துருப்பிடிக்கும் என்ற கவலை இல்லை. இந்நாவாயின் கலம் இரு சுவர் கொண்டது. முதல் அடுக்கில் தேக்கும் அடுத்த அடுக்கில் வாகையும் கொண்டு வேயப் பட்டுள்ளது. இரண்டு வருட முடிவில் மேலும் ஒரு வாகை அடுக்கு

சேர்க்கப்படும். இதுபோல் ஆறு அடுக்குகள் சேர்க்கலாம். அதன்பின் ஆழ்கடல் பயணத்தைத் தவிர்ப்பது நலம். சுண்ணம், சணப்பை ஆகியவற்றை இலுப்பை எண்ணெயில் பிசைந்து மேலும் சில பொருள்களையும் சேர்த்துச் செய்த பயினால் மெழுகப்பட்டுள்ளது. ஒவ்வொரு நாவாய்க்கும் பத்து ஏவல் படகுகளும் நான்கு கட்டுமரங்களும் கொடுக்கப்பட்டுள்ளன.'

'பத்து ஏவல் படகுகள் மிகுதியல்லவா?'

'இல்லை ஐயா. ஆபத்துக் காலங்களில் அறுபது கடலோடிகள் ஏறிக்கொள்ள ஆறு படகுகள் வேண்டும். கலத்தின் நிதியையும் மற்ற செல்வங்களையும் காப்பாற்ற ஒரு படகு வேண்டும். கடலோடிகளுக்கான உணவும் நீரும் ஏற்றிச் செல்ல இரண்டு படகுகள் வேண்டும். சாரணர்களுக்கு ஒரு படகு வேண்டும். ஆக மொத்தம் பத்து என்பது சரியான எண்ணிக்கைதான்.'

'கட்டுமரங்கள் எதற்காக?'

'இக்கட்டுமரங்களில் கொண்டிகள் உள்ளன. அவற்றில் ஏதேனும் பளுவை மாட்டிக் கடலில் வீசினால் கலத்தின் வேகம் உடனடியாகக் குறையும்.'

பெருந்திரையர் ஓர் ஒடுதைத் துணியைக் கையில் எடுத்துப் பார்த்தார். 'இதென்ன, மிகவும் மெலிதாகக் காணப்படுகிறதே?'

'ஐயா, நாம் இதுவரை ஒடுதைகளைப் பயினில் தோய்த்துப் பயன்படுத்தினோம். இப்போது, புளிய வித்தின் மேல்தோலை அரைத்துக் காய்ச்சிய குழம்பில் தோய்த்துவைத்துள்ளோம். மடித்து வைத்துக்கொள்ள எளிதாகவும் எடை குறைவாகவும் இருக்கிறது. அதே சமயம் காற்றை எதிர்கொள்வதிலும் திண்மையாக உள்ளது.'

'அப்படியானால் ஏன் ஆறு பாய்மரங்கள் காணப்படுகின்றன?'

'அலகுமரத்தைக் கணக்கில் கொள்ளாமல் முன் மரம், பின் மரம், கொடிமரம், நடு மரம் என எப்போதும்போல நான்கு மரங்கள்தான். ஏனைய இரண்டு மென்காற்றுமரங்களிலும் காற்று மிகவும் வலுவிழந்து வீசும்போது மட்டும் ஒடுதைகள் ஏற்றப்படும். கொடிமரத்தில் அடி, மேல், நடு, உயர், உச்சி, முடி என ஆறு ஒடுதைகள் கட்டப்படவேண்டும். இவை அனைத்தும் சதுர வடிவ ஒடுதைகள். அலகு மரத்திற்கும் இரண்டு மென்காற்றுமரங்களுக்கும் முக்கோண ஒடுதைகள். அனைத்து ஒடுதைகளையும் சேர்த்துக் கணக்கிட்டால் மொத்தப் பரப்பு நான்காயிரம் சதுர முழம் ஆகும்.'

'இவற்றின் வேகம் எப்படி?'

'தற்போதுள்ள நாவாய்களில் புகாரிலிருந்து கடாரம் செல்ல மூன்று மாதம் ஆகிறது. இப்புதிய நாவாய்களில் ஒரே மாதத்தில் சென்றடையலாம்.'

'நம்ப முடியவில்லையே!'

'நமது கலத் தச்சர்களின் அறிவின் செறிவு அத்தகையது.'

'உண்மைதான்.'

'காற்றும் காலமும் கைகொடுத்தால் நான்கு மாதங்களில் சீனம் சென்றடையலாம். வணிகம் செய்ய ஆறு மாதங்கள். மீண்டும் வர நான்கு மாதங்கள். ஆக பதினான்கு மாதங்களில் திரும்பிவரலாம்.'

'உணவு மற்றும் நீர் சேமிப்பு எப்படி?'

'நான்கு மாதங்களுக்கான நீரும் இரண்டு வருடங்களுக்கான உணவும் சேமிக்க வழிசெய்யப்பட்டுள்ளது. புகாரை விடுத்தால் கடாரத்தில் நீர் எடுத்தால் போதும். அதைவிட்டால் சீனம்தான். சோதனையான காலங்களில் கலச் சேர்ப்பர்கள் இருக்கிறார்கள்.'

சேர்ப்பர்கள் என்பவர்கள் புடம் போடுதல், படிகாரம் செய்தல், கியாழம் பிழிதல் ஆகிய துறைகளில் வல்லுநர்கள். கருவேலமரப் பட்டை, ஆவாரந் தாது, சிரியாநங்கை வேர் இவற்றுடன் கலவைச் சாந்து, பாளிதம், கந்தூரி மற்றும் சில மறைபொருட்கள் சேர்த்துப் பொடியாகச் செய்வார்கள். அப்பொடியைக் கடல் நீரில் கலந்தால் ஒரு நாழிகையில் குடிநீர் களிபோல் திரண்டு வரும். உப்பும் மாசும் தனியே தங்கிவிடும். களியைக் குடத்தில் எடுத்து வெயிலில் வைத்தால் உடனே நீராக மாறிவிடும். நீண்டகாலக் கடல் பயணத்திற்குச் சேர்ப்பர்கள் அவசியம்.

'மாற்று உறுப்புகளுக்கு என்ன ஏற்பாடு செய்யப்பட்டுள்ளது?'

'கலத்தச்சர்களுக்குத் தேவையான மரச் சட்டம், வரிச் சட்டம், பலகை, முளை, ஆணி, வாள், உளி, கோடரி, சம்மட்டி, பயின், நார்த் தூரிகை என அனைத்துப் பொருட்களுக்குமாக இரண்டு அறைகள் உள்ளன. விசைவலவர்களுக்கான ஒடுதைத் துணி, கயிறு, பயின், சகடை, பூட்டு வளையம், கொண்டி ஆகியவற்றுக்காக இரண்டு அறைகள் உள்ளன.'

வெள்ளோட்டம் தொடங்கலாம் என்பதற்கு அடையாளமாக அம்பலவாணர் தலையசைத்தார். ஆறு ஏவல் படகுகள்

இறக்கப்பட்டு, அவை கலத்தோடு பிணிக்கப்பட்டன. படகுகளில் ஒடுதைகள் ஏற்றப்பட்டன. அதுவும் போதாதென்று கடலோடிகள் துடுப்பு இழுத்தனர். நாவாய் உறக்கத்திலிருந்து எழுந்த களிறுபோல் மெல்ல ஆடி அசைந்து, தயங்கி, தள்ளாடி நகர்ந்தது. இரண்டு காதம் கடலுக்குள் சென்றபின், ஏவல் படகுகள் மேலே இழுக்கப்பட்டன. திசைவலவன் குரல் கொடுத்ததும், நாவாயின் மேல்தளம் போர்க்களம்போல் மாறியது.

ஒவ்வொரு மரத்திலும் எட்டு பத்து கடலோடிகள் ஏறி, ஒடுதைகளை ஏற்றுவதும், கயிறுகளை இழுப்பதும், இழுத்த கயிறுகளைக் கட்டுவதும், ஒடுதை சரியாக விரியவில்லை என்றால் கயிற்றை அவிழ்ப்பதும், மீண்டும் கட்டுவதும் என்று பல செயல்கள் ஒரே காலத்தில் நடந்தன.

ஒடுதைகள் வெடுவெடுவென ஒலி எழுப்பின. கடலோடிகள் திடுதிடுவென ஓடிக்கொண்டிருந்தார்கள். கயிற்றுச் சகடைகள் களகளவெனச் சத்தமிட்டன. கலத்தின் வரிப் பலகைகள் நெறுநெறுவெனக் குரல் கொடுத்தன. குழப்பமான மனித ஒலிகள் கொளகொளவெனக் கேட்டன. புலிக் கொடி படபடவெனப் பறவைபோல் சிறகடித்தது. கலத்தால் கிழிக்கப்பட்ட கடல் நீர் குழைகுழையெனக் கம்பலைத்தது.

இரண்டு நாழிகைக்குப்பின் அனைத்துப் பேரோசைகளும் அடங்கி, பெரியதோர் வண்டு முரல்வதுபோலவும் மிகப் பெரிய யாழ் நரம்பு நரல்வது போலவும் ஒரே சீராக எடுத்தலோசை மட்டும் கேட்டது. நாவாய், அன்னம்போல் ஊர்ந்தது.

‘நம்பவே முடியவில்லையே. மஞ்சத்தில் படுத்திருப்பதைப் போலவே உணர்கிறேன்’ என்றார் அம்பலவாணர்.

# 34

## கோவும் கொடியும் காத்துநிற்கும்

சீனம் நச்சிய புகார் வணிகச் சாந்தின் பெருங் கூட்டம் நடைபெற்றது. மாநாய்கரும் தலைக் கோலருமான அம்பலவாணர், மாநாய்கர் விரிசடைப் பெருமானார், பெருந்தன வணிகர் கோவலர், பெரும் பட்டு வணிகர் கீரனார், பெரும் அறுவை வணிகர் உத்தம சோதியார் ஆகியோர் முன்வரிசையில் அமர்ந்திருந்தனர்.

சாந்தின் தலைவன் அழகன், நாவாய்க் குழுத் தலைவன் செம்பியன், பண்டகசாலைக் குழுத் தலைவன் முகிலன், யவனக் குழுத் தலைவன் அரிஸ்டோ, ஆழிக் குழுத் தலைவன் மாறன், நுண்பொருள் குழுத் தலைவன் ஆதன், நிதிக் குழுத் தலைவன் பெருங்கணியன் ஆகியோர் வலப்புறம் அமர்ந்திருந்தார்கள்.

சாந்தின் முதலீட்டாளர்களும், புகார்த் துறைத் தலைவனும், சுங்கத் தலைவனும் எதிரே வீற்றிருந்தார்கள்.

அழகன் பேசத் தொடங்கினான். 'அவையோர்களே! பதினான்கு மாதங்களுக்குமுன், நெறியாளர் களின் வழிகாட்டலின்படிச் செயலாற்றத்

தொடங்கினோம். இன்று அதன் இறுதிக் கட்டத்தை எட்டியுள்ளோம். இன்னும் இரண்டு மாதங்களில் வெள்ளோட்டம் முடிந்துவிடும். அதன்பின், பெரியோர்கள் ஆணையிடும் நாளில் பயணத்தைத் தொடங்கலாம் என்று காத்திருக்கிறோம்.'

'மிக்க மகிழ்ச்சி. இதுவரை நடந்து முடிந்தவற்றைப் பற்றி அறிய விரும்புகிறோம்.'

முதலில் பண்டகசாலைக் குழுத் தலைவன் முகிலன் எழுந்தான். 'அவையோர்களே! நமது சாந்தின் பெயரில் வாங்கிய நிலத்தில் பதினோரு பண்டகசாலைகள் கட்டப்பட்டுள்ளன. ஒவ்வொரு சாலைக்கும் தனி மதிலும் மொத்த நிலத்திற்கும் பொது மதிலும் அரணும் அமைக்கப்பட்டுள்ளன. அனைத்துப் பணிகளும் பதினோரு மாதங்களில் முடிக்கப்பட்டு, தற்போது பொதிகள் வரத் தொடங்கி விட்டன. இவற்றுக்காக இருநூறாயிரம் பொன் செலவு செய்யப் பட்டு, அச்செலவு நிதிக் குழுவால் ஏற்றுக்கொள்ளப்பட்டுள்ளது.'

யவனக் குழுத் தலைவன் அரிஸ்டோ, 'கீரனாரின் ஒப்புதல் பெற்று, சீனத்தில் மிகவும் விரும்பி வாங்கப்படும் பொருட்கள் கொள்முதல் செய்யப்பட்டுள்ளன. குறிப்பாக, பாவை விளக்கும், பளிங்குப் படிகங்களும், பன்னாள் தேறலும், கம்பளிப்பொருட்களும் வாங்கப் பட்டுள்ளன. இதுவரை அறுபதாயிரம் பொன் செலவாகியுள்ளது. நிதிக் குழு ஏற்றுக்கொண்டுள்ளது' என்றான்.

ஆழிக் குழுத் தலைவன் மாறன் பதினெட்டு நூறாயிரம் பொன்னிற்கும், நுண்பொருள் குழுத் தலைவன் ஆதன் ஐம்பதாயிரம் பொன்னிற்கும், கலக் குழுத் தலைவன் செம்பியன் ஐந்நூறாயிரம் பொன்னிற்கும் கணக்கு கொடுத்தனர்.

நிதிக் குழுத் தலைவன் பெருங்கணியன், மீதமிருந்த பொன்னிற்கும் பெசந்துகளுக்கும் கணக்கைக் காட்டி ஒப்புதல் பெற்றான்.

●

கொலு மண்டபத்தில் கூட்டம் கூடியிருந்தது. மன்னன் அனைவரை யும் நோக்கிப் பேசத் தொடங்கினான்.

'அவையோர்களே! அமுதக் கடல் ஒன்று பொங்கியெழுந்து, சிந்தையை நிறைத்து, உள்ளத்தில் வழிந்தோடுவதைப் போல உணர்கிறேன். இந்த எழுச்சியும் கிளர்ச்சியும் பல்லாயிரமாண்டுகள் நீடித்து, நிலைத்த பயனை அளிக்கும் என்பதில் ஐயமில்லை. நமது செயலின் விரிவையும் வீச்சையும் அறிந்த சக்கரவர்த்தி, தாமாக முன்வந்து உதவி செய்ய முடிவு செய்துள்ளார்.'

இதைக் கேட்டதும் கூட்டம் ஆரவாரித்தது. மேலாடையை உயரே வீசி இளவல்கள் தங்கள் மகிழ்ச்சியைத் தெரிவித்தனர்.

மன்னன் தொடர்ந்தான்.

‘கடாரத்திற்கும் சீனத்திற்கும் முத்திரை ஓலை தாங்கிய நல்லுறவுக் குழு ஒன்றை அனுப்ப முடிவு செய்து அதற்கு நமது இளவரசர் தலைமை தாங்குவது என்று முடிவு செய்யப்பட்டுள்ளது. நீங்கள் கடாரத்தையும் சீனத்தையும் அடைவதற்கு இரண்டு மாதங்களுக்கு முன்பாக அவர்கள் அடைந்து, உங்களுக்கு வேண்டிய ஏற்பாடு களைச் செய்திருப்பார்கள். இளவரசரோடு காஞ்சிக் கல்விச்சாலையி லிருந்து கடார, சீன மொழிகளில் தேர்ச்சி பெற்ற இருபது வல்லுநர்கள் செல்கிறார்கள். அதேபோல உங்களோடும் முப்பது வல்லுநர்கள் வருகிறார்கள். மேலும் ஒவ்வொரு கலத்திற்கும் இருபது கடற்படை வீரர்களையும் அனுப்பச் சக்கரவர்த்தி உத்தர விட்டுள்ளார். இவை எல்லாவற்றிற்கும் மேலாக, நமது கலங்கள் புறப்படும் நன்னாளில் சக்கரவர்த்தி தாமே வந்து வழியனுப்புவதாக வும் ஓலை வந்திருக்கிறது’ என்று கூறி முடிக்கும் முன்பாகக் கரவொலி மண்டபத்தை நிறைத்தது.

‘மன்னா! ‘நெல்லும் உயிரன்றே நீரும் உயிரன்றே, மன்னன் உயிர்த்தே மலர்தலை உலகம்’ என்ற செம்மொழி இன்று புதுப்பொலிவு பெற்றதுபோல உணர்கிறோம்’ என்று விரிசடைப் பெருமானார் நா தழுதழுக்க உரைத்தார். அவரது உணர்ச்சிப் பெருக்கில் இருந்த உண்மை சபையோர்களை மௌனமாக்கியது. அரவமற்ற அரங்கம் தனக்கென ஓர் அழகு பெற்றுத் திகழ்ந்தது. இந்த அழகுக் குமிழ் நீடிக்கவேண்டும் என ஒவ்வொருவரும் விரும்பினாரோ என்னவோ, யாரும் வாய் திறக்க முன்வரவில்லை. மிக மிக அரிதாக வாய்க்கும் இத்தகைய தருணத்தை முழுவதுமாகச் சுவைத்துவிடுவது என்ற முடிவில் இருந்தார்கள். சொல்லிறந்த நிலை என்பது இதுதானோ? ஞானிகளும் அறிஞர்களும் இதனால்தான் குறைவாகப் பேசுகிறார்களோ? செம்பியனின் எண்ண ஓட்டம் மன்னனின் பேச்சால் தடைப்பட்டது.

‘உங்களது பயணத் திட்டம், வாணிகத் திட்டம் பற்றித் தெளிவாக விரித்துரைக்கவேண்டுகிறேன்.’

அம்பலவாணர், ‘செம்பியா’ என்று குரல் கொடுக்க, செம்பியன் எழுந்து முன்னே வந்து மன்னனையும் அவையோரையும் வணங்கி விட்டுப் பேசத்தொடங்கினான். ‘மன்னா, முப்பது நாவாய்கள் ஓர் அணியாகச் செல்கின்றன. இந்நாவாய்களுக்குப் பண்டைய சோழ

மன்னர்களின் பெயர்களைச் சூட்டலாம் என்று கருதுகிறோம். பெயர்களைத் தாங்கள் முடிவு செய்யவேண்டும் என்று விரும்புகிறோம்.'

'மன்னர்கள் வருவார்கள், மறைவார்கள். நிலைத்திருப்பது மண் மட்டும்தான். எனவே குமரி முதல் வேங்கடம் ஈறாக, புகார் முதல் முசிறி ஈறாகப் பரந்துகிடக்கும் தமிழகத்தின் தலைசிறந்த மூதூர்களின் பெயர்களைச் சூட்டினால் சிறப்பாக இருக்கும் என்பது என் முடிவு' என்றான் புகார் மன்னன்.

'மகிழ்ச்சியோடு ஏற்றுக்கொள்கிறோம். நாவாய்களின் அணிக்குத் தலைக்கோலர் பெருந்திரையனார் தலைமை ஏற்கிறார். அவரது ஆணைக்கு உட்பட்டு ஒவ்வொரு கலத்திற்கும் ஒரு கலக்கோன் உள்ளனர். அவரைப் பேச அழைக்கிறேன்.'

'முப்பது கலங்களும் வரிசைக்கு மூன்றாகப் பத்து வரிசையாகச் செல்லும். ஒரு வரிசையில் உள்ள கலங்களுக்கு இடையே ஒரு காத இடைவெளி அமையும்படிப் பயணம் செய்யவேண்டும். ஒவ்வொரு வரிசைக்கிடையே இரண்டு காத இடைவெளி விட்டுப் பயணிக்க வேண்டும். ஒவ்வொரு நாளும் பகல் உணவிற்குப்பின், இறுதி வரிசையில் பயணிக்கும் மூன்று நாவாய்களும் முதல் வரிசைக்கு வரவேண்டும்.'

'ஏன் இப்படி?'

'முதற் காரணம் கடற்கொள்ளையரைக் குழப்புவதற்காக. கொள்ளையர்கள் எப்போதுமே பின்புறமாக வந்துதான் தாக்குவார்கள். இரண்டு மூன்று நாட்கள் கலத்தைப் பின்தொடர்ந்து, பின் எதிர்பாராத தருணத்தில் தாக்குவார்கள். இறுதி வரிசையில் உள்ள கலங்கள் வரிசையைக் குலைத்து முன்வரிசைக்குச் செல்வதைப் பார்த்தால் அவர்கள் தங்களது திட்டம் கண்டுபிடிக்கப்பட்டது என்று நினைத்து விலகிச் செல்வார்கள். இரண்டாவதாக, கடலோடிகளுக்கு மிகப் பெரிய எதிரி பணி செய்யும்போது கிடைக்கும் ஓய்வு. 'வேலை எதுவுமில்லை என்றால் நங்கூரத்தைத் துடைக்கச் சொல்' என்பது கலக்கோன்களுக்கு நான் எப்போதும் வழங்கும் அறிவுரை. எனவே வரிசை மாற்றும்போது முப்பது நாவாய்களின் கடலோடிகளும் நாண் ஏற்றப்பட்ட வில்போல் ஆயத்தமாக இருப்பார்கள்.'

கூட்டத்தில் குறுஞ்சிரிப்பலை எழுந்து ஓய்ந்தது.

'நாளொன்றுக்கு மூன்று முறை கொடிக்கலத்திலிருந்து அனைத்து நாவாய் கலக்கோன்களுக்கும் செல்லும் திசையில் செய்யவேண்டிய

மாறுதல் பற்றி ஏவல் படகுகள்மூலம் ஓலை அனுப்பப்படும். தேவைக்கேற்ப அவர்களும் தத்தம் ஏவல் படகுகளில் செய்தி அனுப்பலாம். அண்மையில் உள்ள கலங்களுக்கு முரசறைந்தும் சேய்மையில் உள்ள கலங்களுக்குப் பகலில் புகை மூலமாகவும் இரவில் பந்தங்களின் மூலமாகவும் செய்தி அனுப்பப்படும். நோயுற்றோர், காயமுற்றோர் ஆகியோரைத் தனிமைப்படுத்தி மருத்துவம் செய்ய ஏதுவாக, பண்டகக் கலம் ஒன்று மருத்துவக் கலமாகப் பயன்படுத்தப்படும்.'

'எந்த நாளில் புறப்படலாம் என்று திட்டமிட்டுள்ளீர்கள்?'

'ஆடி மாதம் முதல் நாள் கலங்கள் புகாரைவிட்டுக் கடலுக்குள் சென்றுவிடவேண்டும். அவ்வாறு செய்தால் மேல்காற்றின் முழு வலுவையும் வசப்படுத்த முடியும்.'

'புதிதாகத் திருமணமான இளவல்களே, ஆடி மாதம் உங்கள் இல்லாளைத் தாய் தந்தையர் பிறந்த வீட்டுக்கு அழைத்துச் சென்றால் என்னைச் சினக்காதீர்கள். காற்றைச் சினந்துகொள்ளுங் கள்' என்று மன்னன் கூறியதும் கூட்டம் மீண்டும் ஒருமுறை ஆரவாரித்தது.

'அதற்காகத்தானே நமது முன்னோர்கள் இப்படி ஒரு வழக்கத்தை உண்டாக்கியுள்ளர்கள்' என்றார் பெருந்திரையனார்.

'கடாரத்தை எப்போது அடைவீர்கள்?'

'இடரும் தடையும் இல்லாமல், வளியோட்டமும் நீரோட்டமும் ஒத்துழைத்தால் ஆவணி முதல் வாரம் அடைந்துவிடலாம்.'

'உண்மையாகவா! மூன்றுமாத காலம் என்பதுதானே வழக்கம்?'

புதிய கலத்தின் சிறப்பு மன்னனுக்கு விளக்கப்பட்டது.

'மாபெரும் பணியில் ஈடுபடும்போது அதனைத் தொடர்ந்து எத்துணை புதிய நன்மைகள் கிட்டுகின்றன' என்று மன்னன் பாராட்டினான்.

'உண்மைதான் மன்னா. நீண்டகாலம் கடலோடும் கடலோடி களுக்குத் தோலில் அரிகுறுநோய் உண்டாகிறது. அதற்காக நமது மருத்துவர்கள் எலுமிச்சையைக் கியாழம் செய்து அதிலிருந்து ஒரு மருந்தை உண்டாக்கியுள்ளனர். அதனை உட்கொண்ட பல கடலோடிகள் முற்றிலுமாக நலம் பெற்றுள்ளனர்.'

'யார் அவர்?'

‘இரும்பொறையார். அவர்...’

‘அவர் எனது அன்புகெழுமிய நண்பரல்லவா! கருணையே வடிவானவர்.’

‘ஆம் மன்னா, மருந்தையும் கொடுத்து செய்முறையையும் கற்றுக் கொடுத்தார். பணம் பெற்றுக்கொள்ள மறுத்துவிட்டார்.’

‘கடாரத்தில் நமது திட்டமென்ன?’

மாறன் எழுந்தான். ‘மன்னா, சீன வணிகம் தொடர்ந்து சிறப்பாக நடைபெறவேண்டும் என்றால் கடாரத்தில் நமக்கெனக் கடற் துறையும், பண்டகசாலைகளும், பேரங்காடிகளும் வேண்டும். ஆகவே அங்கே இரண்டு மாத காலம் தங்கி, அதற்கான இடங்களைத் தெரிவுசெய்து, உத்தரவு பெற்று, பணிகளைத் தொடங்கிவைத்து விட்டு சீனத்திற்குப் புறப்படலாம் என்பது எமது திட்டம்.’

‘நல்லது. முத்திரை ஓலை கொண்டுசெல்லும் நமது இளவரசர் இது பற்றிக் கடார அரசரிடம் எடுத்துரைக்கும்படி விண்ணப்பம் செய்கிறேன்.’

‘கடாரத்தில் கலங்களைச் செப்பனிடல், பயின் மெழுகுதல், குடிநீர் சேகரித்தல் முதலியவற்றைச் செய்துகொள்ள ஏற்பாடுகள் செய்யப்படும். ஐப்பசி, கார்த்திகை வடமேற்கு காற்றுக் காலம். மழைப் பொழிவும் அதிகமாக இருக்கும். அது முடிந்தபின் சீனம் புறப்பட்டால், தை மூன்றாம் வாரம் சீனத்தின் சின்சூ துறையை அடைந்துவிடலாம். அங்கே வாணிபம் முடித்து, ஏனைய பணிகளையும் முடித்து விட்டு, ஆவணி மாதம் கொண்டல் தட்டும் போது பாய் விரித்தால் ஐப்பசியில் கடாரம் அடைந்து, கார்த்திகையில் புகாரை அடைந்துவிடலாம்.’

‘வாணிபத் திட்டம் பற்றி அறிய விரும்புகிறேன்.’

‘கொள்முதல் செய்யப்பட்ட பண்டங்கள் அனைத்திற்கும் விலை மதிப்பு செய்யப்பட்டுள்ளது. சோழ நாட்டுப் பண்டங்களுக்குச் சீனத்தில் நாற்பது மடங்கு விலை கிட்டும் என்பது உறுதிசெய்யப் பட்ட செய்தி. அதன்படி விலைப் பட்டியல் வரையப்பட்டுள்ளது. ஒவ்வொரு பண்டக வகைகளுக்கும் பொறுப்பாளர்கள் நியமிக்கப் பட்டுள்ளனர். இவர்கள் கலத்திலேயே இருப்பார்கள். இவர்களுக்குக் கீழே பத்து வணிகர்கள் உள்ளனர். இவர்கள் நகருக்குள் சென்று, சீன வணிகர்களைச் சந்தித்து, பொருட்களைக் காட்டி, விலை முடித்து, அவர்களை நாவாய்க்கு அழைத்துவருவார்கள். பொறுப்பாளர்

பணம் பெற்றுக்கொண்டபின் அவர்களுக்கு அங்கேயே பொருட்கள் வழங்கப்படும். ஒவ்வொரு நாளும் மாலையில் பொறுப்பாளர்கள் பணத்தைக் கணக்காயரிடம் கொடுத்து வரவோலை பெற்றுக் கொள்ளவேண்டும். இரவில் வேற்றார் எவரையும் கலத்தில் அனுமதிப்பதில்லை என்பதால் வணிகமும் இல்லை.'

'சீனத்திலிருந்து எவ்வகைப் பொருட்களைக் கொள்முதல் செய்யத் திட்டமிட்டுள்ளீர்கள்?'

'விலை ஒப்பிவந்தால், கிட்டிய மட்டும் சீனப் பட்டு கொள்முதல் செய்யப்படும். முடிந்தவரை பொன்னாகவே கொண்டுவர முடிவு செய்துள்ளோம்.'

'கடற்கொள்ளையர் பற்றிச் சிந்தித்தீர்களா?'

'இருப்பதாக அறிகிறோம். கோவும் கொடியும் காத்துநிற்கும் என்று நம்புகிறோம்.'

'சோழக் குடையும் புலிக் கொடியும் என்றும் உங்களைக் காக்கும். அதற்கான அனைத்து முயற்சிகளையும் நான் மேற்கொள்வேன்.'

'அரசே, எப்போதெல்லாம் நட்புக் கலங்களை எதிர்கொள் கிறோமோ அப்போதெல்லாம் தங்களுக்கு ஓலை அனுப்புகிறோம்.'

'மிக்க மகிழ்ச்சி!'

கூட்டத்தினர் பலரும் பல நாடுகள் கண்ட தலைசிறந்த வணிகர்களாக இருந்தபோதிலும் தற்போது மேற்கொண்டுள்ள முயற்சியின் கற்பனை கடந்த தன்மை, அளவு கடந்த விரிவு, நினைவு கடந்த காலம், கனவு கடந்த இன்னல், இவை அனைத்தையும் கடந்த ஆக்கம் அனைத்தும் அவர்களை நிலைபெறா மனநிலையில் நில்லாமல் சுழற்றியது.

இம்மாபெரும் சாதனையின் வித்தாக இளைஞர்கள் இருப்பது அவர்களைப் பெருமிதம் கொள்ளச்செய்தது.

# 35

## வணிகரே புகாரின் மூலதனம்

**சோ**ழச் சக்கரவர்த்தி புகார் வரும் நாளும் வந்தேவிட்டது. ஊர் விழாக்கோலம் பூண்டது என்று சொல்வதைவிட விழா ஊர்க்கோலம் பூண்டு ஊர்வலம் வந்தது என்றே சொல்ல வேண்டும். தஞ்சையிலிருந்து புகார்வரை யிலான அரச வீதி இருபுறமும் கயிறு கட்டிக் காக்கப்பட்டது. அவ்வீதி எங்கும், ஒவ்வொரு சாந்தினரும் தோரண வாயில்களை எழுப்பி யிருந்தனர். புகாரின் அனைத்து வீதிகளிலும் கமுகும் வாழையும் அணிவகுத்தன. பெருந்தன வணிகர்முதல் சிறு மீன்பிடியாளர்வரை தமது இல்லங்களில் மலர்ப்பந்தல் இட்டிருந்தனர்.

புகார் நகரத்து மாளிகைகளின் வாயில்கள்தோறும் மலர்ப்பந்தரிட்டு மணிமாலைகள் தூக்கி வாழை கமுகுகள் நாட்டி மெழுகிக் கோலமிட்ட திண்ணைகளில் பூரண கலசங்களும் பொற் பாவைகளும் முளைப்பாலிகைகளும் முகவிளக்கு களும் வெண்சாமரைகளும் இணைகயல்களும் பூந்தட்டுகளும் மங்கலமாக வைத்து அலங்கரித்து வாசனைத் திரவியங்களைக் கலந்த பனிநீர்

தெளித்து தூளியெழும்பால் களஞ்செய்து ஆடல்பாடல் வீதிதோறும் நிகழ்த்தப்பட்டன.

கோட்டைக்கு வெளியே மாபெரும் பந்தலிட்டு பேரரசரோடு உடன்வரும் படைகளுக்கு உணவு வழங்க ஏற்பாடு செய்யப் பட்டது.

சக்கரவர்த்தி முதல் நாளே புகார் மன்னனின் அரண்மனைக்கு வந்து தங்கிவிட்டார். அன்று பகல் பொழுதில் அவர் அரண்மனையி லிருந்து புறப்பட்டுவிட்டார் என்பதற்கு அடையாளமாக கட்டியங் காரர்களும் அவர்களைத் தொடர்ந்து ஆள்விலக்குவோரும் குரல் எழுப்பினர்

தேர்க்கு முன்னே வேழ வீரர், புரவி வீரர், வாள் வீரர், வேல் வீரர், வில் வீரர் முதலானோர் அணியணியாக அரண் அமைத்ததுபோல நெருங்கிப்போக, விருது பிடிப்போர், எச்சரிக்கை சொல்வோர், கட்டியம் கூறுவோர், பட்டாங்கு படிப்போர், சோர்வு பார்ப்போர், ஆள்விலக்குவோர் முதலானவர்கள் நடந்தனர்.

கதைலம், சந்தனம், கஸ்தூரி, பால், தயிர், நெய், பழம் முதலான திருமஞ்சனத் திரவியங்களும், மாணிக்கமாலை, மரகதமாலை, முத்துமாலை, பவளமாலை, பொன்மாலை, வச்சிரமுடி, இரத்தின குண்டலம் முதலான திருவாபரணங்களும், கொன்னைமாலை, தும்பைமாலை, வில்வமாலை, சண்பகமாலை, முல்லைமாலை, மல்லிகைமாலை முதலான திருமாலைகளும், வெண்பட்டு, கோசிகப்பட்டு, பீதாம்பரம் முதலான திருவாடைகளும், மற்றும் வேண்டிய திரவியங்களும் சுமந்தபடி திருப்பல்லவனேச்சுரர் கோயிலுக்குக் காரியக்காரர்கள் வந்தனர்.

சோழச் சக்கரவர்த்தி கிரீடம், குண்டலம், கண்டசரம், வாகுவலயம், பதக்கம், சரப்பளி, கடகம், ஆழி, பொற்ச் சிலம்பு, பொன்னரைஞாண், உதரபந்தனம், வீரகண்டை முதலான அணிகள் பூண்டிருந்தார். ஒளிமயமான பீதாம்பர உத்தரியம் மேலே தரித்துக்கொண்டு நவரத்தினம் இழைத்த ஒரு பொற்செங்கோலைக் கையில் பிடித்துக் கொண்டு உலா வந்தார்.

நான்கு புரவிகள் பூட்டிய, மகாமேருவைப்போல் உயர்வுள்ள, ரத்தின கசிதமாகிய ரதத்தின்மேல் அவர் பவனி வந்தார். அவருடன் காரியத் தலைவர்களும், சினேகர், உறவினர், புரோகிதர் முதலானவர் களும், மன்னர், மண்டலீகர், பட்டவர்த்தனர், மகுடவர்த்தனர் முதலான அரசர்களும் தங்கள் தங்கள் பெருமைக்குத் தக்க வாகனங்களில் ஏறிச் சூழ்ந்துவந்தனர்.

புகாரின் மன்னனைச் சக்கரவர்த்தி தம்மோடு தேரில் ஏற்றிக்கொள்ள அவனும் அருகில் நின்றபடியே வந்தான். ஒவ்வொரு வீதியாகக் கடக்கும்போதும் அதன் சிறப்புகளை அவன் சக்கரவர்த்திக்கு எடுத்துக்கூறினான். அதேபோல பட்டத்து இளவரசர் மாறனைத் தம்மோடு தேரில் ஏற்றிக்கொண்டு உரையாடியவண்ணம் வந்தார்.

நெற்றிப்பட்டம், கிம்புரி முதலான அணிகளை அணிவிக்கப்பட்டு அலங்காரம் செய்யப்பட்டிருந்த வேழங்கள் கர்ச்சித்துவரவும், முத்துக்குஞ்சம், முத்துவடம், முத்துவாளி, கிண்கிணிமாலை, பொற்கலனை முதலான அணிகளால் அலங்கரிக்கப்பட்ட வலியுள்ள புரவிகள் கனைத்துவரவும், வீரபட்டம், வீரசங்கிலி, வீரகண்டை முதலான அணிகளை அணிந்த வீரர்கள் ஆரவாரித்துவரவும், மங்கலப்பாடகர் பாடவும், வந்தியர், மாகதர் புகழவும், மங்கல மங்கையர் வாழ்த்தவும், நாடகக் கணிகையர் நடனம் செய்யவும், பட்டாங்கு படிக்கவும், கட்டியம் கூறவும், எட்டு மங்கலங்களை ஏந்திச் சுமங்கலிகள் சூழ்ந்துபோகவும், வெள்ளை வட்டக் குடைகள் நிழற்றவும், வெண்சாமரை வீசவும், மயிற்குஞ்சங்கள் சுழற்றவும், பூந்தட்டு ஏந்தவும், விறலியரும், பாணரும், சகோர யாழ், மகர யாழ், நந்தி யாழ் முதலிய உலாக் கால யாழ்களை மீட்டிவந்தனர்.

முரசு, முழவு, சச்சரி, தாளம், மத்தளம், சின்னம், மல்லரி, சங்கம், எக்காளம், உருத்திரவீணை, நாரதவீணை, தும்புருவீணை, இராவணாஸ்தம், கின்னரி, புல்லாங்குழல் முதலான தோற்கருவி, துளைக்கருவி, கஞ்சக்கருவி, மிடற்றுக்கருவி, நரப்புக்கருவி என்கின்ற ஐவகையான முப்பத்திரண்டு வாத்தியங்களும் முழங்கவும், தேரிற் கட்டிய மணிகளின் ஓசை கிண் கிண் என்று சத்திக்கவும், ஆடுகின்ற மாதரது அடிகளிற் பூண்ட சிலம்போசை கலீர் கலீர் என்று ஒலிக்கவும், அனைத்து மங்கல ஆராவார ஆடம்பரங்களுடன் சக்கரவர்த்தி உலா வந்தார்.

ஊர்வலம் புகார் துறையின் படுகையில் அமைக்கப்பட்டிருந்த மேடைக்கருகில் நின்றது. சக்கரவர்த்தி கீழிறங்க புகாரின் முதலமைச்சர் படிக்கட்டை எடுத்து வைத்தார். மேடைக்கருகே அமைக்கப்பட்டிருந்த மாபெரும் பந்தரில் அனைவரும் கூடினர்.

மேடையில் பட்டத்து இளவரசர், மெளலி இளவரசர்கள், மகுட இளவரசர்கள் சூழச் சக்கரவர்த்தி அமர்ந்திருந்தார். சக்கரவர்த்தியின் நேரடி வாரிசு, பட்டத்து இளவரசர். சக்கரவர்த்தியின் மற்ற புதல்வர்கள் மௌளி இளவரசர்கள். அவரது தமையனும் தமையனின் மைந்தர்களும் மகுட இளவரசர்கள். இளவரசர்கள் அனைவரும் கட்டுடலும், காட்டானை நடையும், முறுக்கிய மீசையுமாகத்

தோன்றினாலும், சக்கரவர்த்தியின் சிறு புருவ நெளிப்பு அவர்களை யெல்லாம் நிலைகுலையச் செய்துவிடும் என்பது உச்சிவேளைக் கதிரவனைப்போல் தெரிந்தது. இத்துணைக்கும் அவர் நரைதட்டிய நடுவயதைக் கடந்தவர். ஆனால் ஆடவருக்கெல்லாம் ஆடவராக ஆண்மை தோன்ற விளங்கினார்.

மேடை ஏறிய புகாரின் மன்னன் கம்பீரமாகப் பேசினான். அவன் பேசியதை முப்பதடிக்கு ஒருவராக நின்ற உரைஞர்கள் மீண்டும் உரக்க உரைத்தனர்.

'சக்கரவர்த்திப் பெருமகனாரே! சான்றோர்களே! சோழப் புகழ்க் கொடியைச் சீனத்திலும் நாட்டச் செயல்படும் இளையோரே! அவர்களுக்கு உறுதுணையாக நின்ற கலைஞர்களே! வணக்கம். இம்முயற்சியில் ஈடுபட்ட சிலருக்குத் தலைக்கோல் பட்டம் வழங்கப்படுகிறது. சீனம் நச்சிய புகார் வணிகச் சாந்தின் தலைமைப் பொறுப்பேற்ற மாறன், புதிய கலங்களை வடிவமைத்த மதங்கர், பண்டகசாலைக் குழுவின் தலைமை ஏற்ற முகிலன், ஆழிக் குழுவின் தலைமை ஏற்ற செம்பியன், வாகட அறிஞர் இரும்பொறையனார், பல்பொருட் குழுவின் தலைமை ஏற்ற ஆதன் ஆகியோர் தலைக்கோல் பட்டம் பெறுகின்றனர்.'

செம்பியனுக்கு, தான் மேடை ஏறியது, சக்கரவர்த்தியை மூச்சு படும் தொலைவில் சந்தித்தது, அவரிடமிருந்து பொற்கோலையும் பட்டயத்தையும் பெற்றது என எதுவும் நினைவில் இல்லை. 'நித்திலா மட்டும் இதைப் பார்த்திருந்தால்...' என்ற எண்ணமே நிறைந்திருந்தது. பார்க்காவிட்டால் என்ன, என்றாவது ஒரு நாள் கேள்விப்படாமலா இருப்பாள்? கேள்விப்பட்டால்? நேரில் வந்து வாழ்த்துவாளா? வந்தால்? அதே அன்போடும் அழகோடும் இருப்பாளா? இருந்தால்? நான் என்ன செய்வது? கற்பனையாகக் காட்சிகளை அமைக்கும்போது நமது ஆசைக்கேற்ப மனம், அறிவை அடக்கிவைத்து, எண்ணங்களை நீட்டித்து, மகிழ்ச்சி தர முயல்கிறது. கற்பனை முடிந்து கடமை என்று வரும்போது அறிவை மட்டும் தனியாக விட்டுவிட்டு ஓடிவிடுகிறது. மனத்தின் பொய்யான கற்பனைகளுக்கு அறிவு எப்படி விடை காண முடியும்? கற்பனை முழுவதும் பொய் என்றுதான் கூற முடியும். ஆனால் அது மனத்திற்குப் பிடிப்பதில்லை. செயற்கையாகக் கற்பனையை நீட்டிக்க, போதையில் இறக்கிவிடுகிறது.

கூட்டத்தின் பாலைவன அமைதி செம்பியனை நிலைநிறுத்தியது. சக்கரவர்த்தி பேசத் தொடங்கினார்.

‘அவையோர்களே! நம் நாட்டின் மேன்மைக்காகத் தாங்கள் தங்கள் பொருளையும், உழைப்பையும், உயிரையும் பணயம் வைத்து இம்முயற்சியை மேற்கொண்டமைக்குச் சோழ நாடு மிக்க கடமைப் பட்டுள்ளது. கடற் துறையில் நாவாய்கள் பாதுகாப்பாக இருக்கும். அதற்காகவா நாம் கலம் கட்டுகிறோம்? புயலையும் சுழலையும் கடந்து, மழையையும் வெயிலையும் தாங்கி, புதியன கண்டு, புதியன கொண்டு, பொன் பொருள் ஈட்டவல்லவோ அவை கட்டப் பட்டுள்ளன? அதேபோல, இடர் நிறைந்தது என்பதற்காக அரிய முயற்சியை மேற்கொள்ளாமை அறியாமை. அஞ்சுவது அஞ்சி, ஐயம் தெளிந்து, இலக்கை வகுத்து, இன்னல்களுக்கு வழி கண்டு, எல்லைகள் வகுத்து, திட்டந்தீட்டி, வழுவாமல் செயலாற்றுவதே அறிவார் செயலாகும். அவர்களே புகாரின் மூலதனம். நற்பயன் நாடி நாவாய் செலுத்தும் வணிகர், நன்னடை நல்கும் வேந்து, பொன் பெறினும் சொற்பிறழா குடிகள். இவையே புகாரின் சிறப்பு. பொன் பொருளால், மாட கூடங்களால் அமைந்ததல்ல இப்புகார். புகழால் அமைந்த புகார்.’

பேசி முடித்து, கொடிக்கலத்தில் ஏற்றப்படும் புலிக்கொடியை சக்கரவர்த்தி, பெருந்திரையனாரிடம் வழங்கினார். அவருக்குத் தனது கணையாழியையும் வழங்கினார். விழா நிறைவு பெற்றது.

●

கலங்கள் புகார் விட்டு நீங்கி இரண்டு நாட்கள் ஆகிவிட்டன. கொடி மரத்தின் மீதிருந்த கடைசிக் கடற்புறாவும் பறந்துவிட்டது. இனி கடக்கக் கடக்கக் கடல் மட்டும்தான். அம்மியும் பறக்கும் ஆடிக் காற்றில் நாவாய்கள் சுறாவைப் போலச் சென்றன. செம்பியனும், சேந்தனும், பூதனும், மூலனும் கொடிக்கலத்தில் பயணித்தார்கள். அது ஐந்தாவது வரிசையில் நடுக்கலமாகச் சென்றது. கடலோடிகள் தளத்தைத் தேய்ப்பதிலும், சுறாவேட்டையாடுவதிலும், மீன்பிடிப் பதிலும், சொக்கட்டான் விளையாடுவதிலுமாக நேரங்கழித்தனர்.

பெருந்திரையனார் ஆலோசனைக் கூட்டம் ஒன்றைக் கூட்டியிருந்தார். அவரது அறையில் அக்கலத்தின் கோன், மாறன், குழுத்தலைவர்கள் ஆகியோர் கூடியிருந்தனர்.

‘அனைத்துக் கலங்களிலும் எழுதப்பட்டுள்ள பெயர்களைப் பயின் கொண்டு அழித்துவிடவேண்டும். அதற்கான ஓலை எழுதிக் கொண்டுவாருங்கள்’ என்றார் பெருந்திரையனார்.

‘ஐயா? எதற்காக இந்த ஏற்பாடு?’ என்று மாறன் கேட்டான்.

‘குமாரா, கலங்களில் பொதி ஏற்ற எத்தனை ஆட்கள் பணி செய்தார்கள்?’

‘குறைந்தது ஆயிரம் பேர்களாவது இருக்கும்.’

‘இதில் கண்டிப்பாகப் பத்து பேராவது கடற்கொள்ளையரின் ஒற்றர்களாக இருப்பார்கள். இன்ன கலத்தில் இன்ன பொருள் என்று இன்னேரம் செய்தி சென்றிருக்கும். உலோகப் பொருட்கள், ஆடை வகைகள் ஆகியவற்றைத் தாங்கிய கலங்களை முதலில் குறிவைப் பார்கள். அவர்களுக்கு நாம் ஏன் வசதி செய்துதரவேண்டும்?’

‘உண்மைதான் ஐயா!’

‘நமது கலத்திற்கு முன்னே மூன்றும் பின்னே மூன்றுமாக ஆறு ஏவல் படகுகளை எடுத்துச்செல்லுங்கள்.’

செம்பியனும் சேந்தனும் ஒரு படகில் ஏறிக்கொண்டனர். எட்டு கடலோடிகள் துடுப்பிழுத்தனர்.

முதல் கலத்தை அடைந்தபோது மேலே இருந்த விசைவலவன் ‘கயிற்றேணி போடவா?’ என்று கேட்டான்.

‘வேண்டாம். ஓலைக் கயிறு மட்டும் போதும்’ என்றான் சேந்தன். ஒரு துணிப்பை கட்டிய கயிறு கீழே வந்தது.

‘அடுத்த கலத்திற்குச் சென்றுவருகிறோம். அதற்குள் பதில் ஓலை எழுதித் தொங்கவிடு.’

‘சரி.’

ஒவ்வொரு கலமாகச் சென்று, இறுதிக்கலத்தில் பதில் ஓலை பெற்று மீண்டும் அனைத்துக் கலங்களிலும் பதில் ஓலை பெற்றுத் தங்கள் கலத்தை அடையும்போது பத்து நாழிகை கடந்துவிட்டது.

செம்பியன் மேலே வந்ததும், பெருந்திரையனார் அழைத்தார்.

‘இளவ, நீ தலைக்கோல் பட்டம் பெற்றவன். இதுவெல்லாம் கடலோடிகள் செய்யவேண்டிய பணி. உன் அறிவும் திறனும் சிறப்பான செயல்களுக்குப் பயன்படவேண்டும்.’

‘ஏற்றுக்கொள்கிறேன் ஐயா.’

ஏதோ எரியும் நாற்றம் சூழ்ந்தது. செம்பியன் சுற்றிப் பார்த்தான். கலக்கோன் சிரித்தபடியே, ‘அஞ்சவேண்டாம். இறுதி வரிசையில் உள்ள கலங்கள் முன் வரிசைக்குப் பயணிக்கின்றன. அதற்கு அடையாளமாகத்தான் புகைக் குறி’ என்றார்.

ஒரு நாழிகை கழித்து முரசொலி கேட்டது. பின் வரிசைக் கலங்கள் ஒவ்வொரு கலமாகக் கடக்கும்போதும், அக்கலங்களில் உள்ள கடலோடிகள் அவர்களை நையாண்டி செய்வது, நலம் விசாரிப்பது, ஏதாவது ஒன்றைத் தூக்கி எறிவது, அவர்களும் பதிலுக்கு ஏதாவது செய்வது போன்றவை முரட்டுக் கடலோடிகளின் உள்ளத்தில் உள்ள குழந்தை மனத்தை வெளிக்கொண்டுவந்தது.

பெருந்திரையனாருக்கு இடைவிடாத பணி தொடர்ந்துகொண்டே இருந்தது. ஒவ்வோர் இருபது நாழிகைக்கும், கலங்கள் செல்ல வேண்டிய திசை பற்றிய குறிப்போலை எழுதுவது, அதை ஓலைநாயகம் படி எடுப்பது, கலக்கோன்கள் அனுப்பிய ஓலைகளைப் படித்து, வேண்டியதைச் செய்வது என்று ஓய்வில்லாமல் தன் தனியறையில் இருந்தபடியே கோலோச்சிக்கொண்டிருந்தார். ஒரு வேளைக்கு முப்பது ஓலைகள் வரவு, முப்பது ஓலைகள் செலவு என்று இரண்டு நாட்களுக்கு ஒரு முறை ஓர் ஓலைத் தூக்கு நிறைந்துகொண்டிருந்தது. நாளும் கிழமையும் எழுதி அவை நேர்த்தியாகத் தொங்கவிடப்பட்டன.

இரண்டு வாரங்கள், கலங்களைவிட வேகமாக ஓடி முடிந்தன. அன்று காலை மாறன் முன்மரத்தில் ஒரு பறவை இருப்பதைக் கண்டான். கலக்கோனை அழைத்துக் காண்பித்தான்.

‘ஆகா, அருகில் ஏதோ தீவு இருக்கிறது. பெருந்திரையரை அழைத்து வரலாம். குடிநீர் கிட்டினால் சிறிது சேமித்துக்கொள்ளலாம்’ என்றான் கலக்கோன்.

‘ஒரு பறவையை நம்பிச் செயலாற்றக் கூடாது. மேலும் சில வரட்டும், அப்போது பார்க்கலாம்’ என்று பெருந்திரையர் கூறி முடிக்கும் முன்னர் ஒரு கடற்புறாவைத் துரத்தியபடி இரண்டு நீர்க்காகங்கள் பறந்துவந்தன.

‘கண்டிப்பாகத் தீவு இருக்கிறது’ என்றான் கலக்கோன்.

‘இங்கே தீவுகள் இருக்க வாய்ப்பில்லை. திட்டுகள் இருக்கலாம். மணற்திட்டுகள் என்பவை கடலுக்கு அடியில் உள்ள சிறிய, மடிந்துபோன எரிமலையின் முகடுகள். கடல் அலைகளால் பாறைகளின் மேல் மணல் மண்டும். அதில் பறவைகளாலும், அலைகளாலும் கொண்டுவரப்படும் விதைகள் முளைத்து எளிய காடு உருவாகும். மற்றபடி நதிகளோ மலைகளோ இருக்கா. கடற் கொள்ளையருக்கு இது ஒரு புகலிடம். நல்ல ஆழம், தொட முடியாத தனிமை. நாவாய்களின் போக்குவரத்தும் சேர்ந்துவிட்டால்

கொண்டாட்டம்தான்' என்றார் பெருந்திரையர். கடலோடிகளுக்கும் இது நன்றாகத் தெரியும்.

'நீர் இல்லாவிட்டாலும் காய்கறிகள் கிடைக்கலாம். அனைத்து நாவாய்களையும் நிறுத்த ஆணையிடுங்கள். இரண்டு ஏவல் படகுகளைக் கொடியோடு அனுப்பி, பார்த்துவரச் சொல்லுங்கள். நமது கலத்தை முடிந்தவரை திட்டுக்கு அருகில் நிறுத்துங்கள்' என்று ஒப்பிப்பதுபோல் ஆணையிட்டார்.

இரண்டு படகுகள் இறக்கப்பட்டு, ஒவ்வொன்றிலும் எட்டு கடலோடிகள் சென்றனர். பூதனும் உடன் சென்றான். திட்டை நெருங்கும்போது அங்கிருந்து புகை வருவதைக் கண்டனர்.

'இதென்ன அடையாளப் புகையா?' என்றான் பூதன்.

'இல்லை, இது சமையல் புகை' என்றான் ஒரு கடலோடி.

'அப்படியானால் உண்பதற்கு ஏதோ விளைகிறது.'

'இருக்கலாம்.'

கரை ஏறியபோது, அங்கே பல கட்டுமரங்களும் வலைகளும் இருப்பதைக் கண்டனர். தொலைவில் ஓர் அம்பி காணப்பட்டது. பல உடைந்த படகுகளும், ஓர் எரிந்த கலத்தின் கூடும் கரையில் இழுத்துப்போடப்பட்டிருந்தது.

'இது மீனவர்களின் தீவாக இருக்குமோ?' என்றான் பூதன்.

'மீனவ மக்கள் என்றுமே தனித்து இருப்பதில்லை. பிடித்த மீனை விற்க மற்ற மக்களோடு வாழ்ந்தால்தானே முடியும். இது நீதி வெளிச்சத்திலிருந்து ஒளிந்துகொள்ள வந்தவர்கள் என்று நினைக்கிறேன்.'

'நில்லுங்கள்' என்று ஒரு மென்மையான குரல் கேட்டது.

திரும்பிய திசையில் ஒரு பெண் நின்றுகொண்டிருந்தாள்.

# 36

## அனைவரின் பெருவிரலையும் வெட்டிவிடுங்கள்

**‘பெ**ண்ணே, இது எவர் கொடிக்கு உட்பட்ட நாடு?’ என்று பூதன் கேட்டான்.

‘நீங்கள் உடனே போய்விடுவது நல்லது.’

‘இங்கு உள்ளவர்கள் தமிழர்களா?’

‘போக மாட்டீர்களா?’

அவள் பேசிக்கொண்டிருக்கும்போதே மூன்று புதியவர்கள் வந்தனர். அவர்கள் பேசியது பூதனுக்குப் புரியவில்லை. ஒருவன் இடுப்பில் இருந்த வலம்புரிச் சங்கை எடுத்து ஊதினான்.

‘நீங்கள் யாரென்று இவன் கேட்கிறான்’ என்றாள் அப்பெண்.

‘நாங்கள் புகார் வணிகர்கள். கடாரம் செல்கிறோம். ஏதேனும் காய்கறிகளும் குடிநீரும் கிட்டுமா என்று தேடி வந்தோம்.’

அப்பெண் அவர்களுக்கு மொழிபெயர்த்தாள்.

‘தேறல் தருகிறாயா? உள்ளி தருகிறேன்.’

‘தேறல் கலத்தில் உள்ளது. கையோடு அவல் கொண்டுவந்துள்ளோம். இதோ’ என பூதன் கொடுத்தான்.

அதைப் பெற்றுக்கொண்ட புதியவன், ‘போ. தேறல் கொண்டு வா’ என்றான்.

‘நிகர்த்துச் செய்வதுதானே வணிகம். நீயும் ஏதாவது கொடு.’

உடனே அப்புதியவன் பூதனின் கன்னத்தில் ஓங்கி அறைந்தான்.

‘நான்தான் முன்னமே சொன்னேனே. இவர்கள் கொடியவர்கள். சென்றுவிடுங்கள்’ என்றாள் அந்தப் பெண்.

தொலைவில் ஒரு கூட்டம் வருவதை பூதன் கண்டான். உடனே திரும்பிச் செல்லக் கடலோடிகளுக்கு உத்தரவிட்டான்.

அவர்கள் படகைத் திருப்பி கடலுக்குள் நூறடி செல்லும் முன் கூட்டம் கரையை நெருங்கிவிட்டது. ஐந்து பேர் நீந்திவந்து படகைப் பிடிக்க முயன்றனர். கரையில் இருந்த மற்றவர்கள் அம்பு எய்தனர்.

பூதனும் பிற கடலோடிகளும் மயிரிழையில் தப்பித்துக் கலத்தை அடைந்தனர்.

பூதனிடம் விவரம் கேட்டறிந்த பெருந்திரையர், கலக்கோனிடம் என்ன செய்யலாம் என்று கேட்டார். ‘நமக்கோ காலம் தாழ்கிறது. இவர்களோடு நேரத்தை வீணாகக் கழிக்கவேண்டாம்’ என்றான் கலக்கோன். செம்பியனும், சேந்தனும், பூதனும் அதையே ஆமோதித்தார்கள். பெருந்திரையர் ஏற்கவில்லை.

‘முதலில் ஒன்றைத் தெரிந்துகொள்ளுங்கள். கடற்பாதை பாதுகாப்பாக இருந்தால்தான் வணிகம் செழிக்கும். அதற்கான மிகப் பெரிய ஆயுதம், அச்சம். அதை அவர்களுக்குக் காட்டினால்தான் மற்ற கலங்களும் பாதுகாப்பாகச் செல்ல முடியும்’ என்றவர், ‘இருபது படகில் நம் கடற்படை வீரர்கள் புறப்படட்டும்’ என்று ஆணையிட்டார். கடற்படைத் தலைவன் மரந்தையன் பெருந்திரையரிடம் ‘உங்கள் உத்தரவு என்ன?’ என்று கேட்டான்.

‘சோழக் கொடியை எதிர்த்தவருக்கு என்ன கதியோ, அதுதான் இவர்களுக்கும்.’

வீரப் படகுகள் புறப்பட்டன.

அவை இரண்டு அணிகளாகப் பிரிந்து இருவேறு புறங்களில் கரை ஏறின. வில் வீரர்கள் அம்பு மழை பொழிய அதன் காப்பில் வாள் வீரர்கள் நடந்தனர். எதிர்த்தவர்களிடம் வாள் மட்டுமே இருந்ததால்

சோழப் படைகள் தடை இன்றி நடந்தன. காயம் பட்ட நால்வரை பிடித்துப் பிணைத்தனர். மற்றவர்கள் ஓடி ஒளிந்தனர்.

'குடிசைகளுக்குள் சென்று தேவையானவற்றை எடுத்துவாருங்கள்' என்று மரந்தையன் ஆணையிட்டான். வீரர்கள் பல கூடைகளில் உள்ளி, மிளகாய், அவரை, முருங்கை, கருவாடு, உப்பிட்ட மீன் என்று அள்ளிக்கொண்டுவந்தனர். படைக்கலங்கள், வெள்ளிக் காசுகள் எனச் சிலவற்றையும் எடுத்துவந்தனர். மூன்று பெண்களும் பிடிபட்டனர்.

'தமிழ் பேசுவீர்களா?' என்று மரந்தையன் கேட்டான்.

'நாங்கள் பேசுவோம். மற்றவர்கள் சாவம் பேசுவார்கள்.'

'அனைத்துக் குடிசைகளுக்கும் தீ வையுங்கள்.'

தீ வேகமாகப் பரவியது.

ஓடியவர்களுக்கும் மற்றொரு புறம் கரை இறங்கிய சோழப் படைக்கும் நான்கு நாழிகை போர் நடந்தது. முறையாகப் பயிற்சி பெற்ற படையோடு முரட்டுத்தனம் எத்தனை நாழிகை தாக்குப் பிடிக்க முடியும்?

குடிசைகள் வெந்து தணியவும் மற்றொரு சோழப் படை பிடிபட்டவர்களோடு வரவும் சரியாக இருந்தது. படைகளோடு வந்த மொழிபெயர்ப்பாளன், 'யார் உங்களது தலைவன்?' என்றான்.

தோளில் குருதி வழிய ஒருவன் முன்னே வந்தான். கேள்வியே இல்லாமல் மரந்தையன் அவன் தலையை வெட்டினான். பூதன் கலங்கிவிட்டான். நான்கு வீரர்கள் உடலை அப்புறப்படுத்தினர்.

'யார் நீங்கள்?'

'கடாரத்தைச் சேர்ந்தவர்கள்.'

'எந்த ஊர்?'

எத்தனை கேட்டும் பதில் இல்லை.

'அனைவரின் பெருவிரலையும் வெட்டிவிடுங்கள். பெண்களே, நீங்கள் யார்?'

'ஐயா, நாங்கள் ஶ்ரீவிசய நாட்டில் வாழ்ந்த தமிழ்க் குடும்பப் பெண்கள்.'

'இவர்களிடம் எப்படிச் சிக்கினீர்கள்?'

‘நாங்கள் உடன்பிறந்தோர்கள். தமிழகத்தில் மதுரைக்குச் செல்ல வேண்டி கணவன்மாரோடு புறப்பட்டோம். இவர்கள் எங்கள் கலத்தைச் சூறையாடினார்கள். இதோ, பாழடிக்கப்பட்ட எங்கள் கலம்’ என்று கூடாகக் கட்சியளித்த கலத்தைக் காட்டினாள்

‘இங்கு வந்து எத்தனை நாட்கள் ஆகின?’

‘வைகாசி முதல் நாள் புறப்பட்டோம். இன்று என்ன நாள், என்ன கிழமை என்பதுகூடத் தெரியவில்லை.’

‘சரி, பிழைத்துப் போ!’

‘ஐயா, எங்களையும் தங்களோடு கடாரம் அழைத்துச் சென்றால் உங்களைத் தெய்வமாகக் கொண்டாடுவோம்.’

‘கொண்டாட்டத்திற்கு நேரமில்லை. உன் வேலையைப் பார். வெட்டிய விரல்களைக் கூடையில் எடுத்துவாருங்கள்’ என்று கூறியபடி படகில் ஏறினான்.

பூதன், ‘தமிழ்ப் பெண்கள்...’ என்று இழுத்தான்.

‘தமிழ் நெறிப்படி வாழ்பவள்தான் தமிழ்ப் பெண். இவர்கள் குலத்தைக் கெடுக்க வந்த கோடரிக் காம்புகள்.’

‘பார்வைக்கு ஒச்சமின்றிக் காணப்படுகிறார்களே...’

‘அப்படியா. ஒரே ஒரு பெண்ணை மட்டும் அழைத்து வா.’

பூதன் ஒரு பெண்ணை அழைத்துவந்தான். மரந்தையன் அவளைப் படகில் ஏற்றி, ‘உன்னை மட்டும் அழைத்துச் செல்கிறேன். உன் பெயர் என்ன?’ என்று தாழ்ந்த குரலில் கேட்டான்.

‘ஆதிரை’ என்று அவளும் மெல்லிய குரலில் கூறினாள்.

‘நீ இங்கேயே இரு’ என்று கூறிவிட்டு பூதனை அழைத்துக்கொண்டு மற்றொரு பெண்ணிடம் வந்தான்.

‘அதோ படகில் இருக்கிறாளே, அவள் பெயர் என்ன?’

‘மீனாட்சி’ என்றாள் அப்பெண்.

‘போதுமா?’ என்பதுபோலப் பூதனைப் பார்த்தான்.

‘ஐயா, என்னையும் அழைத்துச் செல்லுங்கள். இவள் எனது தங்கை, கர்ப்பமாகி இருக்கிறாள். உயிர்ப் பிச்சை அளிக்கவேண்டும்.’

மரந்தையன் மனம் இளகினான். 'அழைத்துச்செல்கிறேன். ஆனால், முடிவு என் கையில் இல்லை.'

திரும்பிவரும்போது, 'எப்படிக் கணித்தீர்கள்?' என்று பூதன் கேட்டான்.

'வணிகர்கள் மனைவி மக்களோடு பயணிக்கும்போது தனிக் கலமாகச் செல்வதில்லை. அவள் எரிந்துபோனதாக அடையாளம் காட்டிய கலத்தில் பூஞ்சை பிடித்திருக்கிறது. ஆனால் இவள் வைகாசியில் புறப்பட்டோம் என்கிறாள். பூஞ்சை பிடிக்கக் குறைந்தது ஒன்பது மாதங்களாவது ஆகும்.'

பூதன் அவனது பட்டறிவை வியந்தான். அதே சமயம் சற்று முன்னர் அவன் மனம் சுளிக்காமல் தலை, விரல்களை வெட்ட ஆணையிட்டதை நினைக்கும்போது, இருவரும் ஒருவரே என்ற நினைப்பில் தவித்தான்.

மீண்டும் கொடிக்கலத்தை அடைந்தபோது, இருபத்திரண்டு நாழிகைகள் கழிந்துவிட்டன. பெண்களையும் வெட்டிய விரல்கள் அடங்கிய கூடையையும் படகில் விட்டுவிட்டு மேலே வந்தனர்.

மரந்தையன் நடந்ததைப் பெருந்திரையரிடம் கூறினான்.

'மிக்க மகிழ்ச்சி. பெண்களை மருத்துவக் கலத்தில் ஏற்றிவிடு. பெண் நோய்க்குச் சாந்து மருத்துவச் செலவு செய்யாது என்பதைக் கடலோடிகளுக்கு உறுதியாகச் சொல்லிவிடு. விரல் கூடையைக் கடலில் எறி. கைப்பற்றிய ஆயுதங்களை வரவில் வை. வெள்ளி, பொன் காசுகளை உன் வீரர்களுக்குப் பிரித்துக் கொடு.' வழக்கம் போல் சுருக்கமாகக் கூறினார்.

பூதனும் மரந்தையனும் பெண்களை அழைத்துக்கொண்டு மருத்துவக் கலத்திற்குச் சென்றனர். மேலே இருந்த விசைவலவன் கயிற்றேணியை வீசினான்.

'ஓர் ஈருயிரி இருக்கிறாள். மூங்கில் ஏணியை இறக்கி விடு' என்றான் மரந்தையன்.

'இதென்ன விந்தை? வணிகக் கலத்தில் பெண்களா? பெண்களைக் கலத்தில் ஏற்றினால் புயல் வருமே. உங்களுக்குத் தெரியாதா?'

'எனக்குத் தெரியும். பெருந்திரையருக்குத் தெரியவில்லை. நீ வந்து அவரிடம் சொல்.'

‘அவரே சொல்லிவிட்டாரா! கடல் தாயே, என்னை விட்டுவிடு. அவரது கலத்தை என்ன வேண்டுமானாலும் செய்துகொள்’ என்று அவன் சிரித்தான். கலக்கோனும் அவர்களோடு சேர்ந்துகொண்டான்.

‘வில்லவா, மருத்துவரை அழைத்து வா’ என்றான் கலக்கோன்.

வில்லவன் என்ற விசைவலவன் மருத்துவரை அழைத்துவந்தான். பெண்களைச் சோதித்த மருத்துவர், ‘இடர்முன் இழிவில்லை. இவள் ஐந்து மாதமாகக் காணப்படுகிறாள். கடாரம்வரை அழைத்துச் செல்லலாம்’ என்றார்.

‘வில்லவா, இவர்களுக்கு ஒரு குடம் நீர், மூன்று வட்டில்கள், ஒரு குவளை, இரண்டு மண் சட்டிகள் கொடு’ என்ற கலக்கோன், பெண்களைப் பார்த்து, ‘கீழ்த்தளத்தில் இடம் ஒதுக்கித் தருகிறேன். பாங்காக நடந்துகொள்ளவேண்டும். மேல்தளத்திலோ அல்லது ஆடவரோடு பேசுவதையோ கண்டாலும் கேள்விப்பட்டாலும் அடுத்த கணமே வெட்டி எறிந்துவிடுவேன். உங்களில் ஒருத்தி, நண்பகல் முதல் நாழிகையில் அடிசில்பள்ளியிலிருந்து உணவும் நீரும் வாங்கிச் செல்லவேண்டும். அடுத்த நாழிகை அங்கே இருக்கக்கூடாது. குளியல், தேய்ப்பு, சுத்தம் என்று எதற்கும் மேலே வரக்கூடாது. மண் சட்டிதான் எல்லாமே. புரிகிறதா?’

‘ஐயா…’ என்று மீனாட்சி ஏதோ கூற முற்பட்டாள்.

கலக்கோன் பார்த்த உக்கிரப் பார்வையில் கதிகலங்கி மண்டியிட்டாள்.

‘பெண்களால் கலங்களுக்குத் தொல்லையில்லை. ஆனால் கடலோடிகளுக்கு மயக்கத் தொல்லை. அதைத் தவிர்க்கவே இத்தகைய கடுமையான வழிமுறைகள்.’

வில்லவன் கலத்தின் முன்புறத்தில் ஏதோ செய்துகொண்டிருந்தான். மரந்தையன் அவனை நோக்கி, ‘அடே உத்தமத் துறவியே, நாளை மேலும் மூன்று பெண்களோடு வருகிறேன்’ என்றான்.

‘அண்ணா, ஒரு காலத்தில் உங்கள் அக்கா மகளை நான் மணம் முடிக்க மறுத்தேன் என்பதற்காக என்னை இப்படியா சாகடிக்க வேண்டும்?’ என்று பொய்க் கோபத்துடன் கூறினான்.

‘உண்மைதான் மன்மதா! மறு வருடம் அதே பெண்ணைத்தான் மணப்பேன் என்று மடல் குதிரை ஏறி கீழே விழுந்து கையை முறித்துக்கொண்டு, பின்னர் இடது கையால் தாலி கட்டி, அவளோடு இதுவரை ஏழு பிள்ளைகள் பெற்றவன் எங்கே என்று தேடுகிறேன்.’

‘மாமா! இதை எல்லாம் இங்கா பேசுவது?’

‘தவறுதான், கொடிக்கலத்திற்கு வா. பெருந்திரையரிடம் பேசுவோம்.’

பூதனுக்குச் சிரிப்பு தாளவில்லை. மாற்றமே இல்லாத கல வாழ்க்கையில் இது போன்ற சிச்சரவுகள்தான் சுவை சேர்க்கும்.

‘அங்கே என்னடா செய்கிறாய்?’ என்றபடி மரந்தையன் வில்லவனை அணுகினான்.

வில்லவன் ஒரு கிழிந்த துணியில் ஆடையில்லாத பெண்ணின் உருவத்தைத் தீட்டிக்கொண்டிருந்தான்.

‘இது எதற்காக?’ என்று பூதன் கேட்டான்.

‘ஆடையில்லாத பெண்ணின் ஓவியத்தைக் கலத்தின் முன்கூம்பில் பறக்கவிட்டால் இவனைத் தாக்க வரும் புயல் வெட்கப்பட்டுக் கொண்டு போய்விடுமாம். இந்த முட்டாள் பயல்களின் நம்பிக்கை இது.’

‘காற்று பின்னிருந்து முன்னாக வீசுகிறது. ஓவியத்தை முன்புறம் மாட்டினால் எப்படிச் சரியாகும்?’

‘அடே வில்லவா. இவர் ஏதோ கேட்கிறார், பதில் சொல்.’

‘நீங்கள் இருவரும் உங்கள் கலத்திற்குச் செல்லுங்கள். இதெல்லாம் வழிவழியாக வந்த சடங்கு’ என்று வழிந்தான்.

●

அன்றிரவு பூதனுக்கு உறக்கம் வரவில்லை. பயணம் தொடங்கி இரண்டு வாரங்களில் ஒரு தலை கொய்தல், முப்பது கட்டை விரல் காவுகள், மூன்று பொய்ப் பெண்டிர், சூறையாடல், தீக்கிரையாடல். அம்மம்மா... இன்னும் அறுபது வாரங்கள் இருக்கின்றனவே! இன்னும் எத்தனை உயிர்ப்பலி, எத்தனை சாபம் காத்திருக்கிறதோ.

உறக்கம் பிடிக்காமல் வெளியே வந்தான். அங்கே மாறனும் செம்பியனும் பேசிக்கொண்டிருப்பது தெரிந்தது.

‘வா பூதா, உட்கார்’ என்றான் மாறன்.

‘மனம் கலக்கமாக இருக்கிறது.’

‘ஏன்?’

‘இன்று கண்ட குருதி, கொலை, ஓலம், கொடூரம் என்னை உலுக்கி விட்டன.’

‘கொலையிற் கொடியவருக்கும் கொற்றவனுக்கும் செயல் ஒன்றுதான். நோக்கம்தான் வேறுபட்டவை.’

‘இருவருக்கும் தன்னலம்தானே ஓங்கி நிற்கிறது?’

‘உனக்குப் புரியும்படிக் கூறுகிறேன்’ என்றான் மாறன். ‘நக்கீரர் எதிர்த்துப் பேசியதற்காக நெற்றிக் கண்ணால் எரித்தான் இறைவன். ஆனால் பிரம்பால் அடித்த பாண்டியனை ஏன் எரிக்கவில்லை?’

பூதன் பேசவில்லை.

‘காரணம், பாண்டியன் மக்களைக் காக்கவேண்டும் என்று அவனே நேரில் வந்து பணிகளைப் பார்வையிடுகிறான். அதற்கு இடையூறாகக் கருதியதால் இறைவனையே அடித்தான். இறைவனும் அவனது தன்னலம் கருதாப் பண்பைப் பாராட்டி, மகிழ்வோடு அதை ஏற்றுக்கொண்டான். இன்று நடந்தது அதுபோலத்தான். இன்றைய செயல் கண்டிப்பாக அடுத்த ஒரு தலைமுறைவரை அக்கொள்ளையர் களுக்குப் பாடமாக அமையும். மனம் குழம்பாதே.’

‘உயிர் இரக்கம்...’ என்று பூதன் இழுத்தான்.

‘உயிர் இரக்கம்பற்றி சமணப் பள்ளியில் பேசவேண்டும். நடுக்கடலில் பேசக்கூடாது’ என்று மாறன் கூறியபோது பூதனும் சிரித்து விட்டான்.

‘பூதனாரே, உமது உயிர் இரக்கம் சூட்டிறைச்சி தின்னும்போது எங்கே போயிற்று?’ என்று நகைத்தான் செம்பியன்.

‘உங்களோடு வாயாட முடியாது. நான் வருகிறேன்.’

‘அதற்குமுன் இதைப் பருகிவிட்டுச் செல்லும்’ என்று தேறல் குடுவையைக் கொடுத்தான்.

# 37

## எங்கள் நாடே சுவர்ணத் தீவு

இரண்டாம் திசைவலவன் ஓடிவந்தான். 'எதிரே ஒரு கலம் வருகிறது. தீப்பந்த அடையாளம் காட்டினோம். புகாருக்குச் செல்லும் கலமாம். மாநாய்கன் பாலியாதனாரின் கலமாம்.'

'அவர்களுக்கு என்ன வேண்டுமாம்?' என்று கேட்டான் மாறன்.

'தெரியவில்லை. அருகே வர உத்தரவு கேட்கிறார்கள்.'

'கடும் எதிர்காற்றில் எப்படிப் புகாரை அடைய முடியும்?'

'இக்கலம் காழத்திற்குச் செல்கிறதாம். நாளைக் காலை வட திசைக்குத் திரும்பிவிடுவார்களாம்.'

'கொடிக்கலத்தின் அருகே வர இரவில் உத்தரவு கிடையாது என்று செய்தி அனுப்பிவிடு.'

'ஆகட்டும்.'

செய்தியைப் புரிந்துகொண்ட அக்கலத்தினர், கொடிக்கலத்தை வணங்குவதற்கு அடையாள மாகப் பந்தங்களை வானில் உயர்த்தி, முரசறைந்தனர்.

ஏற்றுக்கொண்டோம் என்பதற்குக்கு அடையாளமாகத் திசைவளவன் பாங்குழல் ஊதினான்.

சற்று நேரத்தில் மழை வலுத்தது.

மறுநாள் காலையும் மழை குறைந்தபாடில்லை. காற்று வலுவிழந்து வீசியது. கலங்கள் நகர மறுத்தன. கலத்தைத் தாண்டி அரை காத தொலைவுகூடத் தெளிவாகத் தெரியவில்லை.

கலக்கோன் முன் மரத்தில் ஏறிப் பார்த்தான். 'கல மூக்கிலும் பின் பகுதியிலும் குடரேற்று' என்று விசைவலவனுக்கு உத்தரவிட்டான்.

சற்று நேரத்தில் விசைவலவன் குடவிளக்கைக் கொண்டுவந்தான். ஒரு பித்தளைக் குடம். அதன் கழுத்துவரை விளக்கெண்ணெய் நிரப்பப்பட்டிருந்தது. குடத்தின் மூடியில் நான்கு விரல் அளவிற்குத் திரி. அதில் பொடித்த உப்பு தடவப்பட்டிருந்தது. திரியின்மீது மழை நீர் விழாமல் தடுக்க ஒரு சிறிய குடை போன்ற அமைப்பு. ஒரு குடத்தை ஏற்றினால் ஓர் இரவு ஒரு பகலுக்கு விடாமல் எரியும். சூறாவளியைத் தவிர மற்ற எல்லாக் காற்றுக்கும் உப்புத் திரி ஈடு கொடுக்கும்.

ஒரே நாழிகையில் அடுத்த வரிசைக் கலங்களிலும் கலச் சுடர் ஒளிர்ந்தது.

மழை விட்டதும் அனைத்துக் கடலோடிகளும் தளத்தைத் தேய்ப்பதில் ஈடுபட்டார்கள். தேய்க்கவில்லை என்றால் வழுக்கத் தொடங்கும். அது ஆபத்தாக முடியும். வணிகர்களும் கடற்படை வீரர்களும்கூட உதவி செய்தார்கள்.

பெருந்திரையர், ஓலை நாயகத்தை அழைத்தார். 'அனைத்து கலக்கோன்களுக்கும் ஓலை அனுப்புங்கள். இன்றிலிருந்து எல்லாக் கடலோடிகளும், கலக்கோன் முதல் வணிகர் ஈறாக, மெய்ப்பை அணியவேண்டும். கழுத்தைக் கண்டிப்பாக உத்தரியத்தால் மூட வேண்டும். எலுமிச்சைச் சாற்றை இரு மடங்காகப் பருகவேண்டும். இருமல் தொற்றிக்கொண்டவர்கள் எவரானாலும் மருத்துவக் கலத்திற்கு மாற்றவேண்டும்.'

'இருமல் அவ்வளவு கொடிய நோய் அல்லவே' என்றான் செம்பியன்.

'நோய் என்று பார்த்தால் இருமல், காது வலி எல்லாம் சிறியவை தான். ஆனால் எளிதில் தொற்றிக்கொள்ளும். கவனம் சிதறும். செயல்திறன் பாதியாகக் குறைந்துவிடும். இது மிகைதான். ஆனால் அவசியமானது.'

அடுத்த மூன்று நாட்களும் இதே நடைமுறைதான். மழை, மழை விட்டதும் தேய்த்தல். மீண்டும் மழை. முதல் நாள் உற்சாகமாகத் தேய்த்த வணிகர்கள் இரண்டாம் நாள் நிறுத்திக்கொண்டார்கள். கடற்படை வீரர்கள் மூன்றாம் நாள் நிறுத்திக்கொண்டார்கள். கலமே களை இழந்ததுபோல் காணப்பட்டது.

கடாரத்தை அடைய இன்னும் இரண்டு நாள் பயணம் எஞ்சியிருந்த நிலையில், அங்கிருந்து முத்திரை ஓலையுடன் ஒரு படகு வந்தது.

பெருந்திரையரின் அறையில் ஆலோசனை நடந்தது. ஓலை கொண்டுவந்தவன் சோழ இளவரசரோடு பயணித்த கருவூல நாயகம் எழினி. ஓலை நாயகம் வாசித்தார். 'கடாரத்தில் ஆட்சி மாற்றம் நிகழ்ந்திருப்பதாகவும், அது தொட்டு சுங்கம் உயர்ந்துள்ளதாகவும், அதனால் இளவரசரின் உத்தரவு வரும்வரை நாம் அமலக்கக் கடற்சாலையைக் கடக்கவேண்டாம் என்றும் எழுதப்பட்டுள்ளது.'

கடாரத்திற்கும் சுவர்ணத் தீவுக்கும் இடைப்பட்ட கடல் வழி, அமலக்கக் கடற்சாலை என்று அழைக்கப்பட்டது. கடற்சாலையின் இருபுறக் கரைகளிலும் நெல்லி மரக்காடுகள் அடர்ந்திருந்தமையால் அப்பகுதி மக்கள் அதை 'மலக்க கடற்சாலை' என்று அழைத்தார்கள். அப்பகுதிக்குச் சென்ற கலிங்க நாட்டு வணிகர்கள் 'அமலக்க கடற்சாலை' என்று அழைத்தார்கள். அதையே தமிழர்களும் ஏற்று அழைத்தார்கள்.

உடனே பெருந்திரையர், அவசரகால அடையாளமாகக் கிளிக்கடிகை எறிய உத்தரவிட்டார்.

முதலில் ஒரு கிளிக்கடிகையும், சற்று நேரங்கழித்து இரண்டும், அதன்பின் மூன்றும் எறிந்தால் கலங்கள் உடனே நிற்கவேண்டும் என்று பொருள். முதல் வரிசைக் கலங்கள் அடுத்த வரிசைக்கு அடையாளம் காட்டவேண்டும்.

இதனிடையே ஏவல் படகுகள் இறக்கப்பட்டு ஓலையும் விரைந்தது.

●

மறுநாள் எற்பாட்டின் இரண்டாம் நாழிகைக்கு புகார் இளவரசன் தமது கொடிக்கலத்தில் வந்தான். அனைத்துக் கலங்களும் முரசறைந்து வரவேற்றன.

உடனடியாக பெருந்திரையரின் அறையில் கூட்டம் நடந்தது. அனைத்துக் கலக்கோன்களும், வணிகத் தலைவர்களும், கடற்படைத் தளபதியும் கூடியிருந்தனர்.

‘சுவர்ணத்தீவின் அரசன், கடாரத்தின்மீது போர் தொடுத்து அதைக் கைப்பற்றியுள்ளான். மேலும் சாவகம், புட்பகம், மணிபல்லவம் ஆகிய தீவின் அரசர்களும் இவனோடு கைகோர்த்து ஒரே மண்டலமாகச் செயல்படுவது என்று முடிவெடுத்துள்ளார்கள். இந்த மண்டலத்திற்கு ஸ்ரீவிஜயம் என்று பெயர் சூட்டி, ஒரு பெரிய சாம்ராஜ்ஜியம்போலக் காட்ட முயல்கிறான். சீனப் பேரரசுக்கு எழுதிய ஓலையில் தன்னைச் சக்கரவர்த்தி என்றும் புகார் தனக்குக் கப்பம் கட்டுகிறது என்றும் எழுதியுள்ளான். இவ்வோலை நமது ஒற்றர்களால் கைப்பற்றப்பட்டுள்ளது.’

‘இளவரசே, இது ஆட்சியாளர்களுக்குள் நடைபெறும் போராட்டம். நாம் வணிகர்களாகத்தானே வந்துள்ளோம்?’

‘சீனம் செல்லும் வெளிநாட்டுக் கலங்கள் தங்கள் பொதியை மூசி ஆற்றில் அமைந்துள்ள பலிம்பான் என்னுமிடத்தில் இறக்கி சுங்கம் கட்டியபிறகு அவர்களது கலத்திலோ அல்லது சீனக் கலத்திலோ ஏற்றி அனுப்பவேண்டும் என்று புதிய ஆணை பிறப்பிக்கப் பட்டுள்ளது. அவ்வாறு செய்யத் தவறினால் கடவு வரியாகக் கலம் ஒன்றுக்கு அதன் கன அளவிற்கு இருபது பொன் கட்டவேண்டும்.’

‘அப்படியானால் நமது கலம் ஒன்றுக்கு நானூறாயிரம் பொன் கட்டவேண்டுமே?’

‘அதனால்தான் உங்களிடம் அறிவுரை கேட்க வந்தேன். மாற்று வழி இருக்கிறதா?’

‘உள்ளது இளவரசே. அனால் மூன்று மாதகாலம் கூடுதலாகப் பிடிக்கும். மேலும் சுவர்ணத் தீவின் அரசனே நமது கலங்களைக் கொள்ளையடிக்க உத்தரவிடுவான். எல்லாவற்றையும்விட மேலான காரணம், இன்னும் இரண்டு மாதத்தில் காற்று திசை மாறிவிடும். கார்த்திகை மாதம் தொடங்கினால் வாடைக் கொண்டல் தட்டிவிடும். ஆகவே கடாரம் அல்லது சுண்டைக்கடல் வழியை விட்டால் சீனப் பயணத்திற்கு வேறு வழியே இல்லை.’

‘நம்மிடம் கடற்படை வீரர்கள் போதிய அளவில் உள்ளனர். போரிட்டு வீரப் பயணம் செய்தால் என்ன?’ என்றான் மரந்தையன்.

‘தவிர்க்கவேண்டிய சேதத்தைத் தவிர்ப்பது நல்லது. மேலும், நீண்டகாலச் சீன வணிகத்திற்கு, கடாரம் இடையில் தங்கிச் செல்லும் துறையாகத் திகழும். ஆகவே அங்கு நமது சாந்தின் பண்டகசாலைகளும் விடுதிகளும் அமையவேண்டும் என்பது நமது திட்டம். எல்லாவற்றிற்கும் மேலாக, சக்கரவர்த்தியின்

ஆணையில்லாமல் மாற்றரசின்மீது போர் தொடுக்க முடியாது' என்றான் இளவரசன்.

'இப்போது என்ன செய்யலாம்?'

'முதலில் கலங்களைப் புறப்படச் சொல்லுங்கள். நானும் உங்களோடு வருகிறேன். கடாரத்தின் குறுநில மன்னனைச் சந்தித்துப் பேசுவோம். அதற்கு முன்பாக, ஒவ்வொரு கலத்திலும் உள்ள பண்டங்களின் முழு விவரமும் எனக்கு வேண்டும். எழினியும் பெருந்திரையரும் என்னோடு இருக்கட்டும். மற்றவர்கள் செல்லலாம்.'

பட்டியல் கிடைத்தவுடன் இளவரசன், சில பொருட்களைக் குறிப்பெடுத்து பெருந்திரையனாரிடம் கொடுத்து, 'இப்பொருட் களை ஆயத்தமாக வைக்கச் சொல்லுங்கள். எந்த நேரமும் தேவைப் படலாம். கடாரத்தில் நீண்ட காலமாக வாழும் தமிழ் வணிகர்கள் என்னைத் தேடி வந்தால் உடனே அழைத்து வரவும். மாலையில் மீண்டும் அனைவரும் சந்திப்போம்' என்றுகூறிவிட்டுத் தனது தனியறைக்குச் சென்றான்.

பத்து நாழிகை கழித்து, கடாரம் வாழ் தமிழ் வணிகர்கள் சிலர், ஏழு படகுகளில் வந்தனர். அவர்கள் குழந்தைத் தமிழ் பேசினர். அவர்களது தலைவனான சுகவீரன் என்பவன், 'இரண்டு நாட்களாக இளவரசர் உறங்கவில்லை. அவரைத் தொல்லை செய்யவேண்டாம்' என்று கூறினான்.

'அப்படி என்ன இடையறாத பணி?' என்று பெருந்திரையர் கேட்டார்.

'இளவரசர் வந்து நான்கு வாரங்கள் ஆகின்றன. முதல் வாரம் சாவகம் சென்று அம்மன்னரைச் சந்தித்தார். மறு வாரம் மணிபல்லவ மன்னரைச் சந்தித்தார். மூன்றாம் வாரம் புட்பக மன்னரைச் சந்தித்தார். ஒவ்வொன்றும் ஒவ்வொரு தீவு. தனியாகச் செல்வது எளிது. அரச குழாமாகச் செல்வது என்பது சிக்கலானது. இவற்றுக் கிடையே மாறு வேடத்தில் அங்காடித் தெருக்களுக்கும் அரச வீதிகளுக்கும் சென்றுவந்தார். இங்கு வாழும் தமிழர்களுக்கு, சிவனுக்குத் திருக்கோயில் அமைக்கவேண்டும் என்று நீண்ட காலமாக ஆவல். ஸ்ரீவிஜயச் சக்கரவர்த்தியைச் சந்தித்து அதற்கு அனுமதி பெற்றுத்தந்தார். திருக்கோயில் பணிகளைத் தொடங்கி வைத்தார். மூசி நதியில் தங்கம் அலசி எடுக்கப்படும் இடத்திற்குச் சென்று வந்தார். அங்கு பல தரிசு நிலங்களை வாங்கியுள்ளார். சாவகத்தில் நெற்கழனிகளையும் மிளகுத் தோட்டங்களையும்

வாங்கியுள்ளார். பலிம்பன் நூலகத்தில் இரண்டு நாட்கள் செலவிட்டார். இப்படியாகக் காற்றைப்போல ஓயாமல் அலைந்து கொண்டே இருக்கிறார். இன்னும் இரண்டு நாட்களில் நீங்கள் வந்து விடுவீர்கள் என்பதை ஒற்றர்கள் கூறியதும் அவர் தூக்கத்தையும் மறந்தார்.'

பெருந்திரையர் கலக்கோன்களைப் பார்த்தார். 'நம்மை ஒற்றர்கள் வேவு பார்த்திருக்கிறார்கள். நீங்கள் அதைக் கவனிக்கவில்லை. இதுதான் உங்கள் காவல் திறமையா? அவர்கள் சோழ ஒற்றர்கள் என்பதால் நமது இழுக்கு குறைந்துவிடுமா?' என்று உறுமினார்.

யாரும் பதில் பேசவில்லை.

●

மாலையில் இளவரசர் அழைத்தான். அனைவரும் கூடினர்.

'சுகவீரரே, நலந்தானே. கடுவிசையில் வந்து சேர்ந்துவிட்டீர் போலத் தெரிகிறதே.'

'தங்கள் ஆணையைவிட மேலான ஒன்று உளதா அரசே! தங்களின் அறிவுரைப்படி எல்லா ஆயத்தங்களையும் செய்துவிட்டேன். மேற்கொண்டு காத்திருக்கிறோம்.'

'பெருந்திரையரே, நான் கொடுத்த பட்டியல்...'

'இன்றிரவுக்குள் அனைத்தும் இக்கலத்திற்கு மாற்றப்படும், இளவரசே!'

'நல்லது. நாம் அனைவரும் இக்கலத்தில் அமலக்கம் சென்று அங்குள்ள மன்னனைக் காண்போம். மற்ற நாவாய்கள் துறைக்குள் நுழையாமல், ஆனால் முடிந்தவரை அருகில் நங்கூரம் இடவேண்டும். நாம் எப்போது அமலக்கத்தை அடைவோம்?'

'நாளை வைகறை இறுதி நாழிகையில் அடைந்துவிடலாம்.'

'மன்னனைச் சந்திப்பது எப்போது?'

'காலை நடுப்பொழுதுக்குபின் நண்பகலுக்கு முன்பாக எப்போது வேண்டுமானாலும் வரலாம் என்று செய்தி வந்திருக்கிறது' என்றான் சுகவீரன்.

●

இளவரசன் வருகையை ஒட்டி இரவில் சிறப்பு விருந்து நடைபெற்றது. அவன் எளிமையாகப் பழகினான். முப்பது

வயதிற்குள்தான் இருக்கவேண்டும். ஆனாலும் முதிர்ந்த பட்டறிவு உடையவர்கள்கூட அவனது வேகத்திற்கு ஈடு கொடுக்க முடியவில்லை. மனோவேகத்தில் இயங்கினான்.

விருந்து முடிந்தபின் தாம்பூலம் தரித்துக்கொண்டிருந்தபோது இளவரசனின் கலத்திலிருந்து ஏவல் படகு வந்தது. அது அருகில் வரும் முரசொலி கேட்டவுடன் கலக்கோன், ‘அனைவரும் தத்தம் அறைகளுக்கு உடனே செல்லுங்கள். காவலர்கள்தவிர வேறு எவரும் இன்றிரவு மேல்தளத்திற்கு வரக்கூடாது’ என்று உத்தர விட்டர். ஏவல் படகில் இளவரசனின் காமக்கிழத்தி வந்தாள். அரச வாரிசுகளுக்கு மட்டும் இப்படி ஒரு விதிவிலக்கு. வேற்று நாட்டில் காமப் பொறியில் சிக்கிக்கொள்ளாமல் இருக்கவே இப்படி ஒரு ஏற்பாடு.

இளவரசன் தங்கிய அறையைச் சுற்றி மெய்க்காவலர்களும், கலத்தின் மேல்தளத்தில் கடற்படை வீரர்களும், கலத்தைச் சுற்றிச் சிறிய ஏவல் படகுகளில் கடற்போரில் நிகரில்லாத முத்திரைய வீரர்களும் காவல் புரிந்தனர். கடற்படையில் மிகச் சிறந்த வீரர்கள் மட்டுமே முத்திரையர்களாக நியமிக்கப்படுவார்கள். கலத்தில் இருந்தபடியே போர்க்கருவிகளைக் கையாளுவது கடற்படை யினரின் வேலை. அதில் எதிரியின் வாளையும் சந்திக்கவேண்டும் என்றால் வைரத்தையும் மிஞ்சிய உறுதி வேண்டும். அதில் ஒப்பாரும் மிக்காரும் இல்லாதவர் முத்திரையர்கள் என்றால் அது மிகையல்ல. எல்லையில்லாக் கடலில் எளிய படகில் செல்வதற்கே மன உறுதி வேண்டும். கலத்தை விட்டுச் சிறிய போர்ப் படகில் சென்று எதிரிகளை வெற்றிகொள்வது முத்திரையர்களின் பணியாகும். அவர்கள் கைப்பற்றிய இடங்களைக் கடற்படையினர் தக்கவைத்துக் கொள்வார்கள்.

செம்பியனின் உள்ளத்தில் நித்திலாவின் நினைவு வந்தது. மிகவும் முயன்று மனத்தை வேறு திசைக்கு மாற்றினால், மறு கணம் அது புதிய வலுவோடு பழைய நினைவுகளைக் கொண்டுவந்தது. அந்த நினைவுகளோ கடல் அலையைவிட மோசமானவை. காலையில் கண் விழித்தபோது நித்திலாவுடன் காமக் கிழத்தியும் சென்று விட்டாள். ஆனால் நாவாய் புதுப் பொலிவோடு காணப்பட்டது. எங்கு பார்த்தாலும் பூ அலங்காரம். ஒடுதைகள் இறக்கப்பட்டு பட்டினாலான புலிக் கொடிகள் பறந்துகொண்டிருந்தன. கயிற்றேணிக்குப் பதிலாக அலங்கரிக்கப்பட்ட மரப்படிக்கட்டு வைக்கப்பட்டிருந்தது. மொத்தத்தில் திருமணக் கூடம்போலத் திகழ்ந்தது.

‘யார் இத்தகைய ஒப்பனையைச் செய்தது?’ என்று செம்பியன் வியப்போடு கேட்டான்.

‘எல்லம் சுகவீரரின் பணியாளர்களின் கைவண்ணம்’ என்றான் மாறன்.

‘எதற்காக?’

‘நீ முதலில் குளித்துவிட்டு உடனே வா. இளவரசர் எந்நேரமும் கூப்பிடலாம். மறக்காமல் தலைக்கோல் சிறப்புடையில் வரவேண்டும். பெருந்திரையரின் உத்தரவு.’

சிறப்புடையில் அனைவரும் வந்தது கண்கொள்ளாக் காட்சியாக இருந்தது. இதுவரை மறைந்திருந்த மிடுக்கு எங்கிருந்தோ வந்து தொற்றிக்கொண்டது. அனைவரும் இளவரசனின் அறையில் கூடினர்.

‘பெருந்திரையனாரே! அமலக்கத்தை ஆளும் குறுநில மன்னனை நமது கலத்தைக் காணும்படி அழைக்க ஒரு குழுவை அனுப்ப இருக்கிறேன். இங்கிருப்பவர்களில் என்னை விடுத்து நீரே உயரிய உரிமை உடையவர். ஆகையால் நீரே குழுத்தலைவராகச் சென்று என் பொருட்டு மன்னனை அழைத்துவரவேண்டும்.’

‘இளவரசே, உத்தரவுப்படிச் செல்கிறேன். ஒரு வேளை அவர் மறுத்துவிட்டால் நான் என்ன செய்யவேண்டும்?’

‘அழைக்கவேண்டியது மட்டும்தான் தங்களது கடமை. அவரை வரவழைப்பது என் கடமை. அவர் வர மறுத்தால் நான் அவரை மற்றொரு நாள் சந்திக்கிறேன். நீங்கள் கவலை கொள்ளவேண்டாம்.’

‘உத்தரவு இளவரசே!’

●

பெருந்திரையருக்காக நான்கு புரவிகள் பூட்டிய தேர் ஒன்று ஆயத்தமாக இருந்தது. கலக்கோனுக்கும், வணிகத் தலைவருக்கும், படைத்தலைவருக்கும் ஏனைய நாயகங்கள், அதிகாரிகள் ஆகியோருக்கும் இரட்டைப் புரவித் தேரும் எண்ணிலடங்காப் புரவி வீரர்களும் காத்திருந்தனர். ஊர்வலத்தின் முன்புறம் கட்டியம் கூறுவோர், விருது பிடிப்போர், முரசறைவோர், குழலிசைப்போர், பாணர்கள், விறலியர் என அனைத்து அரச மரபு வரிசையரும் காணப்பட்டனர்.

ஊர்வலத்தின் முன்னும் பின்னும் நான்கு பொதி வண்டிகள் சூறைப் பொருட்களுடன் சென்றன. ஊர்வலம் தொடங்கியது. முரசு

அதிர்ந்தது. ஓசை கேட்டு வந்து அமலக்கக் குடிமக்கள்மீது வெள்ளிக் காசுகளும், எலுமிச்சைகளும், மாம்பழங்களும் வீசப்பட்டன. இதற்காக இருநூறு வெள்ளிக் காசுகள் கொண்டுவரப்பட்டிருந்தன. அமலக்க மக்கள் இதுவரை கட்டி வெள்ளியைச் சூறையாக யாரும் எறிந்து கண்டதில்லை. ஒரு நாழிகையில் ஊரே திரண்டுவிட்டது. மூசியாற்றின் கரையில் வேண்டிய அளவு பொன் கிடைப்பதால் ஸ்ரீவிஜய மக்களுக்கு வெள்ளிமீது தீராக் காதல்.

பெண்களைக் கண்டதும் சூறையிடுவோர் சீனப் பட்டையும் கொற்கை முத்தையும் வீசி எறிந்தனர். புகாரில்கூடக் கிடைக்காத சீனத்துப் பட்டை சுகவீரன் இளவரசருக்காகக் கொள்முதல் செய்திருந்தான்.

கூட்டத்தை விலக்க ஊர்க் காவல் படையினர் வந்தனர். கூடிய கூட்டத்தையும் அதற்குச் சளைக்காமல் வீசப்படும் சூறையையும் கண்டு அதிசயித்தார்கள். ஒரு சில படைவீரர்களும் சூறை பிடிக்கத் தொடங்கினார்கள்.

இரண்டு நாழிகையில் நடந்துகொண்டிருக்கும் கட்டி வெள்ளிச் சூறைபற்றிய செய்தி அரண்மனைக்கு எட்டியது. சிறிது நேரத்தில் தளபதியாரே வந்துவிட்டார். அவர் பெருந்திரையரிடம் வந்து சூறையை நிறுத்தும்படிக் கேட்டுக்கொண்டார். மொழிபெயர்ப் பாளரின் உதவியோடு பெருந்திரையர் தளபதியைத் தம்மோடு தேரில் வரும்படிக் கேட்டுக்கொண்டார். தளபதி சம்மதித்தார்.

‘முதல் வெற்றி’ என்று பெருந்திரையர் மனத்தில் நினைத்துக் கொண்டார். தம் கழுத்தில் இருந்த புத்தள முத்து மாலையைத் தளபதிக்கு அணிவித்து மகிழ்ந்தார்.

அரண்மனையில் வரவேற்பு விண்ணைத் தொட்டது.

பெருந்திரையர், இரண்டாயிரம் நல்லாடை, ஆயிரம் துவராடை, அறுநூறு அறுவையாடை, ஆயிரம் பூந்துகில், முன்னூறு மருங்காடை, ஐந்நூறு மெய்ப்பை, ஆயிரம் குப்பாயம், இருநூறு வெள்ளிக் குவளைகள், வெள்ளித் தட்டுகள், வட்டில்கள் எனப் பரிசு மழை பொழிந்து தங்களின் கலத்தைக் காண மன்னனை அழைத்தார். மறுபேச்சின்றி மன்னன் அழைப்பை ஏற்றுக்கொண்டான்.

●

கலத்தை மன்னன் அடைந்தபோது இளவரசன் கீழே வந்து வரவேற்றான்.

இளவரசன் தமது கொலுவாடையில் இளஞ்சுடர்போல மிளிர்ந்தான். அவனது தோற்றமும், மிடுக்கும், அரசச் சின்னங்களையும் சடங்குகளையும் எளிதாக ஏற்றுக்கொள்ளும் இயல்பும், அவன் யார், அவனது தகுதி என்ன என்ற கேள்வி எழாவொண்ணம் எதிராளியை வசப்படுத்தியது. இந்தக் கம்பீரம் வலிந்தோ, புனைந்தோ, பயின்றோ, முயன்றோ வருவதில்லை. வேறு எவ்விதமாகவும் நடந்துகொள்ளாத பழக்கத்தால் வருவதுபோலும்.

பெருந்திரையரின் அறை கொலு மண்டபம்போலத் திகழ்ந்தது. இளவரசன் மெதுவாகப் பேசினான்.

'தங்களது வருகைக்கு நன்றி.'

சுகவீரன் மொழிபெயர்த்தான்.

'நன்றி' என்று மன்னனும் கூறினான்.

'இப்போது முப்பது கலங்கள் வந்துள்ளன. இம்முயற்சி பயன் அளித்தால் புகாரிலிருந்து நாளொன்றுக்கு ஐந்து கலங்கள் வரும். அவை அனைத்துமே இப்புதியவகைக் கலங்கள். இவைபோல உலகில் வேறு எங்குமில்லை. உங்களது கடவுச் சுங்கம் பழைய வகைக் கலங்களுக்குப் பொருந்தலாம். இப்புதியவகைக் கலங்களுக்கு மிகப் பெரிய பளுவாக அமைந்துவிடும். நீங்கள் கடவுக் கட்டணத்தைக் குறைக்காவிட்டால் எங்கள் வணிகர்கள் சுண்டைத் தீவு வழியாகப் பயணம் மேற்கொள்வார்கள். மற்ற கலங்களுக்கு மூன்று மாதங்கள் ஆகும் பயணக் காலம் இவ்வகைக் கலங்களுக்கு மூன்று வாரங்கள்தான் பிடிக்கும். உங்கள் நாட்டிற்கு வருவாய் இழப்பில் போய் முடியும். இதை எல்லாம் உங்களது சக்கரவர்த்தியிடமும், சாவக, புட்பக மன்னர்களிடமும் எடுத்துக் கூறினேன். என் கூற்றில் உள்ள உண்மையை உணர்ந்த அவர்கள் மூவரும், புதிய வகைக் கலங்களைக் காணாதபடியால் உங்களை நேரில் கண்டு ஆவன செய்யும்படிக் கூறினார்கள்' என்று இளவரசன் மூன்று ஓலைகளைக் கொடுத்தான்.

ஸ்ரீவிஜயச் சக்கரவர்த்தி என்றதும் மன்னன் எழுந்துநின்று ஓலையைப் பெற்றுக்கொண்டு, 'நான் அமைச்சர்களோடு கலந்து பேசி ஆவன செய்கிறேன்' என்று கூறினான்.

'எனக்கு நேரமில்லை மன்னரே. நான் உடனே சீனம் சென்றாக வேண்டும். விரைவாக முடித்தால் நலம்.'

'அப்படியானால், தாங்களே தீர்வைச் சொல்லுங்கள். முடிந்தால் உடனே ஏற்றுக்கொள்கிறேன்.'

‘கலம் ஒன்றுக்கு அறுபதாயிரம் பொன் கடவாகத் தருகிறோம். ஆனால் பொன்னுக்கு ஈடாகப் பருத்தியாடைகளைத் தருகிறோம்.’

மன்னன் தனது அமைச்சர்களிடம் பேசினான். பின்னர், ‘தொண்ணூறாயிரம் பொன்னாக ஏற்றுக்கொள்ளுங்கள். இப்போதே சம்மதிக்கிறோம். மேலும் எங்கள் நாடே சுவர்ணத் தீவு. பருத்தி இங்கே விளைவிக்கப்படுவதில்லை. ஆகையால் பருத்தியை விரும்பி ஏற்றுக்கொள்கிறோம்’ என்றான்.

‘சம்மதம் மன்னரே! தொண்ணூறாயிரம். அதற்கீடாகப் பருத்தி. அதைப் பஞ்சாகவோ, துணியாகவோ, ஆடையாகவோ பெற்றுக் கொள்ளுங்கள். எங்கள் கலங்கள் இரண்டு மாத காலம் தங்கிச்செல்லும். ஆவன செய்யுமாறு கேட்டுக்கொள்கிறேன்.’

‘மகிழ்வோடு செய்கிறோம்.’

இளவரசன் மன்னனுக்கு ஆறு வெள்ளித் தாம்பாளங்களில் கொற்கை முத்தைப் பரிசளித்தான். அமைச்சர்களுக்கு ஆளுக்கு ஒரு தாம்பாளம் முத்து அளித்தான்.

# 38

## வசிய மந்திரமும் கற்றிருக்கிறாயா?

மன்னன் சென்றபிறகு இளவரசன் மாறனை அழைத்தான்.

'சுகவீரர் நமக்காக மிகப் பெரிய செல்வத்தைச் செலவு செய்துள்ளார். அவரது மொத்தச் செலவையும் திருப்பிக்கொடுத்துவிடுங்கள். அது சோழக் கருவூலத்திலிருந்து உங்களுக்கு வரவு செய்யப்படும். மேலும் பொன்னுக்கு ஈடாகப் பருத்தியை கொடுக்கும்போது அதை நேரடியாகக் கொடுத்தால் விலையில் குழப்பம் செய்வார்கள். ஆகையால் அவை அனைத்தும் சுகவீரர் மூலமாகவே கொடுக்கப்படவேண்டும். அவர் இரு தரப்புக்கும் நம்பிக்கையானவர். அதனால் அவருக்கும் சிறு ஆதாயம் இருக்குமாறு பார்த்துக் கொள்ளுங்கள்.'

'ஆகட்டும் இளவரசே!'

'நாளைக் காலை நான் சீனம் புறப்படுகிறேன்.'

'இளவரசே, சற்றே ஓய்வெடுத்துச் செல்லக் கூடாதா?' என்றார் பெருந்திரையர்.

'ஐயா, ஓய்வு என்பதைத் தனியாக அனுபவிக்கவேண்டியதில்லை. மேலும் இரண்டு நாட்கள் செயலாற்றாமல் இருந்தால் எனக்கு மதம் பிடித்துவிடும். கடலோடிகள் வெயிலிலும் குளிரிலும் கடமையாற்று கிறார்கள். அதைவிடவா நான் கடினமான செயல்களைச் செய்கிறேன். அரச குடி என்பதால் பஞ்சணை முதல் காமக்கிழத்திவரை என்னோடு பயணிக்கிறது. இதற்குமேலும் ஓய்வைப் பற்றிச் சிந்தித்தால் அது இழுக்கல்லவா?'

ஓலைநாயகம் ஒப்பந்த ஓலையுடன் வந்தார். அது தமிழிலும் சமஸ்கிருதத்திலும் எழுதப்பட்டிருந்தது.

'வடமொழி எதற்காக?'

'இளவரசே, இங்குள்ள அமைச்சர்கள் நாலந்தத்தில் கல்வி பயின்றவர்கள். வடமொழிப் புலமை பெற்றவர்கள். இவர்களது அரசாணை வடமொழியிலும் பிறப்பிக்கப்படுகிறது. நமக்கும் தெரிந்த மொழி என்பதால் தடையில்லை'.

படித்துவிட்டு முத்திரையிட்டார்.

சுகவீரன் அதை எடுத்துக்கொண்டு விரைந்தான்.

இளவரசரை பெருந்திரையர் அவரது கொடிக்கலம்வரை சென்று வழி அனுப்பிவைத்தார்.

கலம் திரும்பிய பின்னர் பெருந்திரையர், 'இன்றிலிருந்து ஒருவார காலம் கடலோடிகளுக்கு முழு ஓய்வு. கடற்படையினருக்குச் சுழலோய்வு. ஒரு வார கால முடிவில் நான் ஒவ்வொரு கலத்தையும் சோதனை இடப்போகிறேன். வேண்டிய செப்பத்தைச் செய்து கொள்ளுங்கள்' என்று உத்தரவிட்டார்.

அடுத்த இரண்டு நாட்கள், சுகவீரன் பல கடார, சாவக வணிகர்களை அழைத்துவந்தான். அவர்களுக்கு வேண்டிய பருத்தியைக் காண்பித்து, விலை பேசி முடித்து, பொதி ஏற்றி அனுப்புவதுவரை செம்பியனும் மற்றவர்களும் கூடவே இருந்தனர். கடவுக்காகப் பருத்தியைக் கலங்களிலிருந்து எடுப்பது, கொள்விலை, கொடு விலையை கணக்கிடுவது, எண்ணிக்கை, தரம், அளவு ஆகியவற்றைச் சரி பார்ப்பது, ஓலை நறுக்கிலும் துணியிலும் கணக்கைக் குறித்துக்கொள்வது, கடவு பெற்ற கலங்களைத் துறைப்படுகைக்கு அனுப்புவது என இடையீடின்றிப் பணிகள் இருந்துகொண்டே இருந்தன.

ஸ்ரீவிஜய வணிகர்கள் துவராடைகளையும், அறுவைத் துணிகளை யும், வெண்ணிறத் துகில்களையும் மட்டுமே வாங்கினர். வண்ண

ஆடைகளையோ பூவாராடைகளையோ வாங்கவில்லை. இது செம்பியனுக்கு வியப்பை அளித்தது.

•

மூன்றாம் நாள் சுகவீரன் வந்தான். 'இது என் மகன் சுகதேவன். நீங்கள் பார்க்க விரும்பும் இடங்களுக்கு அழைத்துச்செல்வான்' என்று ஓர் இளைஞனை அறிமுகம் செய்தான். அனைவரும் சுகதேவனுடன் கிளம்பினர்.

சுகதேவனுக்கு இருபது வயதிருக்கும். முகத்தில் தமிழ்க் களை கொஞ்சமும் இல்லை. அதைப் புரிந்துகொண்டவன்போல சுகவீரன், 'என் இரண்டாவது மனைவி காமரூபத்தைச் சேர்ந்தவள். அவளுக்குப் பிறந்த மூத்த புதல்வன் இவன்' என்று விளக்கினான். 'உள்ளூர் மொழி நன்றாகப் பேசுவான் என்பதால் அழைத்துவந்தேன். நாளை நீங்கள் அனைவரும் என் மாளிகைக்கு வரவேண்டும். உங்களுக்காக விருந்துக்கு ஏற்பாடு செய்துள்ளேன்.'

'கண்டிப்பாக வருகிறோம். சுகதேவா, உன் பெயரிலேயே சுகத்தை வைத்திருப்பதன் காரணமென்ன? உன் தந்தையும் சுகபுருஷரே' என்று சேந்தன் சிரித்தான்.

'அண்ணா, என் பெயரில் உள்ளது இன்பத்தைக் குறிக்கும் சுகம் அன்று. உங்களுக்கு அகத்தியர் எப்படியோ அதைப்போல எங்களுக்கு சுகப் பிரம்ம ரிஷி. ஆதலால் இங்கு பலரின் பெயரிலும் சுகர் இருப்பார்.'

'அவர் யார் என்பதுகூட எனக்குத் தெரியாது!'

'அதற்குத்தான் கடலோடுவது. கிணற்றுத் தவளையாக இருந்தால் எதுவும் தெரியாது' என்று பூதன் கேலி செய்தான்.

'உண்மைதான் பூதனாரே! திரிபுவனச் சக்கரவர்த்தி என்பவர் அகில உலகையும் ஒரு குடையின்கீழ் ஆளும் மன்னன் என்பதெல்லாம் இட்டுக்கட்டிய கதை என்பது, இங்கு வந்தபின்தானே விளங்குகிறது. மன்னனுக்கு ஒரு நாடு. திரைகடலோடும் வணிகனுக்கு உலகெல்லாம் நாடுதான்.'

'இங்கு புத்த விகாரங்களும் சிவாலயங்களும் விரவிக்கிடக்கின்றன. இது வணிகர்கள் கொண்டுவந்த சீதனம் அல்லவா? நாங்கள் அன்றாடம் உண்ணும் அரிசி சீனத்திலிருந்து வந்தது. உள்ளியும் பூண்டும், மல்லியும் இஞ்சியும் கிலிங்கிலிருந்து வந்தது.'

‘அதென்ன கிலிங்கு?’

‘நீங்கள் உரோமானியர்களையும் கிரேக்கர்களையும் யவனர்கள் என்று பொதுவாகக் குறிப்பிடுவதுபோல, எங்களுக்கு தமிழகம், சாளுக்கியம், கலிங்கம், அங்கம், வங்கம் எல்லாமே கலிங்கம்தான். அது மருவி கிலிங்கு ஆனது’ என்று சுகதேவன் விளக்கினான்.

‘ஆகா! சீனர்கள் மட்டும்தான் இதுபோலப் பெயர்கள் வைத்துக் கொள்வார்கள் என்று நினைத்திருந்தேன். இன்று எனக்கே அப்படி ஒரு பெயர் உள்ளதே!’ என்றான் பூதன்.

‘நான் ஏதோ வெண்கலப் பாத்திரம் கீழே விழும் ஓசையைத்தான் குறிப்பிடுகிறான் என்று நினைத்தேன்’ என்றான் சேந்தன்.

பேசிக்கொண்டே வந்தவர்கள், பலவகைத் துணிகள் உலர்த்தப் பட்டிருந்த ஒரு விடுதிக்கு வந்துசேர்ந்தனர். சுகதேவன் உள்ளே சென்று அனுமதி பெற்று, அனைவரையும் உள்ளே அழைத்துச் சென்றான்.

‘அண்ணா, நீங்கள் கேட்டீர்கள் அல்லவா, ஏன் துவராடைகளை மட்டும் வாங்கினோம் என்று. இதுதான் காரணம்.’

விடுதியின் உள்ளே சென்றது உருகும் மெழுகின் வாசனை இன்பமாகக் காந்தியது. கரி அடுப்பில் பல வகை மண் சட்டிகளில் மெழுகு உருகிக்கொண்டிருந்தது. ஒருவர், பழுப்பு நிறத் துவராடையில் கரி கொண்டு சில வடிவங்களை வரைந்தார். அவர் ஒரு பெண்ணிடம் ‘சிறு கண்டிங் எங்கே?’ என்று கேட்டார்.

கண்டிங் என்பது அரை முழ நீளமுள்ள மூங்கில் பிடிகொண்டு, அதன் முனையில் மிகச் சிறிய கிண்டி பொருத்தப்பட்டிருந்த ஒரு பாத்திரம்.

‘நாம் கிண்டி என்பதைத்தான் இவர்கள் கண்டிங் என்கிறார்கள், கவனித்தாயா?’ என்றான் மாறன்.

‘ஆம். நமது கிண்டியின் பால் புகட்டும் முனை வளைந்திருக்கும். இங்கே அது கூர்மையாக இருக்கிறது. கொதிக்கும் மெழுகை முகப்பதற்காகப் பிடி உள்ளது’ என்று சுட்டிக்காட்டினான் சேந்தன்.

சுகதேவன் அவன் கையை விரைந்து மடக்கினான். ‘சேந்தனாரே, இங்கே சுட்டி விரலால் எதையும் சுட்டிக்காட்டக் கூடாது.’

‘அப்படியானால்?’

‘பெருவிரலால்தான் எதையும் சுட்டிக்காட்டவேண்டும்.’

பணியாளர், துணியில் வரைந்த வடிவங்கள்மீது கண்டிங் வழியாக உருகிய மெழுகை முகந்து தீட்டினார். ஆனால் எவ்வித வண்ணமும் துணியில் ஏறவில்லை.

செம்பியன் சுகதேவனைப் பார்த்தான். அவன் 'அதோ பாருங்கள்' என்று வேறு ஒருவரைக் காட்டினான். அவர் மெழுகு தீட்டிய துணிகளை அவுரிச் சாயத்தில் பல முறை தோய்த்து எடுத்தார். மெழுகில்லாத பகுதியில் சாயம் ஒட்டிக்கொண்டது. சாயம் சரியான அளவில் இருக்கிறது என்று சோதித்தபின் துணியைக் காய வைத்தார்.

அதன்பின் ஏற்கெனவே சாயமேற்றிக் காய்ந்த துணி ஒன்றை எடுத்துக் கொதிக்கும் நீரில் அழுத்தி மெழுகு மீண்டும் உருகி ஓடும் வரை தோய்த்தெடுத்தார்.

'அண்ணா, புரிகிறதா?'

'ஆம் சுகதேவா! இது மிக மிக நுட்பமான சாயமேற்றும் முறை. வியப்பாக உள்ளது.'

'இதற்கே வியந்தால் எப்படி? எங்கள் நாட்டில் இரண்டு வகையாகத் துணிகளுக்குச் சாயமேற்றும் முறை உள்ளது. முதலாவது மெங்கிகத் என்னும் முறையாகும். சீனர்கள் அதை ஈக்கத் என்று அழைக்கிறார்கள். இதில் நூலை ஒரு கொத்தாக்கி முடிச்சிட்டு, இடையே பனை நாறுகளை வைத்து சாயத்தில் தோய்த்தெடுப்பார்கள். முடிச்சிட்ட இடத்தில் சாயம் மிக வெளுப்பாக இருக்கும். பனை நாற்றை உருவி எடுக்கும்போது அது ஒருவகை வடிவத்தை உருவாக்கும். மாற்று வண்ணச் சாயத்தில் முடிச்சுகளை மாற்றியும் பனை நாறுகளை மாற்றி உருவியும், மேலும் அழகு சேர்க்கப்படும். இவ்வாறு உருவாக்கப் படும் நூல் கொத்தை அதன் வரிசை மாறாமல் அப்படியே தறியில் பூட்டி நெய்தால் வேண்டிய வடிவம், விரும்பிய வண்ணத்தில் கிடைக்கும். அடுத்த முறைக்கு பத்திக் என்று பெயர். அதைத்தான் நீங்கள் இங்கே பார்த்துக் கொண்டிருக்கிறீர்கள்.'

'ஒரு நல்ல பத்திக் ஆடையை உருவாக்க எத்தனை நாட்களாகும்?' என்று செம்பியன் கேட்டான்.

'சாமானிய மக்கள் அணியும் ஆடைகளை உருவாக்க ஒரு மாதமாகும். எங்கள் அரசியார் திருமணத்திற்கு அணிந்த பட்டு பத்திக் ஆடையை உருவாக்கப் பதினோரு ஆண்டுகள் ஆனதாம்.'

செம்பியனும் அவனது கூட்டாளிகளும் திகைத்துப்போயினர். 'பதினோரு மாதங்களா?'

'இல்லை. வருடங்கள். உங்களது சந்தேகம் புரிகிறது. என் தங்கையின் திருமண பத்திக்கை உருவாக்க மூன்று வருடம் ஆனது.'

'இவ்வளவு சிரமப்படவேண்டுமா?'

'நீங்கள் கோவில்களில் கருங்கற்களில் அற்புதமாகச் செதுக்குவது வீண் செயலா? நுணுக்கமாகச் செய்தால்தான் கலை. இல்லை என்றால் வெறும் கட்டுமானம்தான்.'

'உண்மைதான்!'

'அது மட்டுமல்ல. சீனத்துப் பட்டை ஏழு பொன்னுக்கு வாங்கி, அதில் பத்திக் முறையில் சாயம் தோய்த்து மீண்டும் அவர்களுக்கே அறுபது பொன்னுக்கு விற்பது நல்ல உத்திதானே?'

'அடேயப்பா, நீ கொல்லன் தெருவில் ஊசியையும் சீனன் தெருவில் பட்டையும் விற்பவன் என்பதை ஏற்றுக்கொள்கிறேன்' என்றான் சேந்தன் சிரித்தபடி.

'எங்கள் நாடு கிலிங்கிற்கும் சீனத்திற்கும் நடுவில் அமைந்துள்ளதில் ஓர் ஆதாயம் உள்ளது. இரண்டு நாடுகளிலிருந்தும் மிகச் சிறப்பான பொருட்கள் இங்கே இறக்குமதி ஆகின்றன. மேற்கேயிருந்து வரும் பொருட்களைக் கிழக்கே கைமாற்றுவதில் என்ன திறமை உள்ளது? ஆகையால் எங்கள் மக்கள், இறக்குமதியாகும் சிறப்பான பொருட்களை மேலும் சிறப்பாக்க ஏதேனும் உத்தியைக் கண்டுபிடித்தே ஆகவேண்டும் என்ற கட்டாயத்தில் உள்ளனர். எனவேதான் எங்களுக்குப் பட்டு வளர்ப்பதிலும் பருத்தி விளைவிப்பதிலும் ஆர்வமில்லை. அதைச் செய்ய சீனர்களும் நீங்களும் இருக்க, நாங்கள் ஏன்? நாங்கள் செய்யும் வேலைப்பாடுகள் மற்றவர்களால் செய்யமுடியாததாக இருக்கவேண்டும் என்று விரும்புகிறோம்.'

'மாறா, இந்தப் பயலை இங்கே விட்டுவிடக்கூடாது. புகாருக்குக் கொண்டுசென்று அங்கு ஒரு பெண்ணை மணமுடித்து வைக்க வேண்டும். இல்லை என்றால் நமக்கு ஆபத்து' என்று சேந்தன் கூறியதும், பூதன் அவனைத் தூக்கிச் சுழற்றினான்.

'எனக்கும் ஆசைதான். நான் பேசும் தமிழ் உங்கள் பெண்ணுக்குப் புரியவேண்டுமே!'

'இதற்கு மொழி தேவையில்லை மகனே!'

'இங்கே வாருங்கள். இது பத்திக்கில் வேறு ஒரு முறை. இது அச்சு பத்திக். முதலில் துணியில் அமைய விரும்பும் வடிவத்தைத் தனியாகத் தீட்டி கொல்லனிடம் கொடுக்கவேண்டும்.'

‘பொற்கொல்லரிடமா?’

‘இல்லை. ஆனால் அவர்களைவிட இவர்களுக்கு அதிகத் தட்டுப்பாடு. இவர்கள் பித்தளையில் வேலைப்பாடு செய்பவர்கள். நாம் துணியில் தீட்டிக்கொடுக்கும் வடிவத்திற்கு வண்ணம் பூசுவதற்குப் பதிலாக இவர்கள் பித்தளைத் தகட்டை நுட்பமாக வெட்டி வண்ணம் தேவைப்படாத பகுதியில் ஒட்டுவார்கள். அப்படி ஒட்டிய சிறு பகுதிகளை எல்லாம் மிக மெலிதான அதே சமயம் உறுதியான கம்பிகளால் ஒன்று சேர்ப்பார்கள். இப்படி ஒன்றுசேர்த்த பகுதிகளை ஒரு சட்டத்தில் பூட்டி அதை மேலும் உறுதியாக்க அரக்கைக் காய்ச்சி ஊற்றுவார்கள். அரக்கு இறுகியதும் கிடைப்பதுதான் அச்சு.’

சுகதேவன் விளக்கிக்கொண்டிருக்கும்போதே ஒரு பணியாள் பொன்னிறத் துகிலொன்றைப் பாயில் விரித்தான். பின் கைகளால் அதனைச் சிறு சிறு கொத்தாகச் செய்தான். இப்போது துணி, மோசமாகச் செய்த ஒரு பல்லாங்குழிபோலக் காட்சி அளித்தது. அதே சமயம் அதன் நீளமும் அகலமும் பாதியாகக் குறைந்திருந்தது. அவனைத் தொடர்ந்து மற்றொருவன், பல்லாங்குழிபோலக் காணப்பட்ட துணியின் குழிகளில் செந்நிறச் சாயத்தைக் குஞ்சத்தால் தொட்டுத் தோய்த்தான். பாயோடு துணியை வெயிலில் காயவைத்தார்கள். அதன்மேல் படிகாரத் தூளைத் தூவினார்கள். தூள் பட்ட இடத்தில் சாயம் தூக்கலாகவும் படாத இடத்தில் சற்று மங்கலாகவும் இருக்கும். நான்கு நாழிகையில் துணி முற்றிலும் உலர்ந்துவிட்டது.

சுகதேவன் உலர்ந்த துணியை விரித்துக் காண்பித்தான். ஆகா மஞ்சளும் சிவப்பும், அவை இரண்டும் கலந்த பல்வேறு நிற மாயைகளும் மயக்கங்களும் அந்திவானின் செம்பவளக் கோலம் போல் காட்சியளித்தது.

‘இனிமேல்தான் உண்மையான வேலை தொடங்கவிருக்கிறது’ என்றான் சுகதேவன்.

‘இதுவே பேரழகு. மேலும் அழகென்றால் நம்ப முடியவில்லையே.’

அத்துணி நன்றாக விரிக்கப்பட்டது. மற்றொரு பணியாள் கொதிக்கும் மெழுகில் முன்பு விவரித்த அச்சினைத் தோய்த்து அத்துணியின் மீது இடைவெளி இன்றி அச்சுப் பதித்தான். சற்றுநேரத்தில் மெழுகு உலர்ந்துவிட்டது. அதன்பின் அத்துணியை உவர் மண் கலந்த நீரில் தோய்த்து எடுத்தனர். இப்போது மெழுகு இருந்த இடம் தவிர மற்ற இடங்களில் சாயம் போய்விட்டது.

‘கண்ணைக் கவர்ந்த வண்ணத்தைப் போக்கிவிட்டார்களே’ என்று பூதன் வருத்தப்பட்டான்.

‘இனிமேல்தான் மாயம் நிகழப்போகிறது’ என்றான் சுகதேவன்.

அத்துணியை வெந்நீரில் தோய்த்து எடுத்தவுடன் காட்சி மாறியது. அச்சில் இருந்த தாமரை மலரும் மொட்டுகளும் முன்பு காணப்பட்ட வண்ணக் கலவையின் நிறத்தை ஏற்றுக்கொண்டு கற்பனைக்கு எட்டாத அழகைக் காட்டிச் சிரித்தன.

‘ஆகா! ‘கை புனைந்து இயற்றாக் கவின் பெரு வனப்பு’ என்பதைத் திருத்தவேண்டும்போல இருக்கிறதே’ என்றான் செம்பியன்.

‘தாமரையை அதைப் போன்றே தீட்டுவது ஒரு விதக் கற்பனை. அதே தாமரையை இயற்கையில் காண முடியாத வண்ணக் கலவையாகத் தீட்டுவது கற்பனையை மேலும் நீட்டுவது’ என்றான் சுகதேவன்.

‘இது கற்பனையை நீட்டும் செயலன்று. கற்பனையை வளைத்து, நெளித்துப் பார்க்க முற்படும் உயரிய செயல்’ என்றான் செம்பியன்.

‘முத்தாய்ப்பாக ஒன்று செய்யப்போகிறார்கள். அதையும் பார்த்து விடுங்கள்.’

‘என்ன சொல்கிறாய்? இதற்குமேலும் அழகுச் சேர்க்கையா?’

‘சொல்வதென்ன. கண்களால் பாருங்கள்.’

உவர் நீர் அச்சில்லாப் பகுதிகளின் வண்ணத்தை நீக்கிவிட்டதால் அப்பகுதிகள் வெளிர் மஞ்சளாகத் தோன்றின. அப்பின்புலத்தை ஈடு செய்ய, துணியை மற்றொரு வண்ணக் கலவை நீரில் தோய்த்து எடுத்தனர். இப்போது தாமரை மலர்கள் பச்சை விதானத்தில் மிளிர்ந்தன.

இத்தகைய அச்சு பத்திக், கடைக்கோடி மக்களுக்கானது. நான்கூட இதுபோல ஒன்றைத்தான் சராங்காக அணிந்திருக்கிறேன்.

சராங் என்பது ஆண்களும் பெண்களும் இடையில் அணியும் ஆடை. புடைவையைப்போலக் காணப்பட்டாலும் இது குழாய்போலத் தைக்கப்பட்டிருந்தது. பல வண்ணங்களும் பலப்பல வடிவங்களும் தீட்டப்பட்டவை.

‘இவை ஏன் சோழ நாட்டிற்கு ஏற்றுமதி ஆவதில்லை?’ என்றான் மாறன்.

‘ஏனோ தெரியவில்லை. என் தந்தை எவ்வளவோ முயன்றும் அது வெற்றி பெறவில்லை. ஆனால் காமரூபம், காம்போஜம், ஊணர் நாடு, உவணர் நாடு, சீனம் எனக் கீழ்த்திசை நாடுகளில் நல்ல வரவேற்பு உள்ளது.’

அவர்கள் அருகே புத்த பிக்குகள் ஒரு கூட்டமாக வந்தனர். ஒரு துறவி இவர்களை நெருங்கி, ‘பாலே’ என்றார். பதிலுக்கு சுகதேவனும் ‘பாலே’ என்று மரியாதையுடன் கூறினான்.

‘வணக்கம் கூறினாயா?’

‘இல்லை. நாங்கள் உங்களைக் கடந்து செல்லலாமா என்று அனுமதி கேட்டார். நானும் சரி என்றேன்.’

‘வீதியில் நடந்து செல்ல ஏன் உன்னிடம் அனுமதி கேட்க வேண்டும்?’

‘ஒரு செயலைச் செய்யும்போது அடுத்தவர் அருகில் இருந்தாலோ அல்லது நோக்கினாலோ அவரைப் பொருட்படுத்தவில்லை என்றால் அது அவரை இழிவு செய்வதைபோலக் கருதப்படும். ஒருவர் வீட்டைக் கடக்கும்போதோ, வீதியில் பார்க்கும்போதோ, ஒருவர் அருகில் அமரும்போதோ அல்லது எழுந்து செல்லும்போதோ ‘பாலே’ என்று கூறுவது வழக்கம்.’

‘இந்த பௌத்தத் துறவிகள் இங்கே என்ன செய்துகொண்டிருக் கிறார்கள்?’

‘பௌத்தத் துறவிகளுக்கு நாலந்தத்திலும் காஞ்சியிலும் கல்வி பயிலப் பெரிதும் ஆவல். அதிலும் சீனத் துறவிகளுக்கு வாழ்க்கையின் குறிக்கோளே அதுதான். எனவே நாலந்தம் செல்லும்முன் ஓராண்டுக் காலம் இங்கே தங்கிப் பயின்றபின் செல்கிறார்கள். காஞ்சி கல்விச் சாலையில் சேருமுன் இரண்டு முறை சுவர்க்கம் சென்றுவரலாம் என்பது இங்கே பழமொழி.’

‘அதனால்தான் சமஸ்கிருதம் இங்கே மணிப்பிரவாளமாக ஓடுகிறதா?’

‘ஆம். அது மட்டுமல்ல. துறவியாவதும் பெருகிக்கொண்டு வருகிறது. எனது இளைய தங்கையும் பௌத்தத் துறவி ஆகவேண்டும் என்று உறுதி கொண்டு திருமணம் செய்ய மறுத்துவிட்டாள்.’

‘இல்லறம் காணாத பெண்களின் வாழ்க்கை நிறைவற்றது அல்லவா?’

‘உண்மைதான். அது நமது அதாத் இல்லை என்பது தெரிந்தும் அவள் வீம்பு பிடிக்கிறாள்.’ ஸ்ரீவிஜயம் முழுவதிலும் அடிக்கடிப் பயன்படுத்தப்படும் ஒரு சொல் அதாத். பண்பாடு, பழக்க வழக்கம், சடங்கு, நீதி, நெறி என எதற்கெடுத்தாலும் ‘அதாத்’தான். அதன் தெளிவான பொருள் பற்றி யாரும் கவலைப்படுவதில்லை. அது அதாத்தான குடும்பம், அவளது பாட்டில் அதாத் நிறைந்துவழிந்தது என்று அதாத் எங்கும் வியாபித்திருந்தது.

‘நான் ஒரு பொருள் தருகிறேன். அதை நீ அவளுக்குப் பரிசாகக் கொடு. ஒருவேளை அவள் மனம் மாறினாலும் மாறக்கூடும்’ என்றான் சோமன்.

‘அது மட்டும் நடந்துவிட்டால் என் தந்தை எல்லையில்லா மகிழ்ச்சி அடைவார்.’

‘உனக்குத் திருக்கோவில் பாசுரங்கள்தான் தெரியும் என்று நினைத்தேன். வசிய மந்திரமும் கற்றிருக்கிறாயா?’ என்றான் சேந்தன்.

‘அப்படித்தான் என்று வைத்துக்கொள்ளேன்.’

# 39

## உங்களது பரிசுக்கு நன்றி

மறுநாள் சுகதேவன் அனைவரையும் தேரில் அழைத்துச்சென்றான். வீதி சிறியதாக இருந்தது. வீடுகள் பெரும்பாலும் மூங்கிலால் கட்டப் பட்டிருந்தன. ஒன்றிரண்டு வீடுகள்தான் கற்களாலும் மரத்தாலும் கட்டப்பட்டிருந்தன.

மூங்கில் வீடுகள் நிலத்திலிருந்து ஆறடி உயரத்தில் மூங்கில் கால்களை நிறுத்தி எழுப்பப்பட்டிருந்தன. ஆறு மூங்கில் படிகள். ஏறினால் ஒரு மிகச் சிறிய தாழ்வாரம். அதன் பின் பெரிய கூடம். கூடத்தின் இரு புறங்களிலும் தனி அறைகள். கூடத்திலிருந்து இரண்டடி இடைவெளி விட்டு தனி அமைப்பாக மடப்பள்ளி. வீட்டின் அடியில் அவர்கள் வளர்க்கும் ஆடுகளும் கோழிகளும் மேய்ந்து கொண்டிருந்தன. அதனால் வீதியெங்கும் ஒருவித முடை நாற்றம். ஆனால் வெள்ளை மனிதர்கள். எப்போது பார்த்தாலும் சிரிப்பும் புன்னகையும் நிறைந்த மனிதர்கள். புதியவர்களைக்கூடப் பழகியவர்கள்போல நலம் விசாரித்தார்கள்.

சேந்தன் அவர்களை நோக்கி 'கிலிங், கிலிங்' எனக் கூவினான். அவர்கள் தலையை ஒரு பக்கமாகச் சாய்த்துச் சிரித்தார்கள்.

'வணிகர்களும் வழிப் போக்கர்களும் அதிகமாக வந்து போகும் ஊரில் மக்கள் விரிந்த மனத்துடையவர்களாக இருப்பதில் வியப்பில்லை' என்றான் செம்பியன். திருவிடைமருதூருக்கும் புகாருக்கும் உள்ள வேறுபாட்டை நினைத்துக்கொண்டான்.

'வீடுகள் பெரும்பாலும் மூங்கிலால் கட்டப்பட்டுள்ளனவே, நீண்ட காலம் நீடிக்குமா?' என்று கேட்டான் சேந்தன்.

'சிறப்பாகக் கட்டினால் பத்து வருடங்கள் தாங்கும். எளிமையாகக் கட்டினால் ஐந்து வருடங்கள் நீடிக்கும். அதன் பின் வேறு புதிய வீடு கட்டிக்கொள்வார்கள்.'

'நிலையாகக் கல் வீடு கட்டிக்கொள்ளக் கூடாதா?'

'நீங்கள் பார்க்கும் வீடுகளுக்கு லிமசான் வீடுகள் என்று பெயர். எங்கள் நாட்டில் களிமண் குறைவு. எனவே செங்கல் விலை அதிகம். வருடம் எட்டு மாதங்கள் மழைப் பொழிவு இருப்பதால் கல் வீடு கட்ட இரண்டு வருடங்கள் ஆகும். மூங்கிலும் மரங்களும் காடாகக் கொழிக்கின்றன. மூங்கிலை இழைக்கவேண்டிய அவசியமும் இல்லை. நான்கு பேர் உழைத்தால் இரண்டு வாரத்தில் ஒரு நடுத்தர வீட்டைக் கட்டிவிடலாம்.'

'உங்கள் நாட்டில் எல்லோருமே இவ்வாறுதான் வீடு கட்டியுள்ளார்களா?'

'இல்லை. செல்வந்தர்கள் கல் வீடும், ஒரு சிலர் மர வீடும், மற்றவர்கள் மூங்கில் வீடும் கட்டிக்கொள்கிறார்கள். ஆனால் மன்னனாலும் சரி, ஏழையானாலும் சரி, ஒரு பகுதியாவது மூங்கிலில் கட்டி இருப்பார்கள். மூங்கில் எங்களது குல விருட்சம்.'

தேர்கள் புறச் சேரிக்குள் சென்றபோது வீதி பெரிதாகவும் வீடுகள் நேர்த்தியாகவும் இருந்தன. அது செல்வந்தர்கள் வாழும் பகுதி என்பது எடுப்பாகத் தெரிந்தது.

இங்குள்ள வீடுகள் மிகப் பெரியதாக, முழுவதும் மருத மரத்தால் கட்டப்பட்டிருந்தன. நடுவில் கூம்பு வடிவில் ஒரு கோபுரம். அதன் அடிப்பகுதியிலிருந்து நான்கு புறமும் சரியும் கூரைகள். கூரையின் விளிம்புகள் வானில் பறக்க முற்படுவதுபோல் வளைந்து அழகுக்கு அழகு சேர்த்தன. இரண்டு தளங்களையும் பன்னிரண்டு அறைகளையும் கொண்ட வீட்டை முழுவதும் மரத்தால் கட்ட முடியும் என்பது கற்பனைக்கே கடினமாக இருந்தது.

சேந்தனால் ஆவலை அடக்க முடியவில்லை. 'சுகதேவா, இது உண்மையில் மரத்தால் கட்டப்பட்டுள்ளதா அல்லது கல்லால் கட்டி மரத்தால் அழகுபடுத்தப்பட்டுள்ளதா?'

‘உங்களின் வியப்பு புரிகிறது. இது செல்வந்தர்களுக்கான ஜொக்லோ வகை வீடுகள். பலிம்பானில் எங்கள் சக்கரவர்த்தி வாழும் அரண்மனை நான்கு தளங்களை உடையது.’

‘நம்ப முடியவில்லை.’

‘இத்தகைய வீடுகளின் கட்டுமானத்தில் மரத்தைத் தவிர வேறு உலோகமோ, கல்லோ பயன்படுத்தப்படுவதில்லை. ஆணிகள்கூட இல்லை. ஒவ்வொரு மரத்துண்டும் மற்ற மரத்தில் பொருந்தும்படி சேர்க்கப்பட்டுள்ளது. எப்போது வேண்டுமானாலும் கழற்றிக் கொள்ளலாம்.’

‘முழு வீட்டையுமா?’

‘ஆம். பெரும்பாலானோர் இரண்டு அறைகள் கொண்ட வீடுகளாகக் கட்டுவார்கள். அதன்பின் தேவைக்கேற்ப சுவர்களைக் கழற்றி அறைகளைக் கூட்டிக்கொள்வார்கள். கீழ்த் தளத்தில் அறைகளைச் சேர்க்க முடியாவிட்டால் மேல்தளம் அமைப்பார்கள். வேண்டு மானால் சொல்லுங்கள், உங்களுக்குப் பிடித்த வீட்டை விலை பேசி, கழற்றித் தருகிறேன். புகாரில் பொருத்திக்கொள்ளுங்கள்.’

‘என்ன விலையாகும்?’

‘உங்களுக்காக ஒரு பொன் மட்டும் பெற்றுக்கொள்கிறேன்.’

‘உண்மையாகவா?’

‘ஆம். ஆனால் புகாரில் பொருத்தித் தரவேண்டுமானால் நூறாயிரம் பொன் தரவேண்டும்.’

‘என்னடா, சுறா மீன் சுண்டல் தருகிறதே என்று நினைத்தேன். சரிதான்.’

அனைவரும் சேந்தனைப் பரிகசித்தனர்.

‘பிறந்த குழந்தைபோல முகத்தை வைத்துக்கொண்டு என்ன வேலை செய்கிறான் இப்பயல்’ என்று சேந்தன் செல்லமாகக் கோபித்தான்.

●

சுகவீரனின் இல்லம் மரத்தால் அமைக்கப்பட்ட மாளிகை. மாபெரும் நடுக்கூடம். அதில் சுற்றிலும் பத்திக் ஓவியம் சாற்றிய பட்டுத் திரைச் சீலைகள். மரச் சுவர் முழுவதும் நுணுக்கமான சிற்ப வேலைகள். தரையில் நான்கு புறமும் மிகப் பெரிய சாளரங்கள். விசாலமான கதவுகள். வெளிச்சத்திற்கும் காற்றுக்கும் குறைவில்லாத வடிவமைப்பு.

நடுக்கூடத்தில் குடுவை விளக்குகள் தொங்கிக்கொண்டிருந்தன. சுரைக் குடுவை போன்ற ஒன்றினுக்குள் விளக்கு எரிந்து கொண்டிருந்தது. ஒவ்வொரு குடுவையும் ஒவ்வொரு வண்ணத்தில் இருந்தது.

'இவ்விளக்குகளைச் சுற்றியுள்ள குடுவை எதனால் ஆனது?' என்று சேந்தன் கேட்டான்.

'இது ஒரு சீனத்துச் சாதனம். மூங்கிலைக் கூழாக்கி, அக்கூழை மெல்லிய தகடாக அழுத்தி உலர்த்தினால் இது கிடைக்கும். இதன் பெயர் ஷி. இது வெங்காயத் தாள்போல இருப்பதால் நாங்கள் இதனைத் தாள் என்னும் பொருள்பட அழைக்கிறோம்.'

'மங்களகரமாக விளக்கேற்றி அதை யாராவது மூடுவார்களா?'

'காற்றைக் கவனித்தீர்களா. காற்றுள்ள இடத்தில் வெளிச்சம் வேண்டும் என்றால் இது அவசியம்.'

'நமது கலங்களில்கூடப் பொருத்திப் பார்க்கலாம்.'

பேசிக்கொண்டிருக்கும்போதே சுகவீரனின் மனைவியும் இரண்டு மகள்களும் வந்து வரவேற்றனர். மூவரும் இடையில் நீல நிறத்தில் சராங்கும் முழுக்கைக் குப்பாயமும் அணிந்திருந்தார்கள்.

'இது என் மனைவி அங்கசா, இது என் மூத்த மகள் மாயாதேவி. இவள் இளையவள் போதிஷிரி.'

போதிஷிரி நகையோ மலரோ அணியாமல் துடைத்துவைத்த குத்துவிளக்குபோலக் காணப்பட்டாள். மாறன் பெண்களிடம் பரிசுப் பொருட்களை வழங்கினான்.

சோமசேகரன் சிறிய பொதியை சுகதேவனிடம் கொடுத்து, 'இதை உன் துறவித் தங்கையிடம் கொடு' என்றான்.

'என்னவென்று நான் அறியலாமா?'

'தடை என்ன. நீயே அவிழ்த்துப் பார்.'

பொதியை அவிழ்த்த சுகதேவன் கண்ணைக் கூசச்செய்யும் பளபளப்புடன் மின்னும் வெண்கல ஆடியைக் கண்டான். அதில் மிகத் தெளிவாக அவனது முகத்தைக் கண்ட ஒரு கணம் திகைத்தான்.

'எத்தனையோ ஆடிகளைக் கண்டுள்ளேன். இதுபோலப் பிரதிபலிக்கும் ஓர் ஆடியை இதுவரை கண்டதில்லை.'

‘இது பாண்டி நாட்டுக் கைவண்ணம். யவனம் முதல் சீனம் வரை உயர்குடிப் பெண்கள் உணவில்லாமல்கூட இருப்பார்கள். இதைக் காணாமல் ஒரு நாள்கூட இருக்க மாட்டார்கள்.’

சுகதேவன் ஆடியை போதிஷிரியிடம் கொடுத்தான்.

‘இளையவளுக்குக் காஞ்சி சென்று கல்வி பயிலவேண்டும் என்று மிகுந்த ஆர்வம். அதற்காகப் பயின்றுவருகிறாள்’ என்றான் சுகவீரன். போதிஷிரி வெட்கத்துடன் உள்ளே சென்றாள் . அவளைத் தொடர்ந்து மற்ற இருவரும் உடன் சென்றனர்.

‘உங்களுக்காக தோபெங் நாட்டியத்திற்கு ஏற்பாடு செய்திருக்கிறேன்’ என்றான் சுகவீரன். ‘தமிழகத்தின் ஆட்டனத்தி, ஆதிமந்தை காதலைப்போல இங்கே பாஞ்சி, சந்திரகிரணா இடையேயான காதல் கதை புகழ் பெற்றது. அதில் ஓர் அங்கம் இங்கே நாட்டியமாக ஆடப்படும். கதையை சுகதேவன் சொல்வான், கேளுங்கள்.’

‘கேதிரி என்ற தீவின் இளவரசன் பாஞ்சி என்பவனுக்கும் ஜங்கலா என்ற தீவின் இளவரசி சந்திரகிரணாவிற்கும் திருமணம் முடிப்பதாக அவர்களுடைய குழந்தைப் பருவத்திலேயே பெரியோர்கள் நிச்சயம் செய்கிறார்கள். வாலிபனான இளவரசன் வேட்டைக்குச் சென்ற போது காட்டில் அங்கிரேனி என்ற வேடுவப் பெண்ணைக் கண்டு மையல் கொண்டு அவளை மணமுடித்து தலைநகருக்கு அவளையும் அழைத்து வருகிறான். இதை அறிந்த இளவரசியின் தந்தை, தன் மகளை மணம் முடிக்காவிட்டால் போர் தொடுப்பதாக அறிவிக்கிறான். போரைத் தவிர்க்கும்பொருட்டு இளவரசனின் குடும்பத்தார் வஞ்சனையாக அங்கிரேனியைக் காட்டிற்கு அழைத்துச்சென்று கொலை செய்ய முற்படுகிறார்கள். கடைசி நேரத்தில் இதை அறிந்த அங்கிரேணி, தன்னால் போர் வரவேண்டாம் என்று தன் உயிரைத் தானே மாய்த்துக்கொள்கிறாள். அவளைத் தேடி வந்த பாஞ்சி, சித்தம் குலைந்து காட்டில் திரிகிறான். இளவரசனைக் காணாமல் நாடே தவிக்கிறது. இதை அறிந்த சந்திரகிரணா ஆண் வேடமிட்டு, தன்னந்தனியாகக் காட்டில் திரிந்து பாஞ்சியைக் கண்டுபிடித்து அவனை நலம் பெறச் செய்து அவனை மணமும் முடிப்பதாகக் கதை முடிகிறது. பாஞ்சியை தேடி அலையும் சந்திரகிரணாவிற்கு நேரும் இன்னலும் இடரும் அவள் படும் துயரும்தான் இக்காப்பியத்தின் மையக்கரு’ என்றான் சுகதேவன்.

‘அது மட்டுமல்ல, ஆடப்போவது சுகதேவனின் முறைப் பெண் தேவசேனா’ என்றான் சுகவீரன்.

இதைக் கேட்டதும் அனைவரின் மனத்திலும் புதுக் கிளர்ச்சி உண்டாயிற்று.

தேவசேனாவிற்குப் பதினேழு வயதிருக்கும். மெல்லியள் என்ற சொல்லுக்குப் பொருள் அவள்தான். மஞ்சள் நிற ஆடை அணிந்திருந்தாள். அது சராங்காகவும் இல்லை, புடைவையாகவும் இல்லை. முந்தானையைக் கீழே படியும்படியாக விட்டிருந்தாள். ஆண் வேடமிட்டதற்கு அடையாளமாகத் தலையில் ஆண்கள் அணியும் பாகை அணிந்திருந்தாள்.

இசைக் கருவிகள் என்று பார்த்தால் ஒரு மத்தளம், சிறு முழவு, ஒரு குழல் மணி. அவ்வளவுதான். ஸ்ரீவிஜயத்தில் குழல்மணி என்னும் இசைக் கருவி மிகப் பிரபலம். வெண்கலக் குழல்களைப் பல நீளங்களில் ஒரு மரச் சட்டத்தில் பொருத்தி, அதில் மரத்தாலான கோலால் அடித்து ஒலி எழுப்பவேண்டும்.

குழல்மணி ஒலிக்கத் தொடங்கியதும் தேவசேனா ஆட்டத்தைத் தொடங்கினாள்.

ஒரு கணம் நடந்து நடந்து தாகத்தால் தவித்தாள்; மற்றொரு கணம், காலில் தைத்த முட்களையும் கற்களையும் அகற்றிவிட்டு காலில் வழிந்த குருதியைத் தன் தலைமுடியில் தடவிக்கொண்டாள்; வேறொரு கணம், பாஞ்சியின் நினைப்பு வெள்ளமெனப் பொங்கி அதில் முற்றிலுமாக மூழ்கிப்போனாள்; மேலும் ஒரு கணம், காதல் வயப்பட்ட கலைமானையும் பிணைமானையும் கண்டு அது தானும் பாஞ்சியுமாக இருக்கக்கூடாதா என்று மருகினாள். இன்னுமொரு கணம் அவளுடைய சோககீதத்தைக் கேட்ட விலங்குகளும், பறவைகளும், வண்டுகளும், மலர்களும், செடியும், கொடியும், மரமும் அழுவதைப் பார்த்த வானமும் கண்ணீர் மழை பொழிந்தது.

இவை எல்லாம் தன்னை முன்னிலைப்படுத்தி நடப்பதாகவே செம்பியன் நினைத்தான்.

என்னைத் தேடி நித்திலாவும் இப்படித்தான் துன்பப்படுகிறாளோ? அவள் என்னை மறந்திருப்பாளா? என்ன இழிவான நினைப்பு! மறக்கக்கூடிய மனமா அவளுடையது? இக்கதையில் ஒரு பெண் தன்னந்தனியாகக் காட்டில் தன் காதலனைத் தேடி அலைகிறாள். ஆனால் நான் ஓர் ஆண் என்று சொல்லவே வெட்கப்பட வேண்டும். நான் ஏன் நித்திலாவைத் தேடிப் போகவில்லை. செல்வத் தேடல் தான் காரணமா? செல்வத்தின் விளைவாகப் புகாரில் மாளிகை கட்டியிருக்கிறேன். மாநாய்கரின் மகளையும் கட்டியிருக்கிறேன்.

தலைக்கோல் பட்டமும் வாங்கிவிட்டேன். ஆனாலும் என் நெஞ்சு சுடுகிறது. சுட்டிக் காட்டுகிறது. குற்றம் சுமத்துகிறது. கேடு கெட்ட இச்செல்வம் தன்னை மட்டும் கொடுத்துவிட்டு மற்ற எல்லா இன்பங்களையும் அழித்துவிடுகிறது. என்ன அவலம்.

'செம்பியா, ஏன் சாப்பிடவில்லை?' என்றான் சோமன்.

இலையில் உணவு இருப்பதை அப்போதுதான் செம்பியன் கண்டான்.

மாயாதேவியும் போதிஷிரியும் உணவு பரிமாறினார்கள். சோமனுக்கு அன்னமிட்டபோது போதிஷிரி, 'உங்களது பரிசுக்கு நன்றி' என்றாள்.

சோமன் சிரித்தான். அதே சமயம் அவளது வலது காதோரத்தில் அல்லி மலர் ஒன்றை அவள் செருகியிருப்பதையும் பார்த்தான். முதன் முறை கண்டபோது அம்மலர் அங்கு இருந்திருக்கவில்லை.

●

அன்று காலை பெருந்திரையனாரின் அறையில் ஆலோசனைக் கூட்டம் நடைபெற்றது. குழுத்தலைவர்கள் அனைவரும் குழுமியிருந்தனர்.

'நம்மில் ஒருவர் கடாரத்தில் தங்கிக் கட்டுமானப் பணிகளைக் கவனிக்கவேண்டும். யார் முன்வருகிறீர்கள்?'

பேச்சில்லை.

'செம்பியனும், மாறனும், அழகனும் சீன வணிகத்தைக் கவனிக்க0 வேண்டியிருப்பதால் சேந்தனும் சோமசேகரனும் இருக்கலாம் என்று நினைக்கிறேன்.'

'நம்மிடம் உள்ள கணக்குச் சுவடிகள், பட்டயங்கள், ஒப்பந்த ஓலைகள், சீலைகள் என அனைத்தையும் தெளிவாக அறிந்தவன் சேந்தன். நாயகங்களையும் ஓலை மந்திரங்ளையும் மட்டும் நம்பி இத்தகைய பொறுப்பை ஒப்படைக்கக்கூடாது. எனவே சேந்தன் சீனத்திற்கு வரவேண்டும் என்று நான் கோருகிறேன்' என்றான் செம்பியன்.

'சோமா, என்ன சொல்கிறாய்?'

'இரண்டாண்டு காலப் பணி என்றால் அது மூன்று ஆண்டாகக்கூட நீளும். என்னால் சுற்றமும், நட்பும், சொந்தபந்தமும் இல்லாமல்கூட வாழ முடியும். திருவிடைமருதூர் சிவன் இல்லாமல் இருக்க

முடியாது. என் ஆவியும், பொருளும், உடைமையும், வாழ்வும், வளமும் அவனே. நான் மறந்தேன் எனினும் என்னைத் தான் மறவான் என்ற நம்பிக்கையில் இப்பயணத்தை மேற்கொண்டேன். அதுவே என்னை என் தலைவனிடமிருந்து பிரிக்கும் என்றால் மீளாப் பயணத்திற்கும் தயங்கேன்.'

'இரண்டு நாட்களுக்குள் யாரும் முன்வரவில்லை என்றால் நானே முத்திரை ஆணை இடுவேன். அதற்குக் கீழ்ப்படிவது ஒவ்வொருவரின் கடமை.'

# 40

## அவளைக் கட்டி அணைத்து முத்தமிட்டான்

மறுநாள் சுகதேவன் கொடிக்கலத்திற்கு வந்தான். 'உங்களை சிறிய இன்பச் செலவுக்கு அழைத்துச் செல்ல வந்திருக்கிறேன்.'

'எங்கே செல்லப் போகிறோம்? மாலைக்குள் கலத்திற்குத் திரும்பவேண்டும் என்பது பெருந்திரையரின் உத்தரவு' என்றான் மாறன்.

'அருகில் உள்ள பாலிகத் தீவுக்குத்தான். வந்து விடலாம். ஆனால் இதைக் காணாமல் சென்றால் கடாரம் வந்ததற்கே பொருள் இல்லாமல் போய்விடும்.'

சோமனும், செம்பியனும், சேந்தனும், மாறனும் மட்டுமே செல்வதால் சுகதேவன் பாலிகத் தீவுவரையில் உல்லாசப் படகையும் பின் புரவிகளையும் ஏற்பாடு செய்தான்.

இரண்டு நாழிகை புரவி ஓட்டத்திற்குப்பிறகு குடியிருப்புகள் முடிந்து, நீள்வழிச் சாலைகள் தொடங்கின.

முதலில் உங்களை எங்களுடைய சுபாக் கோவிலுக்கு அழைத்துச் செல்லப்போகிறேன்.

'சுபாக் என்பது பௌத்தக் கடவுளா?' என்றான் மாறன்.

'இல்லை. சுபாக் என்பது எங்கள் நெல் வயல்களுக்குப் பாயும் நீரை முறைப்படுத்தும் கோவில்.'

'நீர்க் கடவுளா?'

'கடவுள் அல்ல. நீர்ப் பாசனக் கோவில் என்று வேண்டுமானால் கூறலாம்.'

'இதன் சிறப்பு என்ன?'

'எங்கள் நாட்டில் பெரிய ஆறுகள் கிடையாது. மருத நிலமும் கிடையாது. ஆனால் எழுபத்திரண்டு வகை நெற்கதிர்கள் உண்டு.'

'நிலமும் நீரும் இல்லாமல் நெல் சாகுபடி செய்கிறீர்களா?'

'ஆமாம். குறிஞ்சியை மருதம் ஆக்கிவிட்டோம்.'

'புரியும்படியாகச் சொல்லக்கூடாதா?'

இடதுபுறம் புரவிகளைத் திருப்பி ஓட்டி, குறுகிய கணவாயைக் கடந்தவுடன் அவர்கள் முன்னால் ஒரு காட்சி உதயமாயிற்று.

எதிரே சுற்றி வளைக்கும் மலைத்தொடர். அதன்மேலிருந்து கீழாக அடுக்கு அடுக்காக நெல் வயல்கள். ஒரு கணம் பார்த்தால் மாபெரும் படிக்கட்டுகள் போலவும், மறு கணம் இந்திரவில்லுக்கு ஈடுகொடுக்கும் இயற்கை ஓவியம் போலவும் தோற்றமளித்தது. அடிவாரத்தில் இளம் பச்சையாகவும், மேலே போகப் போக வண்ணம் பழுத்து முடிவில் பொன்னிறமாகவும் மிளிர்ந்தது.

நண்பர்கள் நீண்ட நேரம் பேசவில்லை. எதிரே கண்ட காட்சியின் வனப்பும், மனத்தைக் குழப்பும் வடிவங்களும், கண்ணைப் பறிக்கும் வண்ணக்குழைவுகளும், கருத்தை மயக்கும் தோற்றப் பொலிவும், எண்ணமெலாம் தோற்ற இன்பப் பொலிவும், மொழியை வென்ற விரிந்த அழகும் அவர்களைக் கட்டிப்போட்டன. அனைவரின் மனமும் அழகின் தாகத்தால் அகன்று விரிந்து, சிறுமை மறந்து, சிந்தனை உயர்ந்து, அன்பு ததும்பி, மோன நிலையை எட்டியதுபோல உணர்ந்தார்கள்.

'அழகுதான் கடவுளோ என்று நினைக்கத் தோன்றுகிறது' என்றான் மாறன்.

‘குறிஞ்சியின் அழகுதான் குமரனோ’ என்றான் செம்பியன்.

‘அண்ணன்மார்களே! உங்கள் கலைரசனையையும் பக்திப் பெருக்கையும் கட்டுப்படுத்திக்கொண்டு இங்கே வாருங்கள்’ என்று சுகதேவன் அழைத்தான். அவன் அழைத்த இடத்தில் பாய்கள் விரிக்கப்பட்டு வாழை இலையில் உணவு பரிமாறப்பட்டிருந்தது.

‘எங்களது மூங்கில் புட்டைச் சுவைத்துக்கொண்டே ரசனையைத் தொடரலாம்.’

நண்பர்கள் வட்டமாக அமர்ந்தார்கள்.

‘நீராவியில் வேகவைத்துச் சமைக்கும் முறை இங்கிருந்துதான் தமிழகத்திற்கு அறிமுகமானது, தெரியுமா?’

‘கேள்விப்பட்டிருக்கிறேன்’ என்றான் செம்பியன்.

‘அது மட்டுமல்ல. நெல்லும் இங்கிருந்துதான் தமிழகத்திற்குச் சென்றது.’

‘உண்மையாகவா? சீனத்திலிருந்து அல்லவா வந்தது?’

‘சீனத்திலிருந்து வந்தது, ஆனால் கொண்டுவந்தது சீனர்கள் அல்லர். சீனர்களுக்கே நாங்கள்தான் நெல் சாகுபடி கற்றுக்கொடுத்தோம்.’

‘விளக்கமாகச் சொல்.’

‘சீனத்தின் தென்பகுதியில் மஞ்சளாற்றின் கரையில் முதலில் நெல் பயிரிடப்பட்டது. பயிரிட்டவர்கள் சீனர்கள் அல்லர். நாம்வியட் என்ற மக்கள். வடக்கிலிருந்து சீனர்கள் படையெடுத்து வந்ததால் நாம்வியட் மக்கள் தெற்கே பயணித்து தற்போதுள்ள சம்பக நாட்டில் குடியேறினர். சீனத்தைவிட நிலமும், நீரும், வெயிலும் வளமாகக் கிட்டியதால் புதிய புதிய நெல் வகைகளை உருவாக்கினர்கள்.’

‘நெல்லில் புதுமை காட்டியதோடு நிறுத்தியிருக்கக்கூடாதா? இப்படி மலைகளைப் படிக்கட்டுகளாக்கித்தான் பயிரிடவேண்டுமா?’

‘இவை எரிமலைகள். அவ்வப்போது கனல் விடும். அதன் சாம்பல் மிகச் சிறந்த மண்ணாகும். வண்டல் மண்ணைவிடச் சிறந்தது. ஆனால் நீருக்குத் தட்டுப்பாடு. மழை நீரைத் தேக்கி, முதல் அடுக்கில் உள்ள வயல்களுக்குப் பாய்ச்சுவோம். நான்கு நாட்கள் கழித்து அடுத்த அடுக்கிற்கு அந்த நீர் வழிந்தோடும்படிச் செய்வோம். இப்படி அதே நீர் ஒவ்வொரு அடுக்கிற்கும் பாய்வதால் குறைந்த அளவு நீர் இருந்தால்கூடச் சாகுபடி பாதிக்காது.’

‘நெல்லுக்கு இரைத்த நீர் வாய்க்கால் வழி ஓடி மீண்டும் நெல்லுக்கே பாய்கிறது. விந்தைதான்’ என்றான் சேந்தன்.

அவர்கள் அமர்ந்திருந்த இடத்தின் அருகே இருநூறு வாத்துகள் கொண்ட கூட்டம் கடந்துசென்றது. வாத்துக்கூட்டம் மூன்றாவது அடுக்கினுள் சென்று நீந்தி விளையாடத்தொடங்கியது.

‘சோழ நாட்டில் வயல்களில் கயல் ஓடும். இங்கே ஏன் வாத்துகள் ஓடுகின்றன?’

‘அவை களை எடுக்கின்றன. பயிரைத் தாக்கும் பூச்சிகள், களை ஆகியவற்றை வாத்துகள் உண்டபின் எச்சத்தை உரமாகவும் தருகின்றன. ஆகையால் நாங்கள் களை எடுக்கவும் வேண்டாம், உரம் இடவும் வேண்டாம்.’

‘மேலடுக்கு, கீழடுக்கு என்று பிரச்சினை வராதா?’

‘அதற்காகத்தான் சுபாக் கோவில்கள். இந்த ஊர் முழுமைக்கும் ஒரு தலைமை சுபாக் கோவில் உள்ளது. ஒவ்வொரு குன்றினுக்கும் ஒரு தனிக் கோவில் உள்ளது. சுபாக் கோவிலுக்கு என்று நீர் பஞ்சாங்கம் உள்ளது. அதன்படி எந்த வயலுக்கு முதலிலும் எந்த வயலுக்கு இறுதியிலும் நீர் பாயவேண்டும் என்பதைக் கோவிலில் உள்ள ஐந்து பூசாரிகள் சேர்ந்து முடிவெடுப்பார்கள். அந்த வருடம் பெய்த மழையின் அளவு, நெல்லின் வகை, பருவம் ஆகியவற்றைக் கணக்கில் கொண்டு பாசன வரிசை முடிவு செய்யப்படும். அதை அவர்கள் எழுதிக்கொடுத்துவிட்டால் பின் அதை மாற்ற மன்னருக்குக்கூட உரிமை கிடையாது.’

‘இதுவரை நாங்கள் கதைகளில்கூடக் கேட்டிராத செய்தி. ஸ்ரீவிஜயம் வந்த பயன் முழுமை அடைந்தது’ என்றான் சோமன்.

‘சரி, புறப்படலாம்’ என்றான் சுகதேவன். ஏவலாட்கள் புரவிகளைக் கொண்டுவந்தார்கள்.

குன்றை விட்டு இறங்கும்போது குறுகிய பாதை ஒன்றில் ஒருவர் பின் ஒருவராகச் செல்லவேண்டியிருந்தது. அதைக் கடக்கும்போது செம்பியனின் புரவி தலைகீழாக விழுந்தது. செம்பியன் இரண்டாவது அடுக்கில் இருந்த வயலில் விழுந்தான். கதிர் முற்றி இருந்தமையால் பெரிய காயமில்லை. புரவி நான்காவது அடுக்கில் விழுந்து கதறியது. அது எழுந்து நிற்க முயன்று தோற்று பின் முயன்று தலை தெறிக்க ஓடி மீண்டும் கீழே விழுந்தது.

'செம்பியனாரே, என்னவாயிற்று?' என்றான் மாறன்.

'புரவிக்குக் கால் இடறியிருக்கவேண்டும்.'

'இல்லை அண்ணா. இவை மலை ஏற்றத்திற்காகவே பழக்கப்பட்ட புரவிகள்' என்ற சுகதேவன் தனது பணியாளர்களை நோக்கி, 'இருவர், புரவியைப் பிடித்துவாருங்கள். நால்வர், பாதையில் முன்சென்று ஆபத்து ஏதேனும் உள்ளதா என்று பார்த்து வாருங்கள்' என்றான்.

'வேண்டாம் சுகதேவா! இங்கு எனக்கு யார் எதிரி? அஞ்சவேண்டாம். புரவி என்னாயிற்று என்று கேட்டுச் சொல்.'

'உங்களைக் கலத்தில் சேர்க்கும்வரை என் சொல்லைத் தட்டாதீர்கள். இடைவாளை உருவிக்கொள்ளுங்கள்.'

நண்பர்களின் முகம் இறுகி உரமேறியது.

சுகதேவனின் ஆள் வந்தான். 'ஐயா, தொலைவில் யாரோ ஓடிச் சென்றதுபோல இருந்தது. விலங்காகவும் இருக்கலாம்.'

'சரி, புறப்படுவோம்.'

•

பகல் இரண்டாம் நாழிகையின்போது சுகதேவன் வந்தான். 'என் தாயும் தமக்கையரும் கலத்தில் ஏறியதில்லை. சுற்றிப் பார்க்க வேண்டும் என்று ஆசைப்படுகிறார்கள். அழைத்துவந்துள்ளேன்.'

'என்ன பிழை செய்தாய்! நாங்கள் அல்லவா அவர்களை அழைத்து வரவேண்டும். உடனே மேலே வரச் சொல். இன்று நண்பகல் உணவு கலத்தில் உண்ணவேண்டும் என்றும் கண்டிப்பாகக் கூறிவிடு.'

மாறன், அப்பெண்களுக்குக் கலத்தைச் சுற்றிக் காண்பித்தான்.

மேற் தளத்தில் பாய்மரங்கள், ஓடுதைகள், அவற்றை இழுத்துக் கட்டும் கயிறுகள், கலத்தைத் திசை திருப்பும் விசை வட்டு, பாய்களை ஏற்றி இறக்கும் இழுவட்டு, நங்கூரத்தைத் தாழ்த்தி இழுக்கும் பார வட்டு, கடலோடிகளின் அறைகள், ஆலோசனைக் கூடங்கள், சேமிப்புக் குதிர்கள், கலன்கள் என அனைத்தையும் கண்டு, கேள்வி கேட்டு, தெளிந்து, உணர்ந்து, வியந்து, பேசி, மகிழ்ந்து வருவதற்குள் உணவு வேளை வந்துவிட்டது.

போதிஷிரி சீக்கிரம் உணவை முடித்துவிட்டு மேல்தளத்திற்கு வந்தாள். அங்கே சோமசேகரன் தனியாக அமர்ந்து சுவடி படித்துக் கொண்டிருந்தான்.

‘ஆழ்ந்த சிந்தனையோ?’ என்றாள் போதிஷிரி.

நிமிர்ந்த சோமன் புன்னகையுடன், ‘இது ஆழம் காண முடியாத தத்துவத்தை மிக எளிதாக விளக்கும் நூல். சிந்தனையின் ஆழம் பற்றிக் கவலை இல்லை’ என்றான்.

சோமன் போதிஷிரியைக் கவனித்தான். இப்போது தலையில் மலர்களும் கழுத்தில் பொன் அணிகளும் அணிந்திருந்தாள்.

‘இது சிவ சித்தாந்தம் என்னும் நூல். பதி, பசு, பாசம் என்னும் மூன்று மூலப் பொருட்களைப் பற்றியது. பாசத்தால் கட்டுண்ட பசு, தனது பசு என்னும் தன்மையை மறந்தும், உண்மைப் பதி யார் என்பதை மறந்தும், மீண்டும் பதியுடன் ஒன்றாகும் வழிவகையையும் மறந்தும் உழல்வது ஏன் என்பதை விளக்குவதாகும்.’

‘ஏன்?’

‘நீதான் துறவி ஆகப்போகிறாயே. நீயே சொல்.’

‘அனாதி காலம் தொடங்கி, உயிர்கள் பிறப்பதும் இறப்பதுமாகவே இருக்கின்றன. காரணம், என்றும் நிலையான மனத்தின் உண்மை நிலையையும் உள் ஒளியையும் அறியாமல் பொய்யான சிந்தனையில் அவை திளைப்பதுவே. பொய்யான சிந்தனை அடுத்த பிறவிக்கு இழுத்துச் செல்கிறது. உங்களை ஒரு கேள்வி கேட்பேன். உண்மையைக் கூற வேண்டும். என்னை முதன்முதலாகப் பார்த்த போது என்ன நினைத்தீர்கள்?’

‘அழகான பெண் என்று நினைத்தேன்.’

‘நான் அழகானவள் என்ற முடிவுக்கு எப்படி வந்தீர்கள்?’

‘கண்ணால் கண்டேன். மனத்தால் உணர்ந்தேன். முடிவு செய்தேன்.’

‘உங்களது உண்மையான கண் எது, உண்மையான மனம் எது என்பதை அறிவீர்களா?’

‘மனம் என்னுள் இருக்கிறது. என் கண்கள் என் முகத்தில் இருக்கின்றன.’

‘இப்போது உங்கள் கண்களுக்கு என்ன தெரிகிறது?’

‘முதலில் நீ. உனக்குப் பின்னால் துறைமுகத்தில் உள்ள மரங்கள். அதையும் தாண்டி, தொலைவில் புத்தக் கோவில்.’

‘என்னைக் காணாமல் நீங்கள் கூறிய மற்றவற்றை மட்டும் உங்களால் காண முடியுமா?’

‘நீ என் அருகில் இருக்கும்போது உன்னைக் காணாமல் உன் பின்னால் இருப்பதை எப்படிக் காண முடியும்? தலையை வேண்டுமானால் வேறு பக்கமாகத் திருப்பிப் பார்க்கலாம். அப்படிச் செய்தாலும் நீ இருப்பதை உணராமல் இருக்க முடியாது.’

‘மனம் உங்களுக்குள் இருந்தால், என்னைவிட இன்னும் மிக அருகில் இருக்கும் உங்களுடைய உள் உறுப்புகளையும் உணர வேண்டும் அல்லவா? நகம் வளருவதையும், சிகை வளருவதையும், தசைகள் வளர்வதையும் ஏன் உணர முடியவில்லை? ஆகையால் உண்மையை உணரும் மனம் உன்னுள் இருக்கிறது என்பது பிழை அல்லவா?’

‘அதுபோலத்தான் தோன்றுகிறது.’

‘நீங்கள் சுவடி படித்துக்கொண்டிருந்தீர்களே?’

‘ஆம்.’

‘கண் பார்க்க மட்டும்தானே செய்தது. கருத்தை உணர்ந்து கொண்டது எது?’

‘என் மனம்.’

‘உடலும் மனமும் ஒன்றாகச் செயல்படுமேயானால் அவை வேறு வேறு இடத்தில் இருக்க முடியுமா?’

‘முடியாது.’

‘எனவே, உங்களது உள் உறுப்புகளை உணரவும் காணவும் முடியாத படியால் மனம் உங்களுக்குள் இல்லை. அதே சமயம் உடலும் மனமும் ஒன்றாகத் தடையின்றிச் செயல்படுவதால் அது வெளியேயும் இல்லை. சரியா?’

‘சரிதான். ஆனால் மனம் அழியாத பொருள் என்பது இதனால் எப்படித் தெளிவாகும்?’

‘உங்களது உடல் எப்போதுமே இதேபோலத்தான் இருந்ததா?’

‘இல்லை. குழந்தையாக இருந்தபோதும், பின் சிறுவனாக இருந்த போதும் வேறு மாதிரி இருந்தது.’

‘அதாவது சோமன் என்ற குழந்தை மறைந்து சிறுவனாகி, சிறுவன் என்ற சோமன் மறைந்து இளைஞனாகி, மேலும் மேலும் மறைந்து கொண்டே இருக்கிறான் அல்லவா?’

‘உண்மைதான்.’

‘சிறு வயதில் நீங்கள் கடலைக் கண்டதுண்டா?’

‘புகாரில் பலமுறை கண்டிருக்கிறேன்.’

‘சிறு வயதில் நீங்கள் பார்த்த கடல் இப்போது மாறி இருக்கிறதா?’

‘இல்லை.’

‘அதாவது உங்களது உடல் அழிந்துகொண்டே வந்தாலும், உங்களது பார்வை என்னும் உணர்வு அழியவில்லை.’

‘கண் நோய் வந்தால் பார்வைத் திறன் குறையுமல்லவா?’

‘நான் கூறும் பார்வை என்பது மனம் சார்ந்த உணர்வு. தாங்கள் கூறும் பார்வை, உடல் சார்ந்த திறன்.’

‘இரண்டும் ஒன்றுதானே?’

‘இல்லை. நீங்கள் எனக்குப் பரிசளித்தீர்களே ஆடி, அது கீறல் விட்டால் பிம்பமும் கீறலாகத் தோன்றும். அது ஆடியின் குற்றமே தவிர பிரதிபலித்தல் என்னும் செயலின் குற்றமல்ல. அதுபோல, கண்ணின் குற்றம் தோற்றப் பிழையாகும். அது உணரும் மனத்தின் பிழையாகாது. எனவே அழிவது உடலே அன்றி மனமல்ல என்பது விளங்குகிறதல்லவா?’

‘ஆம்.’

‘மனம் அனாதி. அழிவற்றது. பிறப்பு இறப்பைத் தாண்டியது. அதுவே வேதம் போற்றிய பிரம்மம். அதுவே உபநிடதங்கள் கூறும் ஆத்மா. அதுவே வேதாந்தம் காட்டும் ‘நான்’. அதுவே நீங்கள் பேசும் பசு. அந்த மனத்தின் உண்மை நிலை அறிந்து, எதனாலும் தடைப் படாமல், பிறவிக் கடல் கடந்து, போதிசத்துவமாக வாழ்வதே என் நோக்கம்’ என்று கூறி முடித்தபோது அவள் தன்னை மறந்த உயர்நிலையில் இருந்தாள்.

சோமன் மெதுவாக அவளைப் பார்த்தான். ‘கேளுங்கள்’ என்பது போலப் போதிஷிரி நோக்கினாள்.

‘சுமலியை உனக்குப் பிடிக்குமா?’

‘சுமலி என்றால்?’

‘சுமலிதான்.’

'அதைத்தானே கேட்கிறேன். அது உண்ணக்கூடியதா, உடுக்கக் கூடியதா அல்லது வேறு ஏதாவதா என்று சொன்னால்தானே அதைப் பற்றிக் கூற முடியும்?'

'அதை ஏன் பார்க்கவேண்டும். உணர்ந்து சொல்லக்கூடாதா?'

'அது எப்படிச் சாத்தியம்? கண்ணாலோ, காதாலோ, நாவாலோ, மூக்காலோ, மெய்யாலோ அறியாத ஒன்றை எப்படி உணர முடியும்?'

'அதாவது அண்ட பிரம்மாண்டங்களைக் கடந்தும், அனாதியாக, எங்கும் நிறைந்ததாய் என்றும் நிலைத்ததாய் விளங்கும் மனம், கேவலம் அழியக்கூடிய உடலால் அறியப்படாத ஒன்றை உணர முடியாது. அப்படித்தானே?'

'என்னமோ சொல்கிறீர்கள்... சற்றுக் குழப்பமாக இருக்கிறது.'

'வேண்டுமானால் ஓய்வெடுத்துக்கொண்டு சிந்தனை செய். பிறகு விடை சொல்.'

'மனத்தைக் கொண்டுதானே சிந்திக்கவேண்டும். அதைக்கொண்டே அதை அறிய முடியுமா?'

'ஏன், அறிவைக் கொண்டு சிந்திக்கக்கூடாதா?'

'பெயர்கள்தான் இரண்டு. பொருள் ஒன்றுதான்.'

'இல்லை போதிஷிரி. தமிழ்ச் சித்தாந்தத்தில் மனம் ஒரு சடப் பொருள். அதன் நான்கு நிலைகளில் சித்தம் என்னும் அறிவும் ஒன்று.'

'சிந்திப்பது சித்தம்தானே?'

'இல்லை. சிந்திப்பதற்கு ஏற்ற கருவிதான் சித்தம். நினைப்பதற்கு மனம். சிந்திப்பதற்கு சித்தம். பகுத்தறிவதற்கு புத்தி. எல்லாமே கருவிகள்தான்.'

'இக்கருவிகளின் சொந்தக்காரன் யார்?'

'நீ. அல்லது நான். அல்லது ஆத்மா.'

'நீ என்பது எல்லையில்லா ஆற்றல் உடைய மனம் என்றல்லவா பௌத்தம் கூறுகிறது.'

'எனக்குப் பௌத்தம் பற்றி அதிகம் தெரியாது. ஆனால் சைவ சித்தாந்தம் பற்றி அறிவேன். அது மிக எளிமையானது. கை கால்களைப் போல மனமும் ஒரு கருவி. நமக்குள்ளே நடக்கும் எண்ண ஓட்டம், கனவு, ஐம்புலன்களின் தனித் தனிச் செயல்களை

ஒருங்கிணைப்பது என்பன போன்ற பணிகளைச் செய்வது அதன் கடமை. தமிழ் ஞானிகள் மனத்தை வளர்க்கவோ அதை வெல்லவோ கூறவில்லை. அதைக் கடந்து செல்லும்படி மட்டுமே கூறுகிறார்கள்.'

'இதற்கு எவ்வகையான பயிற்சி மேற்கொள்ளவேண்டும்?'

'தியானம், யோகம், துறவு எல்லாமே வீண்.'

'விசுவாமித்திரரின் தவத்தைக் கண்டு தேவர்களே பயந்தார்களே?'

'அவருக்கும் மேலான வசிட்டர் எந்தக் காட்டில் தவம் செய்தார்? ஏன் அருந்ததியுடன் குடும்பம் நடத்தினார்?'

'துறவும் வீணா?'

'ஆம். இல்வாழ்வே அறம். தமிழ் ஞானியர், சமயக் குரவர்கள், அடியார்கள் என யாரை எடுத்துக்கொண்டாலும் ஒரு சிலரைத் தவிர ஏனையோர் திருமணம் முடித்து, மக்கட்பேறு பெற்று, அதன்பின் முக்தி அடைந்தவர்கள்தாம். நம் கடவுள்கள்கூட இல்லறவாசிகள் என்பதை மறந்துவிடாதே. உலகியலை மறுப்பது தவமல்ல. அதைக் கடப்பதே தவம்.'

'புரியவில்லை.'

'கற்கண்டை ஒதுக்குவதால் நீ இனிப்பை வென்றதாகாது. அதை உண்டாலும் இனிப்புச் சுவையை உணரக்கூடாது. அதுதான் துறவு.'

'குழப்புகிறீர்கள்.'

'நீ கோபிக்கவில்லை என்றால், உனக்கே நிரூபித்துக் காட்டுகிறேன். சம்மதமா? கண்களை மூடு.'

போதிஷிரி கண்களை மூடிக்கொண்டு பலவிதமான கற்பனை களோடு காத்துக்கொண்டிருந்தாள். சோமசேகரன் அவளைக் கட்டி அணைத்து முத்தமிட்டான். அவள் ஒரு கணம் திடுக்கிட்டாலும், அவனைத் தடுக்கவில்லை.

காற்று ஓய்ந்ததையும், கடல் நின்றதையும், கலம் நிலைத்ததையும் அவர்கள் உணரவில்லை. விசும்பு வெளியில் கரைந்து, வெளி மனத்தில் ஒடுங்கி, அகம், புறம், மேல், கீழ், பக்கம் என்னும் பேதம் மறந்து உதடு துடிக்க, உணர்ச்சி பொங்கித் ததும்பி ஒன்றாக வழிந்ததை மட்டும் உணர்ந்தார்கள்.

மெல்லிய இன்பம் வெப்பமாகப் பரவியது. உடல்கள் அசைவற்றிருந்தாலும் மனத்தில் ஆனந்தப் புயல் வீசியது. லயிக்கும்

இடம் தேடி உள்ளம் ஒடுங்கியது. அவளது சிகையின் மணம் அவனையும் அவனது மூச்சுக் காற்றின் வெப்பம் அவளையும் கிறங்கடித்தது. கற்பனையில் மட்டுமே சுகித்திருந்த ஒன்று கையருகே கிட்டிய அந்த இன்பக் கணம், காலம் காலமாக நீண்டு, நிலைத்து நீடிக்கவேண்டும் என்று மனம் விரும்பியது.

மெய் விதிர்த்து மயிர்க்கூச்செறிய, கண்கள் மூடி, காட்சி தொலைத்து, சுவாசம் மறந்து, சொர்க்கம் புகுந்து, சொல் அறுந்து, கருவிகளற்ற நாதம் ஒலிக்க, ஓசையில்லா அருவியைப்போல ஆனந்தத் தேன் சொரிந்து அவர்களை விழுங்கித் தான் மகிழ்ந்தது. தன் சிறு விரல் அசைந்தாலும் அதன்பொருட்டு அவள் விலகிவிடக் கூடும் என்று அவன் நினைத்தான். தன் மூச்சு சற்றே வலுத்தாலும் அவன் விலகிவிடக்கூடும் என்று அவள் நினத்தாள்.

கடல் புறா ஒன்று மிக அருகே சிறகடிக்க, அவர்கள் புதிதாய்ப் பிரிந்தார்கள்.

●

சுகதேவன் குடும்பத்தினர் சென்றதும், சோமன் மாறனைச் சந்தித்தான்.

‘மாறா! உன் கூற்றில் உள்ள உண்மையைத் தெரிந்துகொண்டேன். நான் இங்கேயே தங்கிக் கட்டுமான வேலைகளை மேற்கொள்கிறேன்' என்றான் சோமன்.

‘தேவையில்லை. சேந்தன் தங்குவதாகக் கூறிவிட்டான்.'

‘சேந்தன் பெருங்கணக்கன் அல்லவா?'

‘அதோ, அவனையே கேட்டுப் பார்.'

நண்பர்கள் புடைசூழ சேந்தன் வந்தவிதமே கோலாகலமாக இருந்தது.

‘சேந்தா, மாறன் கூறுவது உண்மையா?'

‘முற்றிலும் உண்மைதான்.'

‘நான் வேண்டுமானால் தங்கட்டுமா?'

‘நல்ல யோசனைதான். நீ பத்தாயிரம் பொன் கொடுத்தால் நான் விட்டுக்கொடுக்கிறேன்.'

‘பத்தாயிரம் பொன்னா? புத்தி பிசகிவிட்டதா?'

‘வேண்டுமானால் சுகவீரரைக் கேள். அவர் உனக்காகக் கொடுப்பார்.

அவர் கொடுக்காவிட்டாலும் போதிஷிரி கொடுக்கவைப்பாள்' என்றதும் சோமன் முகம் சிவக்க, நண்பர்கள் அவனைத் தூக்கிச் சுற்றினர்.

'அடேய். காதல் கண்ணை மறைக்கும் என்பது உண்மைதான். கொடிமரத்தின் மீது கலக்காணி அமர்ந்திருப்பதைக்கூட மறந்து ஆலிங்கனம் செய்திருக்கிறாய்!'

தோழர்களின் மகிழ்ச்சிச் சிச்சரவம் கலத்தைக் குலுக்கியது.

கலம் கரையை நெருங்கும்போதும் துறைமுகத்தில் இருக்கும் போதும் கண்காணி ஒருவன் பாய்மரத்தின்மீது உட்கார்ந்து காவல் புரிவது வழக்கம். அவனுக்குத் தடங்காணி என்று பெயர்.

'யார் அந்தக் கிராதகன்?' என்று சோமன் கேட்க 'நான்தான் அண்ணா' என்று குரல் கேட்டது. இப்போது அவன் முன்மரத்தின்மேல் அமர்ந்திருந்தான்.

'அடே குரங்குப் பயலே! இன்றிரவு உன்னைக் கொலை செய்யப்போகிறேன்.'

'போதிஷிரி அம்மையே அடைக்கலம்' என்று அவன் பயந்தது போலக் கூறியதும் மற்றுமொரு சிரிப்பலை.

# 41

## வடமீனைக் காணவில்லை!

அடுத்த இரண்டு நாட்களில் சோமன் தனக்கு வேண்டிய முத்திரை ஓலை, பொன், பொருள், ஆட்கள் என எல்லாவற்றையும் திட்டமிட்டு, பெற்றுக்கொண்டான். அறுபது பணியாளர்கள் அவனோடு தங்க முடிவெடுத்தனர். சோமனுக்காக சாந்தின் சார்பில் மாளிகை ஒன்று வாங்கப் பட்டது. அவன் ஸ்ரீவிஜயத்தின் பல தீவுகளுக்குச் சென்று வர அம்பி வகைக் கலம் ஒன்றும் பத்து ஏவல் படகுகளும் வாங்கப்பட்டன. பொன்னோ பொருளோ, தேவைப்படும்போது நகரத்தார் சாந்தில் உண்டியல் ஓலை எழுதவும் உரிமை வழங்கப்பட்டது. இவை அனைத்தையும் பட்டயத்தில் வடித்து மாறன் முத்திரை பதித்தான்.

பச்சைக் காய் வகைகளும், எலுமிச்சையும், குடிநீரும் கொள்முதல் செய்யப் பெருந்திரையனார் உத்தரவிட்டார்.

குடிநீர் கொள்முதலாகிறது என்றவுடனேயே கலம் புறப்படப்போகிறது என்பதைக் கடலோடிகள் புரிந்துகொள்வார்கள். உடனே அவரவர்களுக்குத் தனிப்பட்ட முறையில் தேவையான பொருட்களை வாங்கிக்கொள்ள முனைந்தனர்.

கலங்கள் புறப்படும் நாளன்று சோமனும், சுகவீரரும், சுகதேவனும் பிரியாவிடை கொடுத்தனர். சோமனின் நிலை இருதலைக்கொள்ளி போல இருந்தது. கடாரத்தில் தான் தொடங்கப்போகும் புதிய வாழ்வை நினைத்து ஒருபுறம் மகிழ்ச்சியும், நண்பர்களை, குறிப்பாக செம்பியனை, பிரிவது பற்றித் துக்கமும் மாறி மாறி அலைக் கழித்தது. தனது வலது கையில் அணிந்திருந்த கங்கணத்தைக் கழற்றிச் செம்பியனிடம் கொடுத்தான்.

'செம்பியா, நான் சொல்லி நீ தெரிந்துகொள்ள என்ன இருக்கிறது? வார்த்தை வர மறுக்கிறது நண்பா. இதுவரை நீ அரணாக இருந்தாய். எனக்கு எல்லாம் எளிதாகப்பட்டது. நீங்கள் சென்றபிறகுதான் நான் மேற்கொண்டுள்ள செயலின் முழுப்பளுவும் என்னைத் தாக்கும். அப்போது நான் வீழ்வேனா எழுவேனா என்று எனக்கே தெரியவில்லை.'

'அச்சம் இருந்தால்தான் அக்கறை உள்ளது என்று பொருள். அஞ்சுவது அஞ்சுவது அறிவுடையார் செயல். அருஞ்செயல் புரிவோர்க்கு இடர் வரத்தானே செய்யும்.'

கங்கணத்தை மாட்டிக்கொண்ட செம்பியன் சோமனை ஆரத்தழுவினான். இப்போது செம்பியன் உள்ளுக்குள் கலங்கினான். இது இரண்டாவது கங்கணம். இடது கையில், என்றோ ஒரு நாள் மாற்றிய உதியனின் கங்கணம் நித்திலாவை நினைவுறுத்திக் கொண்டே இருந்தது.

•

கலங்கள் அமலக்கக் கடல் வழியைவிட்டு வெளியே வந்ததும் அவர்களை முதலில் தாக்கியது மழை. இரண்டாவதாக, குளிர். மூன்றாவதாக, இடைவிடாமல் வீசும் வாடைக் காற்று. கடலோடி களுக்குப் பெருந்திரையனார் விரிவான உத்தரவு ஓலை ஒன்றை அனுப்பினார்.

'இன்றிலிருந்த அடுத்த உத்தரவு வரும்வரை, அனைத்துக் கடலோடிகளும் கம்பளியாடை அணியவேண்டும். முழுக் குப்பாயம் கட்டாயமாக அணியவேண்டும். கழுத்து எந்நேரமும் மூடியிருக்க வேண்டும். கடல் குளியல் உடனடியாகத் தடை செய்யப்படுகிறது. நாளொன்றுக்கு இரண்டு எலுமிச்சைகளாவது புசிக்கவேண்டும். வெந்நீர் மட்டுமே பருகவேண்டும். வணிகப் பிரிவைச் சேர்ந்தவர்கள் தேவையில்லாமல் மேல்தளத்திற்கு வரக்கூடாது.'

அன்றிரவு செம்பியனும் சேந்தனும் பூதனும் மேல்தளத்தில் பேசிக்கொண்டிருதனர்.

‘ஏன் செம்பியா வாட்டமாக இருக்கிறாய்?’ என்றான் சேந்தன்.

செம்பியன், இடது கைக் கங்கணத்தைக் காட்டினான்.

‘கடல் பயணத்தால் எத்தனை பிரிவுகள், எத்தனை இழப்புகள்? சேந்தா, நம் முன்னோர்கள் நெய்தல் திணைக்குப் பெரும்பொருளாகப் பிரிவு என்பதை ஏன் வைத்தார்கள் என்று இப்போதுதான் விளங்குகிறது.’

சேந்தன் பேசவில்லை.

தொலைவில் ஏதோ வெடிக்கும் ஓசை கேட்டது. அப்போது கலக் காவலில் இருந்த இரண்டாம் நிலை மீகான் பதட்டத்துடன் ஓடிவந்தான்.

‘செம்பியரே, பெருந்திரையனாரை உடனே அழைக்கவேண்டும்.’

‘நடுயாமத்தில் அவரை அழைக்கும்படி என்ன நடந்தது?’

‘ஐயா, வடமீனைக் காணவில்லை.’

‘எங்களைச் சந்தேகிக்கிறாயா?’ என்று கேட்டான் சேந்தன்.

‘ஐயா, விளையாட இது நேரமில்லை. திசை மாறிவிட்டோமோ என்று சந்தேகிக்கிறேன். மற்ற கலங்களும் வெடிப்பந்தம் காட்டி விளக்கம் கேட்கிறார்கள்.’

‘பெருந்திரையனாரைக் கேட்கும் முன் நமது மீகானைக் கேட்கலாம்.’

பூதன் மீகானை அழைத்துவந்தான். அவன் சிறிது நேரம் வானை அளந்துவிட்டு, ‘வட மீன் தொடுவானத்திற்குக் கீழே மறைந்து விட்டது என்பது உண்மைதான். சப்தரிஷி மண்டலத்தின் வால் பகுதி மட்டும் தெரிகிறது. இன்னும் இரண்டு நாழிகையில் அதுவும் மறைந்துவிடும்’ என்றான்.

‘இப்போது என்ன செய்வது?’ என்றான் செம்பியன்.

‘பெருந்திரையர் குறித்துக் கொடுத்த பாதையில் வடமீன் மறைவு வருகிறதா என்று பார்க்கவேண்டும். குறிப்புச் சீலையை எடுத்து வா.’

சீலை வந்தது. காற்றின் வேகத்தில் பந்தம் அணையும் என்பதால் வட்டறையில் அனைவரும் கூடினர்.

‘வடமீன் மறைவு இரண்டு நாட்கள் என்று எழுதியுள்ளார்.’

‘இது முதல் நாளா, இரண்டாம் நாளா?’

‘உறுதிபடக் கூற முடியவில்லை. இத்தனை நேரம் என்ன செய்தாய்? வெள்ளி எழுந்ததுமே பார்த்திருக்கவேண்டாமா?’ என்று மீகான் கோபப்பட்டான்.

‘ஐயா, கவனமாகத்தான் இருந்தேன். மெல்லிய பனிப் படலம் காணப்பட்டது. அது விலகட்டும் என்று காத்திருந்தேன்.’

‘கலக்கோன் காத்திருப்பாரா? அவர் தூங்கவேண்டாமா?’

‘மன்னிக்கவும்.’

‘சரி, கலக்கோனின் நாள் தூக்கை எடுத்து வா!’

ஒவ்வொரு நாளும் நடைபெறும் நிகழ்ச்சி அனைத்தையும் கலக்கோன் குறித்துவைப்பார். அச்சுவடித் தூக்கே நாள் தூக்கு என்பதாகும்.

கடலோடி கொண்டுவந்தான். அதே சமயம் அரவம் கேட்டு, கலக்கோனும் வந்துவிட்டார்.

‘நள்ளிரவில் இவ்வளவு பெரிய கூட்டம் ஏன்?’ என்று கேட்டபடி சுற்றிலும் பார்த்தார்.

‘ஐயா, இவன் வடமீனை ஒளித்துவிட்டு கலத்தைக் கடத்த எத்தனித்தான். அதற்குள் நாங்கள் தடுத்துவிட்டோம்’ என்றான் சேந்தன்.

கலக்கோனுக்குக் குளிர் தாளவில்லை. உடுத்தியிருந்த பருத்தி ஆடையுடன் மேலே வந்துவிட்டார். அவர் நடுங்குவதைக் கண்ட ஒரு கடலோடி ஓடிச் சென்று கம்பளிப் போர்வையும், வெந்நீரும், தாம்பூலமும் கொண்டுவந்தான். அதற்குள் மீகான் சிக்கலை விவரித்தான்.

‘நீ மீகான்தானே? உடனே கிழக்கில் மகர ராசியை பார்க்க வேண்டியதுதானே? திருவோணம் எப்படி இருக்கிறது?’

மீகான் மீன்காண் சட்டத்தினூடே பார்த்தார். ‘ஒரு விரற்கடை அவிட்டத்தோடு ஒடுங்கிக் காண்கிறது.’

‘அப்படி என்றால் ஒரு முழு நாள் நடுக்கோட்டிலிருந்து தெற்கே பயணத்திருக்கிறோம். எப்போது வடக்கே திசை மாற்றவேண்டும் என்று விளங்குகிறதா?’

‘ஆம் ஐயா! நாளை முழுவதும் முடிந்து மறுநாள் காலை மூன்று நாழிகைக்குத் திசை மாறினால் சரியாக இருக்கும்.’

‘நல்லது. மற்ற கலங்களுக்கும் செய்தி அனுப்பிவிடு. உன் உளறுவாய் உப மீகானை வேறு கலத்திற்கு மாற்று.’

‘உத்தரவு ஐயா.’

●

இரண்டாம் நாள் கலம் திசை மாறியவுடன் வடமீன் மெல்லத் தொடுவானத்திற்குள்ளிருந்து வெளியே வந்தது. ஆனால் கடல் பாதை மிகவும் இடைஞ்சலாக இருந்தது. இரண்டு புறமும் சிறிதும் பெரிதுமாகத் தீவுகள். கடலுக்கு மேலே நான்கு கல் தொலைவாகத் தெரியும் இடைவெளி, கடலுக்குக் கீழே கரைகளின் சரிவால், வெறும் இரண்டு காதமாகச் சுருங்கியிருந்தது. இதற்குள் கலங்கள் நூல் பிடித்தார்ப்போலச் செல்வது கடினமாக இருந்தது. போதாக் குறைக்கு, எதிரில் வரும் கலங்கள். அதையும் சமாளித்தால் நூற்றுக் கணக்கான மீனவர் படகுகள். கலங்கள் நத்தை ஓட்டமாக ஊர்ந்து சென்றன. கடலோடிகளுக்கு ஓய்வு என்பது அரிதாகிவிட்டது. ஒற்றை மரத்தில் இரண்டு ஒடுதைகளோடு போராடவேண்டி இருந்தது. மேலும் ஒடுதைகளை விரித்தால் கலம் வேகமாகச் செல்லத்தொடங்கும். குறைவாக ஒடுதைகள் இருந்தால் காற்று சற்றே வலிமை குறைந்தாலும் கலம் நின்றுவிடும்.

‘இன்று வருணனுக்குச் சிறப்பு வழிபாடு செய்வோம். அனைவரும் கலந்துகொள்ளச் செய்தி அனுப்பு’ என்றார் பெருந்திரையர்.

‘வழக்கமாகச் செய்வதுதானே. இன்று என்ன சிறப்பு?’

‘ஏனோ தெரியவில்லை. இனி வருவது புயற்காலம். அதனால் தானோ என்னவோ மனம் சற்றே தடுமாறுகிறது.’

‘பூமிக்கு அடுத்தபடியாக நிலைத்திருப்பது தங்களின் மனம் என்றல்லவா என் மாணவர்களுக்குச் சொல்லி வருகிறேன்.’

‘உன் பேச்சே எதிர்மறையாக இருக்கிறது. மனம் என்றபின் அது நிலைத்து இருக்குமா?’

‘சரி, திடச் சித்தம் என்று கூறலாமா?’

‘அச்சம் எல்லோருக்கும் உண்டு. பக்குவம் உள்ளவன் அதைக் காட்டிக்கொள்வதில்லை. அதை முதலில் வெல்பவன் வெற்றி பெற்றவன் ஆகிறான்.’

அன்று மாலை எல்லாக் கலங்களிலும் மேல்தளத்தில் வருண வழிபாடு நடந்தது. கடலோடிகள் முதல் வணிகர்கள் வரை அனைவருமே அதை எதிர்பார்த்தவர்கள்போல ஆவலோடு கலந்து கொண்டார்கள். புதிய பயணம் எல்லோருக்குமே இனம் புரியாத அச்ச உணர்வை ஏற்படுத்துகிறது. இது முழுமையான அச்சமா இல்லை தயக்கமா? தயக்கம் உள்ளது. ஆனால் முழுமையாக இல்லை. அச்சம், தயக்கம், படபடப்பு, தோல்வி என்னும் கற்பனை இருட்குகையின் மிரட்டல் என்ற ஒரு கலவையான மனநிலை. அதே சமயம், எதிர்பார்ப்பு, வியப்பு, வெற்றி என்னும் கற்பனைச் சிகரத்தின் மீது ஏறும்போது உண்டாகும் உள்ளக் கிளர்ச்சி என்பன எல்லாம் சேர்ந்து கொடுக்கும் உந்துதல். இவை இரண்டுக்கும் இடையே அவ்வப்போது நடக்கும் இழுவைப் போர். மனம் கலங்களைவிட மோசமாக ஆடியது.

வாழ்த்துப் பாடல் முடியும் வேளையில் செம்பியனுக்கு அருகில் இருந்த கடலோடி பெரிய சத்தத்துடன் குருதி வெள்ளத்தில் கீழே விழுந்தான்.

நடந்தது என்ன என்று பலரும் உணரும் முன் கடல் வீரர்கள் உடனடியாகப் படகை இறக்கி, சற்றும் தாமதிக்காமல் இரு புறங்களிலும் சென்ற மீனவப் படகுகளைத் தடுத்து நிறுத்தினர். மீனவர்கள் எதிர்த்தனர். கூச்சல். குழப்பம்.

கலத்தின் மேலிருந்து மொழிபெயர்ப்பாளர் ஒருவர் மீனவர்களைப் பார்த்துப் பேசினார். ‘உங்கள் படகு ஒன்றிலிருந்து வந்த ஆயுதத்தால் எங்கள் வீரர் ஒருவர் தாக்கப்பட்டுள்ளார். படகுகளைச் சோதனையிடவேண்டும்.’

‘மீறினால் என்ன செய்வாய்?’ என்று ஒரு குரல் கேட்டது. அதற்கு விடையாக அம்பு பாய்ந்தது.

‘நீங்கள் அன்னிய வணிகர்கள். எங்கள் மன்னனிடம் சென்று நீங்கள் முறையிட்டால் அவர் ஆவன செய்வார்.’

இருமொழியாளர் கொடிக் கலத்தைச் சுட்டிக் காட்டி, ‘இது புலிக் கொடி. இதன் ஆணைக்கு நீங்கள் எல்லை போட முடியாது. கடல் நீதி தெரியாமல் பேசாதே. இதுவே விரிகடலாக இருந்தால் உங்களோடு பேசிக்கொண்டிருக்க மாட்டோம்.’

இதனிடையே அடையாள வெடி வெடிக்கப்பட்டதால் ஒவ்வொரு கலத்திலிருந்தும் இரண்டு படகுகளில் வீரர்கள் வந்துசேர்ந்தனர். அவர்கள் வந்த வேகத்தில் கொடிக்கலத்தைச் சுற்றிப் பாதுகாப்பாய் நின்றனர்.

காயம் பட்ட கடலோடியைச் சோதித்த மருத்துவர், 'அவன் இறந்து விட்டான்' என்று கூறினார்.

அவன் உடலில் பாய்ந்தது எந்திரத்தால் எறியப்பட்ட குத்துவாள் என்று மரந்தையன் உறுதி செய்தான்.

மொத்தம் நாற்பது படகுகள் மடக்கப்பட்டன. மரந்தையன் கலத்தின் மீது இருந்தவாறே சைகை செய்தான். அதைத் துல்லியமாகப் புரிந்துகொண்ட கடல் வீரர்கள் அதன்படி மீன்கள் உள்ள படகுகளைத் தனியே ஒதுக்கினர். மீன்கள் ஏதுமில்லாமல் மூன்று படகுகள் மட்டும் சிக்கின.

மரந்தையன் தனது ஏவல் படகில் சென்று மீனவர் கூட்டத்திடம் பேசினான். 'உங்களுக்குத் தலைவர் யார்?'

'தலைவர் கரையில் உள்ளார். இவர் அவரது மகன்.'

'நல்லது. நீங்கள் மீன் பிடிக்கும் வலைஞர்கள் என்பதை நான் அறிவேன். ஆனால் அதோ இருக்கும் மூன்று படகுகளின்மீது சந்தேகமாக இருக்கிறது. இவர்கள் யார்? உங்களுக்கு அறிமுக மானவர்களா? புதியவர்கள் யாரேனும் அப்படகில் காணப் படுகிறார்களா?'

'எங்களுக்கும் நடந்ததற்கும் தொடர்பில்லை. விட்டுவிடுங்கள்.'

'அதை நான்தான் உறுதி செய்யவேண்டும்.'

'நீங்கள் வீணாக வம்பிழுக்கிறீர்கள்.'

'நான் சுருக்கமாகச் சொல்கிறேன். நீங்கள் உதவி செய்தால் ஒவ்வொருவருக்கும் நான்கு கொற்கை முத்துகள் தருவேன். கரையில் உள்ள உங்கள் தலைவருக்கு தகுந்த மரியாதையுடன் வெகுமதி அளிப்பேன். மாறாக நடந்தால், உங்கள் படகுகள் அனைத்தையும் கொளுத்துவேன், உங்கள் ஊரையும் சூறையாடுவேன். உங்கள் மன்னனே வந்தாலும் போராடும் அளவிற்கு ஆயுதங்களும் ஆட்களும் உள்ளனர். நீ உன் ஆட்களுடன் பேசி நல்ல முடிவாகச் சொல். ஒரு நாழிகை அவகாசம்.'

மீன்கள் இல்லாமல் நின்ற படகுகள் அருகில் சென்ற மரந்தையன் அவர்களிடம் விசாரித்தான். 'உன் பெயர் என்ன?' என்று முதல் படகில் இருந்த ஒருவனிடம் கேட்டான்.

'அது உனக்குத் தேவை இல்லாத செய்தி!'

‘தவறாகக் கேட்டுவிட்டேன். மன்னிக்கவும்’ என்று வீரர்களைப் பார்த்தான். அவர்கள் அப்படகில் இருந்தவர்களை இரண்டாம் படகில் ஏற்றிவிட்டு அப்படகுக்குத் தீ வைத்தனர்.

‘சத்தம் வந்தால் அடுத்த படகும் தீக்கிரையாகும்.’

‘ஐயா, இங்கே வாருங்கள்’ என்று மீனவத் தலைவனின் புதல்வன் அழைத்தான்.

‘சொல்லுங்கள்’ என்றான் மரந்தையன் நிதானமாக.

‘அம்மூன்று படகின் உரிமையாளர்களும் மீனவர்கள்தாம். எங்களுக்குத் தெரிந்தவர்கள். அனால் அதில் உள்ள மற்றவர்கள் புதியவர்கள். இன்றுதான் பார்க்கிறோம். நாங்கள் சென்றுவருகிறோம். உத்தரவு கொடுங்கள்.’

‘அஞ்சவேண்டாம். பரிசு பெற்றே செல்லலாம்.’

‘வேண்டாம் ஐயா.’

மரந்தையன் கடலோடி ஒருவனிடம் பரிசுப் பொருட்கள் பற்றிக் கூறினான்.

‘புதியவர்களை மட்டும் காட்டுங்கள்.’

புதியவர்கள் வாய் திறக்கவில்லை. மூன்று படகின் உரிமை யாளர்கள், ஆறு புதியவர்கள் ஆகிய அனைவரையும் கொடிக் கலத்தில் ஏற்ற மரந்தையன் உத்தரவிட்டான்.

அதற்குள் மாறனும் செம்பியனும் முத்துகளோடு வந்தனர்.

மீனவர்களுக்கு நடப்பதை நம்ப முடியவில்லை. அனைவருக்கும் இரண்டு முத்துக்கள். மீனவத் தலைவருக்கு இரண்டு பருத்தி ஆடை, இரண்டு கம்பளி ஆடை, பொன் வளையல் எனப் பரிசு கொடுத்தனுப்பினர்.

கலத்திற்கு வந்ததும், ‘மரந்தையரே, அவர்களுக்கு ஏன் பரிசளித்தீர்கள்?’ என்றான் செம்பியன்.

‘நல்லுறவு கருதித்தான். புலிக் கொடி என்றால் அச்சம் மட்டும் உண்டானால் அது செங்கோலுக்கு இழுக்கு. அன்பின் வழியே மதிக்கவேண்டும். அதுதான் நீடித்த பயனைக் கொடுக்கும். இல்லா விட்டால் நமக்கும் கடற்கொள்ளையருக்கும் வேறுபாடு இல்லாமல் போய்விடும்.’

மாய்ந்துபோன கடலோடியின் ஈம நிகழ்வு முடிந்தபின் அனைவரும் பெருந்திரையனாரைப் பார்த்தனர்.

'அவர்களைப் பிணைத்து, கீழ்த் தளத்தில் அடையுங்கள். இன்று ஓர் உயிர் இழப்பு போதும்.'

அன்றிரவு முழுவதும் யார் இந்தக் கொலையாளிகள், ஏன் கொலை செய்தார்கள், யாரைக் கொல்ல முயன்றார்கள் போன்ற கேள்விகளும் அவற்றுக்கான ஊகமான பதில்களும் பந்தாடப்பட்டன.

தெரியாததைத் தெரிந்துகொள்ளும் ஆர்வம் மனத்தின் இயல்பு போலும். விடிந்தால் விளங்கிவிடும். அதனால் என்ன? காத்திருக்கும் காலம் குறையக் குறைய ஆர்வம் கூடுகிறது. ஓர் ஆண்டு கழித்து நடைபெறப் போவதைப் பற்றிய ஆர்வத்தைவிட ஒரு நாழிகை கழித்து நடைபெறப் போகும் நிகழ்வே பெரிதும் உந்துகிறது.

மறுநாளும் பெருந்திரையனார் ஒன்றும் கூறவில்லை.

'ஏன் தாமதம்?' என்று செம்பியன் கலக்கோனைக் கேட்டான்.

'விரிகடலை அடையும்வரை அவர்களைப் பணயமாக வைத்திருக் கலாம் என்று நினைக்கிறார்.'

ஆறாம் நாள் விரிகடலுக்குள் சென்றபிறகுதான் அனைவருக்கும் தூக்கம் வந்தது.

அன்று காலை, சிறைப்பிடிக்கப்பட்ட ஒன்பது பேரையும் மேல்தளத்திற்கு இழுத்துவந்தனர்.

பெருந்திரையனாரும், கலக்கோனும், தலைக்கோலர்களும் அமர்ந்திருக்க அவர்களின் முன்னிலையில் மரந்தையன் விசாரணை செய்தான்.

அவர்களில் மூத்தவனான ஒருவன், 'ஐயா, நாங்கள் கயல் வணிகம் செய்பவர்கள். இதோ இவர்கள் இருவரும் எங்களிடம் படகுகள் வேண்டும் என்று கேட்டனர்.'

'எதற்கு என்று கேட்டீரா?'

'ஏதோ வேட்டை என்றனர்.'

'அப்படி என்றால்?'

அவன் பேசவில்லை.

'எவ்வளவு பணம் கொடுத்தான்?'

‘படகிற்கு அறுபது பொன்.’

‘உமது படகின் விலையைவிடக் கூடுதலாகக் கொடுக்கிறானே என்று எண்ணியது உண்டா?’

பேச்சில்லை.

‘இவர்களை அப்பால் அழைத்துப்போங்கள்.’

மற்ற இருவரை மட்டும் விசாரித்தான். ‘கொலை செய்யக் காரணம்?’

மரந்தையன் ஒரு வீரனைப் பார்த்து, ‘ஆகட்டும்’ என்றான். முள் சாட்டை பறந்தது. குருதி வெள்ளத்தில் முதலாமவன் கிடந்தான். அடுத்தவனிடம், ‘சொல்’ என்றான்.

அவன் செம்பியனைக் காட்டினான்

‘ஏன்?’

‘தெரியாது.’

‘யார் உங்களை அனுப்பியது?’

‘மிங் என்ற ஒரு சீனத் துறவி.’

‘அவன் இப்போது எங்கே?’

‘தெரியாது.’

‘உங்களுக்கு எந்த ஊர்?’

‘ஈழம்.’

‘பேச்சு அப்படி இல்லையே.’

‘கடாரந்தான்.’

‘மிங் எவ்வளவு பணம் கொடுத்தான்?’

‘ஐந்நூறு பொன் கொடுத்தார். பணி முடிந்தால் மேலும் ஐந்நூறு கொடுப்பதாகக் கூறினார்.’

‘நீ யாருக்கு வேலை செய்கிறாய்.’

‘அவருக்குத்தான்.’

பெருந்திரையனார், ‘போதும் மரந்தையா’ என்றார்.

‘தண்டனையைத் தாங்கள்தான் கூறவேண்டும்.’

‘இவர்கள் இருவருக்கும் மரண தண்டனை. மற்றவர்களுக்கு இருபது கசையடி கொடுத்து அவர்களின் படகில் ஏற்றிவிடு.’

மரந்தையன் கசையடி பெற்றவர்களை அவர்களது படகில் ஏற்றி இரண்டு நாள் உணவுப்பொதியும் கொடுத்து அனுப்பினான். மற்ற இருவரையும் கை கால்களைப் பிணைத்து கடலில் வீசினான். பெருந்திரையர், 'அடுத்து வரும் துறைமுகம் எது?' என்று கலக்கோனிடம் கேட்டார்.

'சம்பக நாட்டின் ஆயன் துறை இன்னும் மூன்று நாள் பயணத்தின் முடிவில் வரும்.'

'மாண்டுபோன கடலோடி பற்றிய செய்தியைப் புகாருக்கு அனுப்பு.'

'ஐயா, ஆயன் துறைக்காக வழிமாறினால் போவதற்கு மூன்று நாள், மீண்டும் பாதையைப் பிடிக்க இரண்டு நாள், ஆக மொத்தம் ஐந்து நாட்கள் விரையமாகும்.'

'தேர்ந்த கடலோடிகள் பதின்மரை உடனே திரட்டு. ஏவல் படகில் ஒற்றைப் பாய்மரம் அமைத்தால் நம்மைவிட விரைவாகச் செல்ல முடியாதா?'

'முடியும். காற்றும் துடுப்பும் சேர்ந்தால் நன்றாகச் செய்யலாம்.'

'கலங்கள் தடம் விலகாமல் மெதுவாகச் செல்லட்டும். ஓலையை அனுப்பிவிட்டுக் கடலோடிகள் வந்துசேர்ந்தபிறகு கதி ஓட்டம் எடுத்து நாட்களை ஈடு செய்யலாம்.'

'செய்யலாம். ஒரு கடலோடிக்காக முப்பது கலங்களும் மூவாயிரம் மனிதர்களும் தாமதிக்கப்படுகிறார்களே என்று சிந்திக்கிறேன்.'

'மாண்டவனுக்கு மனித அடையாளங்கள் இல்லை. அவனது குடும்பத்தார் சடங்குகள் நடத்த உதவி செய்வது நம் கடமை. மேலும் அவனுக்காகத் திருமணம், வீடு கட்டல், கிணறு வெட்டல் என என்னவெல்லாம் காத்திருந்ததோ? செய்தி தெரிந்தால் மாற்று ஏற்பாடுகள் செய்ய ஏதுவாக இருக்கும்.'

வில்லவனும் பதினைந்து கடலோடிகளும் சம்பக நாட்டின் ஆயன் துறைக்குப் புறப்பட்டனர். அங்கு ஐந்நூற்றுவர் சாந்தின் நகரத்தாரின் கிளை இருந்தது. வில்லவன் அவர்களிடம் முத்திரை ஓலையைக் காட்டியதும், அவர்கள் புறாச் செய்தி அனுப்ப ஏற்பாடுகள் செய்தனர்.

'இப்போது கடும் கொண்டல் வீசுவதால் புறா அனுப்ப முடியாது. புரட்டாசி மாத நடுவில் அனுப்புகிறோம்' என்றான் அங்கிருந்த ஓலை நாயகம்.

‘அதற்குள் செத்தவனே பிறந்துவிடுவான்.’

‘வேறு வழி இல்லை.’

‘இது போன்ற செய்திகளை ஒரு மாதத்திற்குள் சேர்ப்பிக்கவேண்டும் என்பது சக்கரவர்த்தியின் ஆணை. மீறினால் நீயும் நானும் தண்டிக்கப் படுவோம்.’

‘அப்படியானால் நில வழியாகச் செய்தி அனுப்புகிறேன்.’

‘எத்தனை நாட்கள் ஆகும்?’

‘சம்பகத்தில் புறப்பட்டால், காம்போஜம், காழம், வங்கம், மகதம், கலிங்கம், சளுக்கியம் என ஆறு இடங்களில் புறா மாற்றப்பட்டு தமிழகம் சென்றடையப் பதினெட்டு நாட்களாகும்.

எளியவர்களுக்குத் திறக்காத கதவு பெரியவர்களுக்குத் திறக்கும் என்பதை வில்லவன் நன்றாக உணர்ந்தவன்.

ஆறாம் நாள் பகற்பொழுது முடிவதற்குள் வில்லவன் பணியை முடித்துவிட்டுத் திரும்பிவந்து கலங்களோடு சேர்ந்துகொண்டான்.

●

நாட்கள் செல்லச் செல்லக் குளிர் கடுமையானது. முதலில் நெடுநல்வாடை என்று மகிழ்ந்த பலரும், வெய்யோன் வரமாட்டானா என்று காத்திருந்தனர். தோல் உலர்ந்தும், உதடுகள் வெடித்தும், விரல்கள் மரத்துப் போயும் துன்பப்பட்டனர். இதற்கு ஒரே மருந்து நல்லெண்ணெய். முகத்திலும் கைகளிலும் தேய்த்துக்கொண்டால் சற்று சுகமாக இருக்கும்.

கடல் அலைகளின் சீற்றம் அதிகமாகிக்கொண்டே வந்தது. நாழிகைக்கொரு தடவை கலத்தை பனியைப் போன்ற குளிர்நீரால் முழுக்காட்டிச் சென்றது. ஆயிரம் ஊசிகள் தைத்ததைப்போல உணரும் குளிர் நீரில் கடலோடிகளைத் தவிர மற்றவர்களால் நிற்க முடியவில்லை.

மூன்று வாரங்கள் சென்றபிறகு முன்னே சென்ற கலத்திலிருந்து கரை தெரிகிறது என்று செய்தி வந்தது.

பெருந்திரையனார், தடங்காணியை ஏறிப் பார்க்கச் சொன்னார்.

‘ஐயா, சிஞ்சூ துறை என்று நினைக்கிறேன்.’

‘எப்படிக் கூறுகிறாய்?’

'நூற்றுக்கணக்கான நாவாய்களும் ஆயிரக்கணக்கான சிறு படகுகளும் தெரிகின்றன. வேறு எந்தத் துறையில் இப்படி ஒரு காட்சி அமையும்?'

'உண்மைதான்.' பெருந்திரையர் கலக்கோனை அழைத்தார்.

'அனைத்துக் கலங்களும் இணைந்து நிற்கவேண்டும். இன்று எல்லாக் கடலோடிகளுக்கும் வெந்நீர்க் குளியலுக்கு ஏற்பாடு செய்ய வேண்டும். நாளை நண்பகல் வரை ஓய்வு. அதன்பின் கரைக்குச் செல்லலாம். அரசு அதிகாரிகளைத் தவிர வேறு யாரையும் கலத்தில் அனுமதிக்கவேண்டாம்.'

'உத்தரவு ஐயா.'

பின்னர் அவர் மரந்தையனை அழைத்து, இளவரசரின் கலமோ கடலோடிகளோ இங்கே இருக்கிறார்களா என்று பார்த்து வர இரண்டு ஏவல் படகுகளை அனுப்பச் சொன்னார்.

# 42

## வணிகம் ஓர் இழிதொழில்

இரண்டு நாழிகைகள் கழித்துக் கடலில் பெருங் கூச்சலும் இரைச்சலும் கேட்டது. மாறனும் செம்பியனும் எட்டிப் பார்த்தார்கள். நூற்றுக் கணக்கில் சிறு வணிகர்களும் மீனவர்களும் கட்டுமரத்திலும் ஷாம்பங் என்னும் படகிலும் கலங்களைச் சுற்றிவந்தனர். ஷாம்பங் என்பது மிதக்கும் குடிசை. மிகச் சிறிய படகில் ஒரு மிகச் சிறிய கூரை. அதில், வணிகம் செய்யும் பொருள் முதல் சமையல் அடுப்புவரை அனைத்தும் இருக்கும். ஹக்கா எனப்படும் மீனவ மக்களில் ஒரு பிரிவினர் கரைக்குச் செல்லாமல் ஷாம்பங்கி லேயே காலம் முழுவதையும் கழிக்கின்றனர். காரணம், சீனத்தில் நிலவும் அதீத ஏற்றத்தாழ்வும் அதிகாரிகளின் ஆணவப்போக்கும்.

எங்கு திரும்பினாலும், 'நீகாங்!' என்றும் 'இந்தோ! இந்தோ!' என்றும் குரல்கள் ஒலித்த வண்ணம் இருந்தது. முதுகுத் தொட்டிலில் குழந்தையுடன் பெண் ஒருத்தி கயிற்றேணியில் ஏற முயன்றாள். அவளைக் கீழே இழுத்த மற்றொரு பெண், தான் மேலே ஏற முயன்றாள்.

கடலோடிகள் கயிற்றேணிகளையும் மரப் படிக்கட்டுகளையும் மேலே தூக்கிக்கொண்டனர்.

ஒருவன், மிக மலிவான பட்டுத் துணி ஒன்றை அசைத்துக் காட்டி, 'பா! பா!' என்று கூவினான். எட்டு என்பது சீனர்களுக்குப் பிடித்த எண். எல்லாப் பொருளுக்கும், எட்டை ஒட்டிய விலையைத்தான் கூறுவார்கள். வேறொருவன் எலுமிச்சையைபோல இரண்டு மடங்கு பெரிதாக இருந்த பழம் ஒன்றைத் தூக்கி எறிந்து 'யூஸீ' என்று கூவினான். சற்று நேரத்தில் இருமொழியாளர்கள் அங்கே வந்து, 'கலத்தில் வணிகம் செய்ய முடியாது. கரைக்குச் செல்லுங்கள். அங்கே படகில் வந்து வாங்கிக்கொள்கிறோம்' என்று கூறினார்.

அவர்கள், 'நீங்கள் புத்தரின் ஜன்மபூமியிலிருந்தா வருகிறீர்கள்?' என்று கேட்டனர்.

'ஆம்.'

'உங்கள் நாடு எது? உங்கள் மன்னன் யார்?'

'டாய் இச்சீ சோழா' என்றவுடனேயே கூட்டமே 'ஆயா!' என்று சொல்லி அதிசயப்பட்டது. ஆனாலும் கூட்டம் கலையவில்லை. அதிர் வேட்டு வெடித்தும் பயன் இல்லை.

பெருந்திரையனார் சிவிறி நீர் அடிக்க உத்தரவிட்டார். கலத்தில் உள்ள சிவிறி என்பது மிகப் பெரிய நீர்த்துருத்தி ஆகும். கலத்தினுள் நீர் புகுந்தால் அதனை வெளியேற்றப் பயன்படுத்தப்படும். இரண்டு கடலோடிகள் பிடியை இயக்கினார்கள். மேலும் இருவர் பிரம்புக் குழல்களைப் பொருத்தினர். சற்று நேரத்தில் அருவிபோலக் கடல் நீர் பீய்ச்சி அடித்தது. மெல்லக் கூட்டம் குறைந்தது. ஆனாலும் ஓரிருவர் கலத்தின்மீது ஏறிவிட்டனர். அவர்களை அப்படியே கடலில் தள்ளப் பெருந்திரையனார் உத்தரவிட்டார்.

'இவ்வளவு கண்டிப்பு தேவைதானா?' என்றான் மாறன்.

'ஆம். இவர்களுள் பெரும்பாலானோர் நல்லவர்கள். அதே சமயம் ஒரு சிலர் உளவாளியாக இருப்பார்கள். வேறு சிலர் களவாளி யாகவும் இருப்பார்கள்.'

தமிழ்க் கடலோடிகளுக்கு இது முற்றிலும் புதிய காட்சியாக இருந்தது. சீனர்களின் மஞ்சள் நிறமும், இடுங்கிய கண்களும், பேசுகிறார்களா சண்டையிடுகிறார்களா என்று தெரியாத மொழியும் வியப்பளித்தது.

எல்லாவற்றிலும் பெரிய வியப்பு அவர்களின் உடை. பரம ஏழைகூட, தைத்த உடை அணிந்திருந்தான். மீனவர்கள் ஷாங்வன் என்னும் சிறிய மேலாடையையும் அத்துடன் சேர்த்த கீழாடையையும் அணிந்திருந்தார்கள். பாவாடையைபோல விரிந்திருந்த கீழாடையைக் கணுக்காலின்மேல் வரிந்து சணல் பையால் கட்டியிருந்தார்கள். சிறுவணிகர்கள் ரக்வன் என்னும் உடையை அணிந்திருந்தார்கள். இவர்களுடைய கீழாடை குழலைப்போலத் தைக்கப்பட்டிருந்தது. கழுத்தில் சிறிய பட்டையும் காணப்பட்டது. அனைவரும் வைக்கோலால் ஆன காலணியையும் தலைப் பாகையையும் அணிந்திருந்தார்கள்.

●

கரைக்குச் சென்ற கடலோடிகள், நண்பகல் வேளைக்குத் திரும்பி வந்தனர். அவர்களோடு புலிக்கொடி தாங்கிய அம்பி ஒன்றும் வந்தது. அதிலிருந்து மலர்ந்த முகத்துடன் இளைஞன் ஒருவன் கொடிக்கலத்திற்கு வந்தான்.

அவனைப் பெருந்திரையரின் அறைக்கு அழைத்துச்சென்றனர். அங்கு துறைத் தலைவர்கள் அனைவரும் கூடினர். புதிதாக வந்தவன், 'ஐயா, என் பெயர் அறிந்தார்க்கினியன். நீங்கள் இனியன் என்றே என்னை அழைக்கலாம். நான் இளவரசரின் கலத்தோடு வந்தவன். இளவரசர் தற்போது சீனத் தலைநகர் சங்கான் சென்றுள்ளார். தங்களுக்கு வேண்டிய உதவிகள் செய்ய என்னைப் பணித்துள்ளார். தங்களுக்கு ஓலையும் கொடுத்துள்ளார்' என்று கூறியபடி பெருந்திரையரிடம் முத்திரையையும் ஓலையையும் கொடுத்தான்.

பெருந்திரையர் முத்திரையைத் திருப்பிக் கொடுத்துவிட்டு, 'உனக்கு எந்த ஊர்?' என்றார்.

'மல்லை.'

'என்ன பணி?'

'மல்லைத் துறையின் சுங்க நாயகமாக இருந்தேன்.'

'திருமணம் ஆகிவிட்டதா?'

'ஆம் ஐயா. மணம் ஆகிச் சில மாதங்கள்தான் ஆகியுள்ளன. மனைவி சூலுற்றிருக்கிறாள்.'

'சூலுற்ற மனைவியை விட்டுவிட்டா, இவ்வளவு தூரம் வந்துள்ளாய்?'

'காஞ்சியில் கல்வி பயின்றபோது இளவரசர் உடன் மாணாக்கர். கெழுமிய நட்பு. அவர் அழைத்தபோது தட்ட முடியவில்லை.'

'சக்கரவர்த்தி என்னிடம் கட்டளை முத்திரையைத்தான் கொடுத்துள்ளார். ஆனால் இளவரசர் உன்னிடம் கையொப்ப முத்திரையையே கொடுத்திருக்கிறார். அதிலிருந்தே உங்களது நட்பைத் தெரிந்துகொள்ள முடிகிறது.'

இனியன் பாராட்டை மெலிதாக எடுத்துக்கொண்டு சிரித்தான். அவனது சிரிப்பு முகம் முழுவதும் பரவிக்கிடந்தது. உதடு விரியாமல் ஓசை எழுப்பாமல் அவனது கண், இமை, காது, நாசி, எல்லாம் சிரித்தது.

பெருந்திரையர் கேட்டேவிட்டார். 'அப்பனே! உன் சிரிப்பின் ரகசியம் யாது?'

அதற்கும் சிரித்தான்.

கலக்கோன் குறுக்கிட்டார். 'ஐயா, இவரைப் பற்றிக் கேள்விப் பட்டிருக்கிறேன். இவர் சீறினால் எரிமலை அச்சம் கொள்ளும். மல்லையில் கொடிகட்டிப் பறந்த கம்புக வணிகம், இவர் பொறுப் பேற்றதும் வேறு துறைகளுக்கு ஓடிவிட்டது. கம்புக வணிகத்தில் ஈடுபட்ட பல மரக்கலங்களைத் தீயிட்டுக் கொளுத்தியிருக்கிறார்.'

'அடப் பாவி! குழந்தைபோல முகத்தை வைத்துக்கொண்டு கல் நெஞ்சக் காரியம் செய்திருக்கிறாய். உன்னிடம் எச்சரிக்கையாக இருக்கவேண்டும். அப்பனே, என் கலத்தைக் கொளுத்திவிடாதே!'

இனியன் சிரித்தான்.

பெருந்திரையனார் செம்பியனைக் காட்டி, 'இவனைக் கொல்ல சீனன் ஒருவன் முயன்றான். அவனும் கம்புக வணிகன்தான்.'

'ஊ ச்சியா மிங்கா?'

'ஆம்.' செம்பியன் பரவசமானான்.

'நேற்று அவனை நகரில் பார்த்தேன். ஒரு புறம் முகம் வெந்து கருகிய நிலையில் இருந்தான்.'

'அந்தத் திருப்பணியைச் செய்தது நமது நண்பர்தான்' என்று சேந்தன் செம்பியனைக் கை காட்டினான்.

'நல்ல காரியம் செய்தீர்கள். அவனால் கதி இழந்த ஆடவருக்கும் பெண்டிருக்கும் அளவில்லை.'

பெருந்திரையர் பொதுவாகச் சொல்லுவதுபோல, 'இங்கு நாம் வணிகம் செய்ய வந்துள்ளோம். அதை மட்டும் செவ்வனே செய்யவேண்டும். மற்றவற்றில் சிந்தனையைச் செலுத்தக்கூடாது' என்று திடமாகக் கூறினார்.

'உங்கள் அளவில் அது சரியாக இருக்கலாம். நான் சோழ நாட்டின் புகழை நிலைநாட்டவும் உங்களுக்கு உதவி செய்யவும் வந்துள்ளேன். நல்லவர்கள் நம்மைக் கொஞ்சவேண்டும். அல்லவர்கள் நம்மை அஞ்சவேண்டும்' என்று புன்னகை மாறாமல் இனியன் கூறினான்.

'இவர்களைக் கெடுக்காமல் ஓயப்போவதில்லை என்று சொல்.'

'ஐயா. அது கிடக்கட்டும். சீனத்து உணவு என் நாவைக் கெடுத்து விட்டது. நாக்கிற்கு ஏதாவது போடுங்கள்.'

'முதுகிலும் சேர்த்தே போடுகிறோம்' என்று சேந்தன் அவனை அழைத்துச் சென்றான். உணவிற்குப்பின் இனியன் விடை பெற்றான். 'ஐயா, நாளைக் காலை மூன்று நாழிகைக்கு சிஞ்சூ துறைத்தலைவரை அழைத்து வருகிறேன். ஆயத்தமாக இருங்கள்.'

'ஆகட்டும்.'

கலக்கோன் குறுக்கிட்டார். 'யாராவது கணியனையோ கடிகனையோ அழைத்து வர முடியுமா? கலத்தில் உள்ள நாழிகை வட்டும் மற்ற கருவிகளும் சம்பக நாட்டைத் தாண்டியபிறகு ஒத்திசைவு செய்யப்படவில்லை.'

'எப்பொழுதைக் குறிக்கவேண்டும்?'

'உச்சிப் பொழுதைக் குறித்தால் போதும்.'

'அழைத்து வருகிறேன். இங்கு பல யவனர்கள் இத்தொழிலில் ஈடுபட்டுள்ளனர். கலங்களுக்கான வெள்ளிப்பலகைகூடக் கிடைக்கும்.'

'அழைத்து வா. நமது மீகான் மிகச் சிறந்தவர். ஆயினும் ஒப்பீடு செய்தபின்னர் வேண்டுமா, வேண்டாமா என்று சொல்கிறேன்.'

'நல்லது ஐயா.'

●

மறு நாள் காலை, அலங்கரிக்கப்பட்ட நூறு ஷாம்பங்குகள் அணிவகுத்து கொடிக்கலத்தை நோக்கி வந்தன. அணிவகுப்பின் நடுவில் சிஞ்சூ நகரின் கொடி தாங்கிய ஷாம்பங் தென்பட்டது. கடல் எங்கும் காந்தள் மலர்களை இறைத்தாற்போல செம்மை நிறம் கோலோச்சியது. கொடியில் செம்மை, குடையில் செம்மை,

உடையில் செம்மை, வீரர்களின் கையில் இருந்த விருதில் செம்மை எனச் செம்மை நிறமில்லாத பொருளைக் காண்பது அரிதாக இருந்தது.

ஷாம்பங்குகள் அருகில் வந்தபோது சிஞ்சூ நகரின் கொடி தாங்கிய ஷாம்பங்கில் இனியன் இருப்பது தெளிவாகத் தெரிந்தது. அவன் அருகே, நடு வயதுடைய சீனர் ஒருவர் வீற்றிருந்தார். அவர் மிக முக்கியப் பொறுப்பில் உள்ளவர் என்பது அவரது மிடுக்கான தோற்றம், எடுப்பான உடை, வெடுக்கெனும் உடல் அசைவு, துடுக்கான குரலோசை ஆகியவற்றிலிருந்து அறிந்துகொள்ள முடிந்தது. அணிவகுப்பில் வந்த ஏனைய ஷாம்பங்குகள், அவரது ஏவலுக்காகவும் காவலுக்காகவும் வந்தவை என்பது நன்றாக விளங்கியது.

பெருந்திரையனார் மங்கல இசை முழங்கச் செய்தார். அவரும் ஏனையோரும் வெள்ளை நிறக் குப்பாயம் தரித்துக் காத்திருந்தனர். ஷாம்பங் அருகே வந்ததும், கலத்திலிருந்து அரிசியைத் தூவி வரவேற்றனர். இதைச் சற்றும் எதிர்பார்க்காத அதிகாரி இனியனைத் திரும்பிப்பார்த்தார்.

'சோழ லொவ்ஃபாங் (பண்பாடு)' என்று இனியன் சொல்ல முற்பட்டான். அதற்குள் படகில் காத்திருந்த இருமொழியாளன் தூய சீனத்தில் அவரை வரவேற்றான். அவர் கலத்தின் படிக்கட்டில் கால் வைக்கும் முன்பாக கலத்தின் நீள அகலத்தைக் கண்ணால் அளந்தார். தன்னையும் அறியாமல், 'டா! செங்டா! (பெரிது! மிகப் பெரிது)' என்று வாய்விட்டுக் கூறினார்.

இருமொழியாளன் பணிவாக, 'ஷீஷ்ஷிய (நன்றி)' என்றான்.

அவர் நிதானமாகப் படியேறி மேலே வந்ததும் பெருந்திரையனார் வரவேற்றார். 'உங்கள் மாமன்னர் நலம்தானே?' சீன அதிகாரிகளைச் சந்திக்கும்போது தவறாமல் கேட்கவேண்டிய கேள்வி இது.

'மன்னர் பூரண நலம். என் பெயர் சென் லின். சிஞ்சூ துறையின் தலைமை சுங்க குவாங் ஹுவாங்' என்றார் அவர். 'எங்களது மன்னர் தங்களுக்கு இப்பரிசினை அனுப்பியுள்ளார்' என்று கூறி மிக உயர்ந்த பட்டுத் துகில், மரகதப் பேழை, வெள்ளி நக வெட்டி, சீனக் களிமண் கோப்பைகள், தேச் செடியின் இலை எனப் பல பொருட்களை அவர் வழங்கினார்.

சீனாவில் அரசு சம்பந்தப்பட்ட அனைத்துமே 'குவாங் ஹுவாங்' தான். அரசவை மொழி, அரசு அதிகாரிகள், அரச சடங்குகள் எல்லாவற்றுக்குமான பொதுப் பெயர் குவாங் ஹுவாங்.

பெருந்திரையனாரின் அறையில் அனைவரும் கூடினார்கள்.

‘எங்களது சீனத் துறவிகள் காஞ்சிக்கும் நாலந்தத்துக்கும் வந்து செல்வது பழகிய ஒன்று. சில நேரங்களில் ஸ்ரீவிஜயத்திலிருந்து ஓரிரு தமிழர்களைக் கண்டிருக்கிறேன். சோழ நாட்டிலிருந்து இத்துணை பெரிய வணிகக் குழு வருவது இதுதான் முதல்முறை. புத்தர் பிறந்த மண்ணிலிருந்து வந்த உங்களுக்கு என் வாழ்த்துக்கள்’ என்றார் சென் லின்.

‘ஸ்ரீவிஜய இடை வணிகர்களின்மூலம் வணிகம் செய்வதில் உங்களுக்கும் விலை அதிகமாகிறது. எங்களுக்கும் ஆதாயம் குறைகிறது. நேரிடை வணிகத்தில் இருவருக்குமே ஆக்கம் கூடுகிறது’ என்றார் பெருந்திரையர்.

‘உண்மைதான்.’

‘மேலும் உங்கள் நாட்டையும் மக்களையும் நன்றாக அறிந்தால் தானே உங்களுக்குத் தேவையான பொருட்களை அறிந்து உற்பத்தி செய்ய முடியும்?’

‘கண்டிப்பாக. உங்கள் இளவரசரோடு இது பற்றி நீண்ட நேரம் பேசி இருக்கிறேன். சீன மக்களுக்காக மட்டுமின்றி எங்கள் அரசுக்கும் பல பொருட்கள் தேவைப்படுகின்றன. உங்கள் இளவரசர் எனக்கு ஒரு வாளைப் பரிசளித்தார். அது மனிதனால் செய்யப்பட்டது என்பதை எங்கள் கொல்லர்களால் இன்றும் நம்ப முடியவில்லை. அவ்வாளைக் கொண்டு எங்களது இரும்பை வெட்டினால், அது கரும்பை வெட்டு வதைப்போல வெட்டுகிறது.’

‘நன்றி!’

‘நன்றி என்று வார்த்தையால் முடித்துவிடாதீர்கள். எங்கள் நாட்டின் மேற்கு எல்லையில் தார்த்தாரியர்களால் ஓயாத போர்த் தொல்லை. அவர்களிடம் சிறந்த புரவிகள் உள்ளன. புரவி கடும் வேகத்தில் ஓடினாலும், அதில் அமர்ந்தபடி அவர்களால் நிமிடத்திற்கு ஆறு அம்புகளை எய்ய முடிகிறது. இந்நிலையில் உங்களது வாள் பெரிய மாற்றத்தை உண்டாக்க முடியும் என்று மன்னருக்குச் செய்தி அனுப்பியுள்ளேன். எனவே மறு செய்தி வரும்வரை உங்கள் இரும்புப் பொருட்களை யாருக்கும் விற்கவேண்டாம் என்று கேட்டுக்கொள்கிறேன். விலையைப் பற்றிச் சிந்திக்கவேண்டாம்.’

‘ஆகட்டும்.’

‘உங்களது அன்பைப் பாராட்டி இதைக் கொடுக்கிறேன்’ என்ற சென் லின், வெள்ளியால் ஆன முத்திரை ஒன்றைக் கொடுத்தார். வட்ட

வடிவில், கழஞ்சைவிடச் சற்றே பெரிய அளவில் பிடியுடன் இருந்தது. அதன் வாய்ப் பகுதியில் நான்கு மிகச் சிறிய கால்கள் இருந்தன. சென் லின் அவற்றை உடைத்து இரண்டைப் பெருந்திரை யனாரிடம் கொடுத்தார். இரண்டை அவர் எடுத்துக்கொண்டார். 'ஒன்று எனது மன்றத்திலும் மற்றொன்று இப்பகுதியை ஆளும் இளவரசரின் மன்றத்திலும் இருக்கும். நீங்கள் ஒன்றைக் கலத்திலும் மற்றொன்றை உங்களது தனிப்பட்டவகையிலும் வைத்துக் கொள்ளுங்கள். இம்முத்திரையைப் பதித்து நீங்கள் யாருக்காவது கொடுத்தால் அவர் சீனத்தில் எங்குவேண்டுமானாலும் சென்று வரலாம்.'

பெருந்திரையர், உடைக்கப்பட்ட கால் துண்டுகளைக் கையில் வைத்துப் பார்த்துக்கொண்டிருந்தார்.

'இம்முத்திரை தொலைந்துவிட்டால், அதன்பின் அதை யாராவது தவறாகப் பயன்படுத்தினால், அதை உடைந்த இத்துண்டுகளோடு பொருத்தி, தொலைந்தது எது என்று கண்டுபிடித்துவிடலாம்.'

முத்திரை வழங்கியதைக் கொண்டாடும்வகையில் சென் லின் அனைவருக்கும் தே வெந்நீர் வழங்கினார்.

'இது இந்நாட்டின் மிகச் சிறந்த பானம்' என்றான் இனியன்.

'காரம் குறைந்த துளசி நீர்போல இருக்கிறது' என்றான் சேந்தன்.

'நானும் உன்னைப் போலத்தான் நினைத்தேன். குளிருக்கு இதமாகவும் இருமல் வராமல் தடுக்க அருமருந்தாகவும் காணப்படுகிறது. பத்து நாட்கள் தொடர்ந்து குடித்தால் பதினோராம் நாள் நீயாகத் தேடிப் போவாய்.'

'எங்கள் மண்டலத்தை ஆட்சி புரியும் குவாங் ஹுவாங்கைச் சந்திக்கச் செல்லலாமா?' என்றார் சென் லின்.

'சீனச் சக்கரவர்த்தி, தலைநகர் ஷாங்கானில் இருக்கிறார். இப்பகுதியை அவரது தம்பி மகன் ஆட்சி செய்கிறார்' என்று விளக்கினான் இனியன்.

'இவர்கள் என்ன வம்சம்?'

'ஹான் என்று ஒரு வம்சம். பன்னிரண்டு தலைமுறைகளாக ஆண்டு வருகிறார்கள்.'

'தொல் குடி எனச் சொல்.'

'ஐயந்திரிபறச் சொல்லலாம்.'

சென் லின் கலத்தை விட்டுக் கீழே இறங்கியபின், பெருந்திரையரும், தலைக்கோலர்களும், துறைத் தலைவர்களும் கீழே வந்தனர்.

'இனியா, தேர் எங்கே?' என்றார் பெருந்திரையர்.

'ஐயா, ஜியாவ் இருக்கிறது' என்று மூடிய பல்லக்கைக் காட்டினான்.

'இதென்ன பல்லக்குபோல இருக்கிறது? இதில் எப்படி ஆண்கள்...'

'அரச குடும்பத்தாரைத் தவிர மற்றைய எவரும் தேரைப் பயன்படுத்த இந்நாட்டில் அனுமதி இல்லை. தேர் மட்டுமல்ல, சகடு பொருத்திய சாகடம் எத்தகையதானாலும் அதற்கு அனுமதி இல்லை.'

'ஏன் அப்படி?'

'நீங்கள் முதலில் அமருங்கள். நான் உங்கள் அருகே நடந்து வருகிறேன். அப்போது பேசிக்கொள்வோம்.'

'மரியாதை மனத்தில் இருக்கட்டும் இனியா. நீயும் என்னோடு அமர்ந்துகொள்.'

'மிக்க நன்றி. நடந்து நாளாகிவிட்டது.'

ஆளுக்கு ஒரு ஜியாவில் ஏறிக்கொண்டனர். ஒவ்வொன்றையும் நான்கு ஆட்கள் சுமந்தனர். ஒவ்வொன்றிற்கும் இரு புரவி வீரர்கள் காவலுக்கு வந்தனர். ஏதோ நகர்வலம்போல நீண்ட அணிவகுப்பாகச் சென்றனர். சென் லின்னின் ஜியாவிற்கு முன்பாக ஒருவன் மணி அடித்தபடிச் சென்றான்.

'அடே இனியா!'

'இருக்கிறேன் ஐயா.'

'என்னடா இது கோலம்?'

'எல்லோருக்கும் சகடங்கள் பொருத்திய வாகனம் இருந்தால் அரசிற்கு எதிராகச் செயல்படும்போது ஆதாயமாக இருக்குமாம். அதனால் சகடங்களுக்குத் தடை விதிக்கப்பட்டுள்ளது.'

'ஏன், புரவியில் ஏறி வீழ்த்த முடியாதா?'

'புரவி ஏறுவது இழிந்தோருக்கான செயலாகக் கருதப்படுகிறது.'

'சீனர்களை அறிவாளிகள் என்று நினைத்தேன். இப்படிப்பட்ட பேதைமைச் செயல்களையும் செய்கிறார்களே!'

'அறிவுக்கும் பஞ்சமில்லை.'

'எப்படி?'

‘இந்நாடு முழுவதுமாக ஐம்பத்தாறு மொழிகள் பேசப்படுகின்றன. ஆனால் எழுத்து ஒன்றுதான். ஒரு மொழியில் எழுதியதை மற்றொரு மொழி பேசுபவனும் புரிந்துகொள்கிறான்.’

‘விளங்கவில்லை.’

‘எழுத்து என்றால் நாம் நினைப்பதுபோல இல்லை. நாம் ஒவ்வோர் உச்சரிப்புக்கும் ஒரு வரி வடிவம் கொடுத்து அதைச் சேர்த்து சொல், வாக்கியம் என்று அமைக்கிறோம். அனால் இவர்கள் கருத்திற்கு வடிவம் கொடுக்கிறார்கள். ‘இங்கே வா’ என்ற கருத்திற்கு எல்லா மொழியிலும் ஒரே அடையாளக் குறிதான்.’

‘புதிதாகவும் விந்தையாகவும் இருக்கிறதே’ என்று பெருந்திரையர் பல்லைக் கடித்தார்.

இனியன் சிரித்துக்கொண்டே, ‘இதற்கெல்லாம் பல்லைக் கடித்துக் கோப்பட்டால் எப்படி?’ என்று கேட்டான்.

‘மடையா, நகைப்பா? காலை நீட்டவும் முடியவில்லை, மடக்கவும் முடியவில்லை. சோழ நாட்டுக் கொடுஞ்சிறைகூட இதைவிட வசதியாக இருக்குமடா!’

‘அரசுப் பணி என்றால் விளையாட்டா?’

‘ஏன் பேச மாட்டாய்? நீ எந்தப் பிறவியில் செய்த புண்ணியமோ, நன்றாகக் கால் வீசி நடந்துவருகிறாய்.’

‘நானும் கொஞ்சம் புண்ணியம் செய்திருக்கிறேன்’ என்று குரல் கேட்டது.

‘களவாணிப் பயல் குரல்போலக் கேட்கிறதே!’

அது சேந்தனுடையது.

‘உங்கள் பரிவாரச் சேவகன் அல்லவா? களவாணியாகத்தான் இருப்பான்.’

‘என்னைப் பற்றிப் புகழ்ந்துபேசுவது கேட்கிறது. ஆனாலும் காதுபடப் புகழவேண்டாம். நான் எளிமையானவன்.’

‘எப்படியடா இதிலிருந்து தப்பித்தாய்?’

‘ராஜாங்க ரகசியங்களைக் கசியவிடுவதில்லை.’

சேந்தனும் இனியனும் பெருந்திரையனாரின் பல்லக்கிற்குப் பின்னால் வந்த புரவி வீரர்களைக் கீழே இறக்கிவிட்டுத் தாங்கள் ஏறிக்கொண்டனர்.

ஒரு காதம் கடந்தபிறகு சிஞ்சூ நகரின் கோட்டை வாயிலை அடைந்தனர். வாயிற்காவலர்கள், ஊர்வலம் கடந்துசெல்லும்வரை முழந்தாளிட்டு தலையை மண்ணோடு மண்ணாகக் கவிழ்த்து சுங்கத் துறை குவாங் ஹுவாங்குக்கு வணக்கம் தெரிவித்தனர்.

நன்கு விரிந்த வீதி. இருபுறமும் அரசு நிலையங்கள். கட்டடங்களின் அமைப்பில் ஸ்ரீவிஜயத்தை விடவும் விநோதமாக இருந்தது. மூங்கில்களை இரண்டாகப் பிளந்து செய்த ஓடுகள், ஸ்ரீவிஜயத்துக் கருங்காலி மரத்தால் ஆன தூண்கள், சிவப்பு வண்ணம் தீட்டிய சுவர்கள், இரண்டு உத்திரங்கள் சேரும் இடத்தில் யாளியின் உருவங்கள் என்று மாயத் தோற்றமாகத் தெரிந்தது. உள்ளூர் மக்கள் புதியோரைக் காண ஆவல் காட்டவில்லை என்பது பெருந்திரை யனாருக்கு வியப்பாக இருந்தது. முதல் வீதியைக் கடந்து அரச வீதியில் பயணித்தபோது யவனர்களும் மிலேச்சர்களும் அதிமாகக் காணப்பட்டனர். அதுமட்டுமல்லாமல், இதுவரை அவர் பார்த்திராத உஸ்பெக், தாஜிக், ஹுய், தார்த்தார், பாஷ்கிர்ஸ், அல்டாயி, ஐமக் ஆகிய மக்களும் பெருமளவில் காணப்பட்டனர்.

'இவர்களெல்லாம் ஏன் நம் நாட்டுக்கு வருவதில்லை?' என்று பெருந்திரையனார் இனியனைக் கேட்டார்.

'இவர்கள் சீனத்தின் மேற்கில் வசிக்கும் மக்கள். நிலவழியாக வந்து போகிறவர்கள். இவர்களது நாட்டில் கடல் இல்லை. நம் நாட்டுப் பொருட்களை யவனர்களிடமிருந்து வாங்கிக்கொள்கிறார்கள்.'

'அதெப்படி உறுதியாகக் கூறுகிறாய்?'

'சிஞ்சூ நகரில் அஞ்சுவண்ணத்தாரின் சாந்து இருக்கிறது. இவர்கள் எல்லோருமே அதில் உறுப்பினர்கள். அங்கே இளவரசரோடு சென்று பேசினோம்.'

'இவர்கள் என்ன மொழி பேசுகிறார்கள்?'

'தெரியாது. ஆனால் சாந்தில் இருந்த அரேபியர்கள் இவர்களின் மொழியை எளிதாகப் பேசுகிறார்கள்.'

குறு நில குவாங் ஹுவாங்கின் மாளிகையை அடைந்ததும் ஜியாவ்கள் இறக்கப்பட்டன. பெருந்திரையனாரின் கால்கள் வீங்கியிருந்தன.

அவர்களை வரவேற்க வரிசையாக ஏழு அலிகள் வந்தனர்.

'என்னடா, வந்தவுடனேயே பேடகனும் பெண்டகனும் ஓடி வருகிறார்கள்?'

'இவர்கள் பேடகனுமல்லர், பெண்டகனுமல்லர். ஆண்களாகப் பிறந்து அரசப் பணிக்காக விருப்பப்பட்டு உறுப்பை அறுத்துக் கொண்ட புஞ்சகர்கள். மாளிகையில் பணி செய்யும் வாய்ப்புக்காகக் கடும் வேதனையைத் தாங்கிக்கொண்டவர்கள் என்பதால் அரசர் களுக்கும் அரச வம்சத்தினருக்கும் இவர்கள்மீது அதீத நம்பிக்கை. சீன இளவரசர்களே இவர்களிடம் கவனமாக நடந்துகொள்வார்கள் என்றால் இவர்களது ஆளுமைப் பிடியை என்ன என்பது?'

'என்ன காட்டுமிராண்டிப் பழக்கமோ!'

'கழுவில் ஏற்றுவதைவிடவா?'

'யார் அந்த நீதி தேவன்?'

'சேந்தனார்தான்.'

குறு நில குவாங் ஹுவாங் தமது மனைவியுடன் வந்து இடுப்புவரை குனிந்து வணங்கினார். 'என் பெயர் ஷே ஷின், இது என் மனைவி ஷுக்கி.' அவரது மனைவிக்குக் கொற்கை முத்து மாலையையும் அவருக்கு வேழத் தந்தங்களையும் பெருந்திரையனார் பரிசளித்தார். ஷுக்கி, முத்தின் தரத்தையும் தெளிவையும் கண்டு வியந்தாள்.

மாளிகையின் முதல் கூடத்தைக் கடந்தபின் இரண்டாம் கூடத்திற்குள் போகும் முன் ஒரு கோப்பைத் தேனைத் தரையில் வைத்து பெருந்திரையனாரை அதைத் தாண்டச் செய்தார்கள். அவர் காலடி எடுத்து வைத்தபின் நடக்கும் செயல்கள் அனைத்தும் தேன்போல இனிமையாக நிறைவேறும் என்பது நம்பிக்கை.

இதை அறிந்ததும் பெருந்திரையனார் உண்மையில் நெகிழ்ந்து போனார். 'உங்கள் நாட்டிற்கும், மன்னருக்கும், மக்களுக்கும் நாங்கள் தேன்போலச் சுவையூட்டுவோம்' என்று உணர்ச்சிவசப் பட்டுக் கூறினார்.

தேநீர் குறையக் குறைய நிரப்பப்பட்டது. சிறிய நேரம் சிச்சரவிற்குப் பிறகு ஷே பட்டுத் துணியில் எழுதப்பட்ட ஆணையை வழங்கினார். 'உங்களுக்காக முப்பதாயிரம் மூ நிலம் விலையின்றி வழங்கப் படுகிறது. அதில் நீங்கள் பண்டக சாலை, தங்கும் வசதிகள், அங்காடிகள் ஆகியவற்றை அமைத்துக்கொள்ளலாம்.'

'ஒரு மூ என்பது நூறு சதுர அடி' என்று இனியன் விளக்கினான்.

'நாம் வீதி முழுவதும் வெள்ளியைச் சூறையிட்டும், ஸ்ரீவிஜய மன்னன் அதிக விலை பெற்றுக்கொண்டுதான் சாலைக்கு இடம் கொடுத்தான். சீனர்கள் பெரிய மனம் படைத்தவர்கள்' என்றான் மாறன்.

‘மனத்தைப் போல நாடும், பண்பாடும், அதன் தொன்மையும் பெரிது. அதில் வியப்பென்ன?’

‘விரைவில் கட்டுமானப் பணிகளை ஆரம்பிக்கிறோம்.’

‘மேலும், நீங்கள் வாங்கவும் விற்கவும் ஒரு சில சீனச் சாந்துகளுடன் ஒப்பந்தம் செய்துகொள்ளுங்கள். பல சிறந்த சாந்துகள் இங்கே இருக்கின்றன. நீங்களே நேரடியாகக் கொள்வதும் விற்பதும் எளிதல்ல.’

‘உங்கள் அறிவுரையைக் கருத்தில் கொள்கிறோம். தாங்களே அறிமுகம் செய்துவைத்தால் நலமாக இருக்கும்.’

‘வணிகம் ஓர் இழிதொழில். உழவனின் விளைவையும் கலைஞனின் பொருட்களையும் உடல் நோகாமல் வாங்கி, மனம் கோணாமல் ஆதாயம் தேடுவது இழிவுதானே. ஆகையால் நான் அதைப் பற்றிச் சிந்திப்பதில்லை. சுங்கத் துறைத் தலைவர் உதவி செய்வார்.’

‘வணிகத்தால் அரசுக்கு வரி வசூலாகிறதே?’

‘உண்மைதான். எங்கள் பார்வை வேறு கோணத்தில் உள்ளது. உழவுக்கும் தொழிலுக்கும் உதவி செய்யும் என்பதால் மட்டுமே வணிகத்தை ஏற்றுக்கொள்கிறோம். வணிகர்களை அடிமைகளுக்குச் சற்றே மேலானவர்கள் என்றே மதிக்கிறோம்.’

‘புதுமையான சிந்தனை.’

‘எங்கள் நாட்டில் வற்றாத நதிகள் வேளாண் செல்வத்தை வாரி வாரி வழங்குகின்றன. எங்கள் தேவை போக மிகுதியானவற்றை விற்க வணிகர்கள் தேவைப்படுகிறார்கள். அதேபோல உலகமே சீனப் பட்டில் மயங்கிக் கிடக்கிறது. இங்கிருந்து பெசந்தம் வரைக்கும் பட்டு செல்கிறது. எங்கள் வணிகர்கள்கூட அங்கே செல்வதில்லை. அவர்களே காடு, மலை, பாலைவனம், ஆறு என பல தடைகளைக் கடந்து இங்கே வருகிறார்கள். அதையும் ஏற்றுக்கொள்கிறோம். இதற்குக் காரணம் புரவிகள். தார்த்தாரியர்கள் பட்டைத் தவிர வேறு பொருளை ஈடாகக் கொள்ள மறுக்கிறார்கள்’ என்று கூறியபடியே அருகில் இருந்த மிகச் சிறிய தேநீர்க் கோப்பையை எடுத்தார்.

உடனே இனியன், ‘ஐயா, அவர் நம்மைப் போகச் சொல்கிறார். நீங்களும் உங்கள் அருகே உள்ள சிறிய கோப்பையை எடுத்து உயர்த்திவிட்டு எழுந்து நில்லுங்கள்’ என்றான்.

பெருந்திரையர் அவ்வாறே செய்தார். ஷே வாசல் வரை வந்து வழி அனுப்பினார்.

# 43

## இவர்களைத் தூக்கிக் கடலில் எறி!

மறு நாள் காலை மரந்தையன் மாறனைத் தேடி வந்தான். 'யாரோ நான்கு வணிகர்கள் வந்துள்ளார்கள். வணிகம் பற்றிப் பேசவேண்டும் என்கிறார்கள். அவர்களது படகு நமது கலத்துக்கு அருகே உள்ளது. வரச் சொல்லவா?'

'தடை என்ன? அனுப்பவும்.'

கடலோடி ஒருவன் எழுது கட்டிலையும் ஆசனங் களையும் அமைத்தான்.

மாறன், செம்பியன், சேந்தன், பூதன் ஒரு புறமும் வந்தவர்கள் ஒரு புறமும் அமர்ந்தனர். வந்தவர்கள் நன்றாகத் தமிழ் பேசினார்கள்.

'நீங்கள் யார்?'

'நாங்கள் ஸ்ரீவிஜயத்து வணிகர்கள்.'

'உங்களுக்கு என்ன வேண்டும்?'

'நாங்கள் இதுகாறும் தமிழகப் பொருட்களை ஸ்ரீவிஜயத்தில் கொள்முதல் செய்து சீனத்தில்

விற்பனை செய்துவருகிறோம். தற்போது நீங்கள் நேரிடையாக வணிகம் செய்ய முற்படுவதால் நாங்கள் என்ன செய்வது என்று தெரியாமல் தவிக்கிறோம்.'

'இதில் என்ன சிக்கல்? விலை இசைந்தால் பொருட்களை உங்களுக்கே கொடுக்கிறோம்.'

'அதைத்தான் நாங்களும் சொல்கிறோம். கொடுக்கும் பொருட்களைத் தமிழகத்திலேயே கொடுத்துவிடலாமே. சீனம்வரை நீங்கள் வரவேண்டுமா?'

'இடம் மாறுபட்டால் விலையும் மாறும் அல்லவா?'

'சீனர்களைப் பற்றியும் சீன வணிக முறையைப் பற்றியும் அறிய மாட்டீர்கள். மூங்கில் தக்கையைப் பணமாகக் கொடுப்பார்கள். அதை வேறு எங்கும் மாற்ற முடியாது. இதெல்லாம் உங்களுக்குத் தேவையா?'

'பெட்டைக்குப் பொருந்துவதெல்லாம் கோழிக்கும் பொருந்துமல்லவா? உங்களுக்கு ஆகக்கூடியது எங்களுக்கும் ஆகக்கூடுமல்லவா?'

'கடல், புயல், குளிர், கொள்ளை இவற்றையெல்லாம் தவிர்க்கலாமே என்று கூறுகிறோம்.'

'சென்றுவரலாம்.'

'என் பட்டறிவின் காலம், உன் வயதைவிட அதிகம்.'

'சென்றுவரலாம்...'

'ஸ்ரீவிஜயம் தாண்டி உங்கள் கலம் எப்படிப் புகாருக்குச் செல்லும் என்று பார்க்கிறேன்.'

'அப்படி ஒரு நிலை வருமேயானால், உன்னையும் ஏன், உன் மன்னனையும் சிறை பிடித்துக்கொண்டு இந்தக் கலம் புகாருக்குச் செல்லும் என்பதைக் குறித்து வைத்துக்கொள். நெஞ்சில் உரமிருந்தால், நான் இவ்வாறு கூறியதாக உன் மன்னனுக்கு ஓலை அனுப்பு. மரந்தையா, இவர்களாகப் போகாவிட்டால் தூக்கி எறி.'

மாறனின் கருச்சனையைக் கண்டதும், அவர்கள் கால் இடறியபடியே கீழிறங்கினர்.

அவர்கள் சென்றதும் பெருந்திரையனார் வந்தார்.

'அடே மாறா, இங்கே வா!'

'ஐயா நடந்தது என்னவென்றால்...'

பெருந்திரையனார் தடுத்தார். 'மன்னனைப்போல பேசினாய்' என்று அவனை உச்சி முகர்ந்தார். 'வணிகமும் அரசியலைப் போலத்தான். அஞ்சுவது அஞ்சி, விஞ்சுவது விஞ்சி, தேடுவது தேடி, திரட்டுவது திரட்டி, கூடுபவரோடு கூடுவதுதான் வணிகமும்.'

●

இனியனும், செம்பியனும், பூதனும் குவாங் ஹுவாங் தங்களுக்குக் கொடை அளித்த நிலத்தைப் பார்வையிடச் சென்றனர். அவர்களுக் காக மூன்று ஜியாவ்கள் ஆயத்தமாக இருந்தன.

'நடந்தே செல்லலாமே' என்றான் செம்பியன்.

'நடப்பதும் புரவி ஏறுவதும் கீழோர் செயலாக மதிக்கப்படுகிறது' என்று விளக்கினான் இனியன்.

'நாம் நடக்கலாம். பல்லக்குகள் பின்னால் வரட்டும். சென்றடையும் இடத்தை நெருங்கும்போது ஏறிக்கொள்ளலாம்.'

'சரி' என்று மூவரும் நடந்தனர்.

'லியாவ் நதி இங்கே கடலில் கலக்கிறது. அதன் கரை ஓரமாகவே நடக்கலாம்' என்றான் இனியன்.

கதிரவன் உச்சியை அடைய ஆறு நாழிகைகள் இருக்கும்போல் இருந்தது. ஆனாலும் குளிர் அதிகமாக இருந்தது. வீதியில் ஆண்கள் மேலாடை இன்றிச் சென்றனர்.

'இவர்களுக்குக் குளிராதா?'

'இது அவர்களுக்கு இளவேனில் காலம். மார்கழி, தை மாதங்களில் வீதி எங்கும் பனி உறைந்து கிடக்குமாம்.'

'உண்மையாகவா?'

'சொல்கிறார்கள். நானும் இனிமேல்தான் காணவேண்டும். அந்தக் காலங்களில் முழு உடலையும் கம்பளியால் போர்த்திக் கொள்வார்களாம்.'

வீதியில் சில பெண்கள் தக்கையான குடையைப் பிடித்தபடி தத்தித் தத்தி நடந்துசென்றனர்.

'எலோய்! அப்பெண் விழுந்துவிடப் போகிறாள்' என்றபடி பூதன் அவர்களை நோக்கி நடக்க முற்பட்டான். இனியன் அவனைத்

தடுத்தான். 'அவர்கள் பாதங்களை அழகுக்காக வரிந்து கட்டியுள்ளார்கள். பாதங்கள் சிறியனவாகவும் வளைந்தும் இருந்தால் அது அழகின் உச்சம் என்று கருதப்படுகிறது.'

'உண்மைதான். இப்பெண்களின் பாதம், ஏழு வயது குழந்தையின் பாதம்போலத்தான் இருக்கிறது. வலிக்காதா!'

'பத்து நாட்களுக்கு முன்பு ஒரு சிறுமியின் கால் கட்டைப் பிரித்து புதிய கட்டு கட்டுவதைக் காண நேர்ந்தது. அச்சிறுமியின் கதறல் இன்னும் என் காதுகளில் ஒலித்துக்கொண்டே இருக்கிறது.'

'காலம் சென்றால் வலி மறைந்துவிடுமா?'

'அச்சிறுமியின் தாயாரிடம் இதைக் கேட்டேன். வலி குறையுமே ஒழிய மறையாது என்றார்.'

'இதில் என்ன அழகு இருக்கிறது?'

'அழகு என்பதைவிட, தனித்துக் காட்டிக்கொள்வதில் உள்ள குரூர ஆனந்தம். நம் நாட்டில் காது வளர்த்துக்கொள்வதில்லையா? அதைப் போலத்தான் இதுவும். பாதங்களைக் கட்டிக்கொண்டால் நடப்பதே கடினம். பின் எப்படி மற்ற வேலைகளைச் செய்ய முடியும். எல்லாவற்றுக்கும் பணியாட்கள். 'எங்கள் வீட்டுப் பெண்களுக்கு வேலை செய்யவேண்டிய தேவையில்லை. பணியாளர்கள் இருக்கிறார்கள்' என்று பறை சாற்றவே இது பின்பற்றப்படுகிறது. ஏழைகளாகப் பிறந்தாலும் பாதம் கட்டியிருந்தால் உயர்குடி ஆடவர்கள் அப்பெண்களை விரும்பி மணக்கிறார்கள்.'

'மடிமைக்கும் ஒரு மகத்துவமா?'

'மேற்கு எல்லையில் தார்த்தாரியர்கள் இவர்களை ஏன் நொறுக்கி எடுக்கிறார்கள் என்பது இப்போது புரிகிறதா?'

'ஆகா!'

'குவாங் ஹுவாங் ஷேயின் இடது கையைக் கவனித்தாயா?'

'இல்லையே.'

'நகத்தைப் பெரிதாக வளர்த்து அதில் துளையிட்டு நகையும் அணிந்துள்ளார்.'

பேசிக்கொண்டே வந்ததில் அலுப்பின்றி உரிய இடத்தை அடைந்தார் கள். அது லியாவ் நதிக் கரையின் ஓரத்தில் அமைந்திருந்தது. நதி

குறைந்தது ஒரு கல் அகலமாவது இருக்கவேண்டும். அங்கே நாவாய் கட்டும் தளங்கள் பல இருந்தன. யவனர்களும் மிலேச்சர்களும் தங்களது நாவாய்களைப் பழுது நீக்கும் பணியில் ஈடுபட்டிருந்தனர்.

இவர்களுக்குக் கொடை அளிக்கப்பட்ட இடத்தில் வேலி அமைத்து, புலிக் கொடியும் நடப்பட்டிருந்தது.

‘சீனர்களின் விருந்தோம்பலுக்கு எல்லையே இல்லை’ என்றான் இனியன்.

‘நல்ல அமைவிடம். ஆழம் போதுமானதாக இருந்தால் நமது கலங்கள் நேரடியாக இங்கேயே வந்துவிடலாம்’ என்றான் செம்பியன்.

மூவரும் நிலத்தைச் சுற்றி வந்தபோது தொலைவிலிருந்து யாரோ ‘பூதனாரே’ என்று அழைப்பது கேட்டது. மூவரும் வியப்பின் எல்லைக்கே சென்றனர். நெருங்கிச் சென்று பார்த்தபோது அது அப்துல்லா!

‘நண்பா இங்கே எப்படி?’ என்றான் பூதன்.

‘ஆறு மாதம் முன்பாகத் தந்தையார் காலமாகிவிட்டார் என்பதனால் அரேபியம் வந்தேன். என் இளையோன் தொண்டி வணிகத்தைப் பேணுகிறான். நான் அரேபியத்திலிருந்து புரவிகளைக் கொள்முதல் செய்து அனுப்புகிறேன்.’

‘சீனத்தில் என்ன வேலை?’

‘இந்த ஆண்டு முழுவதும் அரேபியத்தில் ஓயாத மணற் புயல். புரவிகளுக்குப் பெரும் உயிர்ச் சேதம். விலை படியவில்லை. அதனால் நேரிடையாகத் தார்த்தாரியரிடம் வாங்கலாம் என்று காமுல் நாட்டுக்கு நண்பர்களோடு வந்தேன். அங்கே ஒரு தங்க நாணயத்திற்கு எட்டு வெள்ளிப் பெசந்துகள் தருகிறார்கள். ஆனால் சீனத்தில் பதினோரு பெசந்துகள் தருவதால் இங்கே வெள்ளியைப் பெற்றுக்கொள்ளலாம் என்று தலைநகர் ஷாங்கானுக்குச் சென்றேன். அங்கே மூங்கில் தக்கையில் பொறித்த பணம் மட்டும்தான் கொடுக்கிறார்கள். காமுல் நாட்டில் அதை ஏற்றுக்கொள்வதில்லை. எனவே சைத்தூன் வந்தேன். இங்கே உன்னைக் காண்பேன் என்று கனவிலும் நினைக்கவில்லை.’

‘சைத்தூன் என்றால்?’

‘சிஞ்சூ துறையை அரேபியர்களும் யவனர்களும் சைத்தூன் என்று தான் அழைக்கிறார்கள்.’

‘சரி எங்களோடு வா. கலத்தில் விருந்து உண்ணலாம்.’

‘மகிழ்வோடு வருகிறேன். சீன அடிசில் அங்காடியில் பன்றி இறைச்சிதான் அதிகமாகக் கிடைக்கிறது. நல்ல உணவு உண்டு மூன்று மாதங்கள் ஆகின்றன.’

அன்று மாலை கலத்தில் கோலாகலமாக விருந்து நடைபெற்றது.

‘உலகம் எவ்வளவு சிறிதாகிவிட்டது. தொண்டியில் சந்தித்த நண்பர்களை இரண்டு வருடம் கழித்து சீனத்தில் சந்திக்க முடிகிறது என்றால் என்ன சொல்வது!’ என்று மகிழ்ச்சி விரியக் கூறினான் அப்துல்லா.

‘நீ இங்கு வந்து எத்தனை நாட்கள் ஆகின்றன?’ என்று கேட்டார் பெருந்திரையர்.

‘காமுல் நாட்டில் ஒரு மாதம் தங்கியிருந்தேன். ஷாங்கனில் இரண்டு வாரங்கள். சிஞ்சூ வந்து இரண்டு மாதங்கள் ஆகின்றன.’

‘எப்போது திரும்பிச் செல்ல உத்தேசம்?’

‘அஞ்சுவண்ணத்தார் சாந்தின் நாவாய், பழுது நீக்கம் செய்யப் படுகிறது. அதில் சில நண்பர்கள் உள்ளனர். அதில் ஒருவன் சீனன். அரேபியத்திற்கு வரவேண்டும் என்று ஆசைப்படுகிறான். எனவே பழுது நீக்கியபிறகு அவனையும் அழைத்துக்கொண்டு செல்லலாம் என்று நினைக்கிறேன். அதற்கு, மேலும் ஒரு மாதம் ஆகலாம்.’

‘சீனன் உனக்கு எப்படி நட்பானான்?’

‘இங்கு வந்தபிறகுதான் பழக்கம். மேலும், அவன் உடன் இருந்தால் சீனத்தில் மொழித் தொல்லை இல்லை.’

‘உனக்கு சீன மொழி பேச வருமா?’

‘சீனம் என்று ஒரு மொழி இல்லை. ஒவ்வொரு பகுதியிலும் ஒவ்வொரு மொழி பேசுகிறார்கள். ஒன்றைத் தேர்ந்தால் மட்டும் போதாது. அனைத்து மொழிகளிலும் தேர்ச்சி பெறுவது ஆகக்கூடிய காரியமா? அதனால் சற்றே எழுதக் கற்றுக்கொண்டேன். ஏறக்குறைய இருநூறு எழுத்துகள் பயின்றுள்ளேன். அதை வைத்துக்கொண்டு சமாளிக்கிறேன்.’

‘நீ கூறுவது விந்தையாக உள்ளது மகனே!’

‘ஐயா, நமது எழுத்துகளைப்போல சீன எழுத்துகள் உச்சரிப்பை அடிப்படையாகக் கொண்டவை அல்ல. மாறாக இவை சித்திர

எழுத்துகள். சில எழுத்துகள் நேரடிக் காட்சியை ஓவியமாகவும், மற்ற எழுத்துகள் அது உணர்த்தும் கருத்தின் தத்துவத்தின் குறியீடாகவும், மற்றும் சில எழுத்துகள் உணர்ச்சியின் குறியீடாகவும் வரையப்படுகின்றன.'

'ஏதாவது ஒன்றை எழுதிக்காட்டு...'

'பண்டைய காலத்தில் கிளிஞ்சல் சோழிகளைப் பணமாகப் பயன்படுத்தி வந்தார்களாம். சோழிகளின் நடுவில் துளையிட்டு பல சோழிகளைக் கயிற்றால் ஒன்றாக இணைத்து வைத்துக்கொள்வார்களாம். அங்காடிகளில் இருபது சோழிகள் கொண்ட ஆரத்தை மரச்சட்டத்தில் மாட்டி வைத்திருப்பார்களாம். அப்படிப் பத்து ஆரங்கள் கொண்ட சட்டத்திற்கு 'பேய்' என்று பெயர். இதற்கான எழுத்தும் அச்சட்டத்தைப்போலத்தான் இருக்கிறது. இது நேரடியான ஓவியம். இதையே 'மிகுதி' என்ற பொருளிலும் பயன்படுத்தலாம். 'பேய்' என்பது பணம் என்பதால் வணிகம், வங்கி, செல்வம் ஆகியவற்றைக் குறிப்பிடும் பல எழுத்துகளில் இதுவும் ஒரு கூறாக இருக்கும்.

'இதோ பாருங்கள், இப்போது நான் எழுதியுள்ளது 'மெய்மேய்' என்னும் எழுத்து. 'மெய்' என்றால் வாங்குவது. 'மேய்' என்றால் விற்பது. இரண்டுக்கும் வடிவம் ஒன்றுதான். ஆனால் மேய் என்பதற்கு மேலாக இரண்டு கோடுகள், ஒரு படுக்கைக் கோடும் அதன் குறுக்கே ஒரு கோடும் உள்ளன. அதன் பொருள் நிலம். 'மற்ற பொருட்களை உண்டாக்கலாம், நிலத்தை மட்டும் உண்டாக்க முடியாது. எனவே அதை விற்கும்போது மறுமுறை சிந்தனை செய்' என்பதாகக் கொள்ளவேண்டும். மெய்மேய் என்று சேர்த்து எழுதினால் அது வணிகத்தைக் குறிக்கும். இது கருத்தின் அடிப்படையில் அமைந்த எழுத்தாகும்.'

'உண்மைதான்.'

'மற்றுமொரு அழகான எழுத்தை வரைந்து காட்டுகிறேன். இது 'கிய்ங்', வறுமை. இது 'டேன்', பேராசை. இரண்டும் சட்டென்று பார்த்தால் ஒன்றேபோலத் தோன்றும். மிகச் சிறிய வேறுபாடுதான். பேராசைதான் வறுமைக்குக் காரணம் என்று எழுத்தே சொல்லி விடுகிறது. இது அழகல்லவா?'

'அழகு மட்டுமா! பாடமல்லவா?'

'வேய் என்றால் ஆபத்து. ஜி என்றால் வாய்ப்பு . இரண்டையும் சேர்த்து வேய்ஜி என்றால் சிக்கல். அதாவது ஒரு சிக்கல் வரும்போது

அதை ஓர் அறிவிலி ஆபத்தாக மட்டும்தான் பார்க்கிறான். ஆனால் ஓர் அறிவுடையவனோ அதனை ஒரு வாய்ப்பாகவும் பார்க்கிறான் என்பதை ஓவியத்தால் சொல்கிறார்கள்.'

'நீ விளக்குவதைக் கேட்கும்போது அவையெல்லாம் பொருள் பொதிந்த ஓவியங்களாகவே தோன்றுகின்றன.'

'உண்மைதான் ஐயா.'

# 44

## பல குடிகளைக் கெடுத்தவன் இழிச் சாவடைந்தான்

**மா**றன் சீனம் நச்சிய புகார் வணிகச் சாந்தினைப் பதிவு செய்து, அதற்கு கயல், வில், புலி பொறித்த கொடியும், முத்திரையும் பெற்றான். கொண்டுவந்திருந்த உலோகப் பொருட்கள் அனைத்தையும் குவாங் ஹுவாங் சீன அரசின் சார்பாக வாங்கிக்கொண்டு அதற்கு ஈடாகப் பதிமூன்று நூறாயிரம் பொன்னுக்குத் தக்க பணம் கொடுத்தார். அப்துல்லாவின் உதவியால் அதில் பத்து நூறாயிரத்தை அஞ்சுவண்ணத்தார் சாந்தில் செலுத்தி உண்டியல் ஓலை பெற்றுக்கொண்டனர். மூன்று மாதங்களுக்கு ஒருமுறை இரு சாந்தினரும் பற்றுவரவைச் சரி செய்து கொள்வது என்றும் ஒப்பந்தமாயிற்று. இதனால் புகார் வணிகர்கள் கொடுக்கும் பண ஓலையைப் பெற்றுக் கொண்டவர், சீனத்தின் எல்லா வணிக நகரிலும் அஞ்சுவண்ணத்தார் சாந்தில் மாற்றிக் கொள்ளும் வசதி கிட்டியது. அதேபோல அஞ்சு வண்ணத்தாரும் புகார் சாந்தில் மாற்றிக் கொள்ளும் ஏற்பாடு உண்டாகியது. ஒரு புறம் தொழில்முறையில் போட்டி, மறுபுறம் பொது

ஆதாயம் கருதி ஒத்துழைப்பு. இதுவே புகார் வணிகர்களின் உயர்வுக்குக் காரணம்.

இனியன் அவசரமாக மாறனைக் காணவேண்டும் என்று வந்தான்.

'வந்த வேகத்தைப் பார்த்தால் செய்தி மிக முதன்மையானது என்று தோன்றுகிறது?'

'அஞ்சுவண்ணத்தார் முதலுரிமை ஒப்பந்தம் எழுத விருப்பப் படுகிறனர்.'

இம்மாதிரியான முதலுரிமை ஒப்பந்தத்தில் கட்டாயம் என்பது இல்லை. விலை இசைந்து வந்தால் மட்டுமே விற்பனை நடைபெறும்.

'இவர்களோடு எழுதினால், ஏன் கடார வணிகர்களோடு எழுதக்கூடாது?' என்றான் சேந்தன்.

'இரண்டுக்கும் உள்ள வேறுபாடு மலைக்கும் மடுவுக்கும் உள்ள வேறுபாடு. கடாரத்தார், புகாரின் விலைக்குக் கேட்கிறார்கள். அஞ்சுவண்ணத்தார் சீனத்து விலைக்குக் கேட்கிறார்கள். உனக்குப் புரியும்படிக் கூறுகிறேன். புகாரில் மிளகின் விலை என்ன?'

'மணங்கு அரைக் கழஞ்சு.'

'கடாரத்தார் அந்த விலையைத்தான் கொடுப்பார்கள். இங்கே என்ன விலைக்கு விற்க நினைக்கிறாய்?'

'ஐந்து கழஞ்சு.'

'அஞ்சுவண்ணத்தார் அந்த விலையைக் கொடுப்பார்கள். மேலும் நமது பொதி முழுவதையும் வாங்கிக்கொள்வார்கள். அதுவும் ஓர் ஆதாயம், இல்லையா?'

'அதேபோல நாம் அவர்களுடைய பொருட்களை, தேவைப்பட்டால் இங்கே நிலவும் சீனத்து விலைக்கு வாங்கிக்கொள்ளலாமா?'

'கண்டிப்பாக. அன்னியருக்குக் கொடுக்கும் பொருளை அதே விலைக்கு நமக்கு உதவி செய்பவருக்குக் கொடுத்தால் என்ன?'

'ஏற்றுக்கொள்கிறேன். ஓலையை எழுதச் சொல்லுங்கள்' என்றான் மாறன்.

இதுவரை கடார வணிகர்களிடம் மட்டுமே வாங்கிய நிர்பந்தம் களையப்பட்டதால் அஞ்சுவண்ணத்தார், புகார் வணிகர்கள் கேட்ட விலையை மகிழ்வோடு தந்தனர். இந்த ஏற்பாட்டால் பாதிக்கும்

மேற்பட்ட பொருட்கள் முதல் இரண்டு வாரங்களிலேயே விற்றுப் போயின.

அஞ்சுவண்ணத்தார் புகாருக்குப் புறா ஓலை அனுப்பும் ஏற்பாட்டை வைத்திருந்தது மேலும் ஓர் ஆதாயமாகும். மாறனும் பெருந்திரையரும் ஓலை எழுதினர். 'இனியா, எத்தனை நாட்களில் ஓலை சென்றடையும்?'

'இளவரசர் வந்தவுடன் ஓலை அனுப்பினார். அதற்கு இன்னும் பதில் வரவில்லை. ஆறு திங்கள் ஆகிவிட்டன. இன்னும் இரண்டு திங்களில் வரும் என எதிர்பார்க்கப்படுகிறது.'

'இமயத்தைத் தாண்டி புறாக்களால் பறக்க முடியுமா?'

'முடியாது. நீங்கள் வந்த கடலையும் தாண்ட முடியாது. முதல் கட்டமாக புறாக்கள் சம்பக நாட்டிற்குச் செல்லும். அங்கிருந்து காமரூபம். அதன் பின் வங்கம். அங்கிருந்து கலிங்கம். பின் புகார். நிலைக்கு மூன்று நாட்கள் எனக் கொண்டாலும் 21 நாட்கள் பிடிக்கும். மாற்றுப் புறாவின் ஆயத்தம், பருவ நிலை, வழியில் சேதம் எனக் கணக்கில் கொண்டால் மேலும் பத்து நாட்களாவது அதிகமாகும்.'

●

நண்பகலுக்குக் கடிகை மாக்கள் வந்தனர்.

முதலில் அவர்களுக்கு நாழிகைக் கோல் என்பது பற்றிப் புரியவில்லை. ஆனால் நாழிகை வட்டைப் பற்றி நன்றாகத் தெரிந்திருந்தது.

'நாழிகை வட்டை ஒப்பிட்டுக் கொடுத்தால் மற்றவற்றை நாங்களே ஈடு செய்துகொள்வோம்' என்றார் கலக்கோன்.

சீனக் கடிகை மாக்கள் தாங்கள் கொண்டுவந்திருந்த நாழிகை வட்டிலை நிழல் விழாத இடத்தில் வைத்துச் சமன் செய்தனர். பின் மிகச் சிறிய கருவி ஒன்றை வட்டிலின் மேல் புறத்தே இரண்டடி தள்ளிவைத்து அதை மெல்ல மெல்லச் சுழற்றினர். அதில் ஒரு முள் ஆடிக்கொண்டிருந்தது. அது நிலை பெற்றதும், முள்ளின் கீழ்ப் புறத்திற்கு நாழிகை வட்டிலை நகர்த்தினர்.

'கதிரவன் உச்சிக்கு வர இன்னும் முக்கால் நாழிகை இருக்கிறது. அதுவரை பொறுமையாக இருங்கள்' என்றான் சீனக் கடிகையாளன்.

'அது என்ன கருவி?' என்று கேட்டார் கலக்கோன்.

‘இது திசை காட்டும் கருவி. இம்முள்ளின் ஒரு முனை எப்போதும் வடக்குத் திசையைக் காட்டியபடியே இருக்கும்.’

‘அது எப்படி முடியும்?’

‘எனக்கு விளக்கம் தெரியாது. ஆனால் வட திசையைக் காட்டுகிறது என்பது மட்டும் தெரியும்.’

‘நான் அதை எடுத்துச் சோதிக்கலாமா?’

‘முதலில் ஒப்பீடு முடியட்டும். அதன்பின் விரும்பினால் நீங்கள் இதை விலைக்கு வேண்டுமானாலும் வாங்கிக்கொள்ளலாம்.’

‘ஆகட்டும்.’

சீனன் ஒரு வெண்கலப் பலகையை ரசமட்டம் வைத்துச் சமன் செய்து அதில் சிறிய வாயுடைய எண்ணெய்ச் செம்பை வைத்தான். செம்பினுள் சரிவாக விழுந்த கதிரொளி மெல்ல மெல்ல நிமிர்ந்துகொண்டே வந்தது. கலத்தின் நாழிகை வட்டிலை மெல்லத் திருகிக்கொண்டே வந்து கதிரொளி செங்குத்தாக விழுந்தபோது நிறுத்தினான்.

‘அடேயப்பா, உங்களுக்கும் எங்களுக்கும் ஆறேகால் நாழிகை வேறுபாடு உள்ளது.’

‘அதில் என்ன ஆதாயம்?’ என்றான் சேந்தன்.

‘ஆதாயமோ இழப்போ இல்லை. இங்கே கதிரவன் உதித்து ஆறேகால் நாழிகை கழித்துத்தான் புகாரில் உதிக்கும்’ என்று விளக்கினார் கலக்கோன்.

வட்டிலை மீகானிடம் கொடுத்துவிட்டு, ‘மற்ற கலங்களில் உள்ள வட்டிலை இதோடு ஒப்பிட்டுக்கொள்’ என்றார்.

சீனன், திசைகாட்டும் கருவியைக் கலக்கோனிடம் கொடுத்தான். அது உடனே வடகிழக்கைக் காட்டியது.

‘என்னப்பா, இது பொய் சொல்கிறது’ என்றான் சேந்தன்.

‘அதற்குக் காரணம் உங்கள் கலக்கோன் இடையில் செருகியிருக்கும் வாளாகும். இதன் அருகே இரும்புப் பொருட்கள் வந்தால் வடமுள் அதனை நோக்கிச் சாயும். அது மட்டுமல்ல, மற்றுமொரு திசை காட்டும் கருவியை இதன் அருகில் வைத்தாலும் முள் விலகிவிடும்.’

‘இப்படி ஒரு தொட்டால் சிணுங்கிக் கருவியால் என்ன பயன்?’

‘பனி மூட்டத்திலும் இருள் கவிழ்ந்த நேரங்களிலும் இது பேருதவியாக இருக்கும்’ என்றான் சீனன்.

‘சரி, ஒரு கருவியைக் கொடு. இரண்டு நாட்கள் கழித்து மற்றவற்றைப் பற்றிப் பேசலாம்.’

அன்றிரவு கலக்கோனும், மீகானும், செம்பியனும் ஏவல் படகில் கடலுக்குள் சென்றனர். ஆறு கடலோடிகள் துடுப்பு இழுத்தனர். மூன்று காத தொலைவு சென்றதும் கலக்கோன் படகை நிறுத்தச் சொன்னார்.

‘வெள்ளிகளைக் கண்டு வடதிசையைச் சொல்’ என்றார் கலக்கோன்.

‘தொடுவானத்தை ஒட்டி இருக்கும். இங்கே நடு வானில் காணப்படுகிறது. இதென்ன... எழுமீன் கூட்டம்... ஆம்... இதுதான் துருவன். இதோ வடதிசை’ என்று உறுதியாகக் கைகாட்டினார் மீகான்.

கலக்கோன் திசைகாட்டும் கருவியைப் பார்த்தார். அது அமைதியாகச் சரியான திசையைக் காட்டியது.

‘யாரேனும் வாளோ, சூரியோ வைத்திருக்கிறீர்களா?’

‘இல்லை’ என்று அனைவரும் கூறினர்.

‘துல்லியமாகக் காட்டுகிறதே. கலத்திற்கு ஒரு கருவி வாங்கலாம். கண்டிப்பாக வாங்கவேண்டும். புயலில் சிக்கிக் கலம் ஒரு முறை சுழன்றால் இரவு வரும்வரை திகைப்பூண்டை மிதித்தவன்போலத் தவிக்கவேண்டியுள்ளது. அத்தகைய நேரங்களில் இது பேருதவியாக இருக்கும்.’ தமிழ்க்காடுகளில் திகைப்பூண்டு என்ற தாவரம் இருப்பதாக நம்பப்படுகிறது. அதை ஒருவன் மிதித்தவுடனேயே அவனுக்குத் திசை மறந்து போகும் என்றும் நம்பப்படுகிறது.

கலக்கோன் படகை வட்டமாகச் செலுத்தச் சொன்னார். படகு நாற்றிசையில் திரும்பினாலும் கருவியின் முள் வடமீனை மட்டுமே காட்டியது.

‘அருந்ததி வசிட்டரை விட்டு விலகினாலும் இது வடமீனை விட்டு விலகாதுபோல் இருக்கிறதே. மேலும் ஒரு வட்டம் அடியுங்கள்.’

படகு இம்முறை வட்டமடித்தபோது தொலைவில் வந்த படகிலிருந்து ‘நில்லுங்கள்’ என்ற குரல் கேட்டது.

‘நமது கடலோடிகளா? ஏதேனும் அவசரமோ?’

எதிர்த் திசையில் மற்றொரு படகிலிருந்து ‘திரும்ப வாருங்கள்’ என்ற குரல் கேட்டது. கடுமையாக வீசிய காற்றில் யாருடைய குரல் என்று தெளிவாகக் கேட்கவில்லை. இருளில் அருகில் இருப்பவர் முகம் கூடத் தெரியவில்லை. அதற்குள் முதல் படகு அருகில் வந்துவிட்டது. நெருங்கியதும், துடுப்பு இழுத்த கடலோடிகள் பாதுகாப்பாக எழுந்துநின்று மற்றவர்களை மறைத்தபடி நின்றனர்.

‘கடலோடிகளைத் தவிர மற்றவர்கள் இந்தப் படகிற்கு வாருங்கள்’ என்று ஒருவன் ஆணையிட்டான்.

‘நீ யார் என்பதைச் சொல். ஆணை இடுவதை நிறுத்து. இது சோழப் பேரரசின் படகு.’

‘செம்பியன் என்பவன் யார்?’

‘உனக்கு வேண்டியது என்ன?’

‘அவன்தான் வேண்டும்.’

உடனே அனைவரும் ஏதோ ஆபத்து என்றுணர்ந்து ஆயத்தமாயினர்.

‘வாள் எடுத்து வரவில்லையே’ என்றான் செம்பியன் மெல்லிய குரலில்.

‘தேவையில்லை. நமது கடலோடிகள் திறமையானவர்கள்.’

‘சற்று பொறுங்கள், செம்பியனை அனுப்புகிறேன்’ என்று சொன்ன கடலோடி நீண்ட சீட்டி அடித்தபடி துடுப்பால் குரல் வந்த திசையில் வீசினான். சற்றும் காலம் தாழ்த்தாமல் மற்ற கடலோடிகள் படகை வலித்து செலுத்தினர். படகு புறப்பட்டதும் நங்கூரச் சங்கிலியைப் பகைப் படகின்மீது வீசி, ஓர் இழுப்பு இழுத்துவிட்டனர். அப்படகு நிலை தடுமாறியது. அந்தக் கால அவகாசத்தில் இருபது அடி முன்னால் சென்றுவிட்டனர்.’

‘ஐயா, துறைமுகம் எத்திசையில் உள்ளது?’

‘கிழக்கே உள்ளது.’

‘கிழக்கு எது?’

‘பொறு...’ என்றார் மீகான்.

‘இதுதான் கிழக்கு’ என்றார் கருவியைப் பார்த்த கலக்கோன்.

அதற்குள் எதிர்த் திசையில் வந்த படகும் அருகே வந்தது. ‘காயம் பட்டதா?’ என்று குரல் கேட்டது. அது மரந்தையனின் குரல் என்பது புரிந்தது.

‘இல்லை. ஆபத்து. அவர்கள் பகைவர்கள்.’

‘நான் பார்த்துக்கொள்கிறேன், நீங்கள் கலத்திற்குச் செல்லுங்கள்.’

மரந்தையனின் படகிலிருந்து வந்த அம்புப் பொழிவைத் தாளாமல் பகைப் படகு பின்வாங்கியது. மரந்தையன் கிளிக்கடிகையை வீசினான். பகைப் படகு பற்றி எரிந்தது. அதிகப் பயிற்சி இல்லாத முரடர்கள் என்பது விளங்கியது அதிலிருந்து தப்பி வந்தவர்களைச் சிறைப் பிடித்தார்கள். இரண்டு உடல்களும் கைப்பற்றப்பட்டன.

‘உடல்களைத் துறைமுகத்தில் ஒப்படைத்துவிட்டு வருகிறேன். நீங்கள் கொடிக்கலத்திற்குச் செல்லுங்கள்’ என்றான் மரந்தையன்.

‘ஆகட்டும். நாங்கள் ஆபத்தில் இருக்கிறோம் என்று உனக்கு எப்படித் தெரிந்தது?’

‘ஆபத்தைப் பற்றித் தெரியாது. ஆனால் உங்களைத் தனியே விட வேண்டாம் என்று சற்றுத் தள்ளிப் படகில் வந்தேன். வந்தது நல்லதாகியது.’

‘உண்மைதான்.’

●

மறு நாள் பெருந்திரையர் அனைத்துக் கடலோடிகளுக்கும் முத்திரையர்களுக்கும் சிறப்பு விருந்தும், இரு மடக்கு தேறலும் தர உத்தரவிட்டார். மரந்தையனுக்கு மரகத மாலையைப் பரிசாக அணிவித்தார்.

அதைச் சிறிது நேரம் அணிந்துவிட்டு மரந்தையன் கழற்றிக் கலக்கோனிடம் கொடுத்தான். ‘கடமைக்குப் பரிசு எதற்கு? தங்களது பாராட்டே போதும். என்பொருட்டு இன்று விருந்து அளித்துள்ளீர்கள். இதைவிடவா இம்மாலை விலைமதிப்பு மிக்கது?’

எவ்வளவோ வற்புறுத்தியும் மரந்தையன் இசையவில்லை. செம்பியனுக்கு வியப்பாக இருந்தது.

‘கலங்கள் கோலாகலமாகக் காணப்படுகின்றனவே’ என்று கேட்டபடி இனியன் வந்தான்.

‘மரந்தையரின் வீரத்தைப் பாராட்டி விழா நடக்கிறது’ என்றான் சேந்தன்.

‘மற்றுமொரு விழா எடுக்க ஆணையிடுங்கள். நேற்று நீங்கள் ஒப்படைத்த உடல்களில் ஊ ச்சியா மிங்கின் உடலும் ஒன்று.’

‘என்ன, மிங் மாண்டுவிட்டானா?’

‘ஆம் சேந்தா. பல குடிகளைக் கெடுத்தவன் இழிச் சாவடைந்தான்.’

செம்பியனுக்கு இது பெரும் ஏமாற்றத்தை அளித்தது.

'என்ன செம்பியா சிந்திக்கிறாய்?'

'என் கையில் சிக்கியும் நழுவ விட்டுவிட்டேனே!'

'அவன் என்ன கற்பக மணியா, நழுவ விட்டதற்காக வருத்தப்பட?'

'எளிதில் இறந்துவிட்டானே என்றுதான் வருந்துகிறேன்.'

'போராடி உயிர் துறக்க அவன் என்ன வீரனா? கயமையால் உயிர் வாழ்ந்த கயவன். மாறன் எங்கே?'

'என்ன செய்தி இனியா?' என்றான் மாறன்.

'பட்டு கொள்முதல் செய்வது பற்றி அஞ்சுவண்ணத்தாரிடம் கேட்டேன். உற்பத்தி செய்யப்பட்ட பட்டு என்றால் தலைநகர் ஷாங்கன் செல்ல வேண்டுமாம். நமது விருப்பப்படி நெய்யவேண்டும் என்றால் ஷிஜின் என்ற நகரத்திற்குச் செல்லவேண்டுமாம்.'

'இரண்டையுமே செய்வோமே.'

'வாங்கிய பொருட்களைச் சேமித்துவைக்க சாலைகள் வேண்டாமா?'

'அழகா, நீ அப்பணியை மேற்கொள்கிறாயா?' என்றான் மாறன்.

'மகிழ்வோடு செய்கிறேன். பூதன் கொண்டுவந்த அளவின்படி சீலையில் வடித்தும் வைத்துள்ளேன். முதலில் திருக்கோவில் எழுப்ப அடிவாரம் தோண்டியபிறகு சாலைப் பணிகளைத் தொடங்கலாம் என்று நினைக்கிறேன்.

'நல்ல தொடக்கம். செவ்வனே செய்' என்றார் பெருந்திரையனார்.

'அடிவாரம் தோண்டும் நாளன்று கல்வெட்டுப் பதிக்க விரும்புகிறேன். கோவிலுக்கு என்ன பெயர் என்பதைத் தாங்களே முடிவு செய்யவேண்டும்.'

'நமக்குப் பேருதவி புரிந்த சீனச் சக்கரவர்த்தியின் குடிப்பெயரால் அழைப்போம். இனியா, அது என்ன பெயர்?'

'ஹான்.'

'திருக்கானீசுவரர் என்ற பெயரைச் சூட்டினால் பொருத்தமாக இருக்கும் என்று நினைக்கிறேன். இளவல்களின் ஆலோசனை என்ன?'

'ஏற்றுக்கொள்கிறோம் ஐயா.'

'ஷே அவர்களின் தலைமையில் தொடக்க விழாவை ஏற்பாடு செய். சக்கரவர்த்தி அவர்களுக்கும் சிறப்புப் பரிசு அளிக்க ஏற்பாடு செய்.'

# 45

## மென்மைதான் பட்டின் சிறப்பு

அப்துல்லாவும் பூதனும் உதவியாளர்களுடன் ஷிஜின் புறப்பட்டனர். நான்கு நாள் பயணத்திற்குப்பிறகு நகரை அடைந்தனர். இரவு ஆனதால் அங்கிருந்த யாம்பு என்னும் புரவிச் சத்திரத்திற்குச் சென்றனர்.

சீனத்தின் பெருநகரங்களை இணைத்து அகன்ற சாலைகள் அமைக்கப்பட்டிருந்தன. ஒரு சாலை எந்தப் பெருநகரத்திற்குச் செல்கிறதோ அதுதான் அந்தச் சாலையின் பெயர். இவ்வரச வீதிகளில் ஒவ்வோர் இருபது கல் தொலைவிலும் ஒரு யாம்பு உள்ளது. அதில் குறைவாக இருநூறும், சமயத்தில் நானூறுமாகப் புரவிகள் ஆயத்த நிலையில் இருக்கும். அரச ஓலையைத் தாங்கி ஓரிடத்திலிருந்து வரும் ஓலைதாங்கி மூன்று நிமிடத்தில் தான் கொண்டுவந்த ஓலை மற்றும் பொருட்களை அடுத்த ஓலைதாங்கியிடம் கொடுக்கவேண்டும். புதியவன் புறப்பட்டவுடன் இவனுக்குப் புதிய புரவி அளிக்கப்பட்டு பதினாறு நிமிடத்தில் இவனும் வந்த இடத்திற்குப் புறப்படவேண்டும். வந்தவனின் பெயர், சென்றவனின் பெயர், புரவிகளின் வரிசை எண்

என்று அனைத்து விவரங்களையும் பதிவு செய்ய அதிகாரிகள் இரவிலும் பகலிலும் பணியில் இருக்கிறார்கள். இரவில் பயணம் செய்யவேண்டியிருந்தால் உடன் இரண்டு புரவிகளில் தீப்பந்தம் ஏந்துபவர்களும் செல்லவேண்டும்.

இதுமட்டுமல்லாமல், ஒவ்வொரு மூன்று கல் தொலைவிலும் ஓட்டக்காரர்களின் சத்திரமும் உண்டு. இங்குள்ள ஓலைதாங்கிகள் ஓடித்தான் செல்லவேண்டும். இவர்கள் இடுப்பில் சலங்கை கட்டியிருப்பதால், காத தூரத்தில் வரும்போதே அடுத்தவன் ஆயத்தமாகிவிடுவான். அருகில் உள்ள புரவிச் சத்திரத்தை அடைந்தவுடன் அங்கிருந்து ஓலை புரவியில் செல்லும். வழியில் ஆறு குறுக்கிட்டால் இரு கரையிலும் படகுகள் ஆயத்தமாக இருக்க வேண்டும்.

இதுதவிர, சிறப்பு ஓலைதாங்கிகள் என்று ஒரு வகையும் உண்டு. இவர்கள் இடைவிடாமல் ஒரு பகலில் நூறு கல் பயணிக்கும் வல்லமை உடையவர்கள். புரவியை மாற்றுவதற்காகக்கூடக் கீழிறங்க மாட்டார்கள். ஒரே தாவல்தான். வழியில் புரவிக்குச் சேதம் நேர்ந்தால் இவர்கள் யாரையும் மறித்துப் புரவியைப் பெற்றுக் கொள்ளலாம். இவர்கள் கழுத்தில் கட்டி இருக்கும் கழுகு முத்திரையைக் கழற்றிக் கொடுத்தால் போதும். பெற்றவன் அதனைக் கொண்டு அருகில் உள்ள புரவிச் சத்திரத்தில் இரண்டு புரவிகளைப் பரிசாகப் பெறலாம்.

இத்தகைய சத்திரத்தில் அரசனே வந்தாலும் மூன்று மாதங்கள் தங்கப் போதிய வசதிகள் இருக்கும். மற்ற நேரங்களில் வழிப்போக்கர்கள் எவரும் பணம் கட்டித் தங்கிக்கொள்ளலாம்.

‘நாங்கள் பதினெட்டு பேர் வந்துள்ளோம். தங்க இடம் வேண்டும்.’

‘முன் அனுமதி இல்லாமல் தருவதில்லை.’

‘யாரிடம் வாங்கவேண்டும்?’

‘இந்நகர குவாங் ஷுவாங்கிடம்.’

‘குளிர் வாட்டுகிறது. நேரம் கடந்துவிட்டதே?’

‘விதியை மீற முடியாது.’

பெருந்திரையனாருக்கு சென் லின் அளித்த முத்திரை பதித்த தக்கையை பூதன் எடுத்துக் காட்டினான். அது வேலை செய்தது.

‘ஊர் சுற்றும் வணிகர்களுக்கு இது வெல்லக்கட்டிபோல’ என்றான் பூதன். அதைச் சொல்லவும் வேண்டுமா?

மறு நாள் காலை சத்திர அதிகாரிகளிடம் பல்லக்கு அமர்த்தித் தரச் சொன்னார்கள்.

பல்லக்கு, அதன் தூக்கிகள், பின்னால் வரும் புரவி வீரர்கள், விருது பிடிப்போர், கட்டியம் கூறுவோர், மணி அடிப்போர் என்று ஒரு படையே வந்தது.

'உங்களுக்கு எத்தனை மணி?' என்று பல்லக்குத் தூக்கித் தலைவன் கேட்டான்.

'மூன்று' என்று இருமொழியாளன் கூறினான்.

பல்லக்கில் செல்லும்போது ஒருவரின் தகுதியைப் பறை சாற்ற மணிகளின் ஓசை எண்ணிக்கை பயன்படுத்தப்படுகிறது. மூன்று மணிகள் அன்னியர்களில் முக்கியமானவர்களுக்கும், பதினோரு மணிகள் மண்டலக் குறுநில மன்னனுக்கும் என்று வரையறுக்கப் பட்டுள்ளது. ஏழு மணி உடைய அதிகாரி வந்தால் ஐந்து மணி உடைய அதிகாரி வழி விடவேண்டும். முடிந்தால் ஏதாவது ஒரு குறுக்கு வீதியில் புகுந்துகொள்ளவேண்டும்.

இரண்டு சம அளவு மணி உடைய அதிகாரிகள் எதிர் எதிர் வந்தால் இருவரும் பல்லக்கை நிறுத்தி இறங்கிப் பேசவேண்டும். நெருங்கிய நண்பர்கள் என்றால் பல்லக்கில் அமர்ந்தபடியே பேசலாம். பேச விரும்பவில்லை என்றால் முகத்தை விசிறியால் மூடிக்கொள்ள வேண்டும். ஏழுக்கு மேற்பட்ட மணித் தகுதி உடைய அதிகாரிகள் என்றால் அவர்கள் இருவரும் முகத்தை மூடுவதை அவமானமாகக் கருதுவார்கள். எனவே இரண்டு பல்லக்குகளுக்கும் இடையே பெரிய விசிறியை பணியாள் ஒருவன் வைத்துத் தடுப்பு அமைப்பான்.

பல்லக்கு செல்லும் முன்பாகவே சலங்கை கட்டிய ஓலையாள் ஒருவனை ஷொவ் லாய் என்பவரின் வீட்டிற்கு அனுப்பினர். அவர்தான் அந்நகரில் தலை சிறந்த பட்டு உற்பத்தியாளர்.

அவர் பூதனை வரவேற்க ஆயத்தமாகக் காத்திருந்தார்.

வீட்டின் முன்புறம் சிறிய தோட்டம். அதில் சிறிய தொட்டிகளில் செடிகள் வைத்திருந்தார்.

'வெட்டவெளியில் தொட்டி எதற்கு?' என்றான் பூதன்.

'நன்றாகப் பார். அவை செடிகள் அல்ல. வளர்ந்த மரங்கள். அதைக் குறுக்கி வளரச் செய்திருக்கிறார்' என்றான் அப்துல்லா.

'விந்தை மனிதர்கள். மரத்தைக் குறுக்குகிறார்கள். ஆனால் சடங்கு என்ற பெயரில் வீதியில் நடக்கும் நேரத்தை நீட்டுகிறார்கள்.'

'இந்த முரண்பாடு எல்லா நாட்டு மக்களிடமும் உள்ளது.'

ஷொவ் லாய் இருவரையும் வீட்டில் இருந்த முன்னோர் மாடத்திற்கு அழைத்துச் சென்றார். பண்பாட்டுடைய சீனரின் வீட்டில் சமையல் அறைகூட இல்லாமல் இருக்கலாம். ஆனால் முன்னோர்களை வழிபடும் மாடம் கண்டிப்பாக இருக்கவேண்டும். தினமும் காலையில் அவ்வீட்டில் தங்கும் அனைவரும் அந்த முன்னோர்களை வழிபட வேண்டும். புதியவர்கள் யார் வந்தாலும் முன்னோர்களுக்கு அறிமும் செய்தபிறகே உள்கூடத்திற்கு அழைத்துச் செல்லப்படவேண்டும்.

'இது என் பாட்டன், இது முப்பாட்டன், இது அவரது தந்தை.'

இருவரும், 'சித்திரம் எதையும் காணவில்லையே' என்று தயங்கினர்.

ஷொவ் லாய் சிறிய பளிங்கு போன்ற சதுர ஓடுகளைக் காட்டினார். அதில் முன்னோரின் பெயர்கள் எழுதப்பட்டிருந்தன.

பூதன் அவருக்குச் சந்தனத்தையும் காரகிலையும் பரிசளித்தான். அவற்றின் இனிய மணத்தை நுகர்ந்ததும் அவர் களங்கமின்றிச் சிரித்தார்.

'வாருங்கள், பட்டுப் பண்ணைக்குப் போகலாம்.'

கூடத்தின் இடதுபுறம் மிகப் பெரிய அறைக்குள் அழைத்துச் சென்றார். அங்கே அடுக்கடுக்காக மரச் சட்டங்கள் சுவரை ஒட்டி நாற்புறங்களிலும் காணப்பட்டன. சட்டத்தின் குறுக்கே பரண் போன்ற தடுப்புகள். ஒவ்வொரு தடுப்பிலும் பத்து வட்டச் சுளகுகள் காணப்பட்டன. இங்குதான் முட்டையிலிருந்து பொரிந்த புழுக்கள் வளர்க்கப்படுகின்றன. ஷொவ் லாய் ஒரு சுளகை இழுத்துக் காண்பித்தார். அதில் உணவுக்காகத் தூவப்பட்டிருந்த இலைகளுக்கு இடையே பல புழுக்கள், விரல் நீளத்திற்கு நெளிந்துகொண்டிருந்தன.

'இது என்ன இலை?'

'சாஅங் என்ற மரத்தின் இலை.'

'எங்கள் நாட்டில் இது வளருமா?'

'சோதித்துப் பார்த்தால்தான் தெரியும்.'

வேறு சுளகிலிருந்து புழுக்களை எடுத்துக் காட்டினார். 'இரண்டுக்கும் என்ன வேறுபாடு தெரிகிறது?'

‘இதில் தலையில் கொம்புகள் நீண்டிருக்கின்றன. மற்றொன்றில் சிறிதாக இருக்கிறது’ என்றான் அப்துல்லா.

‘மிகவும் சரி. இப்புழுக்கள் நான்கு முறை தோலுரிக்கும். நான்காவது முறை உரித்தபிறகு கொம்புகள் சிறுத்துவிடும். அப்படியானால் அது கூடு கட்டப்போகிறது என்று பொருள்.’

ஷொவ் லாய் அவர்களை வீட்டிற்கு வெளியே அழைத்துச் சென்றார். அங்கே கூடாரம் அமைத்து அதனுள் சட்டம் கட்டிப் பரண் அமைத்து, முன் கண்டதுபோலவே காணப்பட்டது. ஆனால் சுளகுகள் மெல்லியதாகவும் புழு உண்ணும் இலைகள் பெரிதாகவும் இருந்தன.

‘இந்தப் பருவத்தில் புழுக்கள் உண்பதை நிறுத்திவிடும். தங்கள் கூடுகளை ஒட்டிக்கொள்ளப் பெரிய இலைகளை நாடும். அதற்காகத்தான் இத்தகைய ஏற்பாடு.’

‘வெறும் புழுக்களை வீட்டினுள்ளும் கூட்டுப் புழுக்களை வெளியிலும் வைப்பதற்குக் காரணம் என்ன?’

‘சிறிது குளிர் அதிகமானாலும் புழுக்கள் நோய்வாய்ப்படும். அதனால் நாங்கள் ஒருவரோ அல்லது இருவரோ அதே அறையில் படுத்து உறங்குவோம். அவ்வாறு செய்தால் அறை முழுவதும் மனித உடம்பின் வெப்பத்திலேயே இருக்கும். ஆனால், கூட்டுப் புழுக்கள் குளிர் சற்றே அதிகமாக இருந்தால்தான் கூட்டை வேகமாகக் கட்டும். அதனால்தான் அவற்றை வெளியே வைத்திருக்கிறோம்.’

கூட்டுப் புழுக்கள் தும்பை மலர் நிகர்த்த வெண்மையாக இருந்தன.

‘இரண்டு வாரம் கழித்து கூடு மெல்ல மஞ்சளாக மாறும். அதன்பின் பருவம் பார்த்து வெந்நீரில் இட்டால் நேர்த்தியான பட்டு நூல் கிடைக்கிறது. எட்டில் ஒரு பங்கை முழுப் பூச்சியாக வளரச் செய்து அவை இடும் முட்டையிலிருந்து மீண்டும் பட்டு எடுக்கிறோம்.’

‘கூட்டுப் புழுக்களைக் கொல்வது அவசியமா?’

‘கூட்டுப் புழுவின் கூடு என்பது ஒரே நூலால் ஆனது. இருநூறு முதல் முந்நூறு அடிவரையிலும் நீளமுடையது. ஆனால் பூச்சி தன் கூட்டை உடைத்துவிட்டால் இழையின் நீளம் இரண்டு அடியாகவும் இருக்கலாம், இருநூறு அடியாகவும் இருக்கலாம். ஒரே நீளத்தில் கொண்டுவரவேண்டும் என்றால் பஞ்சிலிருந்து நூல் நூற்பதைப் போல நூற்கவேண்டும்.’

‘அப்படிச் செய்தால் என்ன?’

ஷொவ் லாய் பூதனின் மேலாடையில் இருந்த நூலைப் பிரித்துக் காட்டினார். 'நாமாக நெய்தால் இதைவிட மெலிதாக நூற்க முடியாது. ஆனால் புழுக்கள் நெய்யும் இழையை வெறும் கண்ணால் காண முடியாது. பத்து இழைகள் சேர்ந்தால்தான் நம் விரல்களுக்கே தட்டுப்படும். மென்மைதான் பட்டின் சிறப்பு. நான் ஒரு கருத்தைக் கூறினால் தவறாகக் கருத மாட்டீர்களே?'

'சொல்லுங்கள் ஐயா.'

'உங்கள் நாட்டிலிருந்து யானைத் தந்தங்கள் மலை மலையாக வருகின்றன. அதைவிடவா இது கொடியது?'

பூதன் நிமிர்ந்து பார்த்தான். 'உண்மைதான்.'

சுற்றி முடித்ததும் அவரது வீட்டின் கூடத்திற்குச் சென்றனர்.

'உங்களுக்கு எவ்வளவு பட்டுத் துகில் தேவைப்படும்?'

'அதிகம் தேவைப்படாது. ஆயிரம் துகில்கள் கொடுக்க முடியுமா?'

'நாளொன்றுக்கு மூவாயிரம் துகில் இந்நகரில் நெய்யப்படுகிறது. ஆயிரம் இன்றே தருகிறேன்.'

'விலையைக் கூறுங்கள்.'

'சோழக் கழஞ்சைக் கொடுத்தால் ஒரு விலை. சீனக் காசானால் இன்னொரு விலை. தக்கைப் பணமானால் வேறு விலை. யவனப் பெசந்தானால் மற்றொரு விலை' என்று சிரித்தார்.

வந்ததிலிருந்து அவர் இப்போதுதான் சிரித்தார் என்பது பூதனுக்கு அப்போதுதான் விளங்கியது.

நான்கடி வீதி பன்னிரண்டு அடி நீளமுடைய துகிலுக்கு இரண்டு பெசந்து என்று தொடங்கி, முடிவில் பத்து துகிலுக்குப் பதினாறு பெசந்துகள் என்று முடிவானது. அதன்பின் பூதன் வணிக ஆயுதத்தை வீசினான்.

'அதிகமாக வாங்கினால் உங்கள் விலை என்ன?'

'மற்றுமோர் ஆயிரம் வாங்குவதாக வாக்களித்தால், இரண்டு துகிலுக்கு மூன்று பெசந்து.'

'ஒரு துகிலுக்கு ஒரு பெசந்து என்றால் பத்தாயிரம் துகில் வாங்குவேன். அரை பெசந்து என்றால் முப்பதாயிரம் வாங்குவேன். ஆனால் உங்கள் சாந்தில் ஒப்பந்தம் செய்யவேண்டும்.'

ஷொவ் லாய் மலைத்துப்போனார்.

இறுதியாக, பன்னிரண்டு குரோட்டுகளுக்கு ஒரு துகில் என்று அறுபதாயிரம் துகில்கள் வாங்க முடிவு செய்யப்பட்டது.

பெசந்து என்பது ஒரு நாணயமல்ல. யவனர்களின் தங்க நாணயத்தைப்போல இருக்கும் அரேபியத் தங்க நாணயம், ரோமானியர்களின் தங்க நாணயம் ஆகிய அனைத்தையும் பட்டு வழிச்சாலையில் பெசந்து என்ற பொதுப் பெயரால் அழைக்கிறார்கள். மேற்கு ரோமானிய அரசிற்கு பைசாண்டியம் என்ற பெயர் நிலவியதால் வந்த ஆகுபெயராகும். ஒரு தங்க பெசந்திற்கு இருபது குரோட் என்ற வெள்ளி நாணயம் நிகர் என்பது அன்றைய சந்தை மதிப்பு.

'இன்றைய காலகட்டத்தில் பெசந்தில் கால் பங்கு செம்பு சேர்க்கப்பட்டுள்ளது. இருந்தாலும் ஏன் பெசந்தை விரும்பி ஏற்றுக்கொள்கிறீர்கள்?' என்று அப்துல்லா கேட்டான்.

'இரவு விருந்தின்போது சொல்கிறேன்.'

●

அன்றிரவு ஷொவ் லாயின் வீட்டின் மேல்மாடியில் விருந்து நடைபெற்றது. கீழே கூட்டுப் புழு வளர்க்கும் இடத்தில் இது சாத்தியமா என்னும் அளவில் மேல் மாடி பகட்டாகக் காணப்பட்டது. கிரேக்கத்துக்கே உரிய மடிப்புடைய தூண்கள், பாவை விளக்குகள், ரோம மதுக் கிண்ணங்கள், குவளைகள், பாரசீகக் கம்பளங்கள், தமிழ்நாட்டு முத்துப் பந்தர், சர விளக்குகள், வேழத் தந்தங்களால் ஆன இருக்கைகள், கடாரத்துத் திரைச் சீலைகள், சீனத்துப் பட்டு என உலகின் பல பகுதியிலிருந்தும் பொருட்கள் காணப்பட்டன. எதை எடுத்தாலும் வேலைப்பாடு. எதைத் தொட்டாலும் விலைமதிப்பு. மரத்தைக் குறுக்கித் தொட்டியில் வளர்ப்பதைப்போல உலகத்தைக் குறுக்கித் தன் மாடியில் வைத்திருந்தார்.

சில பெண்கள் நளினமாக வந்து தூபம் பரப்பினர். பின் மெல்லிய யாழ் ஒலி கேட்டது. ஆறு பெண்கள் ஓரமாக அமர்ந்து இசை மீட்டினர். மேலும் நான்கு பெண்கள் நடனமாடினர். அவர்கள் அனைவரும் வேற்று நாட்டினர் என்பது தோற்றத்திலேயே தெரிந்தது. தாமரை போன்ற நிறமும், மூங்கில் போன்ற நெடிசலும், நீண்ட நேர்த்தியான நயனங்களும், அதில் நீல நிற விழிகளும் அவர்களை அரம்பையரோ எனக் காட்டியது.

'இவர்களைப் பாரசீக வணிகரிடம் வாங்கினேன். இதற்காகத்தான் பெசந்து' எனச் சிரித்தார்.

தேறலும் மதுவும் வந்தவண்ணம் இருந்தன. ‘அருந்துங்கள். குளிருக்கு நல்லது!’

பூதன் வெள்ளை நிற மதுவை அருந்தியபின், ‘இது புதியதாக இருக்கிறதே? எங்கிருந்து வருகிறது?’ என்றான்.

‘இது சீனத்து ஷொவ் ஷிங் சியூ. அரிசியிலிருந்து உருவாகும் மது. வேறு எங்கும் கிடைக்காது.’

‘அப்துல்லா, நீயும் பருகு!’ என்றான் பூதன்.

‘பழக்கமில்லை.’

‘நீராகாரம் போலத்தான்’ என்றான் பூதன்.

‘கேள்விப்பட்டுள்ளேன். நமது நீராகாரத்தை மேலும் காடியாக்கி, அதில் ஏலம், கிராம்பு, சுக்கு ஆகியவை கலந்து, மணம் ஊட்டி, பின் வடித்தெடுக்கிறார்கள்.’

மறு நாள் சீன வணிகச் சாந்தில் ஒப்பந்தம் எழுதி பூதன் முன்பணம் கொடுத்தான். சாந்தில் ஒப்பந்தத்தைப் பதிவு செய்தால், தனி வணிகன் தவறு செய்தால் சாந்து பொறுப்பேற்று உரியவருக்குப் பணமோ பொருளோ கொடுக்கவேண்டும் என்னும் சோழப் பழக்கம் இங்கும் கடைப்பிடிக்கப்பட்டது. ஓலைக்குப் பதிலாக பட்டுத்துணியில் எழுதி முத்திரை இட்டுத் தந்தார்கள்.

●

பூதன் சிறப்பாகப் பட்டு கொள்முதல் செய்ததில் மாறனுக்கு மட்டற்ற மகிழ்ச்சி.

‘பூதனாரே! அறுபதாயிரம் பட்டுத் துகிலுக்கு விலை பேசிவிட்டால் போதுமா? அதை எப்படித் தருவிக்கப்போகிறீர்கள்?’

‘ஷிஜின் வணிகச் சாந்தில் ஆயிரம் பெசந்துகள் முன்பணம் கட்டியுள்ளேன். ஆயிரம் துகில்கள் ஆயத்தமானவுடன் அவர்கள் பொதியை இங்குள்ள நமது சாந்தில் கொடுத்துப் பணம் பெற்றுக் கொள்வார்கள். இதற்காகச் சாந்தினர்களுக்கு ஒவ்வொரு முறைக்கும் ஐம்பது சீனத் தக்கைப் பணம் கொடுப்பதாகப் பேசியுள்ளேன். வந்த பொருட்களில் விலக்கிருந்தால் மொத்தமாகச் சேமித்து இறுதியில் பணத்தைக் கழித்துக்கொள்ளலாம்.

‘தெளிவான நடைமுறை.’

# 46

## அறிவின் செல்வி

அழகன் தனக்கே உரிய பாங்கின்படி தெளிவாகத் திட்டமிட்டு பண்டகசாலைகள் அமைக்கும் பணியில் ஈடுபட்டான். இனியன் சீனத்துத் தலைமைக் கொத்தன் ஒருவனை அழைத்து வந்தான்.

'இவர் பெயர் ஜியா பவ் யூ. புகழ் பெற்ற கொத்தன்.'

ஜியாவுக்கு நடு வயதிருக்கும். தலை முடியைப் பின்னலிட்டிருந்தான். உயரிய பட்டாடை அணிந்திருந்தான். அவனுடன் நான்கு உதவியாளர்களும் வந்திருந்தனர். அதில் ஒரு பெண்ணும் இருந்தாள். அவர்களது கையில் பலவிதமான பட்டுச் சுருள்கள்.

'சிறிய திருத்தம். கட்டட வல்லுனர்களை நாங்கள் தச்சன் என்றேதான் அழைக்கிறோம்.'

'ஏன் அப்படி?'

'எங்கள் கட்டடத்தில் மரம் பெருமளவு பயன் படுத்தப்படுவது ஒரு காரணம். எங்களுடைய ஆதித் தச்சன் லூ பான், அனைத்து கட்டட

வல்லுநர்களாலும் கலைஞர்களாலும் தொழில் தெய்வமாக மதிக்கப்படுகிறார். அதனால் நாங்கள் எல்லோருமே தச்சன் என்ற பெயரையே பயன்படுத்துகிறோம்.'

'நான் கடந்த ஒரு வாரமாக லூ பான் எழுதிய நூலை எங்களது மொழி வல்லுநரின் உதவியோடு படித்துவருகிறேன்' என்றான் அழகன்.

ஜியா அசந்துபோனான். 'உண்மையாகவா? லூ பான் எழுதியுள்ள 'மூஜிங் ஜியாங்கியான் ஜிங்' நூலை நீங்கள் முழுமையாகப் படித்துவிட்டீர்களா?'

'ஆம்' என்றபடி அழகன் மூன்று பட்டுச் சுருள்களைக் காட்டினான்.

'அடேயப்பா! இதனை ஒரு வாரத்தில் வாசிப்பதே கடினம்!'

'நானும் வாசிக்க மட்டும்தான் செய்திருக்கிறேன். புகாரில் பண்டகசாலைகள் கட்டிய பட்டறிவு இருப்பதால் என்னால் ஓரளவு புரிந்துகொள்ள முடிகிறது.'

'தங்களைப் போன்ற அறிவார்ந்தவர்களோடு உரையாடுவதும் உறவுகொள்வதும் ஆனந்தமயமானது. லூ பான் புத்தகத்தைப் படித்ததன்மூலம், உங்கள் நாட்டிற்கும் எங்கள் நாட்டிற்கும் கட்டுமானக் கலையில் உள்ள வேறுபாடு ஏதாவது இருந்தால் சொல்லுங்கள்.'

'லூ பானின் ஒப்பீட்டுக் கோல் முறை எனக்கு வியப்பளித்தது. எங்களது தச்சரும் அதைப் பற்றி மேல்விவரங்கள் தெரிந்து கொள்ளும் முயற்சியில் இறங்கியுள்ளார்.'

'ஆகா! அறிவுச் செல்வங்களையும் வாங்க வந்துள்ளீர்கள் என்று கூறுங்கள்.'

'உண்மைதான்.'

ஒப்பீட்டுக் கோல் என்பது அளவுகோலைப் போல நீளத்தை அளக்காமல் ஏற்கெனவே முடிவு செய்த அளவுகள் குறிக்கப்பட்ட கோலாகும். உதாரணமாக, நாற்காலி செய்யவேண்டும் என்றால், அதன் கால்கள் செய்யும் மரம், இருக்கை செய்யும் மரம், சாடும் பகுதியின் மரம், கைகளின் மரம் ஆகிய அனைத்து மரங்களின் அளவுகளும் வெவ்வேறு வண்ணங்களில் குறிக்கப்பட்டிருக்கும். நாற்காலியின் அளவு சற்றுப் பெரியதாக வேண்டும் என்றால் ஒப்பீட்டுக் கோலைத் திருப்பினால் போதும். அதில் புதிய நாற்காலிக்கான மர அளவுகள் காணப்படும். ஒரு ஒப்பீட்டுக்

கோலின் நான்கு புறமும் நான்கு வெவ்வேறு அளவுகள் காணப்படும். பயிற்சி குறைந்த தச்சன்கூட அங்குலங்களைப் பற்றிக் கவலைப்படாமல், குறிக்கப்பட்ட அளவில் மரத்தை வெட்டினால் நாற்காலி தானாக உருவாகிவிடும்.

'எங்கள் லூ பான் மகா மேதை. நாங்கள் பயன்படுத்தும் பல கருவிகளை அவர்தான் உருவாக்கித் தந்தார். அவர் மரத்தால் உருவாக்கிய பறவை மூன்று நாட்கள் இரவும் பகலும் பறந்தது என்று சொல்கிறார்கள். மற்றொரு செய்தி தெரியுமா? அவர் வெயிலிலும் மழையிலும் துன்பப்படுவதைக் காணச் சகிக்காத அவரது மனைவிதான், மடக்கும் குடையைக் கண்டுபிடித்தாராம்.'

'அப்படியா?'

'உங்கள் நாட்டின் தச்சுக் கலையின் சிறப்பு என்ன என்று கூறுங்களேன்.'

'அதை நான் வாயால் சொல்லவேண்டுமா. எங்கள் மரக்கலங்களைப் பார்த்தாலே புரியவில்லையா?'

'உண்மைதான். ஏதோ மாளிகையில் இருப்பதுபோலத் தோன்றியதால் இது மரக்கலம் என்பதையே மறந்துபோய்விட்டேன்.'

'நமது பணியைப் பற்றி என்ன முடிவு செய்துள்ளீர்கள்?'

ஜியா பவ் யூ, தான் கொண்டுவந்த வரைபடத்தை அழகனிடம் காட்டினான்.

'உங்களது நிலம் முத்தாற்றின் வடகரையில் அமைந்துள்ளது. ஆறு கிழக்கு நோக்கிப் பாய்கிறது. மதிலின் வாயில், சாலையின் வாயில், கோவிலின் வாயில் அனைத்தையும் தென் திசையை நோக்கி அமைத்துள்ளேன்.'

'கிழக்கு நோக்கி அமைப்பதுதான் எங்கள் மரபு.'

'கேள்விப்பட்டுள்ளேன். ஆனால் எங்கள் மரபுப்படி தென் திசைதான் சிறந்த திசை.'

'அதற்குக் காரணம் ஏதாவது உண்டா?'

'இருக்கிறது. சீனத்தின் கிழக்கே கடலும் மேற்கே பாலையும் உள்ளதால் கடுங்குளிர்க் காற்று, கிழக்கு மேற்காகத்தான் வீசும். அதுதான் உண்மையான காரணம்.'

'கருங்கல் வேலைப்பாடாக இருந்தால் வெகு காலம் நீடித்திருக்கும்...'

'தரமான கருங்கற்கள் இங்கே மிகக் குறைவு. சீனப் பெருஞ்சுவரையே நாங்கள் செங்கற்களால்தான் கட்டியிருக்கிறோம்.'

'மூங்கில் ஓடுகளைத் தவிர்ப்பது நல்லது.'

'ஏன்? சீனச் சக்கரவர்த்தியின் மாளிகையில்கூட மூங்கில் ஓடுகள்தான் பயன்படுத்தப்பட்டுள்ளது. வெயிலுக்கும் மழைக்கும் ஈடு கொடுக்கும். இருபத்தைந்து ஆண்டுகள் பழுதின்றி இருக்கும்.'

'பட்டைச் சேமிக்கிறோம். ஆகையால் நெருப்பினால் வரும் அபாயங்களுக்காக அஞ்சுகிறேன்.'

'ஏற்றுக்கொள்கிறேன். களிமண் ஓடுகளைத் தருவிக்கலாம். வேறு ஏதாவது மாற்றங்கள் வேண்டுமா?'

'எல்லா வாயில்களிலும் முகப்பிலும் சீன யாளியின் உருவத்தைப் பொறிப்பதுபோல் வடிவமைப்பு இருக்கிறதே. எங்களுக்கு அது என்னவென்றே தெரியாது. அதைத் தவிர்க்கக்கூடாதா?'

'யாளி என்று நீங்கள் குறிப்பிடும் லூங் என்பது மிருகமோ அரக்கனோ அல்ல. அது ஒரு தத்துவம். வெளி, ஆகாயம், நிலம், நீர் என அனைத்தையும் லூங் தத்துவத்தால் அறிந்துகொள்ளலாம். லூங்கின் வால் நுனி செல்வத்தை வாரிக் கொடுக்கும். கண் பகுதி நோயைக் கொடுக்கும். சீனம் முழுமைக்குமான லூங்கின் வால் நுனி எங்கள் தலைநகரில் உள்ளது. சிஞ்சூ நகரில் லூங்கின் வால் பகுதி முத்தாற்றின் கழிமுகத்தில் உள்ளது. கழிமுகத்தின் லூங்கின் வால் பகுதி உங்கள் நிலத்தில் விழுகிறது. மிக மிக அதிர்ஷ்டமான இடத்தைப் பெற்றுள்ளீர்கள். இதையா மறுக்கப்போகிறீர்கள்?'

'உங்கள் விருப்பம் அதுவானால் நான் தடை சொல்ல மாட்டேன்.'

'நான் உங்கள் நிலத்தில் எட்டு வகையான லூங்கையும் அமைக்க இருக்கிறேன். கோட்டை மதில் வாயிலில் லூங் வாங். மிக உன்னதமான ஷென் லூங், கோவில் வாயிலில். சிறகுகளை உடைய லீ லூங், விடுதியின் வாயிலில். ச்சியோ லூங், யிங் லூங், ச்சியூ லூங், ஸொவ் லூங், தூ லூங் ஆகியவற்றை ஒவ்வொரு பண்டகசாலையின் வாயிலிலும் அமைக்கப்போகிறேன்.'

'கோவிலையும் விடுதியையும் விரைவாக முடித்தால் நல்லது.'

‘கவலை வேண்டாம். எட்டு மாதங்களில் முடித்துவிடலாம். நாளை ஒப்பந்தம் எழுதி சாந்தில் கொடுத்துவிடலாமா?’

‘மகிழ்வோடு செய்யலாம். அதற்கு முன்னால் நமது நட்பிற்கு அடையாளமாக இதைப் பெற்றுக்கொள்ளுங்கள்’ என்று அழகன் ஆடவர்களுக்கு முத்துக் கணையாழியையும் பெண் உதவியாளருக்கு முத்து மாலையையும் பரிசளித்தான். மாலையைப் பெற மறுத்த பெண், ‘தாங்களே அணிவித்துவிடலாமே?’ என்றாள். அழகன் தயங்கியபடியே நின்றான். ஜியா பவ் யூ சிரித்தபடியே, ‘இது என் மகள் சாங் யூ. அவளுக்கு எப்போதுமே குறும்புதான்’ என்றான்.

‘ஸான், என்ன தயக்கம்?’ என்றாள் சாங் யூ. ஸான் என்பது மரியாதைக்குரிய அடைமொழி.

‘தயக்கமில்லை’ என்றபடியே மாலையுடன் அவளை நெருங்கினான் அழகன். அவள் சிரித்தபடியே திரும்பி நின்றாள். அவளது பொன்நிறக் கழுத்தில் வெண்நிற முத்து வடத்தின் கொக்கியை மாட்டும்போது அழகனுக்குக் கை நடுங்கியது. அவளது கேசத்திலிருந்து வந்த நறுமணமும், பெண் மணமும், காதல் மணமும் சித்தத்தைக் கலக்கியது. வாழைத் தண்டு பொன் நிறமாக இருக்குமா? கற்பூரம் கமழும் காடு கறுப்பாக இருக்குமா? சொற்பதம் கடந்த நிலையில் கண்கள்தான் தெரியுமா?

‘மாலை அணிவிக்க இத்தனை நேரமா என்று அம்மையார் கேட்கிறார்’ என்று இருமொழியாளன் அழகனைத் தொட்டு அசைத்ததும்தான் அவன் தன் நினைவுக்கு வந்தான்.

‘இதோ முடிந்துவிட்டது.’

ஜியா பவ் யூ சென்றபிறகு நண்பர்கள் அழகனைச் சூழ்ந்து கொண்டனர்.

‘அடேய்! சோமனைப் பிடித்த நோய் உன்னையும் பிடித்துவிட்டது’ என்றான் மாறன்.

‘அதெப்படி? சோமன் வலையில் விழுந்தான். அழகன் விழ வைக்கிறான். இருவரும் ஒன்றாக முடியுமா?’

‘பெயரிலேயே அழகன் அல்லவா?’ இது சேந்தன்.

‘அழகா, நான் உன் சகலை ஆக உதவி செய்யக் கூடாதா?’ இது செம்பியன்.

அழகனின் சிறப்பே நிதானம்தான். அவன் அசைந்துகொடுக்க வில்லை. 'செம்பியா, ஜியா பவ் யூவுக்கு அடுத்த பெண் பிறக்கும் வரைப் பொறுமையாக இரு. எனக்குச் சகலை ஆகிறாயோ இல்லையோ, அவருக்கு மருமகன் ஆகலாம்.'

●

மறுநாள் ஷே பெருந்திரையனாரைக் காண வந்தார். அவர் பெரும் பதற்றத்துடன் பேசினார். 'மேற்கில் சிக்சி என்ற பழங்குடியினர் படை எடுத்து சில நகரங்களைப் பிடித்துக்கொண்டனர். ஒரு கோட்டையும் அவர்கள் வசம் போய்விட்டது. தாங்கள் உதவினால் நிலைமை மாறும் என்று நம்புகிறேன்.'

'எந்த வகையில்?'

'உங்களிடம் வாங்கிய ஆயுதங்களைச் சோதனை செய்தோம். அவை மிகவும் தரம் வாய்ந்தவை. ஆனால் அவற்றைப் பயன்படுத்த எங்கள் வீரர்களுக்குப் பயிற்சி போதவில்லை. அதனால் ஆயிரம் வீரர்களை எங்களோடு போரிட அனுப்பினால் பேருதவியாக இருக்கும்.'

'நான் சொல்லி நீங்கள் தெரிந்துகொள்ளவேண்டியதில்லை. ஒரு பேரரசின் படைகள் கூலிப்படைகளாகப் பணி செய்வதில்லை. எங்களிடம் மொத்தம் இருப்பதே ஆயிரம் வீரர்கள்தாம். அவர்கள் அனைவருமே கடல் வீரர்கள். மேலும் எங்களது சக்கரவர்த்தியின் ஆணை இல்லாமல் நாங்கள் போரிட முடியாது.'

'நிலைமை கைமீறினால் எங்கள் தலையும்கூட உருளலாம்.'

'ஐயா, வேண்டுமானால் தீவிரப் பயிற்சிக்கு உதவி செய்கிறோம்.'

'என் குடும்பத்தின் உயிரே உங்கள் கையில்தான் உள்ளது.'

'ஐயா. பெரிய சொல் ஏதும் வேண்டாம். என்னதான் விளக்கம் கூறினாலும் நாங்கள் போரிட முடியாது. ஆனால் உங்கள் வெற்றிக்கு உதவி செய்கிறேன்.'

'வெற்றி கிட்டினால் போதும்.'

'ஒரு தளபதியையும் நூறு வீரர்களையும் தருகிறேன்.'

'அது போதுமா?'

'பயிற்சியும் உத்தியும்தான் முக்கியம். அதற்கு அவர்கள் உதவி செய்வார்கள்.'

ஷே நம்பிக்கையில்லாமல் வெறித்துப் பார்த்தார்.

‘செம்பியா, இங்கே வா.’

செம்பியன் வந்தான்.

‘இவன் எங்கள் வீரத் தளபதி. ஆவன செய்வான்.’

‘உத்தரவு ஐயா!’ என்றான் செம்பியன்.

‘எதிரிகளை விரட்டி அடிக்க எத்தனை நாட்கள் ஆகும்?’

‘குறைவாக மதிப்பிட்டாலும் நான்கு மாதங்கள் ஆகும். கூடுவதும் குறைவதும் வீரர்களின் பயிற்சியைப் பொருத்தது’ என்றான் செம்பியன்.

‘ஐயோ, அவர்கள் ஒரு வாரத்திற்கு இருபது கல் தொலைவு உள்ளே வருகிறார்கள்.’

‘உங்களது படைகள் இப்போது எங்கே இருக்கின்றன?’

‘கைஜூவில் படைகள் தங்கியுள்ளன.’

‘எதிரிகள் எங்கே உள்ளார்கள்?’

‘கைஜூவுக்கு மூன்று கல் மேற்கே.’

‘இங்கிருந்து கைஜூ எத்தனை நாள் பயணம்?’

‘குதிரையில் சென்றால் இரண்டு வாரப் பயணம்.’

‘வேறு வழி உள்ளதா?’

‘நதி வழியே சென்றால் ஒரு வாரத்தில் சென்று அடையலாம்.’

‘நாவாய் இருக்கிறதா?’

‘எத்தனை வேண்டும்?’

‘பத்து நாவாய்கள் நம்மோடு வரட்டும். ஆட்கள் அதிகம் தேவையில்லை. கலத்திற்கு ஐம்பது வீரர்கள் போதும். ஆனால் அவர்களை நான் தெரிவு செய்வேன்.’

‘ஆகட்டும்.’

‘மரந்தையா, நான் வில்லவனை என்னோடு அழைத்துச்செல்லலாமா?’

‘நான் வேண்டுமானாலும் வருகிறேன்.’

‘இல்லை. கலங்களுக்காக நீ இங்கேதான் இருக்கவேண்டும்.’

‘நூறு பேருக்குப் பத்து கலங்கள் தேவையா?’ என்றார் ஷே.

‘இது ஓர் உத்தி. வேற்று நாட்டுப் படையுடன் வருவதாக உங்கள் படைகளுக்குச் செய்தி அனுப்புங்கள். கண்டிப்பாகச் செய்தி கசிந்து எதிரிகளுக்குப் போகும். அவன் குழம்புவான்.’

'அவ்வாறு குழம்பினால் என்ன ஆகும்?'

'அது அவன் என்ன செய்கிறான் என்பதைப் பொருத்துதான் அமையும். உடனே செல்ல ஏற்பாடு செய்யுங்கள்.'

'செம்பியா, வேண்டுமானால் நமது கலத்தில் ஒன்றை எடுத்துச் செல்லலாமே?' என்றார் பெருந்திரையனார்.

'நமது ரகசியத்தை நாம் ஏன் வெளியே விடவேண்டும்? அவர்களது கலங்கள் எப்படி வடிவமைக்கப்பட்டுள்ளன என்பதை நாம் காண இது ஒரு வாய்ப்பு.'

'எந்த நிலையிலும் வணிக ஒற்றை விடமாட்டாய்...'

'எனக்கு அதில் ஒரு கிளர்ச்சி.'

'வெற்றியுடன் திரும்பி வா!'

'உத்தரவு ஐயா.'

●

அழகன் களி மண் ஓடுகளின் தரத்தைச் சோதித்துக்கொண்டிருந்த வேளையில் அலங்கார ஜியாவ் வந்தது. பல்லக்குத் தூக்கிகள் 'ஹாவ்', 'ஹோவ்' என்று குரல் எழுப்பினார்கள். அவர்கள் பேசுகிறார்களா அல்லது ஆயாசக் குரல் எழுப்புகிறார்களா என்பது கூட விளங்கவில்லை. பல்லக்கிலிருந்து சாங் யூ இறங்கிவந்தாள்.

'நலம்தானே?'

'நலம்தான். மொழிச் சிக்கல் வேலையின் வேகத்தைக் குறைக்கிறது.'

'சீனம் கற்றுக்கொள்ளுங்கள்.'

'எந்தச் சீனத்தைக் கற்றுக்கொள்வது? பத்து நாள் பயணம் செய்தால் மொழி மாறிவிடுகிறது.'

குப்ளாய் கானின் காலத்திற்குப்பிறகுதான் காம்பலுக் என்ற இன்றைய பெய்ஜிங் தலைநகரமாகவும், அங்கு பேசிய சீனம் அரச மொழியாகவும் அறிவிக்கப்பட்டது. அது வரை ஷாங்கான் நகரம்தான் தலைநகரமாகச் செயல்பட்டது.

'ஏன் ஓயாமல் ஊர் சுற்றவேண்டும்?'

'ஒரே இடத்தில் இருக்க நான் என்ன குடும்பியா?'

சாங் யூ சிரித்தாள். 'உங்கள் கோவில் சிலைகள் செய்யப்படும் இடத்திற்குச் சென்றுவந்தேன். உங்கள் கடவுளுக்கு உருவமே இல்லையே.'

‘நமக்குப் பிடித்த உருவத்தில் வணங்கிக்கொள்ளவேண்டியதுதான். சில சமயம் அவருக்கு மனைவி, மக்கள் எனக் குடும்பமே உண்டு.’

‘உண்மையாகவா?’

‘எங்கள் மதத்தில் துறவுக்கு என்று தனிச் சிறப்பில்லை. அதை உணர்த்தவே கடவுள்களுக்கும் குடும்பத்தை உருவாக்கியிருக்கிறோம்.’

‘உங்களுக்கென்று எப்போது குடும்பத்தை உருவாக்கப்போகிறீர்கள்?’

அழகன் பேசவில்லை. மொழிபெயர்ப்பாளர் அருகில் இருந்ததும் ஒரு காரணம்.

கட்டுமானப் பணிகளைப் பார்வையிட்டபின் சாங் யூ, ‘நான் விடைபெறுகிறேன். இதில் மேலும் பல முக்கியமான கட்டுமானங்கள் பற்றிய ஓவியங்கள் உள்ளன. பொறுமையாக ஆராய்ந்து பதில் கூறுங்கள்’ என்று ஒரு பட்டுச் சுருளைக் கொடுத்து விட்டுச் சென்றாள்.

அன்றிரவு கலத்தில் தன் அறையில் அழகன் அச்சுருளை விரித்த போது அதில் அழகனும் சாங் யூவும் சேர்ந்திருப்பதைப்போல ஓர் ஓவியம் தீட்டப்பட்டிருந்தது. மொழியையும் மொழிபெயர்ப்பாளர்களையும் தாண்டி செய்தி சொல்லிவிட்டாள். ‘அடேயப்பா, அறிவின் செல்விதான்’ என்று அழகன் மகிழ்ந்தான்.

# 47

## புகழ் மட்டுமே மரணத்தையும் வெல்லும்

மூன்றாம் நாள் நடுப்பகல் வேளையில் கைஜூ சென்றடைந்தனர்.

‘இது கைஜூவில் இருக்கும் படைகளின் தலைவன் ரொங்கோ சென். இது செம்பியன். சோழ நாட்டுத் தளபதி.’

ஷே அறிமுகம் செய்துவைத்தபோது செம்பியன் ரொங்கொவை அளவெடுத்தான். நடுத்தர உயரம். ஆனால் கட்டான உடல். புயங்களைப் பார்த்தால் உழைப்பாளி என்பது தெரிந்தது. கறுப்பு படிந்த பற்களைக் காட்டிச் சிரித்தான்.

செம்பியனும், வில்லவனும், ரொங்கொவும், மற்றும் சில வீரர்களும் புரவி ஏறி ஊரையும் எதிரிகளின் முகாமையும் கண்டுவந்தனர்.

‘மாபெரும் நாட்டின் படைகள் ஊரோடிகளிடம் தோல்வி அடைவது ஏன்?’ என்று செம்பியன் கேட்டதும் ரொங்கோவின் சிரிப்பு மறைந்து விட்டது.

‘வேறு பெயர் வைத்தால் நெருப்பு சுடாமல் போய்விடுமா? நீ கேட்கும்போது வலித்தாலும் அதுதான் உண்மை. தார்த்தாரியர்களின் வெற்றிக்குக் காரணம் அவர்களிடம் உள்ள உன்னதமான புரவிகள். மற்றொன்று, மிக நீளமான அம்புகள். சீனர்களின் கையைப் பார்த்தாயா? இந்தக் கையால் நீளமான அம்புகளை எப்படி இழுக்க முடியும்?’

‘அம்புக்கு எதிராக வாள் பயன்படாது. எட்டி நின்று சேதம் விளைவிக்கும் கருவிகளைத்தான் பயன்படுத்தவேண்டும். திட்டத்தை இரண்டாகப் பிரித்துக்கொள்வோம். முதல் பகுதி எதிரியை ஏமாற்றுவது. அவர்களுக்குப் பயந்து கைஜூ நகர வணிகர்களும் தனவந்தர்களும் நகரை விட்டு ஓடப்போகிறார்கள்; அவர்களைக் கூட்டிச்செல்ல பத்து கலங்கள் வந்துள்ளன என்று எதிரி நம்ப வேண்டும். அவர்களது ஒற்றர்கள் காணும்படியாகப் பட்டுப் பொதிகளும் ஏனைய பொருட்களும் கலத்தில் ஏற்றப்படவேண்டும்.

‘வணிகர்களைப்போல வேடமிட்ட வீரர்கள் ஊரிலிருந்து கூட்டம் கூட்டமாகத் துறைமுகத்திற்குள் வரவேண்டும். அவர்கள் யாரும் கலத்தில் ஏறக்கூடாது. மாறாக ஆங்காங்கே பதுங்கி இருக்கவேண்டும். எதிரிகள் கண்ணில் படும்படிக் கலத்தின் மேல்தளத்திலும் கீழ்த்தளத்திலும் மதிப்புள்ள பொருட்கள் அடுக்கிவைக்கப்பட வேண்டும். எதிரிகள் துறைமுகத்தினுள் வந்தபிறகு செய்ய வேண்டியது எங்கள் பொறுப்பு.’

‘நல்ல முறையில் செய்கிறோம்.’

‘உங்கள் வீரர்களை அணிவகுத்து நிற்கச் சொல்லுங்கள். ஐந்நூறு பேரை மட்டும் தெரிவு செய்கிறோம். மற்றவர்களை நீங்கள் உங்களது நடைமுறைப்படிப் பயன்படுத்திக்கொள்ளுங்கள்.’

‘ஆகட்டும்.’

‘வில்லவா, கையில் நகம் வளர்த்தவன், காதில் நண்டு வளர்த்தவனை எல்லாம் தள்ளிவிட்டு கையில் உரம் ஏறியவனை மட்டும் தேர்வுசெய். நமது வீரர்கள் அவர்களுக்குப் பயிற்சி கொடுக்கட்டும்.’

மறு நாள் ஊர் முழுதும் முரசறைவித்து, வணிகர்கள் அனைவரும் வெளியேறவேண்டும் என்ற செய்தி பரவியது.

இரண்டாம் நாள் வணிகர் வேடத்தில் இருந்த வீரர்கள் கூட்டம் கூட்டமாக வெளியேறினர்.

மூன்றாம் நாள் நூறு புரவிகளில் வந்த எதிரிகள் வணிகர் வேடத்தில் சென்றுகொண்டிருந்த வீரர்களைச் சூறையாடினர். வீரர்களும் பொருட்களைப் போட்டுவிட்டு துறைமுகத்தினுள் ஓடிவந்தனர். பின்தொடர்ந்து வந்த எதிரிகளைத் துறைமுகத்தில் இருந்த வீரர்கள் விரட்டி அடித்தனர். தப்பிய வணிகர்கள் கலத்தில் ஏறுவதை எதிரிகள் காணும்படியான திட்டம் நிறைவேறியது.

எட்டாம் நாள், எதிரியின் முழுப் படையும் புறப்பட்டுவருவதாக ஒற்று வந்தது.

செம்பியன் ஏழு கலங்களைக் கரையில் நிறுத்திவிட்டு, மூன்று கலங்களை நதியின் நடுப்பகுதியில் நிறுத்திக்கொண்டான்.

எதிரிகளின் நான்காயிரம் புரவிகள் புழுதியைக் கிளப்பியவண்ணம் வந்தன. எதிரிகளின் தலைவன் நூறு பேரை ஊருக்குள் அனுப்பிப் பார்த்துவரச் செய்தான். அவர்கள் சென்று பார்த்தபோது ஊரே வெறிச்சோடிக் கிடந்தது. ஒரு சில குடியானவர்கள் மட்டுமே எஞ்சியிருந்தனர். அவர்களும் மாறு வேடத்தில் இருந்த வீரர்கள்தாம். அவர்களைப் பிடித்து இழுத்துத் தங்கள் தலைவன்முன் கொண்டு சென்று விசாரித்தனர்.

‘யாரோ வேற்று நாட்டவர் வந்ததாகச் சொல்கிறார்களே, யார் அவர்கள்?’

‘எனக்குத் தெரியாது. ஆனால் வருவதாக வாக்களித்துவிட்டு, பின் வர மறுத்துவிட்டார்கள் என்று பேசிக்கொண்டார்கள்.’

‘உங்கள் படகுகள் எங்கே?’

‘அவர்கள் பின்வாங்கி அடுத்துள்ள டாசோ நகரில் முகாம் இட்டிருக் கிறார்கள் என்று துறைமுக வீரர்கள் பேசிக்கொண்டார்கள்.’

‘வணிகர்கள் எங்கே?’

‘ஏற்கெனவே மூன்று கலங்களில் முதல் கட்டமாகச் சென்று விட்டனர். இன்று மற்ற கலங்களும் புறப்படுவதாகக் கேள்வி.’

‘இவர்களை இழுத்து வாருங்கள். அனைவரும் துறைமுகத்திற்குச் செல்வோம்.’

துறையை அடைந்தவுடன் அத்தலைவன் ஆயிரம் புரவிகளை வெளியே நிறுத்திக்கொண்டான். மற்ற மூவாயிரம் பேரை மட்டும் உள்ளே அழைத்துச்சென்றான். அவர்கள் உள்ளே சென்றபோது வணிகர்கள் விரைவாகக் கலத்தில் பண்டங்களை

ஏற்றிக்கொண்டிருப்பதைக் கண்டனர். ஒவ்வொரு கலத்திலும் குறைந்தது நூறு பேராவது காணப்பட்டனர்.

'ஒவ்வொரு கலத்திற்கும் ஐந்நூறு பேராகப் பிரித்துக்கொண்டு, நூறு பேர் கலத்தின் மேல்தளத்திலும், இன்னும் நூறு பேர் கீழ்த்தளத்திலும் வேட்டையாடுங்கள். மற்றவர்கள் கீழே நின்று தப்பி வருபவர்களை வேட்டையாடுங்கள்' என்று தலைவன் உத்தரவிட்டான்.

எதிரி வீரர்களைக் கண்ட வணிகர்கள், கலத்தின் கீழ்த்தளத்தினுள் செல்வதுபோல் நடித்து கலத்தின் மறுபுறமாக நதியில் குதித்தனர். அங்கே ஆயத்தமாகக் காத்திருந்த ஏராளமான ஏவல் படகுகளில் அவர்கள் ஏறி நதியின் நடுப்பகுதியில் நின்ற மூன்று கலங்களில் ஏறிக்கொண்டனர்.

எதிரி வீரர்கள் கலங்களில் ஏறினாலும் அவர்களுக்குக் கலத்தின் கீழ்ப்பகுதிக்கு எப்படிச் செல்லவேண்டும் என்பதே தெரிந்திருக்க வில்லை. கிடைத்த பொருட்களைக் கீழே நின்ற வீரர்களிடம் வீசினர். அவற்றின் மதிப்பைக் கண்ட வீரர்கள் பலரும் தாங்களும் கலத்தில் ஏற முற்பட்டனர்.

தொலைவில் கலத்திலிருந்து கவனித்த செம்பியன் ஆணையிட்டான். ஏழு கலங்களும் வெடித்துச் சிதறின. உடல்களும், உடைமைகளும், கலத்தின் மரச் சட்டங்களும் நதியிலும் கரையிலுமாகச் சிதறின. துறைமுகத்தில் மறைந்திருந்த படைகள் எஞ்சியவர்களைச் சிறைப்பிடித்தன. ஊரில் பதுங்கியிருந்த படைகள் வெளியே இருந்த படைகளை எதிர்கொண்டன. முப்பது நாழிகையில் இரண்டாயிரத்து ஐந்நூறு வீரர்கள் கொல்லப்பட்டனர். ஆயிரம் பேர் கடும் காயமுற்றனர். மற்றவர்கள் சிறை பிடிக்கப்பட்டனர்.

ஷே செம்பியனைத் தழுவிக்கொண்டார். ரொங்கோ தோளில் வைத்துத் தூக்காத குறையாகக் கொண்டாடினான்.

'இன்று எதிரி நாம் நினைத்தபடிச் சிக்கிக்கொண்டான். ஆனால் எப்போதும் இதைப்போல நடக்கும் என்று கருதக்கூடாது. வீரத்திற்கு ஈடாகச் சூழ்ச்சி என்பது கால்பங்குதான். உங்கள் போர் முறையை மாற்றிக்கொள்ளுங்கள். புதிய கருவிகளைக் கண்டுபிடியுங்கள். குடிப்பிறப்பைத் தவிர்த்து வீரர்களைத் தெரிவு செய்யுங்கள்' என்று செம்பியன் அவர்களுக்கு அறிவுரை கூறினான்.

'உங்களுக்கு வெகுமதி அளிக்க விரும்புகிறேன். நான் தருவதை மறுக்காமல் ஏற்றுக்கொள்ளவேண்டும்' என்றார் ஷே.

'அதைப் பெருந்திரையரிடம் பேசிக்கொள்ளுங்கள்.'

மூன்று நாள் பயணித்து மீண்டும் சிஞ்சூ துறையை அடைந்தார்கள்.

அங்கே ஷே பரிசு பற்றிக் கேட்டார்.

பெருந்திரையனார், 'இரண்டு பரிசுகள் வேண்டும்' என்றார்.

'காத்திருக்கிறேன்.'

'முதலாவதாக, நாங்கள் போரில் உதவி செய்தோம் என்று உங்கள் மன்னருக்குத் தெரிவிக்கவேண்டாம். அது ஆபத்தானது. இரண்டாவதாக, பட்டுப் பூச்சி வளர்க்கும் முறையையும் விதைப் பூச்சிகளையும் பரிசாகப் பெற நினைக்கிறோம்.'

ஷே நீண்ட நேரம் பேசவில்லை. பட்டு வளர்ப்பதை ரகசியமாக வைக்கவேண்டும் என்பது அரச கட்டளை. மீறினால் மரண தண்டனை.

'உங்களுக்கு ஆபத்து என்றால் தவிர்த்துவிடலாம்.'

'வேறு ஏதாவது...' என்று ஷே இழுத்தார்.

'எங்களோடு ஒரு முறை விருந்து செய்யவேண்டும்.'

ஷேயின் இறுகிய முகம் தளர்ந்தது. 'மீண்டும் ஒரு முறை என் பெருமையைக் காத்துவிட்டீர்கள்.'

●

அன்று கலத்தில் இன்ப வெள்ளம் பெருக்கெடுத்து ஓடியது. காரணம், புகார் சென்றடைந்த இளவரசன், அங்கிருந்து சீனத்தில் இருக்கும் வணிகர்களுக்குச் செய்தி அனுப்பியிருந்தான். செய்தி ஓலைகள் புகாரிலிருந்து வங்க நாட்டுக்குச் சென்று, அங்கிருந்து சம்பக தேசம் வந்தடைந்து, பின் வேறு சில தேசங்கள் வழியாக இவர்களை வந்தடைந்திருந்தது. அதுமட்டுமல்லாமல் ஒவ்வொருவரின் குடும்பத்தினரும் ஓலை எழுதி அதையும் இளவரசன் தன் முயற்சியால் அனுப்பிவைத்திருந்தான். ஓலைகள் அனைத்தும் கலக்கோனிடம் கொடுக்கப்பட்டிருந்தன. அவர் விரும்பினால் மட்டுமே ஓலை உரியவரிடம் சேர்ப்பிக்கப்படும். இடம், பொருள், ஏவல், காலம் கருதி அவர் ஒருவருக்கு வந்த ஓலையை மறுக்கலாம். அல்லது ஒருவர் எழுதிய ஓலையை அனுப்பாமல் தடுக்கலாம்.

கடலோடிகளின் சிந்தனை சிதறக்கூடாது என்பதற்காகவே இந்தச் சட்டம். மேலும் கலத்தில் தங்கியிருப்பவர்களுக்கு வரும் ஓலைகள் அவர் படித்தபின்பே உரியவரிடம் சேர்ப்பிக்கப்படும். ஆனால் பல கலக்கோன்கள் படிப்பதில்லை.

‘செம்பியா உனக்கும் ஓலை வந்துள்ளது. கலக்கோனின் அறையில் இருக்கிறது’ என்றான் சேந்தன்.

செம்பியன் கலக்கோனிடம் சென்று கேட்டான்.

‘அதோ, எனது எழுதுகட்டிலில் உள்ளது. எடுத்துக்கொள்’ என்று சொல்லிவிட்டு அவர் வெளியே சென்றார். அங்கே பல ஓலைகள் இருந்தன.

தனது பெயர் எழுதப்பட்ட ஓலைச்சுருளைத் திறந்தான். சிவகலை எழுதியிருந்தாள். அதில் காதல் இருந்தது. அக்கறை இருந்தது. ஏக்கம் இருந்தது. ஆவல் இருந்தது. ஆனால் உயிர் இல்லை. மற்ற ஓலைகளை வெறித்தபடியே நின்றான். அதில் ஒரு கையெழுத்து பழக்கமானதுபோலத் தோன்றியது. நீண்ட மனப் போராட்டத்திற்குப் பின் பெரும் தயக்கத்துடன் பிரித்துப் படித்தான்.

‘அன்பின் இயைந்து கெழுமிய என்னவருக்கு’ என்று தொடங்கிய அம்மடல் இனியனுக்கு வந்திருந்தது. உளமுற்ற அன்பை வெளிப்படுத்திய வரிகளைக் கடந்து இறுதியாக, ‘தங்களுக்கு வீர மகன் பிறந்துள்ளான். அவனுக்கு நான் செம்பியன் என்று பெயர் வைத்துள்ளேன். இங்ஙனம் நித்திலா’ என்று முடிந்திருந்தது.

இவ்வரிகள் இடிபோல இறங்கின.

முழுமையான தோல்வி அடைந்தவனைப்போல நொறுங்கினான். இனிமையைவிட இனிமையான இனியன். என்னை இன்றளவு மறக்காத நித்திலா. இவர்களில் யார்மீது கோபம் கொள்வது. என்ன காரணம் கற்பித்து வெறுப்பது. அவர்கள் செய்த தவறென்ன? யாரையாவது நொந்து அரற்றினால்தான் மனம் அடங்கும். ஆனால் யாரை நோவது? எல்லோரும் நல்லவர்களாக இருக்கிறார்களே. தலைவலி மேலிடத் தன் அறையில் படுத்துவிட்டான்.

தூக்கத்திலும், சொப்பனத்திலும், சுழுத்தியிலும் பல கேள்விகள்.

‘இனியனிடம் நான் தோற்றுப் போய்விட்டேனா?’ என்றது ஒரு மனம். ‘போட்டியே இல்லாதபோது தோல்வி எப்படி?’ என்றது இன்னொரு மனம். ‘நான் அடைய முடியாததை அவன் அடைந்து விட்டானே!’ என்றது ஒரு மனம். ‘நீ அடைய மறுத்தது அவனைத் தேடிச் சென்றது’ என்றது ஒரு மனம்.

நித்திலா இன்னும் என் காதலியா? இல்லை, அவள் வேறொருவன் மனைவி.

நித்திலா இனியன்மீது அளவுகடந்த காதல் கொண்டுள்ளாள். பின் எதற்காக மகனுக்கு உன் பெயரை வைக்கவேண்டும்? யாருமே வெற்றி பெறாத ஒரு போட்டியில் நான் தோல்வி அடைந்தது ஏன்?

நீண்ட நேரம் கழித்து கலக்கோன் வந்தார்.

'என்ன செம்பியா, அறைக்குள் அடைந்து கிடக்கிறாய்? இதுபோல் உன்னைப் பார்த்ததே இல்லையே?'

'ஆம் ஐயா. சற்று உடல்நலமின்மை.'

அவர் சிரித்தார். 'மகனே! கலத்தில் உள்ள ஒவ்வொருவரின் செயல் பாடுகளையும் நான் கவனிக்கத் தவறுவதில்லை. நான் தாய்ப் பேடை, நீங்கள் என் குஞ்சுகள். நீ பேசாவிட்டாலும் உன் முகம் காட்டுகிறது.'

'ஐயா...'

'நீ சொல்லவேண்டியதில்லை. தடைகள் பல உருவத்தில் வரலாம். எதிரிகளால் வந்தால் நேரிடையாகத் தாக்கிவிடலாம். உறவு முறையில் வந்தால் விலகிக்கொள்ளலாம். உன் மனத்திலிருந்து வந்தால் தாங்கிக்கொள்வதைத்தவிர வேறு வழியில்லை. நீர் வழிப்படும் புனைபோல் ஆருயிர் விதி வழிப்படும் என்பது நீ அறியாததா? வெந்ததைத் தின்று விதி வந்தால் போவதும், சென்றதை எண்ணி நொந்து மாய்வதும் உரமிலாதவர் செயல். புகழ் மட்டுமே மரணத்தையும் வெல்லும். அதை எய்தும் வழியில் நடக்கிறாய். அதையே சிரமேற்கொண்டு செயல்படு.'

செம்பியன் ஆறுதல் அடைந்தான்.

'வீடு, மனைவி, பிள்ளைகள், உற்றார், உறவு, நட்பு, இவை...' என்று இழுத்து நிறுத்தினான் செம்பியன்.

'அவை எல்லாம் பிற' என்று கலக்கோன் தெளிவாக நிதானமாகக் கூறினார்.

# 48

## என் காதலி இல்லாத உலகில் தாமரையும் பூக்கிறதே!

ஐந்து மாதங்கள், நொடிப்பொழுதுபோல் பறந்தன. சீனத்து மரங்கள் எல்லாம் இலை உதிர்த்துத் தவம் செய்தன. பறவைகளைக் காண்பதே அரிதாக இருந்தது. ஓரிரு சமயம் சில பறவைகள் மரக்கிளைகளிலிருந்து விறைத்து விழுந்ததையும் கண்டனர். ஆடுகளும் மாடுகளும் காம்பு வெடித்து, பால் உண்ண வரும் கன்றுகளைக்கூட முட்டித் தள்ளின. கருக்கல்போல் நண்பகலும் காரிருள் போல் மாலையும் காலக் குழப்ப மாயத்தில் ஆழ்த்தின. வெளிச்சத்தை மட்டுமே கொண்டு நாள் ஓடுவதை உணர்ந்த தமிழர்கள் நாளும் கிழமையும் மருவி மயங்கியதால் திகைத்தனர்.

குளிரில் உலோகம் சுருங்கும். நாட்களும் சுருங்கிய போது அதனை நீட்டிக்கும் வழி தெரியாது தவித்தனர்.

லியாக் ஆற்றின் மேற்கிலிருந்து பனித் துண்டுகள் மிதந்து வந்தன. முதலில் வியப்புடன் எடுத்து விளையாடியவர்கள், பின் வெறுக்கத் தொடங்கினர்.

மார்கழி மாத இறுதியில் பனி பொழிந்தது. சிஞ்சூ துறைக்கு வந்த யவன வணிகர்கள் முதல் பனிப் பொழிவை மிகச் சிறப்பாகக் கொண்டாடினர்.

நாழிகைக்கு ஒருமுறை தே இலையிட்ட வெந்நீர் பருகாவிட்டல் இருமல் வேகமாக வந்து ஒட்டிக்கொண்டது.

'இப்போது புரிகிறது இந்தத் தேயின் மகிமை' என்று மாய்ந்து போனார் பெருந்திரையனார்.

கலத்தில் இருந்த எண்ணெய், நெய் ஆகியவை உறைந்துபோயின. ஒரு சில இரவுகளில் குடிநீருக்கு மேலாகப் பனி கட்டிக்கொண்டது. உணவு உண்டபிறகு கைகழுவி முடித்தவுடன் விரல்கள் விறைத்துக் கொண்டன. ஒரு சிலர் இத்தொல்லையைத் தவிர்க்க சீனர்களைப் போலக் குச்சி வைத்து உண்ண முயன்றனர்.

அழகன் மட்டும் எண்ணெய் ஒழுக்கைப்போல் நேரம் தவறாமல் சென்றுவந்தான்.

நண்பர்கள் அவனை ஒரு நாள் வழி மறித்தார்கள். 'நாங்கள் எல்லாம் முடங்கிக்கிடக்கிறோம். நீ மட்டும் முறுக்கேறித் திரிகிறாயே, எப்படி' என்று கேட்டான் சேந்தன்.

'இது மாப்பிள்ளை முறுக்குபோலத் தெரிகிறதே?' என்றான் மாறன்.

'முறுக்குமல்ல அப்பமுமல்ல. சாங் யூ தினமும் வீட்டிலிருந்து ஒரு பானம் கொண்டுவந்து தருகிறாள். அதில் ஒரு மடக்கு குடித்தவுடன் உடல் இந்தக் குளிரிலும் வேர்க்கும். மாலைவரை அது தாங்கும். கலத்திற்குத் திரும்பும்போது மீண்டும் ஒரு மடக்கு.'

'எங்களுக்கும் அந்த மந்திர பானத்தைக் கொண்டுவரக்கூடாதா?'

'கேட்கிறேன். கொடுத்தால் கொண்டுவருகிறேன்.'

அன்று மாலை சாங் யூ அழகனோடு வந்தாள். கலக்கோனின் அறையில் நண்பர்கள் கூடினார்கள்.

'நீங்கள் அனைவரும் குளிரில் வாடுகிறீர்கள் என்று உங்கள் நண்பர் கூறினார்...' என்று சாங் யூ சொன்னபோது அவள் அழகனின் பெயரைக் குறிப்பிடவில்லை. அதைக் கவனித்த சேந்தன், 'எந்த நண்பர்?' என்றான்.

அவள் நிறுத்தி நிதானமாக, 'இங்கு கூடியுள்ளவர்களில் கலக்கோனுக்கு அடுத்தபடி மூளை உள்ள ஒரே நண்பர்' என்றதும் குளிரையும் மீறி வெடிச் சிரிப்பு எழுந்தது.

‘அழகனுக்காக எங்கள் மூக்கையும் உடைத்துவிட்டாயே தங்காய்!’ என்றான் செம்பியன்.

‘இதைக் குடியுங்கள். மூக்கு சரியாகி விடும்’ என்ற சாங் யூ சீனத்துக் களிமண் குவளையிலிருந்து சிறிய கிண்ணிகளில் நீர்போல ஒரு பானத்தை ஊற்றிக்கொடுத்தாள். உண்மையில் அது நாக்கில் பட்டதுமே குளிர் ஓடிவிட்டது.

‘இன்னும் ஒரு கிண்ணி கொடுக்கலாமே?’ என்றனர்.

‘அதிகமாகப் பருகக் கூடாது. குவளை இங்கேதான் இருக்கும். நாளைக் காலை பருகலாம்’ என்றாள்.

‘ஆகா, இத்தகைய சிறந்த மருந்தைத் தந்த தங்கைக்கு நான் ஒரு பரிசளிக்க விரும்புகிறேன்’ என்றான் மாறன்.

‘நீ என்ன கொடுக்கிறாயோ, அதைப்போல இரு மடங்கு நான் கொடுப்பேன்’ என்றான் சேந்தன்.

‘நான் பவளக் கணையாழி தருவேன்.’

‘நான் பவளக் குண்டலங்கள் தருவேன்.’

‘நான் மட்டும் விடுவேனா? பெண்ணே, உன்னையும் உன் தோழி களையும் கடலுக்குள் நாவாயில் இன்பச் செலவுக்கு அழைத்துச் செல்கிறோம்’ என்றார் கலக்கோன்.

‘இந்த பானத்தை எப்படிச் செய்வது என்பதைக் கூறினால் உன் எடைக்கு எடை பொன் தருவேன், தங்காய்’ என்றான் பூதன்.

‘மிக எளிமையான செய்முறை. பிறந்த சுண்டெலிகளைக் குவளையில் போட்டு வடிகள்ளை ஊற்றி இரண்டு வாரம் கழித்துக் குடித்தால் குளிர் பறந்துபோகும்.’

இதைக் கேட்ட நண்பர்களுக்குக் குளிர் காய்ச்சல் வந்ததுபோல இருந்தது. மிக மெல்லிய குரலில், ‘என்ன சொல்கிறாய்? சுண்டெலியா? மொழியாளரே, நீர் தவறாக மொழி பெயர்க்கிறீரா?’

மொழி வல்லுநர் அவளைத் திருப்பிக் கேட்டதும் அவள், ‘இதோ பாருங்கள்’ என்று குவளையைத் திறந்து காட்டினாள். கொத்தாகச் சுண்டெலிகள் மிதந்துகொண்டிருந்தன.

நண்பர்கள் வாந்தி எடுக்க முயன்றனர். முடியவில்லை. ஆனால் தொண்டைக்குள் சுண்டெலிகள் சுரண்டின.

'கணையாழியை விடவும், குண்டலங்களை விடவும், கலக்கோன் கூறியதுதான் எனக்கு வேண்டும். ஆனால்...'

'சொல்லம்மா...' என்றார் கலக்கோன்.

'என்னை உங்கள் நாட்டுக்கு அழைத்துச் செல்ல முடியுமா?'

'ஏனம்மா இப்படிக் கேட்கிறாய்?'

அவள் கண்களில் முத்துப்போல நீர் திரண்டு தரையில் விழுவதா, அணிகலனில் சேர்வதா என்று தடுமாறியது.

'வருத்தப்படும்படி நான் ஒன்றும் கேட்கவில்லையே தாயே.'

'இல்லை. பெண்ணாகப் பிறந்ததுதான் தவறு. அதிலும் சீனத்தில் பிறந்தது நான் செய்த பாவம்.'

நண்பர்கள் வெளியேற எழுந்தனர். 'உட்காருங்கள். தவறில்லை' என்றான் அழகன்.

'எனக்கு உன்னைப்போல ஒரு பெண் இருக்கிறாள். விவரமாகச் சொன்னால் முடிந்தவரை உதவி செய்கிறேன்.'

'என் தாயார் பாதி சீனம், பாதி பாரசீகம். எனவே அழகி. ஆனால் இரண்டு பக்கமும் தகுதியில்லாதவள். என் தந்தை அவளை இரண்டாவது காமக் கிழத்தியாக ஏற்றுக்கொண்டார். சீனத்தில் மனைவி, மகள்களுக்கு எவ்வித உரிமையும் கிடையாது. சடங்கு களுக்கும் சந்ததி விருத்திக்கும் மட்டுமே அவர்கள் தேவைப் படுகிறார்கள். இந்நிலையில் என்னைப் போன்ற இழிதகுதி உடையவளுக்குக் கதி என்ன? இயல்பிலேயே நான் பிடிவாதக்காரி. ஆகவே கால்களைக் கட்டவும் நகம் வளர்க்கவும் மறுத்துவிட்டேன். அப்படிச் செய்திருந்தால்கூட நானும் காமக் கிழத்தியாக மட்டுமே ஆக முடியும். அவற்றைச் செய்யாததால் குடியானவனுக்குக்கூட நான் தகுதியற்றவள். என் காலில் நிற்க எண்ணி தந்தையிடம் உதவியாளராகப் பணியாற்றிக் கற்றுக்கொள்கிறேன். எப்படிப் பார்த்தாலும் சீனத்தில் இருள் மட்டுமே தெரிகிறது.'

'அழகன் என்ன சொல்கிறான்?' என்று கலக்கோன் கேட்டார்.

'நமது சட்டப்படி பெண்களை வணிகக் கலத்தில் கூட்டிச் செல்ல முடியாதே என்று சிந்திக்கிறேன்' என்றான் அழகன்.

'கவலையை விடு குழந்தாய். உன்னைப் புகாருக்கு அழைத்துச் செல்வது என் கடமை' என்றார் கலக்கோன்.

சாங் யூ அவர் கால்களில் விழுந்து சீன முறைப்படி வணங்கினாள்.

'இக்கணத்திலிருந்து நீ என் மகள். நீ உன் தந்தையிடம் பேசு. அவர் சம்மதித்தால் சீனத்தில் திருமணம். இல்லை என்றால் இந்தக் கலத்தில் திருமணம். இந்தக் கலம் என் சாம்ராஜ்ஜியம். இதற்குள் நீ எப்போது வேண்டுமானாலும் வரலாம். அது மட்டுமல்ல, சீன அதிகாரிகள்கூட என் அனுமதி இன்றி இதன் உள்ளே வர முடியாது.'

●

மாசி முதல் நாளன்று திருக்கானீசுவரர் திருக்கோவில் குடமுழக்கு செய்யப்பட்டது.

கலசங்களுக்கு நீர் ஊற்றும்போது பெருந்திரையனார் கண் கலங்கி விட்டார். 'ஐயனே! முப்பது கலங்களின் பொன்னும் பொருளும் இருக்க உனக்கு ஒரு கற்றளி எழுப்ப முடியவில்லையே. கடல்போல் விரிந்திருக்கும் மாளிகைகள் நிறைந்த நகரில் கையளவு நிலத்தில் தான் கோவில் கட்டும் நிலையில் இருக்கிறேனே, ஐயனே! பொறுத்து அருளவேண்டும்' என்று மனம் உருகினார்.

எளிமையான ஒருநிலைக் கோபுரத்தில், புகாரிலிருந்து கொண்டு வரப்பட்ட மூன்று கலசங்கள் மின்னின.

பங்குனியில் பண்டகசாலைகளும் விடுதிகளும் நிறைவுபெற்றன.

நாட்கள் செல்லச் செல்ல எல்லோருக்கும் நாட்டு நினைப்பும் வீட்டு நினைப்பும் ஒன்றாய்ச் சேர்த்து வாட்டியது.

பூதனும், அப்துல்லாவும், வில்லவனும் மேலும் இரண்டு ஆண்டுகள் சீனத்தில் தங்கியிருக்கச் சம்மதம் தெரிவித்தனர். அடுத்த முறை கலங்கள் வரும்போது பண்டங்கள் கொள்முதல் செய்ய ஆயத்தமாக இருக்கவேண்டியது அவர்கள் பணி. இந்தவகையில் கலங்கள் புகாரிலிருந்து ஆணி மாத இறுதியில் புறப்பட்டால் ஆவணி இரண்டாம் வாரம் சிஞ்சூ துறையை அடைந்து, கொண்டு வந்த பண்டங்களை இறக்கிவிட்டு, கொள்முதல் பண்டங்களை ஏற்றிக்கொண்டு கார்த்திகை மாத இறுதியில் காற்று திசை மாறும் போது புறப்பட்டால், தை மாத இறுதிக்குள் புகார் திரும்பிவிடலாம்.

கலக்கோனையும் பெருந்திரையரையும் தவிர்த்து மற்றவர்கள் புதிதாகக் கட்டப்பட்ட விடுதியில் தங்கிக்கொண்டனர்.

●

ஜியா பவ் யூ பதட்டமாக விடுதிக்கு வந்தார். 'அழகன் எங்கே?'

‘கணக்கறிச் சாலையில் உள்ளார்’ என்றான் காவலன்.

கணக்கறிச் சாலையில் அழகன், சேந்தன், செம்பியன், மாறன் ஆகியோர் பற்று வரவை நேர் செய்யும் முயற்சியில் ஈடுபட்டிருந்தனர். அவர்களைச் சுற்றிலும் ஓலைத் தூக்குகளும் பட்டுச் சுருள்களும் இரைந்துகிடந்தன. எண்கணியர்கள் ஓலையில் இருந்த எண்களைக் கூட்டிப் பெருக்கிக்கொண்டிருந்தனர்.

‘வாருங்கள், ஐயா. அமருங்கள்’ என்றான் மாறன்.

‘பெரிய ஆபத்தில் இருக்கிறேன். காப்பாற்றவேண்டும்.’

‘சொல்லுங்கள்.’

‘உங்களது பண்டகசாலைகளையும் கோவிலையும் கட்டிக்கொடுத்த வகையில் இந்த வருடம் என் வருவாய் அதிகமாகக் கணக்கிடப் பட்டு நம்ப முடியாத தொகையை வரியாகக் கேட்கிறது அரசு.’

‘அதற்கு நாங்கள் என்ன செய்யவேண்டும்?’

‘ஷே உங்களுக்குக் கடமைப்பட்டவர். அவர்தான் வரியைக் கூட்டிக் கேட்கிறார். நீங்கள் எடுத்துக் கூறினால்...’

‘உங்கள் அரசாங்க நடப்புகளில் நாங்கள் தலையிடுவது நடவாத செயல். வேண்டுமானால் பண உதவி செய்கிறோம்.’

‘புரியாமல் பேசுகிறீர்கள். என் வருமானத்தைப்போல இரு மடங்கு வரி கேட்கிறார். உங்களிடம் வாங்கினால் எப்படித் திருப்பிக் கொடுப்பது?’

‘இதுவே எனது இறுதி முடிவு. போய்வரலாம்.’

இரண்டு நாட்கள் கழித்து ஷின் யூ அழகனுக்குக் கடிதம் அனுப்பியிருந்தாள். அழகன் அதைக் கலக்கோனிடம் காட்டினான். அதில், ‘என் தந்தை செலுத்தவேண்டிய வரிக்காக என்னை அடிமையாக விற்கும்படி ஷே கேட்கிறார். காப்பாற்றக் காலம் தாழ்த்தினால் என் உடலைக்கூட உங்களால் காண முடியாது’ என்று எழுதியிருந்தாள். ‘உங்கள் மகள் என்று கூறினீர்களே! ஏதாவது செய்யக் கூடாதா?’ என்று அழகன் கேட்டான்.

‘என்னால் பணம் வேண்டுமானால் தர முடியும். வேற்று நாட்டு அரசியலில் நாம் தலையிடுவது இல்லை என்பது உனக்குத் தெரியாதா. இதோ பெற்றுக்கொள்’ என்றபடி பொற்குவியலைக் கொடுத்தார் கலக்கோன்.

அதைப் பெற்றுக்கொண்ட அழகன் செம்பியனை அழைத்துக் கொண்டு ஜியா பவ் யூவின் இல்லத்திற்குச் சென்றான். அங்கே ஷேயின் காவலர்கள் வீட்டைச் சுற்றி நின்றனர். எவரையும் உள்ளே விடவில்லை. அழுகுரல் மட்டும் கேட்டது. பலவித கூக்குரல் களுக்குப் பின்னே, ஷின் யூ வெளிறிய முகத்துடன் வந்து ஒரு பல்லக்கில் அமர்ந்தாள். பல்லக்கு நகர்ந்தபோது அழகனைக் கண்டதும் 'சிங்ரென்' என்று பெருங்குரலெடுத்து அழுதாள்.

'அஞ்சாதே! நான் பணம் கொண்டுவந்துள்ளேன்.'

வீரர்கள் அழகனை விலகிப்போகும்படிக் கூறினர்.

பொறுமையில் தருமனையும் விஞ்சிய அழகன் கண்கலங்கினான். வீரத்தில் பார்த்தனை நிகர்த்த செம்பியனும் கண்கலங்கினான். நடந்ததைப் பற்றி எதையும் அறியாத வழிப்போக்கர்களும் மனம் வருந்தினர். இளவேனிற் காலத்து மலர் சொரியும் மரங்களும் வாடின.

'நாம் ஷேயின் இல்லத்திற்குச் செல்லலாம்' என்றான் செம்பியன்.

நண்பர்கள் தெருவில் ஓடிய வேகத்தைக் கண்டு சீனர்கள், 'பண்பாடு அற்றவர்கள்! வீதியில் இப்படியா ஓடுவது?' என்று முகம் சுளித்தார்கள்.

ஷேயின் இல்லத்தில் வீரர்கள் வழிமறித்தார்கள். 'ஷே மாளிகையில் இல்லை. மாலையில்தான் வருவார்.'

'நாங்கள் அவரை அவசரமாகச் சந்திக்கவேண்டும்.'

'உங்கள் அவசரத்திற்கு அவரைச் சந்திக்க முடியாது.'

'ஒரு பெண்ணின் வாழ்க்கை பற்றியது.'

'எனக்கு எல்லாம் தெரியும். நீங்கள் உங்கள் கலத்திற்குச் செல்லுங்கள். தாய்பான் உங்களுக்கு அழைப்பு அனுப்புவார்.'

'அப்பெண்...'

'அவளை உடனடியாகப் படகில் ஏற்றி ஷாங்கன் அழைத்துச் செல்ல உத்தரவிட்டுள்ளார்.'

படகில் ஏறும்போது ஷிங் யூ, உலகில் துன்பப்படும் அனைத்துப் பெண்களுக்காகவும் அழுதாள். ஆனால் அவள் கண்ணீரைத் துடைக்க உலகில் ஒரு சிறு விரல்கூட வரவில்லை. அழகன் அரை மயக்க நிலையில் வாடினான். 'கதிரே! என் நிலை கண்டு உனக்கு

வருத்தமா, வெட்கமா? புகாரிலிருந்து என் மரக்கலத்தைத் தள்ளிக் கொண்டு வந்த காற்றே, புயலாக மாறி என்னையும் என் அன்பையும் இழுத்துச் செல்லக் கூடாதா?' என்று புலம்பினான். இதனால் கோபம் கொண்ட காற்று வேகமாக வீசி, எட்டியிருந்த தாமரைக் குளத்தின் நீரை வாரி இரைத்தது.

'ஐயோ, என் காதலி இல்லாத உலகில் தாமரையும் பூக்கிறதே' என மீண்டும் அழகன் மருகினான்.

எல்லா ஆற்றலும் இருந்தும் கௌரவர் சபையில் செயலற்று நின்ற பாண்டவர்களைப்போல நண்பர்கள் வேர் விட்டு நின்றனர். கதிரவனும் முகிலெடுத்து முகத்தை மறைத்துக்கொண்டான்.

'அழகா! முடிந்தால் சீனச் சக்கரவர்த்தியையும் சந்திப்போம். அதுவும் தோல்வி அடைந்தால் வாள் கொண்டு போராடுவோம். சீனர்கள் வீரம் என்னவென்று எனக்கு நன்றாகத் தெரியும். ஆணை இட்டுச் சொல்கிறேன்' என்றான் செம்பியன்.

அழகனின் நிலைமை கருதியும் அவன் பொருட்டு இளவல்கள் யாதேனும் அசட்டுச் செயல்களில் மாட்டிக்கொள்ளக் கூடாது என்பது கருதியும் அன்றிலிருந்து ஏழாம் நாள் கலங்கள் தமிழகம் திரும்பும் எனப் பெருந்திரையனார் அறிவித்தார்.

கடலோடிகளும் வணிகப் பணியாளர்களும் தங்கள் தனி உடைமைப் பொருட்களை வாங்குவதில் ஈடுபட்டனர்.

அன்றிரவு நண்பர்கள் எவரும் உறங்கவில்லை. கலக்கோன் மாறனை அழைத்தார். 'மாறா! அழகனோடு எப்போதும் உங்களில் எவரேனும் ஒருவர் உடன் இருக்கவேண்டும். அவன் அசம்பாவிதமாக ஏதேனும் செய்துவிடுவானோ என்று அஞ்சுகிறேன். செம்பியன் உணர்ச்சி வசப்பட்டவன். அவனை விட்டுப் பிரியக்கூடாது என்று சேந்தனிடம் கட்டளை இடு. நாம் புறப்பட இன்னும் ஓரிரு நாட்களே இருக்கும் போது இழவுச் செய்தியுடன் திரும்பிச் செல்லவேண்டாம் என்று நினைக்கிறேன்.'

'உங்கள் உள்ளம் புரிகிறது. பெருந்திரையர் தலையிட்டால் ஏதாவது நடக்கும் என்று நம்புகிறேன்.'

'அவரைப் பற்றி உனக்கு நான் சொல்லவேண்டுமா? அன்புடன் பழகும்போது கன்றுக்குட்டியைப்போலப் பழகுவார். கடமை என்று வந்துவிட்டால் கருநாகம்போலச் சீறுவார். நடப்பது அனைத்தை யும் பார்த்துக்கொண்டுதானே இருக்கிறார். அனைத்தையும் மீறி அவர் மௌனமாக இருக்கிறார் என்றால் நான் என்ன செய்வது?'

‘அழகன் அதிர்ந்து பேசாதவன். அன்பே உருவானவன். கடமையில் கண்ணும் கருத்துமாக இருப்பவன். வயதிற்கு மீறிய பக்குவம் உள்ளவன். எல்லா வகையிலும் பூரணமானவன். அவன் ஆசைப் பட்டும் கேட்டதில்லை, வருத்தப்பட்டும் கண்டதில்லை.. அவன் துயரப்படுகிறான் என்னும்போது மனம் பொறுக்கவில்லை, ஐயா’ என்று மாறன் நா தழுதழுத்தான்.

‘குமாரா! உன் நட்பின் ஆழம் பாராட்டுக்குரியது. கடலுக்கு அழகே அலைகள்தாம். ஆனாலும் அலைந்துகொண்டிருப்பதுதான் அதன் விதி. அதைப்போலத்தான் உறவும், நட்பும், பயணமும், வாழ்வும். தொடர்ந்துகொண்டே இருக்கவேண்டும். நிலைத்து நிற்க இயற்கை இடம் தருவதில்லை. ஓடாத நதியும் வீசாத காற்றும் என்றாவது நன்மை தந்ததுண்டா? சிலவற்றை அதன் இயல்பிலேயே விட்டு விடுவதுதான் நல்லது. விருப்பு, வெறுப்பின் காரணமாக இயற்கையின் ஓட்டத்தை மாற்றினால் அதன் எதிர்வினை கடுமையாக இருக்கும். சிந்தித்துப் பார்.’

‘வருகிறேன் ஐயா.’

# 49

## புகழால் அமைந்த புகார்

**வை**கறையில் வருண வழிபாடு முடித்து விட்டுக் கலங்கள் சீனத்திலிருந்து புறப்பட்டன. கடலோடிகளுக்கு எல்லையில்லாத மகிழ்ச்சி. நாளைக்கே புகாரை அடைந்துவிடுவதுபோலக் கனவுகள்.

பொழுது புலர்ந்த நேரம் அழகன் மேல்தலத்திற்கு வந்தான். அங்கு இருந்தபடியே சிஞ்சூ துறையை வெறித்தபடி இருந்தான். அவனுடன் நண்பர்களும் இருந்தனர்.

கலக்கோன் அவர்களின் அருகே வந்தார். 'இளவல்களே, வெயில் சுடுகிறதே. கீழே சென்றால் என்ன?' என்று கேட்டார்.

'என் ஷின் யூவுடன் இணையக் காத்திருக்கிறேன்.'

'மடத்தனமாகப் பேசாதே அழகா' என்று செம்பியன் அவனை அதட்டினான்.

'மரணம்தான் எங்களை இணைக்கும் என்றால், அதை வரவேற்பதில் என்ன தவறு?'

கலக்கோன் அவன் தோளில் கைபோட்டு, 'மரணத்தில் இணைவதற்குப் பெயர் காதல் அல்ல, வாழ்க்கையில் இணைய வேண்டும்' என்றார்.

'ஆறுதலாகப் பேசாவிட்டாலும், ஆகக்கூடியதையாவது பேசக்கூடாதா?'

'நான் உண்மையைப் பேசவேண்டும் என்று நினைக்கிறேன். அதோ பார்' என்று மேற்கில் கை காட்டினார்.

அங்கே பத்து ஷாம்பங் படகுகள் நின்றுகொண்டிருந்தன.

'என்ன தெரிகிறது?'

'ஷின் யூ' என்று அனைவரும் சத்தமிட்டனர்.

கலம் நிறுத்தப்பட்டது. ஒரு ஷாம்பங்கில் ஷின் யூவும் மற்றொன்றில் சிஞ்சூ துறைமுக சுங்கத் தலைவர் சென் லீயும் வந்தனர். கயிற்றேணி இறக்கப்பட்டது. மேலே வந்த ஷின் யூ கலக்கோனின் காலில் விழுந்து சீன முறைப்படி வணங்கினாள். அழகனும் வணங்கினான். நண்பர்கள் அனைவரும் வணங்கினர். பெருந்திரையரும் மகிழ்ச்சியில் கலந்துகொண்டார்.

'அழகா, எங்கள் மீது கோபம் இருந்தால் மன்னித்துவிடு' என்றார் சென் லீ.

அழகனால் பேச முடியவில்லை.

'எங்கள் நாட்டுச் சட்டப்படி சக்கரவர்த்தியின் உத்தரவு இல்லாமல் எவரும் வெளிநாடு செல்ல முடியாது. அதிலும் வணிகர்களோடு செல்வது தண்டனைக்குரிய குற்றமாகும். அதனால் ஷின் யூவை அடிமையாகப் பெற்று உங்களுக்கு இப்போது பரிசாகக் கொடுக்கிறேன். இதற்குச் சட்டத்தில் இடமுண்டு.'

'நன்றி ஐயா!'

'நன்றி எனக்கல்ல. ஷேவிற்கு உரியது. அவரும் கலக்கோனும் எல்லா நடவடிக்கைகளையும் ரகசியமாகச் செய்து முடித்தார்கள்.'

கலக்கோன் நமட்டுச் சிரிப்பு சிரித்தார்.

'ஷின் யூவிற்கு திருமணப் பரிசாக மற்ற படகில் பொருட்களும் இருபது அடிமைப் பெண்களும் உள்ளனர். எடுத்துச் செல்லுங்கள். நான் வருகிறேன். ஷெ இந்தக் கடிதத்தைக் கொடுக்கச் சொன்னார்' என்று பெருந்திரையரிடம் பட்டுத் துகில் ஒன்றைக் கொடுத்துவிட்டு சென் லீ விடை பெற்றுக்கொண்டார்.

பெருந்திரையரின் அறையில் அனைவரும் கூடினர்.

இருமொழியாளர் கடிதத்தைப் படித்தார்.

மதிப்பிற்குரிய பெருந்திரையருக்கு!

தாங்கள் காலம் கருதிச் செய்த உதவியால் எதிரிகள் முழுமையாகத் தோற்கடிக்கப்பட்டனர். அதனால் எனக்குப் பதவி உயர்வும் கிட்டியுள்ளது. நீங்கள் கேட்ட பட்டு விதைப் பூச்சிகளையும் அதைப் பேண இருபது பெண்களையும் ஷின் யூவிற்கு என் திருமணப் பரிசாக அனுப்பியுள்ளேன். இது விதிமீறல்தான். ஆனால் பண்பு காப்பாற்றப்படும் என்பதால் இதைச் செய்யத் துணிந்தேன்.

நல்லுறவு. வாழ்த்துகள்.

பெருந்திரையர் கண் கலங்கிவிட்டார். 'உறவுகளே. இன்றுதான் கணியன் பூங்குன்றன் வரிகளின் உண்மையான பொருளை உணர்ந்தேன். உண்மையிலேயே யாதும் நம் ஊரே, யாவரும் நம் கேளிர். நாமும் ஷேயும் ஒருவரை ஒருவர் உயர்தகுதியில் வெல்ல வேண்டும் என்று போட்டி இட்டதால் விளைந்த நன்மை இது. இது வணிகப் போட்டியால் விளைந்ததன்று. நமது இப்பயணம் பின்வரும் வணிகர்களுக்கு நாம் சமைத்த நல்லுறவுப் பாதை. புகாரின் பெருமைக்கு இது மேலும் ஒரு சிகரம். இனி வரும் காலத்தில் புகார் வணிகர்கள் என்றால் சீனத்தில் பீடும் புகழும் ஒளிவிடும் என்றவகையில் நமது பயணம் அமைந்தது என்பதில் ஐயமில்லை. உலகில் பல சிறந்த துறைமுகங்கள் உள்ளன. பல சிறந்த நகரங்கள் உள்ளன. ஆனால் புகாருக்கு இணையாக வேறு ஒன்றைக் காட்ட முடியுமா? நமக்கும் புகாருக்கும் உள்ளது பிணைக்க முடியாத பெருமை' என்றார்.

பெருந்திரையனார் தன் பேச்சில் ஒவ்வொரு முறையும் புகார், புகார் என்று குறிப்பிட்டபோதெல்லாம், செம்பியன் உள்ளத்தில் ஏதோ உருண்டது. கலத்தின் மேல்தளத்திற்கு வந்தான்.

சீனக் கடற்கரை பார்வையிலிருந்து மறைந்துவிட்டது. இரண்டு வருடங்களுக்குமுன் கனவுபோலத் தோன்றிய தலைக்கோல் பட்டம், பெருஞ்செல்வம், நாடு காணல் என அனைத்தும் நடந்தேறி விட்டது. இனிமேல் புகாரில் என்னை அறியாதார் யாரும் இருக்க முடியாது. சீன வணிகர்கள்கூட என்னை 'டாய்ச்சி செம்பியன்' என்று மதிப்போடு அழைக்கிறார்கள். எனது மனையாள், ஒரு புகழ்பெற்ற உயர்குடியின் ஒரே பெண். அழகிலும் குணத்திலும் சிறந்தவள்.

அவளுக்கு இல்லாதது என்று எதுவும் இல்லை. எனக்கு மட்டும் என்ன குறை?

வலது கையில் உதியன் அணிவித்த கங்கணம் உறுத்தியது. மனம் இரும்பாய்க் கனத்தது. இந்த மனம் என் எதிரி. என்னைச் சிறுமைப் படுத்துவதே அதன் தலையாயக் கடமை. கிடைக்காதவற்றை மட்டும் பூதாகாரமாக விரித்துக் காட்டுகிறது. எனது சாதனைகளைக் குறுக்கிக் காட்டுகிறது. இதை அடக்காவிட்டால் எனது ஆற்றலைத் திசை மாற்றிவிடும். உன்னை எளிதில் நான் விடப்போவதில்லை. வா! உன் ஆட்டத்தைக் காட்டு. நான் உன் கொட்டத்தை அடக்கிக் காட்டுகிறேன்.

'யார் கொட்டத்தை அடக்கப்போகிறாய் செம்பியா?'

திடுக்கிட்டுத் திரும்பினான். கலக்கோன் புன்னகையோடு நின்று கொண்டிருந்தார்.

'ஐயா! மனத்தை அடக்க என்ன வழி?'

'உன்னையும் அறியாமல் நீ வாய்விட்டுப் பேசிக்கொண்டிருந்தாய். இந்நிலையில் மனத்தைத்தான் அடக்க உன்னால் முடியுமா?'

'முயன்றால் முடியாதா?'

'இந்தக் காரியத்தில் மட்டும் முடியாது.'

'ஏன்?'

'நினைக்க நினைக்க வளர்வது மனத்தின் இயல்பு. இப்படிப்பட்ட ஒன்றோடு போராட முடியுமா?'

'அமைதி இன்றித் தவிக்கிறேன்...'

'அப்படியானால் நீ அடக்கவேண்டியது, அடைய முடியாத ஆசைகளை. மனத்தை அல்ல. மறக்கப் பழகிக்கொள். மனம் அடங்கும். சோகம் சுவடில்லாமல் மறையும்.'

'மறக்கவேண்டுமானால் என்ன செய்யவேண்டும்?'

'புதிய முயற்சியில் ஈடுபடு. தேவைக்கு மீறிய செல்வம் சேர்ந்து விட்டது. இனிமேல் புகழ் சேர்க்கும் வழியைத் தேடு. மரணத்தை யும் வெல்லும் ஆற்றல் புகழுக்கு மட்டுமே உண்டு என்பதை மறவாதே. கணியன் பூங்குன்றன் எவ்வளவு செல்வம் சேர்த்தான் என்று யாருக்காவது தெரியுமா? அவன் இன்றும் நம் நெஞ்சில் இடம் பிடிக்கக் காரணம், புகழ் அல்லவா?'

'ஆம் ஐயா!'

நீண்ட நேரம் இருவரும் பேசவில்லை.

'புகாரின் பெருமைக்குக் காரணம் என்ன, தெரியுமா?' என்றார் கலக்கோன்.

'வணிகச் சால்பினால் சிறந்த புகார்
வீரர்களின் நெஞ்சுரத்தால் வயிரிய புகார்
வல்லுநர் திறத்தால் சிறந்த புகார்
புகழால் அமைந்த புகார்' என்றான் செம்பியன்.

# பின்னுரை

**கி.மு** 406-ஆம் ஆண்டு விசிகோத் என்ற பழங்குடி மக்கள் ரோம் நகரைத் தாக்கி ரோமானிய சாம்ராஜ்ஜியத்தின் மன்னனைப் பிணைக் கைதியாகப் பிடித்தனர். பண்டைய ஐரோப்பியாவின் ஒரே சாம்ராஜ்ஜியம் ரோமானிய சாம்ராஜ்ஜியம்! எதிரிகளும் எல்லைகளும் இல்லாத பேரரசு. 'கேட்பதைத் தருகிறோம், எங்கள் மன்னனை விட்டுவிடுங்கள்'' என்று கெஞ்சியது.

விசிகோத்துகள் கேட்டது நாற்பது டன் சேரநாட்டு மிளகு. ரோம சாம்ராஜ்ஜியத்தைக் காப்பாற்றியது நமது மிளகு.

ஐசக் நியூட்டன் ஒளியைப் பற்றிய ஆராய்ச்சியை மேற்கொண்ட போது, ஏழு வண்ணங்கள் அடங்கிய நிறமாலையைக் கண்டு பிடித்தார். அதில் வயலட் நிறத்துக்கும் நீலத்துக்கும் இடையே ஒரு நிறம் இருந்தது. அந்தக் காலகட்டத்தில் கிழக்கிந்தியக் கம்பெனி இந்தியாவிலிருந்து அவுரி நிறத் துணிகளை இறக்குமதி செய்ய ஆரம்பித்திருந்தது. அதற்கு இங்கிலாந்தில் இந்தியாவிலிருந்து வந்த நிறம் என்று குறிப்பிட இண்டிகோ என்ற பெயர் புழக்கத்தில் இருந்தது. நியூட்டன் நிறமாலையில் தான் பார்த்த நிறத்தைக் குறிக்க இண்டிகோ என்ற பெயரையே எடுத்துக்கொண்டார். அவுரியிலிருந்து கிடைக்கும் நீல நிறச் சாயம் பல ஆண்டுகளாக இந்தியாவில் இருந்து மட்டுமே உலகம் முழுமைக்கும் இறக்குமதி செய்யப்பட்டது. சீன வணிகர்களும் பௌத்தத் துறவிகளும் எவ்வளவோ முயன்றும் அவர்களால் இவ்வண்ணத்தைப் பயிரிடவும் உருவாக்கவும் முடியவில்லை.

பட்டு இயற்கையாகவே நூலாகக் கிடைகிறது. முப்பது பட்டு இழைகளை ஒன்றாகச் சேர்த்தால்தான் அதைக் கையாள்வது எளிதாக இருக்கும். அதற்கு இணையாகத் துகில் என்று ஒரு வகைத் துணி தமிழ்நாட்டில் நெய்யப்பட்டது. ''தமிழ்நாட்டு வணிகர்கள் துகிலைக் கொண்டுவந்து நம் தங்கத்தை எல்லாம் கொண்டு

போகிறார்கள். இதைத் தடுக்க செனட் ஆவன செய்யவேண்டும்'' என்று பிளைனி என்பவர் கிமு 500-இல் ரோமானிய அரசவையில் முறையிட்டார்.

மிளகும் பருத்தியும் விளைபொருட்கள்; இது ஒரு பெருமையா என்று நீங்கள் கேட்கலாம்.

துத்தநாகம் 420 டிகிரி செல்சியஸில் உருகும், 907 டிகிரி செல்சியஸில் ஆவியாகத் தொடங்கும். மிக அதிகமாகச் சூடாக்கினால் துத்தநாகம் உருகி வழிந்துவிடாமல், ஆவியாகிக் காணாமல் போய்விடும். இதனால், துத்தநாகத்தைப் பிரித்தெடுக்கும் முறை வேறு எந்த நாட்டினருக்கும் தெரியவில்லை. இந்தியர்களைத் தவிர.

நமது முன்னோர்கள் துத்தநாகக் கனிமத்தை ஓர் அண்டாவில் போட்டு அதை குளிர்ந்த நீர் நிறைந்த தொட்டிக்குள் வைத்து அண்டாவின் மேல்புறத்தில் நெருப்பு மூட்டினர். சூட்டில் உருகும் உலோகம் கீழ் நோக்கி வழிந்து அடியில் குளிர்ந்து உறைந்துவிடும். பியூர் ஜீனியஸ் என்றால் அது இதுதான்.

பதினேழாம் நூற்றாண்டு முதல் கிழக்கிந்தியக் கம்பெனி இந்தியாவிலிருந்து பெருமளவு நெய்த துணிகளை இங்கிலாந்துக்கு இறக்குமதி செய்யத் தொடங்கியது. இதனால் இங்கிலாந்தின் நெசவுத் தொழில் கடுமையாகப் பாதிக்கப்பட்டது. இதனால் அந்நாட்டு நாடாளுமன்றம், 1700-ம் ஆண்டு, இந்தியத் துணி இறக்குமதியைத் தடை செய்தது. ஆனாலும் ரகசியமாகத் துணியை இறக்குமதி செய்து வைத்திருந்தால் அதற்குத் தண்டனை கிடையாது என்பதால் இந்தியத் துணிகள் எப்படியோ இங்கிலாந்துக்குள் செல்ல ஆரம்பித்தது. எனவே இந்தியாவில் நெய்யப்பட்ட துணியை வைத்திருந்தாலே குற்றம் என்று 1721-ல் சட்டம் இயற்றியது. இச்சட்டங்களுக்கு காலிகோ சட்டங்கள் என்று பெயர். பின்னர் இங்கிலாந்தில் தொழிற்புரட்சி ஏற்பட்டு இங்கிலாந்திலேயே நெசவுத் தொழில் உயரத் தொடங்கியதும்தான் இந்தச் சட்டங்கள் நீக்கப்பட்டன.

ஐரோப்பியர்களின் கப்பல்கள் ஓக் மரத்தால் கட்டப்பட்டவை. ஆறு மாதம் கடலுக்குள் பயணம் செய்தால் அடிமரம் முழுவதும் பூச்சியால் அரித்துப்போய்விடும். அதைச் சரி செய்யவேண்டும். இத்தனைக்குப் பின்னும் அதன் காலம் ஏழு ஆண்டுகள்தான். இந்தியக் கப்பல்கள் பொதுவாகத் தேக்கினாலும், தமிழகக் கப்பல்கள் வாகை மரத்தினாலும் செய்யப்பட்டன. இவற்றின் காலம் இருப்பத்தைந்து ஆண்டுகள். இயற்கையாகவே எண்ணெய்ப் பசை உள்ள மரங்கள் என்பதால் பூச்சி புழு அரிப்பதில்லை.

1818-ம் ஆண்டு, இந்தியக் கப்பல் கட்டும் வல்லுநர் ஜாம்ஷெட்ஜி பொமாஞ்சி என்பவருக்கு கிழக்கிந்தியக் கம்பெனியின் வில்லியம் கூபர் எழுதிய கடிதத்தில் 'தங்களுடைய வடிவமைப்பும் கட்டுமானத் திறமும் பிரிட்டிஷ் இஞ்சினியர்களுக்கு முன்மாதிரியாக இருக்கும்' என்கிறார்.

மற்றுமோர் உதாரணம் சொல்கிறேன். இரும்பு, எஃகுத் தொழில் நுட்பத்தில் தமிழர்களின் வளர்ச்சி அபாரமானது. பீரங்கிகள் ஐரோப்பாவில் கி.பி. 1100-ல்தான் தலைகாட்டியது. அடிப்படையில் இது ஒரு சீனக் கண்டு பிடிப்பு. ஆனால் நல்ல முறையில் முதலில் பயன்படுத்தியவர்கள் துருக்கியர்கள்தாம். பின்னர் பாரசீகர்களும் முகலாயர்களும் இதனைப் பெருமளவு போரில் பயன்படுத்தி னார்கள். கி.பி. 1100 முதல் 1800 வரை செய்யப்பட்ட பீரங்கிகள் அனைத்தும் இரும்பைக் காய்ச்சி வார்ப்பில் ஊற்றிச் செய்யப் பட்டவையே.

தமிழர்களைத் தவிர.

தஞ்சை நகரின் கிழக்கே பீரங்கி மேடு என்று அழைக்கப்படும் இடத்தில் ஒரு பீரங்கி உள்ளது. அதன் எடை 22 டன். இதன் சிறப்பு, இது வார்க்கப்படாமல் தனித்தனி வளையங்களாக அடிக்கப்பட்டு (ஃபோர்ஜிங்) பின் ஒன்றாக ஒட்டப்பட்டதாகும் (வெல்டிங்). ஃபோர்ஜிங்கும் வெல்டிங்கும் என்ன பெரிய விஷயம் என்கிறீர்களா? அதன் காலம்தான் பெரிய விஷயம். இந்த பீரங்கி செய்யப்பட்ட உறுதியான காலம் தெரியவில்லை. ஆனால் ரகுநாத நாயக்கரின் (கி.பி. 1600-1645) கல்வெட்டில் இப்பீரங்கி பற்றிக் குறிப்புகள் உள்ளன. இதன் காலம் கி.பி 1645 என்று வைத்துக்கொண்டாலும் இதுதான் உலகின் முதல் ஃபோர்ஜிங் மற்றும் வெல்டிங்கினால் உருவான பீரங்கி.

இதன் உட்புறமாக ஐந்து செண்டிமீட்டர் கனமுள்ள பட்டைகள் செலுத்தப்பட்டு பீரங்கியின் வாய்பகுதியில் வெளிப்புறமாக மடிக்கப்பட்டுள்ளன. இப்படிப்பட்ட பிரமாண்டமான பீரங்கியை சுத்தியலும் சம்மட்டியும் கொண்டு உருவாக்கினார்கள் என்று யாராவது கதைவிட்டால் நம்பாதீர்கள். கண்டிப்பாக மெஷின் டூல்ஸ் எனப்படும் கருவிகள் இருந்திருக்க வேண்டும். நீரில் இதன் அரிப்பு நூறாண்டுகளுக்கு 0.2%. காற்றில் இதன் அரிப்பு எவ்வளவு தெரியுமா? பூஜ்ஜியம். இதைப்போல, கல்லணை, தமிழக வாள்கள், சோழர்களின் பல தளக் கப்பல்கள் என்று சொல்லிக்கொண்டே போகலாம். வாய்ப்பு கிடைத்தால் புத்தகமாகவே எழுதலாம். இது பழம் பெருமை பேச அல்ல.

இத்தகைய தொழில்நுட்பங்களைக் கண்டுபிடித்தவர்களின் வழித் தோன்றல்கள் நாம் என்பதை நினைவுபடுத்த.

ஜெர்மனியை கிழக்கு, மேற்கு என்றும், கொரியாவை வடக்கு, தெற்கு என்றும் பிரித்து அமெரிக்காவும் ரஷ்யாவும் பனிப் போர் விளையாட்டு நடத்தின என்பது உங்களுக்குத் தெரியும். சோழப் பேரரசும் சீனப் பேரரசும் இதேபோல பல நூறு ஆண்டுகளுக்கு விளையாடியது தெரியுமா? சம்பகம் என்ற நாட்டில் நாம்வியட் என்ற கூட்டத்திற்கு சீனர்கள் ஆதரவு. அங்கிருந்த கெமெர் என்ற மக்களுக்கு சோழர்கள் ஆதரவு. விளைவு, ஓயாத போர். முடிவு சம்பகம் வியட்நாம் என்றும் கம்போடியா என்றும் இரு நாடுகளாகப் பிரிந்தது.

ஜியோபாலிடிக்ஸ் என்னும் சதுரங்க விளையாட்டில் நடப்பது எதுவும் புதிதல்ல என்பதற்கு இது ஓர் உதாரணம். புதிது என்றால், நாம் பின்தங்கி இருப்பது மட்டும்தான் புதிது.

அது வேறு காலம், இப்போது வேறு காலம் என்று வாதிடலாம். நம் பாட்டனும் பூட்டனும் வெற்றி கண்ட உலகத்தை நம்மால் வென்றுகாட்ட முடியாதா? கணினித் தொழில்நுட்பமோ, நானோ டெக்னாலஜியோ, நம்மைக் கட்டிப்போடுவது நம் மனோபாவம் தான். அற்பத்தை நடுத்தரம் என்றும், நடுத்தரத்தை மேன்மை என்றும் ஏற்றுக்கொள்ளும் மனோபாவம். பாதுகாப்பான வேலை என்று சிங்கத்தின் குகையை விடுத்து எலி வலைக்குள் முடங்கிக்கொள்ளும் மனோபாவம். எனக்கென்ன எனக்கென்ன என்று யோசித்து யோசித்து, நமக்கென்ன என்ற சிந்தனையே மறத்துப்போன மனோபாவம். யானையின் அங்குசம் போன்றது இந்த மனோபாவம். இதில் பெருமை இல்லை.

அயலானுக்கு உள்ள அறிவும் திறமையும் எனக்கும் உண்டு என்ற நம்பிக்கை வராதவரை உண்மையான சமூக முன்னேற்றம் கிடையாது. மனோபாவம் மாறினால், நாடு முழுவதும் புத்தொளி பாயும்.

புதிய சிந்தனை, புதிய பார்வை, புதிய துறைகள், புதிய தொழில்கள், புதிய பொருட்கள், புதிய செயல்கள், புதிய தமிழ், புதிய தமிழர், புதிய தமிழகம், புதிய இந்தியா, புதிய உலகம், புதிய புதுமைகள் என்ற இலக்கு நோக்கி நடை போடுங்கள்.

நன்றி!

www.ingramcontent.com/pod-product-compliance
Lightning Source LLC
LaVergne TN
LVHW100621051026
849519LV00001B/73

* 9 7 8 9 3 8 6 7 3 7 6 9 4 *